|| एका जनार्दनी ||

॥ एका जनार्दनी ॥

दिलीपराज प्रकाशन प्रा. लि.™

२५१ क, शनिवार पेठ, पुणे -४११०३०.

दिलीपराज प्रकाशनाची सर्व पुस्तके आता आपण
www.amazon.in वर Online खरेदी करू शकता.
आमच्या वेबसाईटला कृपया एकदा अवश्य भेट द्या.

www. diliprajprakashan.in | Email - diliprajpune@gmail.com
क्रमांक (फॅक्ससहित) २४४७१७२३, २४४८३९९५, २४४९५३१४

|| एका जनार्दनी ||

(संत एकनाथांवरील दीर्घ कादंबरी)

अशोक देशपांडे

दिलीपराज प्रकाशन प्रा. लि.™
२५१ क, शनिवार पेठ, पुणे -४११०३०.

|| एका जनार्दनी ||

Eka Janadranee अशोक देशपांडे

प्रकाशक : राजीव दत्तात्रय बर्वे । मॅनेजिंग डायरेक्टर
दिलीपराज प्रकाशन प्रा. लि.। २५१ क, शनिवार पेठ,
पुणे - ४११०३०.दूरध्वनी : ०२०-२४४८३९९५,
०२०-२४४९५३१४, ०२०-२४४७१७२३ (सर्व फॅक्ससहित)

ISBN : 978 - 93 - 84171 - 04 - 9

प्रथमावृत्ती : १५ मे २०१८

प्रकाशन क्रमांक : २३५९

टाइपसेटिंग : सौ. मधुमिता राजीव बर्वे ।
पितृछाया मुद्रणालय,९०९, रविवार पेठ, पुणे ४११००२.

मुद्रितशोधनः एस. एम. जोशी

मुखपृष्ठ : अनिल उपळेकर

अनुपम्य नाचती वैष्णव
अनुपम्य गौरव त्यांचे ।
अनुपम्य एका जनार्दनी
अनुपम्य चरणी संतांचिये ।।

-संत एकनाथ

|| श्री गुरुदेव दत्त ||

ॐ नमोजी जनार्दना
नाही भवाभव भावना
न देखोनी मी तूं पणा
नमन श्री गुरूचरणा सद्गुरूराया ||

|| एका जनार्दनी ||

दार उघड बया, दार उघड!

संत एकनाथांवर कादंबरी लिहिण्याचे बरेच दिवस मनात घोळत होते. निमित्त एका विवाहाचे झाले. पैठणजवळच्या लग्नाचे निमंत्रण मी स्वीकारले. देवगिरीचा भरभक्कम किल्ला मी पाहिलेला होता. नाथांचे गुरू जनार्दनस्वामींचे वास्तव्य तिथेच होते.

पैठणला जाताच मी नाथांच्या वाड्यात गेलो. नाथांचे वंशज श्री. गोसावी यांना मी येण्याचे कारण सांगितले. त्यांनी नाथांचे सारे घर आपुलकीने दाखविले. त्या वेळच्या आठवणी सांगितल्या. श्रीखंड्या भरीत असलेला रांजण अजून आहे! नाथांनी पूजा केलेल्या देवघरातील देव-देवतांना मी मनोभावे नमस्कार करून आशीर्वाद मागितला. त्या दिवशी शुद्ध द्वादशी असल्याने श्री. गोसावी यांना पंढरीचा ब्राह्मण मिळाला, मला मात्र नाथांघरच्या भोजनाचा लाभ मिळाला!

गोदाकाठची सारी मंदिरे पाहून मी सायंकाळी परत आलो. मी भारावून गेलो.

नाथांवर मला एका विशिष्ट हेतूने लिहायचे होते. ते म्हणजे, प्रत्येक बाबतीत वेगळे असलेले नाथांचे अफलातून जीवन. ते त्या काळाविरुद्ध होते.

कर्मठ शास्त्री-पंडितांनी गजबजलेल्या पैठणसारख्या विद्वानांच्या दक्षिण काशीत राहून नाथांनी संस्कृतऐवजी मराठीचा पुरस्कार केला!

'संस्कृतवाणी देवे केली!

तर प्राकृत काय चोरांपासून झाली?'

असा खणखणीत सवाल त्यांनी त्या मराठीद्वेष्ट्या संस्कृत पंडितांना केला! मऱ्हाटीत प्रवचने तर सुरू केलीच, पण 'एकनाथी भागवत' मऱ्हाटीत लिहून काशीत मान्यता मिळविली!

बहुजन समाजाची बोली मऱ्हाटी, विद्वानांची संस्कृत व राजभाषा फार्सी—अशा तिहेरी पेचात महाराष्ट्र सापडला होता. जनार्दनस्वामी म्हणजे नाथांचे परम दैवत. त्यांच्यावरील अपार श्रद्धेमुळे नाथांनी ध्येयमंदिर साधले. या त्यांच्या गुरुभक्तीची ही कहाणी!

विजयनगरच्या राजाने पंढरीची विठ्ठलमूर्ती विजयनगरला कर्नाटकी नेली. ती पैठणच्या भानुदासांनी अपार श्रद्धेमुळे परत आणली. त्या संत भानुदासांचे एकनाथ हे पणतू! या घराण्याला पांडुरंगाचे वरदान मिळाले, त्या पंढरीभक्ताची ही कथा!

श्रीखंड्या बनून साक्षात भगवान श्रीकृष्ण नाथांघरी बारा वर्षे राबत होते. नाथांघ
अखंड अन्नदान व ज्ञानदान. भूतदया व पराकोटीचा परोपकार आणि शांती. येथे भगव
सापडणार नाही, तर कोठे?

समाधीनंतर तीनशे वर्षांनी ज्ञानदेवांनी एकनाथांना दिव्य दर्शन देऊन त्यांच्या
ज्ञानेश्वरी शुद्धीकरणाची जबाबदारी सोपविली. हे अमृतभाग्य फक्त नाथांनाच लाभले!
विलक्षण घटनांची ही **'एका जनार्दनी!'**

नामदेवांपासून व नंतर महाराष्ट्रावर इस्लामी अंधकार दाटलेला होता. अ
महाबिकट काळातून नाथांना मार्ग काढायचा होता. हिंदू धर्मावर धर्मांतराचे अत्याचार च
होते. यावनी आक्रमण वाढू लागले होते. मंदिरे व मूर्ती फोडल्या जात होत्या. त्या का
स्त्रियांना जगणे कठीण होऊ लागले होते. भागवत धर्माची विस्कटत चाललेली घडी मा
लावायची होती. अशा वेळी त्यांनी आदिशक्तीला दिव्य आवाहन केले, तिची प्रार्थना केल
ह्या शक्तीनेच विविध अवतार घेऊन दुष्टांचा नाश केला होता! या परमेश्वरी शक्तीला त्यां
'दार उघड बया, दार उघड' असे आवाहन केले! ही खणखणीत नाथवाणी सर्वत्र ग
लागली. गोंधळी बनून त्यांनी या शक्तीला 'जोगवा' मागितला. त्यामुळे 'अनादि निर्गु
प्रकटली भवानी'! बोधाची परडी हाती घेऊन मनोविकारांची कुरवंडी केली!

वारकरी पंथाप्रमाणे त्यांनी जातिभेद कधीच व कुठेही पाळला नाही. त्यां
मित्रमंडळी बहुजन समाजातीलच होती. पैठणसारख्या पुराणमतवादी गावात ते महारवाड्य
भोजनास गेले. घरी श्राद्ध असताना ते भोजन त्यांनी महारबांधवांना घातले. त्यांच्या कीर्त
प्रवचनाला कुणालाही प्रवेश होता. काशीची गंगा त्यांनी गाढवाला पाजली!

ह्या गोष्टी त्या काळात केवळ अशक्य होत्या. दया व भूतदया हे त्यांचे व्यक्तिमत्त्व!
त्यात दत्त संप्रदाय, वारकरी पंथ व पैठणची पंडिती यांचा सुरेख संगम झाला होता. प्रपंच
राहून त्यांनी परमार्थ साधला व शिकविला. स्त्री-शूद्रांना जवळ करून त्यांनी धर्म शिकवि
कर्मठांच्या पैठणभूमीत भागवत धर्माची विजयपताका उभारली.

नाथांचे गुरू जनार्दनस्वामी हे गृहस्थाश्रमी होते. नाथांनीही हेच पाळ
गिरिजाबाईंसारख्या प्रेमळ सहचारिणीने त्यांना अखंड साथ दिली. जनार्दनस्वामी दत्तोपास
होते. नाथांना त्यांनीच दत्तदर्शन घडविले. आपल्या घरात चालू असलेली विठ्ठलोपास
त्यांनी स्वामींकडून मागून घेतली, ती जोपासली. दत्तोपासना पांडुरंगभक्तीत विलीन केल
वारकरी संप्रदायाची ध्वजा काशीत फडकविली.

पराकोटीची क्षमाशीलता व शांती त्यांनी कधीच ढळू दिली नाही. निंदकां
आपुलकीने जवळ केले. अपकाऱ्यावरही त्यांनी उपकार केले. त्यांच्या मुलाचा— म्हण
संस्कृतप्रेमी हरी पंडिताचा— त्यांना विरोध होता. त्यासाठी तो घर सोडून कुटुंबासह काशी

काशीला गेला! परंतु अखेर त्यांनीच तिसऱ्यांदा काशीला जाऊन त्याला प्रेमाने परत आणले! त्यांना अहंकाराचा वारा कधीच लागला नाही!

गुरुसेवा, गुरुकृपा व गुरुभक्ती यामुळेच त्यांचे जीवन यशस्वी झाले. त्यांच्या गुरुभक्तीला भगवंतही भाळला! ज्ञानेश्वरांनी मऱ्हाटीत आणलेला वेदान्त; नाथांनी अठरापगडजातीच्या घरी दारी पसरला. अद्वैत वेदान्तावर भक्तीची लेणी चढवून तो खरोखरचा लोकधर्म केला! नाथांची अफाट ग्रंथसंपदा आजही घरोघर वाचली जाते. स्वामींचा तसा आशीर्वाद त्यांना लाभला होता.

एकनाथी भागवत, रुक्मिणी स्वयंवर व भावार्थरामायण हे त्यांचे ग्रंथ अनंतपर आहेत. याशिवाय त्यांची अभंगवाणी व स्फुटकाव्य प्रचंड आहे. त्यांची सर्वात मोठी कामगिरी म्हणजे त्यांची भारुडे. त्या काळातही ती सर्वत्र म्हटली जात होती. आजही ती भजनी मंडळांद्वारेच अन्यत्रही साभिनय व वेषभूषा करून गाईली जातात!

या भारुडांद्वारे समाजाला अपप्रवृत्तीपासून दूर करून पांडुरंगभक्तीच्या मार्गावर आणणे, लोकशिक्षणाचे महत्त्वाचे कार्य या भारुडांनी केले. नाथांच्याबद्दल जेवढे लिहावे तेवढे कमीच पडणार आहे!

ही कादंबरी लिहिताना नाथांच्या वंशावळीसाठी त्यांच्या वठार (जि. कोल्हापूर) येथील गादीचे, नाथांचे वंशज मा. श्री. बा. शा. इनामदार यांच्या पुस्तकाचा उपयोग झाला. त्याबद्दल त्यांचे आभार!

ही कादंबरी 'दिलीपराज प्रकाशन'चे संचालक मा. श्री. राजीवजी बर्वे यांनी नेहमीप्रमाणे अतिशय देखण्या स्वरूपात प्रसिद्ध केली. त्यांना धन्यवाद!

-अशोक देशपांडे
पंढरपूर

१० ✡ एका जनार्दनी

९

॥ एका जनार्दनी ॥

नुकतीच पूजा आटोपून चक्रपाणी ओसरीवर बसले होते. सरस्वतीबाई लाडू असलेली ताटली व पाणी हातात घेऊन उभ्या होत्या. त्यांचे लक्षही गेले नाही. ते एका बाजूला पाहत होते!

"काय आहे तिकडे?"

"... का... काय... कोण...?" चक्रपाणी एकदम म्हणाले, "काही नाही, सहजच..."

"मुळीच नाही," सरस्वतीबाई म्हणाल्या, "मी केव्हांची उभी आहे येथे. तुमचे लक्षही गेले नाही. काय पाहत होता तिकडे? कसला विचार चालू होता?"

"सांगितल्याशिवाय आता तुम्ही गप्प नाही बसणार" चक्रपाणी म्हणाले, "हातातील ते ठेवा खाली. बसा येथे. पहाटेपासून गडबड चालू आहे तुमची."

"बाबांची आठवण झाली," चक्रपाणी म्हणाले, "विजयनगरच्या राजाने नेलेली पंढरीच्या पांडुरंगची मूर्ती पंढरीत परत आणून ते जेव्हा येथे आले तेव्हा त्या बाजूला बैठकीवर ते बसले होते. सारी ओसरी भाविक भक्तांनी भरून गेली होती. देव परत आणण्याचा अजब चमत्कार भानुदासांनी केला होता. पंढरीच्या वारकऱ्यांचे महादैवत परत आणले होते. देव पंढरीत नव्हता! मंगळवेढ्याच्या संत दामाजींनी बाबांना विनंती केली होती."

"पण आता कशी झाली आठवण?" सरस्वतीबाई म्हणाल्या.

"येथे बसल्यावर मला नेहमीच हा प्रसंग आठवतो." चक्रपाणी लाडू खात म्हणाले, "पंढरीनाथांनी बाबा पैठणला येताना आशीर्वाद दिला होता! आपल्या घराण्यावर त्यामुळे विठ्ठलाची कृपा राहणार आहे. हा साक्षात्कार खरा ठरणार आहे."

“होणारच,” सरस्वतीबाई हात जोडून म्हणाल्या, “मामंजीनी हे जे महान कार्य केले त्याला तोड नाही. त्यांनी केलेली ही उपासना वाया जाणारच नाही.”

“पण,” चक्रपाणी म्हणाले, ...!

“का? थांबला का?”

“नारायणाचीच काळजी वाटते मला,” चक्रपाणी जरा गंभीरतेने म्हणाले. “एवढ्या मोठ्या आजारातून तो बरा झालाय्!”

“आता काय त्याचे?” सरस्वतीबाई एकदम म्हणाल्या. “तो संपूर्ण बरा झालाय. त्याचं लग्नही झालंय. होईल सारे चांगले. रुक्मिणीही समंजस आहे. घराची सारी व्यवस्थाही तीच पाहत आहे. नारायणदेखील सर्व कामात रमला आहे. आता एकदा नातवाचे मुख पाहिले, की काळजी नाही कशाची.”

“त्या अर्थाने कशाचीच नाही,” चक्रपाणी दूध पिऊन झाल्यावर म्हणाले, “मी आपले सहज म्हणालो होतो. साक्षात भगवान सूर्यांनी बाबांना दर्शन दिले होते. या कुलदैवताचीही कृपा आहे आपल्यावर.”

“एकवीराआईही आपल्या पाठीशी आहे,” सरस्वतीबाई नमस्कार करीत म्हणाल्या, “आज शुक्रवार आहे. दुर्गाष्टमी आहे अनायासे. चार सवाष्णींची ओटी भरून त्यांना दूध देऊ का?”

“अवश्य द्यावे” चक्रपाणी म्हणाले, “एक राहिले?”

“काय?”

“लाडू केव्हा केले?”

“रुक्मिणीने आज पहाटेच केलेत.” सरस्वतीबाई म्हणाल्या, “का?”

“चांगले झालेत,” चक्रपाणी म्हणाले.

“त्यामुळेच वेगळे वाटत होते! अगदी सासूसारखेच जमलेत”

सरस्वतीबाई मंदस्मित करीत स्वयंपाकाघराकडे गेल्या.

तेवढ्यात केशवशास्त्री आले!

त्यांना नारायणाची पत्रिका दिली होती!

❄❄❄

२

॥ एका जनार्दनी ॥

चक्रपाणींचा ज्योतिषशास्त्राचा अभ्यास तसा बऱ्यापैकी होता. त्यावर त्यांनी पुष्कळ ग्रंथ वाचले होते. शिवाय पैठणमधील शंकरभटांनीही त्यांना पुष्कळवेळा समजावून सांगितले होते.

सूर्यनारायण जन्मल्यानंतर त्यांनी त्याची कुंडली लगेच मांडली होती. पण त्यावेळी त्यांचा गोंधळ उडाला होता. त्यांना या शास्त्राचे जे बारकावे असतात ते फारसे माहिती नव्हते. पण ज्या विशिष्ट तऱ्हेने कुंडलीतील ग्रह कोठे आहेत हे पहावयाचे तंत्र त्यांना समजले नव्हते.

परंतु ही पत्रिका चारचौघांच्यासारखी नाही हे मात्र त्यांना कळाले. काही तरी वेगळे वाटू लागले होते. त्यांना पण निश्चित काही समजत नव्हते. आजपर्यंत अनेकवेळा त्यांनी निरनिराळ्या पद्धतींनी वारंवार पत्रिका पाहिली होती. परंतु त्यांचे समाधान होत नव्हते. दुसऱ्या कोणाला दाखविण्याचे धाडसही त्यांना करावेसे वाटेना. काही धक्कादायक निघाले तर?

पैठणमध्ये घडलेल्या व घडत असलेल्या अनेक घटना त्यांना माहिती होत्या. काही तरी विचित्र ग्रहांमुळे पुष्कळ दु:खद घटना होत होत्या. त्या पारुंडेकरांच्या मुलीच्या विवाहमंडपातच लग्नविधी चालू असताना वराचा अकस्मात मृत्यू घडला होता! त्याला म्हणे कडक मंगळ होता! पत्रिका चांगली जमलेली होती. तरीही ही घटना झालेली होती!

बहुजन समाजात तर पत्रिका पाहिली जात नसायची. त्यामुळे नाना तऱ्हेच्या विचित्र घटना होत असायच्या. या सर्वांची एक अनामिक भीति त्यांना वाटत रहायची. त्यामुळे दुसऱ्या कोणाली ही पत्रिका त्यांनी आजपर्यंत दाखविली नव्हती.

ते पत्रिका पाहत असताना त्यांना सरस्वतीबाईंनी अनेक वेळा हटकले होते!

''किती वेळा पाहत बसाल पत्रिका तुम्ही?'' त्या एकदा म्हणाल्या, ''काय विशेष आहे असे त्यात? काही गडबड आहे कां? तसे असेल तर आणखी कुणाला तरी दाखवावी, म्हणजे पुन्हा पुन्हा तुम्हाला पहावी लागणार नाही!''

''तसं काहीही नाही,'' चक्रपाणी हसत म्हणाले, ''नाही तर तुम्हाला सांगितले असतेच की! मला हा अभ्यास थोडा अधिक वाढवायचा आहे म्हणून मी निरनिराळ्या तऱ्हांनी हीच पत्रिका मांडून पाहत असतो. शिवाय आपल्याही पत्रिका आहेतच!''

चक्रपाणींनी त्यावेळी ती वेळ निभावून नेली होती. परंतु त्यांच्या मनातील भीती निघालेली नव्हती. म्हणून त्यांनी अखेर केशवशास्त्रींना दिली होती. केशवशास्त्री पैठणमधील फार जाणकार ज्योतिषी होते. त्यांच्या घरात पिढ्यान् पिढ्याची ही विद्या होती. शिवाय केशवशास्त्री काशीत असताना तेथील नामवंत ज्योतिषी पंडित लालजी शर्मा यांच्याकडे त्यांनी विशेष शिक्षण घेतले हाते. महत्त्वाची गोष्ट म्हणजे केशव शास्त्री तसे जवळचे नातलग होते. त्यांचा स्वभाव मनमोकळा होता. केशवशास्त्रीही अवचितच आले!

केशवशास्त्री बराच वेळ पत्रिकेची चर्चा करीत बसले होते. मनमोकळेपणाने ते सारे सांगत होते. पत्रिका तशी चांगली होती.

तेवढ्यात शेजारच्या तीनचार बायका सरस्वतीबाईंना बोलावण्यास आल्या! त्यांना देवीच्या दर्शनाला जावयाचे होते. रुक्मिणी कुणाकडे तरी हळदी-कुंकवाला गेली होती. घरात दुसरे कुणीही नव्हते.

''चक्रपाणी,'' केशवशास्त्री म्हणाले, ''आता घरात कोणी नाही, तेव्हा जरा वेगळी चर्चा करू या.''

''काही हरकत नाही.''

''मी सप्तमांश व नवमांश पद्धतीने पत्रिका पाहिली.'' केशवशास्त्री जरा गंभीरतेने म्हणाले, ''तेव्हा एक गोष्ट माझ्या ध्यानात आली.''

''कोणती?''

''थोडेसे काळजी करण्यासारखे आहे, सांगू का?''

''अवश्य सांगावे'' चक्रपाणी म्हणाले, ''तुम्ही कोणी परके नाहीत. तुमच्यावर माझा विश्वास आहे म्हणून तुम्हाला ही पत्रिका दिलीय मी. आजपर्यंत कुणालाही मी दाखवली नव्हती.''

''चक्रपाणी,'' केशवशास्त्री म्हणाले, ''या पत्रिकेत एकच दोष आहे.''

''तो मला समजलाय;'' चक्रपाणी म्हणाले, ''पण मला खात्री वाटत नव्हती म्हणूनच तुम्हाला सांगितले.''

"कोणता दोष तुम्हाला वाटला?"

"नारायण अल्पायुषी आहे." चक्रपाणी म्हणाले, "हेच ना?"

"होय." केशवशास्त्री म्हणाले, "पण हा काळ निश्चित सांगता येत नाही. याचा एवढाच अर्थ घ्यावयाचा की चारचौघांसारखे आयुष्य याला नाही! थोडेफार कमी असावे. चक्रपाणी, तुम्ही तशी काळजी मुळीच नका करू. फक्त एकच गोष्ट करावी लागेल."

"कोणती"

"ही गोष्ट फक्त तुमच्या-माझ्यातच राहावी." केशवशास्त्री म्हणाले, "मीही नाही सांगणार कुणाला. तुम्ही कल्पना देऊ नका कुणाला. वहिनींनादेखील."

"केशवशास्त्री," चक्रपाणी गहिवरुन म्हणाले, "तुम्ही नेमके माझ्या मनातीलच बोलला. मीच हे म्हणणार होतो. पण हा प्रश्न तुम्हीच सोडविला. फक्त एक गोष्ट विचारू का?"

"अवश्य विचारा."

"यासाठी काही विधी आहे का?"

"तसे खास काही नाहीत." केशवशास्त्री म्हणाले, "पण करूनही काही उपयोग नसतो. जे जेव्हा घडणार असते ते घडणार. त्यात बदल होऊ शकत नाही. फक्त मनाचे समाधान म्हणूनच केले जाते काही तरी. पण तुम्ही त्या विचाराचे नाहीत. तुम्हाला ह्या शास्त्राची कल्पना आहे."

तेवढ्यात रुक्मिणीने दूध आणले. ती नुकतीच आली होती. तिने शास्त्रीबुवांना व चक्रपाणींना नमस्कार केला.

"अष्टपुत्रा सौभाग्यवती भव."

हा आशीर्वाद देऊन केशवशास्त्री उठले.

त्यांना निरोप देण्यासाठी चक्रपाणी घराबाहेर आले!

परत येताना चक्रपाणी अत्यंत समाधानाने घरात शिरले!

शास्त्रीबुवांनी दिलेला शुभाशीर्वाद त्यांच्या मनांत पुन्हा पुन्हा घुमत होता!

तो खरा व्हावा असे त्यांना वारंवार वाटू लागले!!

❄❄❄

३

|| एका जनार्दनी ||

किती तरी वेळ चक्रपाणी तक्क्याला टेकून बसले होते. त्यांच्या मनातून नारायणाचा विचार जातच नव्हता...!

''केव्हा गेले भाऊजी?'' सरस्वतीबाई बाहेरून आल्यावर म्हणाल्या.

''बराच वेळ झाला.''

''काय म्हणत होते ते?'' सरस्वतीबाई म्हणाल्या, ''पत्रिकेचा विषय चालू होता वाटते? नारायणाची होती काय?''

''त्याचा काय संबंध?'' चक्रपाणी निर्विकारपणे म्हणाले, ''मलाच थोडे त्यांना विचारायचे होते. परवा नदीवरून येताना त्यांची गाठ पडली होती, तेव्हा एकदा 'घरी या सहज' असे मी त्यांना म्हणालो होतो. त्यांना वेळ होता म्हणून आज आले ते.''

''झाली का चर्चा?'' सरस्वतीबाई म्हणाल्या,

''छान झाली.'' चक्रपाणी म्हणाले, ''मला नवमांश पद्धती त्यांच्याकडून शिकून घ्यावयाची होती. ती त्यांनी चांगली समजावून सांगितली. ते काशीत असताना शिकले होते!''

''नारायणाचा काही विषय निघाला का?''

''त्यांनीच काढला.''

''काय म्हणाले ते?''

''त्यांनी त्याची पत्रिका पाहून एक गोड वार्ता दिली.''

''सांगा लगेच.'' सरस्वतीबाई म्हणाल्या.

''पुत्रयोग लवकरच आहे.'' चक्रपाणी म्हणाले, ''काही काळजी करण्याचे कारण नाही.''

“पांडुरंगा, तुझीच कृपा ही.” सरस्वतीबाई हात जोडून म्हणाल्या “तुझा आशीर्वाद खरा ठरू दे लवकर!”

“घडणारच आहे हे,” चक्रपाणी म्हणाले, “तुम्ही आजीबाई होणारच.”

“आणि तुम्ही आजोबा.” सरस्वतीबाई म्हणाल्या, “फार चांगला दिवस उगवला आज. ज्या वार्तेची आपण वाट पाहत होतो ती आज समजली. आता काही काळजी नाही.”

रुक्मिणी सहज दारात आली होती! तिने हे सारे ऐकले.

ती लगेच देवघरात पळाली!

सर्व देवांवर हळदीकुंकू टाकून तिनेही लाजून घेतले!

तिने हात जोडले! मनोभावे प्रार्थना केली.

❄❄❄

४

॥ एका जनार्दनी ॥

नारायण मागील दाराने येऊन, हात पाय धुवून येत असताना त्याने रुक्मिणीला सहज हात जोडलेले पाहिले! तो सरळ ओसरीकडे आला. तेथे चक्रपाणी बसलेले होते.

"काय रे नारायणा," चक्रपाणी म्हणाले, "कोठे गेला होतास? बराच वेळ झाला?"

"त्या बाबा पाटलांच्या मारुतीकडे गेलो होतो. त्याला बरे नव्हते. बराच ताप यायचा. आता सुधारला आहे. पाटीलही बसले होते. तुमची चौकशी करीत होते. तुमची गाठ पडून बरेच दिवस झालेत. एकदा या जाऊन तुम्हीही."

"मलाही हे जाणवत होतेच." चक्रपाणी म्हणाले, "त्यांनी मळ्यातही बोलावले आहे. उसाचे गुऱ्हाळ चालू आहे त्यांचे."

"मलाही ताजा रस मिळाला." नारायण म्हणाला, "मी असतानाच त्यांचा गडी घेऊन आला. गज्याबरोबर गुळाची ढेप पाठवून देतो असे म्हणाले ते."

"फार चांगला माणूस" चक्रपाणी म्हणाले, "पंढरीहून आले की न चुकता दरवर्षी प्रसाद येतो त्यांचा. त्यांच्याकडे एकादशीला भजनही असते. पण नेमाने मला जाणे होत नाही. तू जात जा, जमेल तेव्हा."

"माझ्याही मनांत तेच आलंय." नारायण म्हणाला, "मारुतीही आग्रही आहे. पुष्कळ जण जमा होतात. गाठीभेटीही होतील. भजनांची सवय लागेल."

"तुझा आवाजही चांगला आहे." चक्रपाणी म्हणाले, "शिवाय पाठांतरही आहेच. मळ्यात तू आता जात आहेस. तिकडे जादा लक्ष दे. ऊस लावण्याचा प्रयत्न कर. म्हणजे आपल्यालाही गुऱ्हाळ चालू करता येईल."

"आता केशवकाकाही हेच म्हणाले, "नारायण म्हणाला, "मला वाटेत

भेटले. आपल्याकडेच आले होते वाटतं. रस प्यायचे मी सांगताच ते सहज ऊस लावण्यासंबंधी बोलले.''

चक्रपाणींच्याकडे कुणीतरी आल्यामुळे तो खोलीत गेला. समई लावण्यासाठी रुक्मिणी आली होती.

''मघाशी देवापुढे हात जोडून काय मागत होतीस?''

''तुम्हाला काय माहिती?''

''मला समजले.''

''कुणी सांगितले?'' रुक्मिणी एकदम म्हणाली.

''कुणी म्हणजे? मीच पाहिले येताना.'' नारायण हसून म्हणाला, ''म्हणून तर विचारले. काय प्रार्थना केलीस?''

''केली आपली काही तरी.'' रुक्मिणी म्हणाली.

''तरी पण!''

''असेल काहीतरी.''

''केशवकाका काय म्हणाले हे सांगितलंय आईने मला.''

''मग पुन्हा काय विचारता?''

असे म्हणत रुक्मिणी जवळजवळ पळतच गेली.

❄❄❄

५

॥ एका जनार्दनी ॥

रुक्मिणीचे माहेर जवळच होते. तिचे घराणे पंढरीच्या वारकऱ्यांचेच होते. विठ्ठलबुवा जोशी दरवर्षी नेमाने पंढरीला जात. त्यांचे वडील मुकुंदपंत, भानुदासांच्या बरोबर पंढरीला जात. पैठणला आले की, भानुदासांची भेट झाल्याशिवाय त्यांना चैन पडायचे नाही. विठ्ठलबुवा कीर्तने व प्रवचने करीत सगळीकडे जायचे.

त्यांच्या घरातच विठ्ठल-रखुमाईच्या सुंदर मूर्ती होत्या. त्यामुळे दररोज सर्व उपचार विठ्ठलबुवा करीत. एकादशीला भजन व्हायचे. पुष्कळ गावकरी भक्त गोळा व्हायचे. दर्शनालादेखील नेहमी पुष्कळजण यायचे. त्यामुळे घरात वर्दळ पुष्कळ असायची. ज्यांना पंढरीला जाणे जमायचे नाही असेही पुष्कळ भाविक यायचे. एकादशीला प्रत्येकजण काहीतरी देवापुढे ठेवायचा. नवस बोलले जात. हा विठोबा 'पावतो' असे सगळ्यांना माहिती झाले होते. त्यामुळे नवसही येथेच फेडले जात.

मुकुंदपंत थकल्यामुळे साऱ्या गोष्टी विठ्ठलबुवांनाच कराव्या लागत. रुक्मिणीच्या आईच्या माहेरी, म्हणजे राधाकाकूंच्या घरीदेखील, पंढरीची वारी होती. मुकुंदपंतांनी म्हणूनच राधाबाईंना सून करून घेतले होते.

"विठ्ठला," मुकुंदपंत एकदा म्हणाले, "भानुदासांच्या घरी मी जात होतो. आता तूही जात आहेस. माझी एक इच्छा आहे."

"सांगावी, बाबा."

"चक्रपाणींच्या मुलाला रुक्मिणी दे."

मुकुंदपंत म्हणाले, "आपल्याला सगळे गोत विठ्ठलाचे करायचे आहे. हा परिवार वाढला गेला पाहिजे. शोधूनही असले घराणे सापडणार नाही. रुक्मिणीदेखील पांडुरंगाची लहानपणापासून सेवा करत आहे."

विठ्ठलबुवांना फारसे प्रयत्न करावेच लागले नाहीत. दोन्ही घराणी एकमेकांना

ओळखत होती. त्यामुळे प्रश्न काहीच निर्माण झाला नाही.

मुकुंदपंतांच्या देखतच हा सोहळा पार पडला. त्यांची इच्छा पूर्ण झाली. त्या आनंदातच ते देवाघरी गेले.

विठ्ठलबुवांना सारखे वाटू लागले की पंढरीला पुन्हा एकदा जावे. आषाढी साजरी झाली होतीच. मनात आलेले हे त्यांनी एकदा भजनात हे सहज सांगितले. पुष्कळजण मग त्यांच्याबरोबर येण्यास तयार झाले. वाटेत सगळीकडे लोक त्यांना ठेवून घेऊन कीर्तनाचा आग्रह करीत. त्यामुळे पंढरीला जाण्यास त्यांना उशीर लागला. पण एक चांगले झाले. त्यादिवशी नेमकी पहिली एकादशी घडली.

सारे वाळवंट वारकऱ्यांनी भरले होते. चंद्रभागा संथपणे वाहत होती. स्नान करून दर्शनदेखील चांगले झाले. विठ्ठलबुवा पंढरीनाथाला पाहताच एकदम सुखावले. त्यांना त्यांचे परब्रह्म भेटले. ज्ञानीयांचा 'बापरखमादेवीवरू' त्यांच्यासमोर कर कटावरी ठेवुनिया उभा होता.

विठ्ठलबुवा धन्य झाले. कितीही वेळा दर्शनाला आले, की जसे प्रत्येक भक्ताचे होते तसेच त्यांचेही व्हायचे. तेथून त्यांचा पाय निघायचाच नाही. जमेल तेव्हा ते पुन्हा यायचे.

"पांडुरंगा! पुन्हा लवकर तुझे दर्शन होऊ दे रे."

मोठ्या जड अंत:करणाने त्यांना पंढरी सोडावी लागायची. परतीच्या वाटेवर जोपर्यंत पंढरीनाथाचे शिखर दिसायचे तोपर्यंत ते मागे पाहत दर्शन घ्यावयाचे!

कीर्तन प्रवचने करीत ते पैठणला आले.

पूजा वगैरे आटोपून चक्रपाणी नुकतेच पोथी वाचत बसले होते. रुक्मिणी एका साधूला पीठ वाढण्यासाठी दारात आली तोच तिला तिचे बाबा दिसले.

"या, बाबा." रुक्मिणी आनंदाने म्हणाली, "असे अवचित आला!"

"अग, माहेरी गेलो होतो." पडशी ओसरीवर ठेवीत ते म्हणाले.

"यावे, बुवा यावे!" चक्रपाणी म्हणाले, "परवा तर आषाढीला जाऊन आलात! आता पुन्हा!"

"आम्हाला वेळ काळ नसतो, पाहुणे. पंढरीनाथाची सारखी ओढ लागली की आम्ही निघालोच!"

रुक्मिणीने पाणी, दूध वगैरे दिलेले घेतल्यानंतर त्यांनी पंढरीचा प्रसाद चक्रपाणींना बुक्का लावून दिला!

वारकरी पंथाच्या पद्धतीप्रमाणे दोघा व्याह्यांनी एकमेकांना वंदन केले!

नंतर सगळ्यांनीच बुवांना वाकून नमस्कार केला.

“रुक्मिणी,” बुवा म्हणाले, “तुझे नशीब थोर म्हणून या घरात तू आलीस. आता सासू-सासऱ्यांची सेवा करून सुखा-समाधानाने राहा. पांडुरंगाची तुझ्यावर निश्चित कृपा होईल.”

“होणारच.” चक्रपाणी म्हणाले, “दोन्ही घरावर विठ्ठल प्रसन्न आहे. जेथे भाव तेथे देव असतोच. तुमच्या घरात तर विठ्ठल-रखुमाईचे मंदिर आहे.”

काही वेळ अजून दोघे बोलत बसले. विषय पंढरीनाथाचाच होता.

जाताना पुन्हा सगळ्यांनी त्यांना वंदन केले. आग्रह पुष्कळ झाला, परंतु त्यांना मुलीच्या घरी अजून राहता येत नव्हते!

बुवा निघाले!

त्यांना आता रामशास्त्री धाराशिवकरांकडे प्रसाद देण्यास जायचे होते! रामशास्त्री बुवांचे नातलग होते व चक्रपाणींचे लहानपणाचे मित्र होते!

❄❄❄

६

॥ एका जनार्दनी ॥

रामशास्त्री काशीला जाऊन सारे शिकून आले होते. पैठणमध्ये जे काही विद्वान ब्राह्मण होते, त्यात त्यांचा वरचा क्रमांक होता. पैठणमध्ये किंवा जवळपास कोठेही यज्ञ किंवा काही विशेष धार्मिक कृत्य असेल तर तेथे रामशास्त्रींना आमंत्रण असायचे.

त्यांचे व बुवांचे अगदी जवळचे नावे होते. ते एकमेकांचे मावसभाऊ होते. या नात्यापेक्षा त्यांची मैत्री अधिक जवळची होती. चक्रपाणींच्या बरोबर ते अगदी लहानपणापासून एकत्र होते. दोघांना एकमेकांशिवाय चैन पडायचे नाही. ते काशीला गेल्यावर काही खंड पडला असेल तेवढाच. नारायणाच्या लग्नाच्या बाबतीत मध्यस्थी त्यांचीच होती. रुक्मिणीला अगदी लहानपणापासून ते पाहत होते.

काशीला असताना त्यांनी आयुर्वेदाचा अभ्यास केला होता. त्यांना साऱ्या औषधांची माहिती झाली होती. घरच्यासाठी म्हणून ते काही वेळा वनस्पती गोळा करून औषधे तयार करायचे. पण इतरांना देण्यास त्यांना वेळ नसायचा.

नारायणाच्या आजारपणात रामशास्त्रींनी फार कष्ट घेतले होते. ज्या वनस्पती या भागात नव्हत्या त्या त्यांनी मधल्या वाटेने वेरूळ भागात जाऊन आणल्या होत्या. त्यांचाच उपयोग होऊन नारायण सुधारला होता.

''राम,'' एकदा चक्रपाणी म्हणाले, ''नारायणाचा जो पुनर्जन्म झाला तो केवळ तुझ्या औषधामुळेच. त्यासाठी तू किती कष्ट घेतलेस याची मला कल्पना आहे. पण याबाबत उपकाराची केलेली भाषा जरी तुला आवडणार नाही तरी मला ती वापरावी लागणार आहे. हे ऋण आम्ही फेडू शकणार नाही.''

''चक्रपाणी,'' रामशास्त्री म्हणाले, ''ते काहीही तू जरी म्हणत असलास तरी माझे कर्तव्यच मी पार पाडले एवढेच मी म्हणेन. आपली मैत्री किंवा नाते हे एका

पिढीचे नाही, हे विसरून चालणार नाही.''

"तुझ्या बाबांचे जेव्हा कापड दुकान होते इथे, तेव्हा माझ्या वडिलांकडून ते कधीच पैसे घेत नसत! याचे कारण त्यांची मैत्री! ती या पिढीत पुढे चालूच आहे. रक्ताच्या नात्यापेक्षा मैत्रीचे नाते अधिक मोलाचे असते. हे मी काही जगावेगळे सांगत नाही.''

"रामभाऊ,'' चक्रपाणी हसत म्हणाले, "तू काशीचा भाषापंडित! तुझ्यासारखे मला कधीच बोलता येणार नाही! माझे हे आपले सरळ साधे बोलणे. हे असेच राहणार.''

आणि ते असेच वागत होते. चक्रपाणींच्या घरात त्यामुळे रामभाऊंना महत्त्वाचे स्थान होते. जेव्हा जमेल तेव्हा चक्रपाणींच्याकडे येत असत. त्यांच्या घरात असलेल्या कोणत्याही कार्यक्रमात त्यांची उपस्थिती असायचीच. त्यांच्या पत्नी काशीबाईही धार्मिक होत्या. त्यांच्या घरातील सारा कुळधर्म त्या अत्यंत भाविकतेने पार पाडायच्या. सरस्वतीबाईंशी त्यांचे विशेष जमायचे.

काशीबाई हातावरच्या शेवया फारच सुंदर करायच्या. त्या काळात घरोघर हीच पद्धत असायची, पण काशीबाई त्यात विशेष प्रवीण होत्या. सरस्वतीबाईंनाही त्या मदत करायच्या. सारी उन्हाळ्याची कामे त्या दोघी एकमेकींच्या घरी जाऊन करायच्या.

पण काशीबाईंना मूलबाळ नव्हते. त्यांच्या संसारात ही एक उणीवच होती. रामशास्त्रींना त्याचे काहीही वाटायचे नाही. पण मनातून त्यांना ही गोष्ट सलत होती. आयुर्वेदात असलेली पुष्कळ औषधे त्यांनी देऊन घेऊन पाहिली होती, पण उपयोग होत नव्हता! केव्हातरी ते उदास वाटायचे!

"रामभाऊ,'' एकदा चक्रपाणी त्यांना सहज म्हणाले, "एक गोष्ट विचारू का?''

"विचार की,'' रामभाऊ म्हणाले, "त्यात माझी परवानगी कशाला हवीय?''

"तसे महत्त्वाचे काही नाही... पण...''

"बोल की...''

"तू हल्ली बऱ्याच वेळा उदास दिसतोस मला.'' चक्रपाणी हळू आवाजात म्हणाले, "कसला एवढा विचार करतोस?''

"कसलाच नाही.'' रामभाऊ म्हणाले, "तुला आपलं उगाच काहीतरी वाटतंय! कसलीच नाही काळजी मला. कशाची अपेक्षाही नाही राहिली.''

"हे जरी असलं तरी कुठंतरी एखादं शल्य बोचत आहे तुला.'' चक्रपाणी

म्हणाले, ''मला असे म्हणायचं आहे, की जरी एखादे असे काही असले तरी त्याला सरळ सामोरे जावे.''

''असे काहीच नाही.'' रामभाऊ म्हणाले, ''आणि मुलाबाळांबद्दल जर तू विचारत असशील तर मी केव्हाच त्याच्यापुढे गेलोय. मला आता काहीही वाटत नाही. केव्हातरी ही भावनावश होते. मग मला तिला सारे समजावून सांगावे लागते. आपल्या जर नशिबातच नसेल तर त्याला इलाज नाही.''

चक्रपाणी मग विषय बदलत.

आता हा विषय मागे पडला होता.

❄❄❄

७

॥ एका जनार्दनी ॥

सकाळचे सारे आवरून चक्रपाणी शेतीच्या कामासाठी जरा बाहेर गेले होते. त्यांच्याकडील भाजीपाल्याचे बियाणे संपले होते. ते त्यांना मिळाल्यावर ते परत आले.

सरस्वतीबाई भाजी निवडीत बसल्या होत्या. रुक्मिणी स्वयंपाकात होती. नारायण मळ्यात गेला होता. चक्रपाणी ओसरीवर बसले. पाणी देऊन रुक्मिणी आत गेली.

"एक गोष्ट तुमच्या लक्षात आली का?" सरस्वतीबाई म्हणाल्या.

"कोणती?"

"ओळखा की तुम्ही."

"तसे काही नाही सांगता येणार!" चक्रपाणी म्हणाले, "तुमच्या मनात निश्चित कोणती घटना आहे हे मला कसे समजणार?"

"अहो! केशवशास्त्रींनी सूनबाईंला आशीर्वाद दिला आणि लगेच दुसऱ्या दिवशी बुवांनी पंढरीनाथाचा प्रसाद दिला! केवढा शकुनी योगायोग आहे हा!"

"हे मात्र खरे आहे." चक्रपाणी म्हणाले, "आता खरोखरच ही नवी वेळ आलीय. साऱ्या भाग्यकारक घटना घडत आहेत. पांडुरंग आता काहीतरी निश्चित करून दाखविणार."

"सारेच योग एकत्र आलेत." सरस्वतीबाई म्हणाल्या, "दोन्ही घरी पंढरीनाथांची उपासना आहे. मामंजींनी जे महान कार्य केले ते आता सफल होणार आहे. रुक्मिणीच्या माहेरी तर साक्षात पांडुरंग उभा आहे. रुक्मिणी लहानपणापासून एकदशी व्रत पाळीत आहे. पहावे तेव्हा ती आपल्या देव्हाऱ्यातील पांडुरंगाकडे हात जोडून बसलेली असते."

"अहो!" चक्रपाणी म्हणाले, "हेही भाग्य लागते. आपल्याला ते लाभणार

आहे. रुक्मिणीही निरनिराळी स्तोत्रे वाचीत बसलेली असते. जनाबाईचे अभंग तिला पाठ आहेत. पहाटे जात्यावर दळताना ती गोड आवाजत म्हणत असते. आजच ती

'ये ऽ ग ये ऽ ग विठाबाई

माझे पंढरीचे आईऽ' हा अभंग म्हणत होती."

"पुष्कळ अभंग तिला पाठ आहेत." सरस्वती बाई कौतुकाने म्हणाल्या, "मलाही ऐकीत बसावे असे वाटते. दारात केव्हाही कुणीही आले तरी ती त्यांना वाढते. त्यांचे आशीर्वाद घेते. परवा पलीकडील गवळ्याची पोर बाळंत झाली, की मला विचारून तिने लगेच तिला गरम भात व मेतकूट नेऊन दिले. कुणाला अंगडं-टोपडं दे, कुणाला काही कमी असेल ते ती देते. गरिबांविषयी तिला फार आपुलकी वाटते."

"चांगली आहे ही गोष्ट." चक्रपाणी म्हणाले, "बहुजन समाजाविषयी तिला कळवळा आहे. दुसऱ्याचे वेळेवर उपयोगी पडावे ही शिकवण तिला मिळाली आहे."

"नारायणही तसाच आहे." सरस्वतीबाई म्हणाल्या, "मळ्यात गेल्यावरदेखील कामे पाहत तो काहीतरी म्हणत असतो. तेथील पुष्कळ घटना मला सांगत असतो तो. गडी माणसांत तो मिसळतो. त्यांच्या शंका दूर करतो. आपल्या मळ्यातील आंब्याच्या झाडाखाली आसपासची सारी कामकरी मंडळी गोळा करून त्यांना त्यांच्या धार्मिक शंका दूर करतो. अज्ञान कसे संपवावे हेही समजावून सांगतो. त्यांच्या अडीअडचणीला त्यांना मदत करतो."

"तुम्हाला बरीच माहिती आहे मळ्याची." चक्रपाणी हसत म्हणाले, "मला देखील इतके माहिती नव्हते. अलीकडे मी गेलो नव्हतो. परवा दूध घेऊन रंग्या आला होता तेव्हा त्याने मला काही सांगितले. नारायण सर्वांना आवडतो असे तो म्हणाला."

"ह्या साऱ्या दृष्टीने नारायण मळ्यात चांगलाच रमलाय." सरस्वती बाई कौतुकाने म्हणाल्या, "आपल्या घराण्याचे नाव तो पुढे वाढवीत आहे. शेजारच्या जोशीकाकू त्यांच्या मुलाबद्दल सांगत होत्या. तो काहीच करीत नाही. मळ्यात जर पाठविले तर लगेच परत येतो."

तेवढ्यात नारायण गड्यांच्या पाच-सहा मुली मुले बरोबर घेऊन आला. सणावारी किंवा घरी काही गोडधोड असेल तेव्हा तो जेवणासाठी मुलांना घेऊन यायचा!

आज पुरणाचा बेत होता...!

❄❄❄

८

॥ एका जनार्दनी ॥

केशवशास्त्रींच्याकडे त्यांनी केलेल्या एका व्रताचे उद्यापन होते. मोठा विधी होणार होता. मेहूण म्हणून चक्रपाणी व सरस्वतीबाईंना बोलावणे होते. त्यामुळे ते दोघे लवकरच त्यांच्याकडे गेले. तो विधी पाहण्यासारखा होता.

घरात रुक्मिणी एकटीच होती. दोघांचा स्वयंपाक करून ती नारायणाची वाट पाहत ओसरीवर तांदूळ निवडीत बसली होती.

नारायण आलेला तिला कळलेच नाही! तांदळाचे ताट खाली होते व भिंतीला टेकून ती बसलेली होती. पण मान थोडी कललेली होती! नारायणाला वाटले, तिला झोप लागली असावी! म्हणून तो हातपाय धुवून पलीकडे बसला!

बराच वेळ झाला तरी ती जागी होईना...! नारायणाला मग राहवेना. त्याने थोडे पाणी तिच्या तोंडावर शिंपडले! तरी ती उठेना. मग मात्र नारायण घाबरला! त्याला शंका आली. तिची शुद्ध हरपली होती!! घरात त्याची आईही नव्हती!

जरा पलीकडे वामनभटांचे घर होते. ते वैद्यकीही करीत. त्या शास्त्रात ते निपुण होते. नारायण जवळजवळ पळतच त्यांच्याकडे गेला! ते कसल्यातरी पुड्या करीत बसले होते.

नारायणाबरोबर आपला बटवा घेऊन ते लगेच आले. त्यांनी तिची नाडी पाहिली. त्यांनी पटकन एक मात्रा उगाळून तिला चाटवण्यासाठी नारायणाला दिली. त्यापूर्वी तिला दोघांनी व्यवस्थित झोपविले होते. नारायणाने ती चाटविली! वामनभटांनी एक मुळी तोडून तिच्या नाकासमोर धरली. लगेचच रुक्मिणी पटकन उठून बसली! तिला काहीच कळेना!

"मुली," वामन भट म्हणाले, "घाबरू नकोस. तुला चक्कर आली होती. आता ठीक आहे. पडून राहा जरा वेळ."

तेवढ्यात चक्रपाणी व सरस्वतीबाई आले. वामनभटांना पाहून व रुक्मिणी झोपलेली पाहून सरस्वतीबाई पळतच आल्या.

"काय हो झाले हिला?"

"काही विशेष नाही." वामन भट हसून म्हणाले,

"अगोदर चांगली वार्ता ऐका! मग सांगतो सारे!"

"सांगा."

"वहिनी, तुम्ही आजीआजोबा होणार आहात! नाडी मुलाची असावी. नंतर पुन्हा सांगेन." वामन भट म्हणाले.

सरस्वतीबाई पटकन आत गेल्या! देवघरात जाऊन त्यांनी सर्व देवावर हळदी-कुंकू लावले! नमस्कार केला, हात जोडले.

"चक्रपाणी," वामनभट म्हणाले, "हिला पित्त अधिक झालेय, म्हणून चक्कर आलीय. काल काय खाल्ले होते?"

"काल रात्री शेपूची भाजी खाल्ली होती." सरस्वतीबाई जवळ येत म्हणाल्या, "दुपारी मेथीची होती!"

"मग शंभर टक्के पित्तच वाढले." वामनभट म्हणाले, "मी एक मात्रा दिली आहे. आता दुसरी देतो. नंतर पुड्या पाठवून देतो. दोनतीन दिवस तीन वेळा द्या."

"वैद्यबुवा," चक्रपाणी म्हणाले, "तुम्ही वेळेवर आलात म्हणून सर्व व्यवस्थित झाले. आम्हीही घरी नव्हतो. नारायण मळ्यातून लवकर आला म्हणून सारे व्यवस्थित झाले. नाही तर किती वेळ तशीच राहिली असती."

"चक्रपाणी," वामन भट म्हणाले, "काही त्रास नसता झाला. वहिनी, आता हिला विशेष काळजीपूर्वक खाणेपिणे द्या. तुम्हाला सारे माहिती आहेच. आता काही असला त्रास नाही होणार. शिवाय मी जवळच आहे. केव्हाही बोलवा. येऊ मी? काही शंका असली तर विचारा."

"भाऊजी," सरस्वतीबाई म्हणाल्या, "तुमचे कसे उतराई व्हावे हेच मला कळेनासे झालेय. हे तूर्त पेढे घ्या! चांगल्या वार्तेसाठी."

थोडेस बोलून वामनभट गेले.

"आई," नारायण म्हणाला, "लगेच पेढे कुठले आणलेस?"

"अरे, बाबाजीकडून कालच खवा आला होता." सरस्वतीबाई म्हणाल्या, "रुक्मिणीने संध्याकाळीच पेढे केले. रात्री तू उशीरा आल्यामुळे सांगायचे राहून गेले."

सरस्वतीबाईंनी अगोदर नारायणाला व नंतर चक्रपाणींना पेढे दिले.

“आणि आई, तुला?”

नारायणाने आईला पेढे दिले.

तेवढ्यात रुक्मिणी उठून बसली! सरस्वतीबाईंनी तिच्या तोंडात पेढा घातला. रुक्मिणीने सर्वांना वाकून नमस्कार केला. लगेच ती देवघरात गेली.

❄ ❄ ❄

९

|| एका जनार्दनी ||

केशवशास्त्रींच्या घरात तशी आज सामसूम होती. कालच्या उद्यापनासाठी आलेली पाहुणे मंडळी गेली होती. दुर्गाकाकूंनी सारी आवराआवरी संपवत आणली होती. बरीच जादा भांडीकुंडी बाहेर काढावी लागली होती. ती घासून परत आत ठेवणे भाग होते. त्यांची सून त्यांना मदत करीत होती. एक-दोन शेजारणीही आल्या होत्या.

एका घरी छोटासा विधी त्यांना करायचा होता. त्यासाठी ते सकाळी लवकर गेले होते. परत येताना त्यांना खंडू अवचट भेटला. त्याला टाळण्याचा त्यांनी पुष्कळ प्रयत्न केला, पण अखेर त्याने गाठलेच.

पैठणमधील तो एक उपद्रवी व नाना उचापती करणारा होता. त्याचे कुणाशीच पटायचे नाही. त्याची वृत्ती तशी कुणालाच आवडत नसे. तरी पण तो नेहमी प्रत्येकाशी बोलण्याचा प्रयत्न करायचा. कुणाचेही चांगले त्याला पाहवत नसायचे. त्या विरुद्ध तो लगेच कारवाया चालू करायचा. ह्याचे त्याला व त्याचे ह्याला अशा लावालाव्याही तो करायचा, त्यामुळे त्याच्याशी कुणी संबंध ठेवीत नसायचे.

"काय! केशवशास्त्री!" जवळ जाऊन खंडू म्हणाला, "नमस्कार म्हटलं!"

"काय म्हणता, खंडोपंत?"

"आमचं काय!" खंडू दांभिकतेने म्हणाला, "आम्हाला ना धंदा ना उद्योग! आमच्याकडे विशेष काय असणार! रोज गावात काही तरी घडणारच!"

"तरी पण काहीतरी वार्ता असणारच नवीन." केशवशास्त्री हसत म्हणाले.

"चक्रपाणींच्या घरचे पेढे मिळाले का?"

"नाही." केशवशास्त्री म्हणाले, "कसले पेढे!"

"तुम्हाला नाही समजले?

"अहो! त्यांच्या सुनेकडे काहीतरी विशेष आहे म्हणे!"

"तुला कसे समजले?"

"आम्हाला नाही समजणार तर कुणाला?" खंडू फुशारकीने म्हणाला, "गावात कुठेही काही घडले की मला समजते? लपून राहत नाही! कुणी कितीही प्रयत्न केला तरी!"

"बराय्, निघतो आता."

"तुम्हाला अजून कुठेतरी जायचे असेलच."

"म्हणून तर गडबडीत आहे."

केशवशास्त्रींनी लगेच घराचा रस्ता धरला. खंडूला चुकविणे भाग होते. नाही तर त्याने आणखी वेळ खाल्ला असता. बऱ्याच दिवसांनी खंडू भेटला होता. खंडूचे वडील चांगले घनपाठी ब्राह्मण होते. पैठणमध्येच नव्हे, तर इतरत्रही त्यांना मान होता. परंतु हे चिरंजीव या विरुद्ध निघाले. घराण्याची कीर्ती मावळली. थोडीफार राहिलेली होती हेच उपजीविकेचे साधन होते. त्याची बायको कावेरी मात्र चांगली होती. चार घरी तिने संबंध ठेवले होते. त्यांच्या घरी ती जादा कामे करण्यास जायची. उन्हाळ्याची कामे करून द्यावयाची. कसेतरी घर चालले होते.

याच विचारात केशवशास्त्री घरी आले. चक्रपाणी वाटच पाहत होते!

"या," चक्रपाणी म्हणाले,

"केव्हा आलात?" केशवशास्त्री ओसरीवर बसत म्हणाले,

"थोडा वेळ झालाय."

"मला जरा उशीर झाला." केशवशास्त्री म्हणाले, "त्या खंड्याने घेतला वेळ."

"काय दिली वार्ता?"

"तुमचीच."

"म्हणजे?"

"तुमच्या पेढ्यांची." केशवशास्त्री म्हणाले, "तुम्ही पेढे वाटत आहात."

"आश्चर्य आहे." चक्रपाणी म्हणाले, "त्या वामन भटानांच फक्त काल दिले व आता तुम्हालाच! गावात कुणालाही दिले नाहीत व देणारही नाही."

"आश्चर्य आहे." केशवशास्त्री म्हणाले, "कशाचे पेढे?"

"अहो, तुमचा आशीर्वाद फळाला आला." चक्रपाणी म्हणाले, "आम्ही आजोबा होणार!"

"वा!" केशवशास्त्री म्हणाले, "चांगली वार्ता आणलीत. योग्य वेळी होत आहे सारे. पत्रिकेत तो योग होताच. वामनभटांना कशासाठी पेढे दिले?"

चक्रपाणींनी मग ती सारी घटना त्यांना सांगितली.

"मग वामनभटांना पेढे देणे योग्यच होते." केशवशास्त्री म्हणाले, "पण ते लगेच कुणाला तसे सांगणार नाहीत? त्यांचा तसा तो स्वभावही नाही."

"घरी जाताना खंड्या त्यांना भेटला असावा." चक्रपाणी म्हणाले, "हातात काहीतरी पाहून त्याने सहज विचारले असेल व म्हणून वामनरभटांना सांगणे भाग पडले असेल"

"मलाही असेच वाटते." केशवशास्त्री म्हणाले, "आता तो साऱ्या गावात करेल. त्याची ती सवयच आहे."

"त्याला कोणीच महत्त्व देत नाही." चक्रपाणी म्हणाले, "आपल्याला काळजी करण्याचे कारण नाही."

ते दोघे बराच वेळ बोलत बसले होते.

केशवशास्त्रींकडे कुणी लोक आल्यामुळे चक्रपाणी घरी आले.

❄❄❄

१०

॥ एका जनार्दनी ॥

नारायण सहज जागा झाला तर रुक्मिणी बसलेली दिसली. त्याला आश्चर्य वाटले.

"काय गं, काय झाले?" नारायण घाईघाईने म्हणाला, "झोप नाही का लागत?"

"तसे काही नाही." रुक्मिणी म्हणाली, "मला स्वप्न पडले!"

"भीती वाटली का?"

"नाही."

"मग उठून का बसलीस?"

"मी पंढरपूरला गेल्याचे स्वप्न पडले." रुक्मिणी म्हणाली, "नदी चंद्रभागा, विठ्ठलाचे मंदिर, वारकऱ्यांची गर्दी वगैरे सगळे दिसले... पण..."

"पण काय?"

"मी पंढरपूरला कधीच गेले नाही." रुक्मिणी म्हणाली, "तरी पण जे काही मी ऐकायचे, तसेच दिसले सारे."

"यात वाईट काहीच नाही." नारायण म्हणाला, "तुमच्या घराण्यातच वारी आहे पंढरीची. शिवाय विठ्ठलरखुमाईंच्या मूर्तीही आहेत. लहानपणापासून तू जे सारे ऐकलेस ते पंढरीचेच. त्यामुळेच स्वप्न पडले तुला. हे चांगले लक्षण आहे!"

"परवापासून मला सारी असलीच स्वप्ने पडत आहेत." रुक्मिणी म्हणाली, "मी सांगितले नाही तुम्हाला. एकदा वाळवंटात कीर्तनाचे स्वप्न पडले. नामदेवांचा अभंग चालू होता...

'पंढरीची वारी । जयाचिये कुळी
त्याची पायधुळी । लागो मज...' टाळमृदुंग जोरजोरात वाजत होते. टाळ

निदादत होते. तो अभंग म्हणणारा बेभान होऊन नाचत होता...''

''वा! भाग्यवान आहेस तू.'' नारायण म्हणाला, ''अगं, कदाचित ते नामदेवही असतील. कुणी सांगावे! काहीतरी निश्चित चांगले घडणार आहे..''

''काय रे, काय झाले?'' सरस्वतीबाई आवाज ऐकून पलीकडून येऊन घाबरून म्हणाल्या, ''उठलात कशासाठी?''

नारायणाने मग स्वप्नांची सारी हकिगत सांगितली. तेवढ्यात चक्रपाणीही आले.

''रुक्मिणी,'' चक्रपाणी म्हणाले, ''फार नशीबवान आहे येणारे बाळ. जन्मापूर्वीपासूनच त्याला ओढ लागलीय पंढरीची. पंढरीचे दर्शनही घडले त्याला. नाव काढणार आपल्या घराण्याचे. --- केलेली पांडुरंगाची अपूर्व सेवा फळाला येणार, यात आता काहीही शंका नाही.''

''पांडुरंगा, विठ्ठला,'' सरस्वतीबाई हात जोडून म्हणाल्या, ''चांगला शकुन घडलाय. आज बुधवार आहे. पांडुरंगाचा दिवस. आता पहाट होऊ लागलीय. पहाटेची स्वप्ने खरी ठरतात.''

''खरंय हे.'' चक्रपाणीही म्हणाले, ''आता अभिषेकाची तयारी करा. स्नान करून मी लगेच पूजेला बसतो. विठ्ठल रखुमाईला अभिषेक करतो.''

''नैवेद्याला काल पाटलांनी पाठविलेली केळी आहेतच.'' सरस्वतीबाई म्हणाल्या, ''शिवाय रात्री दही बांधून ठेवले आहे श्रीखंडासाठी. श्रीखंडही करता येईल.''

''त्यात काय?'' चक्रपाणी म्हणाले, ''दोन्हीही दाखवू. त्याचीच कृपा आहे ही.''

सगळेच कामाला लागले. नेहमीची वेळ होतच होती.

पण आजची ही पहाट चक्रपाणींच्या घरात एक नवीन उत्साह घेऊन आली. प्रत्येकाच्या चेहऱ्यावर एक वेगळे समाधान दिसत होते. चक्रपाणी विशेष आनंदात होते.

त्यांच्या वडिलांच्या काळातील अनेक प्रसंग डोळ्यासमोर उभे राहत होते. विठ्ठलाची मूर्ती पंढरपुरी परत आणल्यानंतर वारकरीविश्वात भानुदासांना वेगळे स्थान प्राप्त झाले होते.

त्यानंतरच्या प्रत्येक आषाढीला ते पंढरपूरला गेल्यावर त्यांच्या प्रवचनांना व कीर्तनाला गर्दी होऊ लागली. संतमेळ्यात ते वावरू लागले. दामाजीपंतांच्यामुळे त्यांच्या अनेक ओळखी झाल्या. गावोगावची त्यांना निमंत्रणे येऊ लागली. जेथे शक्य आहे तेथे ते जाऊ लागले.

कितीतरी वेळ चक्रपाणींना सारे आठवत होते. त्यांच्याबरोबर ते पंढरीलाही गेले होते.

"पंढरीनाथ महाराऽज की जय." एकंदम एक वारकरी दारात आला.

"थोडे पीठ मिळेलं का?"

"मिळेल." चक्रपाणी ओसरीवर येईपर्यंत सरस्वतीबाई पीठ घेऊन आल्या. त्याच्या झोळीत घातले.

"माई," तो वारकरी म्हणाला, "थोडे निरसे दूध मिळेल का? वाटी आहे माझेजवळ."

"दूध कशासाठी बाबा?" चक्रपाणी म्हणाले.

"महाराज," तो म्हणाला, "मी पंढरीहून आलोय. माझ्याजवळ पांडुरंगाची लहान मूर्ती आहे. तिला रोज पहाटे निरशा दुधाचा अभिषेक करीत असतो मी. पंढरीला जाताना-येताना हे नेम मी पाळतो. माझ्या वडिलांनीदेखील हा नेम पाळला होता."

सरस्वतीबाईंनी दूध घातले.

"महाराज" तो वारकरी म्हणाला, "ही पुडी घ्या. त्यात पंढरीनाथाचा बुक्का आहे. तो सर्वांनी लावून घ्या. पांडुरंग तुमचे कल्याण करील."

तो तेजस्वी वारकरी एकदम बाहेर पडला!

त्या पुडीकडे चक्रपाणी पाहतच राहिले! पंढरीच्या बुक्क्याचा विलक्षण सुवास सुटला होता.

❄❄❄

११

॥ एका जनार्दनी ॥

तो वारकरी जाण्यापूर्वी सर्वच त्याच्या पाया पडले होते! चक्रपाणींनी त्या पुडीतील बुक्का सर्वांना लावला व स्वत: लावून घेतला! सर्वच परिसर त्या विलक्षण सुगंधाने दरवळून गेला!

"बाबा," नारायण भारावून म्हणाला, "त्या स्वप्नाचा व या घटनेचा काही संबंध असावा काय? तो वारकरी सारखा हिच्याकडे पाहत होता!"

"माझ्याही ते लक्षात आलंय." सरस्वतीबाई म्हणाल्या, "त्याने मंदस्मित देखील केले."

"निश्चित हा एक विलक्षण चमत्कारच घडलाय." चक्रपाणी गंभीर होत म्हणाले, "सूनबाईंचे स्वप्न आणि हा वारकरी लगेच येणे, यात नि:संशय काहीतरी गूढ आहे. यात तुळस असून तुळशीचाही सुवास येत आहे."

"बाबा," नारायण म्हणाला, "मग नक्की हा काय प्रकार असावा? मलाही वेगळीच शंका येत आहे."

"तुझी शंका बरोबर आहे." चक्रपाणी म्हणाले, "तो साक्षात पांडुरंगच वारकऱ्याच्या रूपात आला होता. दाराबाहेर पडल्यावर लगेचच तो दिसेनासा झाला. नाहीतर त्या तेथील वळणावर वळताना तो दिसला असता."

"पांडुरंगा," त्या रस्त्याच्या बाजूला नमस्कार करीत सरस्वतीबाई म्हणाल्या, "कोणत्या का रूपात होईना, तुझे दर्शन आज घडले. हे घर पावन झाले. मामंजींच्या कामगिरीला आज वेगळे रूप प्राप्त झाले. सूनबाई, तू पावन झालीस. तुझ्यामुळे साऱ्या घराला आशीर्वाद मिळाला."

"हा बुधवार धन्य झाला." चक्रपाणी म्हणाले, "तुम्ही म्हटल्याप्रमाणे बाबांच्या कार्याला पांडुरंगाचा प्रसाद मिळालाय. ही सुवार्ता सूनबाईंच्या माहेरी बुवांना

कळवायला हवी. त्यांच्याही विठ्ठलभक्तीला आज परिपूर्णता आलीय. तेही घराणे धन्य झालंय.''

''पांडुरंगाचा महिमा अगाध आहे.'' नारायण म्हणाला, ''परवा देवळात मला एक भाविक भेटला होता. तो तीर्थयात्रेत होता. पंढरीचा वारकरीही होता. नामदेवांचे व चोखाबांचे पुष्कळ अभंग त्याला पाठ होते. एकतारीवर तो गात बसला होता. फार गोड आवाज होता त्याचा.

'पैल तो गे काऊ कोकताहे
शकुन गे माये सांगताहे ॥'

सकाळच्या शुभवेळी फारच परिणामी आवाज सर्वत्र घुमत होता. मी धन्य झालो.''

''तो काय म्हणाला?'' चक्रपाणी म्हणाले.

''पंढरीनाथांची महती त्याने मला थोडक्यात सांगितली.'' नारायण म्हणाला, ''त्यामुळे वारकरी संप्रदाय फार मोठ्या प्रमाणात वाढू लागला. सर्व संत मेळ्यांच्या विविध अभंगांनी समाजात नवे चैतन्य निर्माण केले. बहुजन समाजाला धर्म कळू लागला. स्वत:करता काहीही न करता बहुजनासाठी तुला काही करता आले तर ते तू कर असे तो मला म्हणाला.''

''वा!'' चक्रपाणी म्हणाले, ''फारच चांगले विचार आहेत हे. ज्ञानेश्वरांनी त्यांच्या पसायदानात हेच प्रामुख्याने सांगितलेले आहे. त्यांनी हरिनामाचा सुकाणू करून समाजजागृती केली.''

''मला जमेल तसे मीही तसा काही प्रयत्न करून पाहीन.'' नारायण म्हणाला, ''मला तुम्हीही मार्ग दाखवा.''

सरस्वतीबाईंनी पूजेची तयारी केली. त्यामुळे चक्रपाणी देवघरात गेले.

नारायण ओसरीवरच बसून विचार करू लागला. त्याच्या डोळ्यासमोर सारा संतमेळा दिसू लागला... अवघी दुमदुमली पंढरी!!

❄❄❄

१२

॥ एका जनार्दनी ॥

पूजा वगैरे आन्हिक आटोपून चक्रपाणी विविध स्तोत्रे म्हणीत ओसरीवर बसले. दुसरे सुरू करणार तोच विठ्ठलराव व राधाकाकू दारात दिसल्या.

"या पाहुणे, या!"

बुवा ओसरीवर आले व राधाकाकू आत गेल्या.

"बसा," चक्रपाणी म्हणाले, "तुम्हाला शंभर वर्षे आयुष्य आहे."

"एवढी कृपा कुणाची झाली?" बुवा हसून म्हणाले.

"आज पहाटे पहाटेच तुमचे नाव निघाले." चक्रपाणींनी पहाटेच्या साऱ्या घटना बुवांना सांगितल्या.

"पाहुणे," बुवा अत्यानंदाने म्हणाले, "हे सारे ऐकून मला आश्चर्यही वाटत आहे व अतिशय समाधान वाटत आहे."

"रुक्मिणीला पंढरपूरला गेल्याचे स्वप्न पडते काय, थोड्याच वेळात तो वारकरी येतो आणि प्रसादाचा बुक्का देऊन जातो हा केवळ दैवी चमत्कार आहे. तुमच्या वडिलांच्या सेवेचा हा परिपाक आहे. त्यांनी जे कार्य केले आहे त्याला उपमाच नाही! साक्षात त्या पांडुरंगाने स्वत: येऊन ह्या घराला पुनीत केले आहे. आता तुम्हाला जो नातू होणार आहे त्याला जन्मापूर्वीच पंढरीनाथाचा पराकोटीचा विलक्षण आशीर्वाद व प्रसाद मिळाला आहे."

ते एकदम उठले व त्यांनी चक्रपाणींचे पाय धरले. दारात ऐकत असलेल्या राधाकाकूंनीही तसे केले.

चक्रपाणींनीही तसेच वंदन केले.

"बुवा," चक्रपाणी म्हणाले, "या घटनेवर मी माझे मत सांगितले नव्हते. तरी पण त्या वारकऱ्याबद्दल मला जे वाटले तेच तुम्हालाही वाटले! कारण जे घडले

ते अगदी विलक्षणच आहे. साक्षात पांडुरंगानेच ही किमया केली व स्वत: या रूपात आम्हाला दर्शन दिले!''

''पाहुणे,'' बुवा म्हणाले, ''आता या नव्या दृष्टांताप्रमाणे आपणाला नव्या बाळाकडे पाहावे लागेल. त्याच्यावर सारे संस्कार पंढरीनाथाचेच होत आहेत. मला ज्योतिषातील फारसे कळत नाही व या बाळाचा जन्मही अजून होणार आहे. तरी पण मी धाडसाने असे म्हणेन की हे बाळ पांडुरंगाचे महान भक्त बनेल. सर्वत्र त्याची महती गाईली जाईल.''

''बुवा,'' चक्रपाणी म्हणाले, ''तुम्ही मनकवडे आहात! तुम्ही जे काही आत्ता बोलत आहात तसेच मलाही वाटत होते. कारण ह्या घटना सामान्य नाहीत. प्रत्येक घरी असे काही घडेल असेही नाही. परंतु हे सारे निश्चित सूचक आहे.''

''याला वाडवडिलांची पुण्याई कारणीभूत आहे.'' बुवा म्हणाले, ''तुमच्या घराण्यात ज्या विविध उपासना चालू आहेत त्यांचाही हा परिणाम आहे. तुमच्या घरी सूर्याची व एकवीरा आईची भक्ती आहे. भक्ती कुणाचीही असली तरी शेवटी आपणच निर्माण केलेली ही भगवंताची निरनिराळी रूपे आहेत. परमेश्वर एकच आहे. तो कोणत्याही रूपाने संतुष्ट होतो.''

''वा! बुवा!'' चक्रपाणी म्हणाले, ''तुम्ही जे आत्ता सांगितले तेच अंतिम सत्य आहे. त्यामुळेच हे बाळ पांडुरंगमय होणार यात शंका नाही.''

''बरं का!'' सरस्वतीबाई आतून येत म्हणाल्या, ''पाहुणे ज्या कामाकरिता आले आहेत तो विषय वेगळा आहे.''

''मला समजले नाही!''

सरस्वतीबाईंनी त्यांना कल्पना दिली व त्या तयारीला लागल्या.

रुक्मिणीला चोर चोळी करण्यासाठी ते दोघे आले होते. हा पहिला मान माहेरचा होता! राधाकाकू सर्व तयारीने आल्या होत्या.

त्या प्रमाणे त्यांनी तो विधी केला. शेजारच्या चार सवाष्णीही होत्या. रुक्मिणीला चवथा महिना लागला होता...!

❄❄❄

१३

॥ एका जनार्दनी ॥

नारायण तसा लवकरच मळ्यातून परतला. सर्व कामे वेळेवर आटोपली. चक्रपाणी बाहेर कुणाकडे तरी गेले होते. त्याला घरात करमेना. ओसरीवर तो बसला. काहीतरी विचार मनात येऊ लागले.

"काय रे, नारायणा," सरस्वतीबाई म्हणाल्या, "कसला विचार करीत आहेस एवढा? एकदम गंभीर दिसत आहेस."

"उद्या मळ्यात काय करायचे हे ठरवीत होतो." काहीतरी बोलावे म्हणून नारायण म्हणाला, "आजची सगळी कामे चांगली झाली. दोन राने कळवायची होती. मूग लावायचा आहे."

"बरं झालं." सरस्वती बाई म्हणाल्या,

"घरातील तसा संपतच आलाय. नवा येईपर्यंत पुरेल म्हणा. थोडे धणे टाक की. मसाला संपत आलाय. थोडेच धणे आहेत.

"तुला करमत नसेल तर ये जरा बाहेर फिरून, म्हणजे बरे वाटेलच वेळही जाईल."

कुठे जायचे हे काहीच ठरवले नव्हते. तो लहर येईल तिकडे वळत होता. वाटेत मारुतीचे मंदिर लागले. बऱ्याच दिवसांत त्याने दर्शन घेतले नव्हते. मारुतीला प्रार्थना करून तो तेथून जवळ असलेल्या नदीकडे निघाला.

उन कमी होऊ लागले होते. वाराही मंद सुटला होता. गोदावरीच्या वाळवंटातून तो निघाला. पलीकडच्या बाजूला वर्दळ कमी होती. तिकडे वाळूही चांगली होती. तेथे बसण्याचा विचार त्याच्या मनात आला. तो तेथेच बसला. बरेच विचार त्याच्या मनात येऊ लागले.

नुकत्याच देवळात भेटलेल्या त्या महान भाविकाचे शब्द पुन्हा त्याच्या

कानात घुमू लागले.

"स्वत:करिता काहीही न करता
बहुजन समाजासाठी तुला काही
करता आले तर ते कर...!"

काहीतरी करून दाखविण्याचे आश्वासन त्याने बाबांना दिले होते! परंतु काय निश्चित करायचे हे त्याला अजून ठरविता आलेले नव्हते. पैठणमधील धर्मवेड्या समाजाला हे पटेल का? ज्ञानियाच्या राजाला पैठणमध्ये काय दिव्य करावे लागले हे त्याला माहिती होते! त्यांचेच वंशज आत्ताही पैठणमध्ये होतेच. जे काही करायचे ते सावधतेनेच करावे लागणार होते. बहुजन समाजाला संस्कृत समजत नव्हते. म्हणून तर ज्ञानदेवांनी मराठीत गीतेवर ज्ञानेश्वरी लिहिली. आजही तीच समस्या अजून होती. जे काही सांगायचे ते मराठीतूनच सांगावे लागणार होते. समाजाविरुद्ध जायचे का? त्याचे परिणाम? परिणाम?

"काय रे नारायणा?"

"अं... कोण? सयाजी!" नारायण आश्चर्याने म्हणाला, "केव्हा आलास?"

"मला हे सांग अगोदर की मी जवळ आलो तरी तुला कसे कळले नाही?" सयाजी सुतार म्हणाला, "एवढा कसला विचार करीत होतास रे!"

"सहज बसलो होतो नदीकडे पाहत." नारायण म्हणाला, "संध्याकाळच्या वेळी सारे वेगळेच दिसते. पश्चिमेकडे पाहा. किती रंग एकत्र झाले आहेत? काढता येईल का याचे चित्र?"

"येईल की!" सयाजी म्हणाला, "पण चित्रकार तसा चलाख हवा. रंगसंगती जमली पाहिजे."

"मी येथे आहे हे तुला कसे समजले?"

"म्हादाने सांगितले." सयाजी म्हणाला, "त्याने तुला नदीकडे जाताना लांबून पाहिले होते."

"आश्चर्य आहे." नारायण म्हणाला, "मला नाही दिसला तो. तू मामाकडून केव्हा आलास? किती वर्षे झाली? तुझा पत्ताच नाही."

"मामांची कामेच संपेनात." सयाजी म्हणाली, "त्याच्या मदतीला बोलाविले होते त्यानी मला. एका पाठोपाठ एक मोठे वाडे बांधले जात होते. सारी सुतारकामे त्यांच्याकडेच. लाकडे पुष्कळ व कामही तसेच. लवकर उरकत नाही म्हणून तर मला नेले होते. सारे नक्षीची कामे. कोरीव खांब."

"तू केव्हा व कोठे गेलास हे देखील कुणाला समजले नाही?"

“मला त्याने त्यावेळी एका रात्रीत अगदी घाईघाईने नेले होते,” सयाजी म्हणाला, “मग तुला सांगणार केव्हा मी? दुसऱ्या कुणाचीच गाठ पडली नव्हती.”

“शेवटी तुझ्या घरी जाऊन विचारावे लागले मला.” नारायण म्हणाला, “तेव्हा समजले. आता तरी इथे राहणार आहेस की पळणार पुन्हा मामाकडे? बायकोही मामीचीच लेक! मग कशाला फिरकतो इकडे! काकांना जमत नाही तरी त्यांना कामे करावीच लागतात.”

“तसे काही नाही.” सयाजी म्हणाला, “तसा मी बऱ्याच वेळा आलो होतो. बाबांना पैसे द्यावे लागायचे. पण लगेचच परत जात होतो. सायंकाळी काम संपवून यायचे व भल्या पहाटे परत निघायचे. मग तुमच्या भेटी कशा व्हावयाच्या?”

“नाही तरी हल्ली प्रत्येकजण आपापल्या व्यापात दंग आहे.” नारायण म्हणाला, “सगळे एकत्र असे जमू शकत नाहीत. कुणीतरी केव्हातरी भेटते. गवळ्याचा डिगा भेटणार धारा झाल्यावर. म्हादा तेली सारखा घाण्यावर. पाटलाचा मारुती भेटतो, पण त्यालाही सारखे मळ्यातच थांबावे लागते.”

“परटाचा लिंबाजी भेटतो का?”

“त्याची गोष्ट वेगळीच आहे.”

“काय झाले?” सयाजीने एकदम विचारले.

“त्याचे बाबा एकाएकी वारले.”

“कशाने?”

“ताप आल्याचे निमित्त झाले,” नारायण म्हणाला, “पण वैद्यांनाही कारण समजले नाही. त्याचा मामा एकदा आला व त्याने लिंबाला व त्याच्या आईला त्याच्या गावी नेले.”

“का?”

“मामाने त्याच्या पोरीचे लग्न त्याच्याशीच लावले. तेथेच ठेवून घेतले. तेथे कामे पुष्कळ असतात. मामाला पोरगा नाही, त्यामुळे सारे एकत्रच राहतात. सगळेच कामे करतात.”

“एवढे सारे कसे समजले तुला?”

“एकदा लिंबा आला होता तेव्हा मला भेटून गेला.” नारायण म्हणाला, “आता चांगला सुधारला आहे. तेथे त्याने भजनी मंडळ काढले आहे. रोज रात्री भजन असते. एकादशीला हरीजागर करतात.”

“लहानपणापासूनच लिंबाजी भजनात तयार आहे.” सयाजी म्हणाला, “त्याचा आवाजही गोड आहे. पाठांतरही चांगले आहे.”

“मग आता तू तरी येथे राहणार की पुन्हा जाणार?”

“आता तूर्त तरी नाही.” सयाजी म्हणाला, “मामाची कामे संपलीत. येथेही परवा दोघे येऊन गेले. त्यांचे वाडे बांधायचे आहेत. ती कामे मी घेतली आहेत. एखादे वेळी मामालाच बोलावीन मी मदतीला.”

“हे चांगले झाले.” नारायण म्हणाला, “म्हणजे केव्हा तरी का होईना, भेट होईल आपली. मलाही भजन सुरू करायचे आहे. तू माझ्याबरोबर भजनाला ये, म्हणजे मलाही मदत होईल. वारकरी गोळा करता येतील.”

“माझ्याही मनात नेमके हेच विचार येत होते.” सयाजी म्हणाला, “पण तू अगोदर बोललास.”

“काम व्हावयाचे असले म्हणजे हे असे होतच असते.” नारायण म्हणाला, “तुलाही पांडुरंगाने प्रेरणा दिली.”

मग बराच वेळ ते भजनाविषयी बोलत बसले. एकादशीपासून ते चालू करणार होते. भजनी साहित्य गोळा करावे लागणार होते. ती जबाबदारी सयाजीने घेतली.

आकाशात चांदण्या लुकलुकू लागल्यामुळे ते अखेर उठले.

अंधार चांगलाच पडला होता. सयाजी परत आल्यामुळे नारायणाचे जीवन उजळून निघाले!

❄❄❄

१४

॥ एका जनार्दनी ॥

सरस्वतीबाईंनी सातव्या महिन्याच्या सुरुवातीला रुक्मिणीचे डोहाळेजेवण उरकून घेतले. त्यांच्या मदतीला व तयारीला दुर्गा काकू व काशीबाई होत्या. राधाकाकूंनी लेकीसाठी चांगला आहेर आणला होता. सरस्वतीबाईंनादेखील त्यांच्या इतमानाला शोभेल असा आहेर आणला होता. सरस्वतीबाईंनी काही उणीव ठेवली नाही.

चक्रपाणींचा वाडा पैठणमधील स्त्रियांनी व पोरीबाळींनी दुमदुमून गेला. पंगतीवर पंगती उठत होत्या. असा सोहळा अलीकडे तरी पैठणमध्ये झाला नव्हता. प्रत्येक सवाष्णीला सरस्वतीबाईंनी खण व नारळ ओटीत घातला!

विठ्ठलबुवा व राधाकाकू धन्य झाले. त्यांच्या लेकीची हौस पुरेपूर भागली होती. तिचे नशीब म्हणून ती अशा घरात पडली!

"पाहुणे," विठ्ठलबुवा डोळ्यांतील आनंदाश्रू पुशीत म्हणाले, "डोहाळेजेवणाचा असा सोहळा आम्ही तरी कधी कुठे पाहिला नाही. हे भाग्य आमच्या लेकीला लाभले हे आमच्या घराण्याचे भाग्य. आम्ही धन्य झालो आहोत, तृप्त होत आहोत! अजून किती दिवसांनी आम्ही तिला माहेरी घेऊन जाऊ? तिची प्रकृती चांगली आहे."

"डोहाळेजेवणांची आमंत्रणे सूनबाईंना पुष्कळ आलेली आहेत." सरस्वतीबाई म्हणाल्या, "परंतु काही ठिकाणीच आम्ही जाणार आहोत. हे संपले म्हणजे आम्ही निरोप पाठवू. मग तिला घेऊन जावे."

संध्याकाळ होण्याच्या अगोदरच ते निघाले. त्यांना निरोप देण्यासाठी चक्रपाणी थोडे त्यांच्याबरोबर चालले.

सरस्वतीबाई लगेचच ओसरी स्वच्छ करून सुताडा टाकीत असतानाच चक्रपाणी परत आले.

"बसा आता थोडा वेळ." चक्रपाणीही बसत म्हणाले, "दमला असाल. पहाटेपासूनच कामे चालू आहेत."

"मदतीला सगळ्या होत्याच की."

सरस्वतीबाई म्हणाल्या, "शिवाय आता सवय झालीय सगळी. कामाचे काहीच वाटत नाही. घरात काही असले की स्वत:च पुढे होऊन सारे करावे लागते. बसून चालत नाही. सारे पार पडले, व्यवस्थित ही विठ्ठलाचीच कृपा."

"तसेच म्हणावे लागेल." चक्रपाणी म्हणाले, "ही एक प्रकारची कसोटीच असते. अगोदर सारी तयारी केल्यामुळे काही त्रास झाला नाही. सूनबाईही जमेल तेवढे करीत होती."

"मीही बरीच कामे बाहेरची केलेली आहेत." नारायण तेथे येताना म्हणाला, "पण आमची दखल नाही घेत कुणी."

"तुला करावंच लागणार." चक्रपाणी हसत म्हणाले, "तुझ्याच बायकोचे कौतुक व्हावयाचे होते आज. शिवाय ही सुरुवात आहे. अजूनही असले प्रसंग येणार आहेत. प्रत्येकालाच करावी लागतात कामे."

"बाबा," नारायण म्हणाला, "मी आपलं सहजच म्हटलं! सगळ्यांनीच आपापल्या परीने कार्याला हातभार लावला आहे. त्यात सिंहाचा वाटा आईचाच आहे. तिला विश्रांतीही मिळत नव्हती."

"त्यामुळेच पाहुणे समाधानाने गेले." चक्रपाणी म्हणाले, "विठ्ठलबुवांनी पुन्हा पुन्हा ही गोष्ट बोलून दाखविली. आलेल्या सवाष्णीही विलक्षण आनंदात परतल्या. रुक्मिणीने घेतलेल्या उखाण्याचे कौतुक करीत होत्या... पण..."

"पण, काय?" सरस्वतीबाई म्हणाल्या.

"आम्हा दोघांनाही तो उखाणा ऐकण्यास मिळाला नाही." चक्रपाणी म्हणाले, "मग ते कौतुक पुन्हा ऐकण्याची आपली इच्छा आहे, काय नारायण?"

सरस्वतीबाईंनी लगेचच रुक्मिणीला हाक मारली.

"अगं," ती आल्यावर सरस्वतीबाई म्हणाल्या, "या दोघांची तक्रार आहे की तू घेतलेला उखाणा यांना ऐकण्यास मिळाला नाही. तेवढा पुन्हा एकदा घे."

रुक्मिणी खाली मान घालून उभीच होती. ती कमालीची लाजत होती.

"अगं, घे की," सरस्वतीबाई म्हणाल्या, "त्यात लाजायचे काय? बाहेरील कुणी नाही. घरातीलच आहेत सारे."

"श्रीरामासारखा पुत्र । धन्य कौसल्येची कुशी
नारायणरावांचे नाव घेते । डोहाळजेवणा दिवशी"

रुक्मिणी लगेचच आत गेली!

नको नको म्हणीत असताना सरस्वतीबाईंनी रुक्मिणीला काळ्या साळीचा भात टाकण्यास सांगितले. तशी भूक कुणालाच नव्हती. तरी पण गरमभात, दूध, मेतकूट व तूप घालून भात त्यांनी सर्वांना खाण्यास लावला. हा भात सगळ्यांना नेहमी आवडायचा.

दिवसभर दमल्यामुळे सगळे लवकर झोपले!

रुक्मिणीला मात्र झोप येईना. सारखी कूस बदलून पाहिली पण तरीही झोप लागेना. नारायणाला मध्येच जाग आली. रुक्मिणी अंथरुणात उठून बसली होती.

"काय गं, काय झाले?" नारायण म्हणाला, "झोप येईना का?"

"अजून मी जागीच आहे."

"का? कसला विचार करीत आहेस?"

"कसलाच नाही!"

"मग, झोप का पळाली? खरं सांग!"

"खरंच सांगते."

"मुळीच नाही." नारायण म्हणाला, "काहीतरी लपवीत आहेस तू. आईला उठवू का?"

"नको," रुक्मिणी म्हणाली, "मला भीती वाटतेय, कितीतरी दिवस झाले. मी कुणाला सांगितले नाही!"

"निदान मला तरी सांगायचे!" नारायण म्हणाला, "काहीतरी उपाय केला असता. वामनभटांना विचारले असते. त्यांनी उपचार केला असता. झोप न येणे हे चांगले नसते. बाळावर काही परिणाम झाला म्हणजे! कशाची भीती वाटते?"

"एका घटनेची."

"कोणत्या?"

रुक्मिणीने मग थोडक्यात तिच्या गावची एक गोष्ट सांगितली. त्यांच्या शेजारी राहणारी कमळी नावाची तिची मैत्रीण बाळंतपणात एकाएकी गेली होती. संध्याकाळपर्यंत तिच्याशी गप्पा मारीत बसलेली ती, पहाटे बाळंत झाल्यानंतर अकस्मात गेली होती. सगळ्या गावाला आश्चर्य वाटत होते. ती कमळी सारखी तिच्या डोळ्यासमोर येत होती!

"अगं वेडे!" नारायण हसत म्हणाला, "तू विनाकारण घाबरत आहेस. रोज कितीतरी मुले सर्वत्र जन्माला येतात. एकाच आईला पुष्कळ मुले असतात. हे सारे नैसर्गिक असते. एखादे वेळी कुणाला तरी विचित्र दुखण्याने गाठलेले असते.

कमळीच्या बाबतीत तसेच काहीतरी घडलेले असणार. तिला दुर्दैवी म्हणावे लागेल. हे सारे विसरून जा. वेडी कुठली! ती बिचारी अल्पायुषी ठरली. त्याला कोण काय करणार! झोप आता खूप उशीर झालाय. तुझी झोप लागेपर्यंत मी जागा राहतो...''

"नको... नको...'' रुक्मिणी म्हणाली, "तुम्ही झोपा अगोदर... मी प्रयत्न करते..''

दोघेही झोपले. तिला झोप लागली.

नारायणाने सकाळी आईला सांगितले. सरस्वतीबाईंनी तिला पुन्हा पुष्कळ तऱ्हांनी समजावून सांगितले. तिची भीती दूर करण्याचा प्रयत्न केला.

❄❄❄

१५

॥ एका जनार्दनी ॥

सरस्वतीबाईंनी रुक्मिणीला जरी बाळंतपणाबाबत समजावून सांगितले होते, तरी त्यांनादेखील तिची काळजी वाटत होती. तिचा अशक्तपणा कमी होत नव्हता. वामनभटानी तसे स्पष्ट त्यांना सांगितले होते. त्यावरचे उपायही सांगितले होते.

त्याप्रमाणे त्या तिला रोज सकाळी बदाम घालून लोण्यातील शिरा देत होत्या. रात्री हरबऱ्याची व उडिदाची डाळ भिजत टाकून सकाळी तिला देत होत्या. रक्त वाढविणाऱ्या लाल राजगिरा, लाल देठाचा घोळ, लाल पानाचा तांदुळसा, पोकळा वगैरे भाज्या तिला चालू होत्या. तरी पण तिच्यावर तसा फारसा परिणाम दिसून येत नव्हता.

वामनभटांनी रोजच्यासाठी काही पुड्या व चूर्णे दिली होती. त्याही त्या देत होत्या.

"वामनभट नेहमी कसल्या पुड्या पाठवीत आहेत." एकदा चक्रपाणींनी विचारले, "किती दिवस त्या घ्यावयाच्या आहेत?"

"अहो," सरस्वतीबाई म्हणाल्या, "तिच्या अशक्तपणावर सारे उपाय चालू आहेत. परंतु तिच्यात म्हणावा तसा फरक अजूनही पडत नाही. शिवाय, बाळंतपण सुलभ व्हावे म्हणूनही काही चूर्णे ते देत आहेत."

"तिची पत्रिका पूर्वीच मी केशवरावांना दिली होती." चक्रपाणी म्हणाले, "ते मी तुम्हाला सांगितलेच होते. बाळंतपण व्यवस्थित होईल असेही त्यांनी सांगितले होते. लहानपणापासूनच ती तशी आहे. शिवाय इतरही उपाय चालूच आहेत. तेव्हा तसे सारे व्यवस्थित होईल असे वाटते!"

सरस्वतीबाईंनी त्यांना तिच्या त्या वाटत असलेल्या भीतीबद्दल सांगितले. त्याचीच त्यांना विशेष काळजी वाटत होती.

"हा प्रकार वेगळा आहे." चक्रपाणी गंभीर होत म्हणाले, "घडलेल्या प्रकाराची तिने भीती घेतलेली आहे, ती गेली पाहिजे. फार जुनी घटना असल्यामुळे थोडा वेळ लागेल."

"याला उपाय काय?" सरस्वतीबाई म्हणाल्या, "लवकरच केला पाहिजे."

"मी रामरक्षा आजपासूनच चालू करतो." चक्रपाणी म्हणाले, "तो पडलेला अंगारा तिला रोज लावू. शिवाय केशवरावांनाही प्रश्नकुंडली मांडण्यास सांगतो. म्हणजे हा प्रकार कमी होईल."

"पण..."

"काय?"

"तिला आता लवकरच माहेरी जावे लागणार आहे." सरस्वतीबाई जरा घाबरून म्हणाल्या, "आणि तिकडे गेली की पुन्हा ते रोज तिच्या डोळ्यासमोर येणार."

"बुवांनाही रामरक्षा वाचण्यास सांगू." चक्रपाणी म्हणाले, "म्हणजे हा प्रश्न सुटेल. शिवाय हे सारे तो पंढरीचा निळासावळा पार पाडणार आहे. त्याचाच हा प्रसाद आहे. मग आपल्याला विनाकारण काळजी करण्याचे काही एक कारण नाही. समजले का? हा प्रश्न निश्चित सुटेल."

'श्री गुरुदेव दत्त! गुरुदेव दत्त!! गुरुदेव दत्त!!!'

एक तेजस्वी संन्यासी आत येत खणखणीत आवाजात म्हणाला!

"माई, तांदूळ घाला."

तोच रुक्मिणी आतून तांदूळ घेऊन आली. सरस्वतीबाईही तिच्या पाठोपाठ अंगणात आल्या. रुक्मिणीने त्यांच्या झोळीत तांदूळ घातले व नमस्कार केला.

"मुली," तो संन्यासी म्हणाला, "हा गुरुदेव दत्तांचा गाणगापूरचा प्रसाद व अंगारा घे. तुझे कल्याण होईल."

सरस्वतीबाईंनीही त्यांना वंदन केले.

"गुरुदेव," सरस्वतीबाई म्हणाल्या, "एक विचारू का?"

"अवश्य!" तो संन्यासी म्हणाला "मी एक दत्तभक्त असून गाणगापुराहून आता माहूरगडाला निघालोय. आपली शंका मी दूर करण्याचा प्रयत्न करीन."

"गुरुदेव," सरस्वतीबाई म्हणाल्या, "हिची सुटका व्यवस्थित होईल का?"

"काळजीचे कारणच नाही." तो संन्यासी म्हणाला, "आपल्या कुळाची कीर्ती वाढविणारा पुत्र हिच्या उदरी वाढत आहे...!"

"गुरुदेव दत्त... दत्त.... दत्त...!"

पाहता पाहता तो संन्यासी दूर गेला. चक्रपाणी त्याच्या दर्शनार्थ अंगणात येत होते. पण तो थांबला नाही.

"माझा योग नव्हता." चक्रपाणी म्हणाले, "लवकरच यायला हवे होते."

"पण जिला गरज आहे तिला प्रसाद मिळाला आहे." सरस्वतीबाई म्हणाल्या, "आता कसली काळजी नाही राहिली."

"योग्य वेळी आला तो." चक्रपाणी म्हणाले, "मला तर वेगळीच शंका येतेय."

"कोणती?"

"तो सामान्य संन्यासी नव्हता." चक्रपाणी म्हणाले, "त्याच्या चेहऱ्यावर विलक्षण तेज होते."

"त्यांच्या झोळीत तीन कुत्र्यांची पिल्ले होती." रुक्मिणी म्हणाली, "तांदूळ घालताना मला ती दिसली! पांढरी शुभ्र!"

"काय म्हणतेस?" चक्रपाणींनी एकदम विचारले.

"होय." रुक्मिणी म्हणाली, "मला त्यांचे दर्शन झाले! त्यांनी संपूर्ण झोळी उघडली होती."

"आता काहीच शंका नाही." चक्रपाणी त्या दिशेला हात जोडीत म्हणाले, "ते साक्षात दत्तमहाराज होते. सूनबाईंचे भाग्य मोठे. तिला त्यांचे दर्शन घडले."

"पण प्रसाद सर्वांनाच मिळाला आहे." सरस्वतीबाई म्हणाल्या, "हा योग दुर्मीळ आहे."

"ते तर आहेच." चक्रपाणी म्हणाले, "पण आता पांडुरंगाबरोबर दत्तामहाराजही प्रसन्न झाले आहेत. आपल्या मनात आता कसलीही शंका येता कामा नये. या बाळावर दत्ताची कृपा आता होणार आहे. दत्ताची छाया असणे फार भाग्याचे असते. आपल्याला ती आज लाभली आहे."

"आज गुरुवार आहे." सरस्वतीबाई एकदम आठवून म्हणाल्या, "ही पर्वणीच झाली."

'दत्तात्रेय तव शरणम । दत्तनाथा तव शरणम ।।

त्रिगुणात्मका त्रिगुणातीत । त्रिभुवन पालक तव शरणम ।।'

हात जोडून चक्रपाणी म्हणाले, "श्रीदत्ताची कृपा ही अत्यंत दुर्मीळ आहे. ज्ञानदेवांनी, नामदेवांनी देखील गुरुस्तुती केलेली आहे. दत्तगुरूंची कृपा ही गुरूंच्या गुरूची कृपा समजली जाते. आता मी 'दत्तस्तुती' व 'श्रीदत्त करुणाष्टकम्' वाचून गावातील दत्तमंदिरात जाऊन येतो."

"नारायणाला वेळ लागलाय." सरस्वतीबाई म्हणाल्या, "सकाळी लवकरच गेलाय तो. त्यालाही त्या संन्याशाचे दर्शन झाले नाही."

"तो योग त्यालाही नव्हता." चक्रपाणी म्हणाले.

लगेचच ते 'दत्तस्तुती' शोधू लागले. आज त्यांच्या जीवनात नवा दिवस उजाडला होता. तो दत्तगुरूंचा होता.

❄ ❄ ❄

१६

॥ एका जनार्दनी ॥

दुर्गाकाकू पांडुरंगाच्या मंदिरातून येत होत्या व काशीबाई दर्शनाला निघाल्या होत्या.

"झाले का दर्शन?" काशीबाईंनी विचारले.

"लगेचच झाले." दुर्गाकाकू म्हणाल्या, "तशी गर्दी कमी आहे. बुधवारी जादा असते. काय विशेष?"

"तसे काही नाही." काशीबाई म्हणाल्या, "उद्या रुक्मिणीला घरी बोलावले आहे. रोजच कुठे कुठे डोहाळेजेवणे चालू आहेत. मला उद्याचा दिवस मिळाला आहे. त्याची तयारी करायची आहे. हळदीकुंकू लावण्यास कालच गेले होते. रुक्मिणी काही विशेष भरलेली नाही. मला तर बाई काळजीच वाटतेय तिची!"

"तिचा चण तसाच आहे लहानपणापासून." दुर्गाकाकू म्हणाल्या, "सरस्वतीबाई फार काळजी घेत आहेत तिची. परवा आमच्याकडे दोघीजणी आल्या असताना त्या सांगत होत्या सारे. कुठलीही सासू एवढे करणार नाही. फारच प्रेमळ आहेत त्या. वामनभटांची औषधे चालू आहेत."

"आता लवकरच माहेरी जाणार आहे वाटतं." काशीबाई म्हणाल्या, "परवा भाऊजी घरी आले होते तेव्हा ते म्हणाले." काशीबाईंनी मग त्या संन्याशाची हकीगत सांगितली.

"आश्चर्यच आहे." दुर्गाकाकू म्हणाल्या, "हे फारच चांगले झाले. त्यांची काळजी मिटली. कुणीकडून तरी बिचारी चांगल्या तऱ्हेने सुटावी."

अजून थोडा वेळ त्या बोलतच होत्या, तोच खंडू अवचटाची कावेरी परातीत काही तरी घेऊन चालली होती. हातात एक गाठोडेही होते.

"काय गं, कसली गडबड आहे?" दुर्गाकाकू म्हणाल्या, "कुठे चाललीस?"

"सरस्वतीबाईंच्याकडे."

"का?" काशीबाई म्हणाल्या, "आणि हे हातात काय?"

कावेरीने ते मग सारी हकिगत त्यांना सांगितली. मंजुळाबाई पाटलीणबाईंचे हे रुक्मिणीला डोहाळेजेवण होते. ते कावेरीने तयार करून आणले होते! ते ती घेऊन चालली होती. गाठोड्यात जरीकाठी लुगडे व खण होता. पाटलीणबाईंनी व्यवहार पाळला होता. नारायणाच्या मित्रांनी देखील हा व्यवहार पाळला होता.

साऱ्या पैठणमध्ये हा चर्चेचा विषय बनला होता.

देण्याघेण्याच्या ह्या गोष्टी प्रथमच घडत होत्या.

नारायणानेही यापूर्वी सर्व मित्रांच्या बाबतीत हेच केले होते!

हे वेगळे घडत होते.

नामा म्हणे ऐसे आर्त ज्याचे मनी
त्याची 'चक्रपाणी' वाट पाहे ।।

❄ ❄ ❄

१७

॥ एका जनार्दनी ॥

नित्यपूजा आटोपून रामशास्त्री ओसरीवर येऊन बसले, तोच काशीबाईंनी दूध आणले.

"अजून बुवा आले नाहीत." काशीबाई काळजीने म्हणाल्या, "लवकर निघतो असा निरोप होता, त्यांचा."

"निघायला लागला असेल उशीर." रामशास्त्री दूध पिल्यानंतर म्हणाले, "येतीलच थोड्यावेळात."

"भाऊजीही वाट पाहत असतील." काशीबाई म्हणाल्या, "आपण त्यांना तसे कळविले आहे. रुक्मिणी काळजीत असेल."

"अहो!" रामशास्त्री म्हणाले, "एवढा काही नाही झाला उशीर. मळ्यातून गाडी येण्यास वेळ लागला असेल. आवराआवरी करून यायचे म्हणजे होतो थोडा उशीर. या गावचे त्या गावाला यायचे असते..!"

"या बुवा, या." रामशास्त्री एकदम म्हणाले, "वाटच पाहत आहोत आम्ही."

बुवांच्या पाठोपाठ राधाकाकूही आत आल्या व त्या आत गेल्या व बुवा ओसरीवर बसले.

"निघण्यास जरा वेळ लागला." बुवा म्हणाले, "मळ्यात मोट चालू होती. भाजीला पाणी देणे आवश्यकच होते. त्यामुळे थोडा वेळ गेला. गाडीची तयारी कालच केली होती."

मग बुवांनी गाडीला छत कसे लावले हे सांगितले. त्यामुळे उन्हाळ्यात त्रास होणार नव्हता. शिवाय गाडीत दोन-तीन गाद्या टाकल्या होत्या. त्यामुळे हादरे बसणार नव्हते! रुक्मिणीला त्रास होणार नव्हता. तिची काळजी घेणे आवश्यक होते. उगाच काही निमित्त नको हा विचार त्यांनी केला होता. रस्ता खडकाळ होता.

रामशास्त्री व बुवा मग बोलत बसले. विषय रुक्मिणीचाच होता. सरस्वतीबाईंनी कशी काळजी घेतली तिची हे त्यांनी बुवांना सांगितले.

"पोरीचे नशीब चांगले म्हणून अशी चांगली माणसे मिळाली." बुवा म्हणाले, "नाहीतर एवढी काळजी कोणीही घेत नाहीत. इतकी औषधेही कोणी चालू ठेवीत नाहीत. त्यामुळे रुक्मिणीचे सारे व्यवस्थित होईल यात काही शंका नाही."

"वामनभटांनाही मी काल निरोप दिलाय. ते येतीलच आता औषधे घेऊन." रामशास्त्री म्हणाले, "तुमचीही गाठ पडावी त्यांची, हा हेतू होता माझा. म्हणजे तुम्हाला काही काळजी वाटणार नाही. चक्रपाणींना तसा निरोप पाठविला आहे मी."

तेवढ्यात वामनभट आलेच.

"या वैद्यमहाराज, या." रामशास्त्री म्हणाले, "बुवा आत्ताच आले आहेत."

"नमस्कार बुवा." वामनभट त्यांना वंदन करून म्हणाले, "बऱ्याच दिवसांनी गाठ पडत आहे आपली. मध्यंतरी एका लग्नात भेटलो होतो आपण."

"बरेच दिवस झाले त्याला." बुवा म्हणाले, "तुमचे उपकार कसे फेडावेत हीच मोठी काळजी वाटत आहे मला. तुमच्या साऱ्या औषधांनी आजपर्यंत व्यवस्थित झाले आहे."

"बुवा," वामनभट म्हणाले, "उपकाराची कसली भाषा करता? माझे हे कर्तव्यच आहे. ते मला पार पाडावे लागणारच आहे."

"आता काही काळजी नाही ना?" बुवा गंभीर होऊन म्हणाले, "अनायासे आपली गाठ पडली आहे म्हणूनच विचारतो."

"मुळीच नाही." वामन भट म्हणाले, "सारी औषधे व्यवस्थित दिली आहेत. यात सगळ्यात महत्त्वाचे भुई-कोहळ्याचे चूर्ण आहे. आयुर्वेदातील हे अप्रतिम औषध आहे. तसे ते अत्यंत दुर्मीळ आहे. मोठ्या प्रयत्नाने ते मिळाले. हा भुई-कोहळा सर्वत्र मिळत नाही. फार लांबून आणावा लागला मला. या चूर्णाने बाळंतपण सुलभ होणार आहे. चिंता आता कसलीही नाही."

"वा, वामनभट," रामशास्त्री म्हणाले, "अत्यंत आपुलकीने तुम्ही सारी औषधे दिली आहेत."

वामनभटांनी मग साऱ्या पुड्या दिल्या. त्या कशा घ्यावयाच्या हेही सांगितले. रामशास्त्रींनी मग वामनभटांना जेवणासाठी ठेवून घेतले. जेवणे झाल्यावर ते गेले!

थोड्याच वेळात बुवा व राधाकाकू निघाले गाडी घेऊन. काशीबाईंनी त्यांना पुन्हा रुक्मिणीला घेऊन बोलावले होते.

चक्रपाणी वाटच पाहत होते. ते केव्हाचे ओसरीवर बसले होते वाट पाहत.

गाडीचा आवाज ऐकताच ते दारात आले.

"या पाहुणे." त्यांनी स्वागत केले.

"नमस्कार" बुवा ओसरीवर बसत म्हणाले, "उशीर तर नाही ना झाला आम्हाला?"

"अहो, झाला तर झाला, असे किती दूर जावयाचे आहे? शिवाय तुम्ही खास व्यवस्था केलेली गाडी आणलीय!" चक्रपाणी म्हणाले.

"ही वार्ता आली का आपणापर्यंत?" बुवा म्हणाले, "आश्चर्य आहे."

"पाहुणे?" चक्रपाणी म्हणाले, "पैठणमध्ये गुप्त काहीही राहत नाही. आम्हाला लगेचच समजले गाडीचे. तिला पाहण्यास थोडावेळ चार माणसेही जमली होती!"

"उन्हापासून संरक्षणासाठी काहीतरी केलंय झाले." बुवा म्हणाले, "आमच्या गड्याने त्यात रंगीबेरंगी कापडे लावली. त्यामुळे गाडी उठून दिसू लागली. शिवाय गाडीही त्याने रंगविली!"

"त्यामुळे सूनबाईंचा थाट झाला."

बराच वेळ मग सारेच बोलत बसले. नारायणही त्यात सामील झाला. सरस्वतीबाईंनी रुक्मिणीला वारंवार बऱ्याच सूचना केल्या. राधाकाकूही सांगत होत्या.

अखेर गाडी निघाली! रुक्मिणीला घर सोडवत नव्हते, पण जाणे भाग होते. गाडीत बसल्यावरही ती सारखी पाहत होती... तिच्या डोळ्यात पाणी तरळत होते. माहेरी निघाली असूनही तिची अवस्था अशी झाली...! या घराने दिली होती तिला जगावेगळी माया. या घरात तिला दिसली होती आगळी माणसे. या घरात तिला माणसुकीचा नवा अर्थ समजला होता. या घरात तिला सासू भेटलीच नाही! 'आई' या शब्दाला इथे अलौकिक अर्थ होता... माहेर आणि सासर यात येथे फरक नव्हता.

❄ ❄ ❄

१८

॥ एका जनार्दनी ॥

जेवण करून विठ्ठलबुवा पान खात ओसरीवर बसले. आता दुपारचे जेवण त्यांना बहुतेक एकट्यालाच करावे लागायचे. राधाकाकू व रुक्मिणीला डोहाळेजेवणाचे निमंत्रण असायचेच! राधाकाकू काही वेळा त्यांना वाढून जात. बुवांना उशीर झाला तर मग ताट वाढलेले असायचे.

''या,'' बुवा हसून म्हणाले, ''रुक्मिणी कुठे आहे?''

''ती तिथेच बसलीय.'' काकू म्हणाल्या,. ''तिच्या मैत्रिणी तेथे भेटल्या तिला. थोड्या वेळाने येईल ती.''

''ते बरे झाले.'' बुवा म्हणाले, ''तेवढा वेळ तरी चांगला जाईल तिचा. जरा बदल हवाच. नाहीतर सारखी कसला तरी विचार करीत बसत असते ती.''

''मलाही हेच म्हणायचे होते,'' काकू गंभीरतेने म्हणाल्या, ''डोहाळेजेवणाच्या काळात मुली किती सुंदर दिसतात. प्रकृती सुधारलेली असते. रोज वेगवेगळे खाणे असते. ते चांगले मानवते, पण हिच्यात काहीच फरक नाही; उलट ती अधिकच अशक्त वाटत आहे.''

''तिचा चणच तसा आहे लहानपणापासून.'' बुवा म्हणाले, ''मग तिच्यात बदल काय होणार?''

''तसे म्हणू नका.'' काकू म्हणाल्या, ''मला काही हे चांगले लक्षण दिसत नाही. जरा चालले की तिला धाप लागतेय. पायाला गोळे येताहेत. त्या बाळाचे कसे होणार कुणास ठाऊक?''

''बाळाला काहीच होणार नाही.'' बुवा म्हणाले, ''त्या घराण्याला मिळालेला तो प्रसाद आहे. मला काळजी हिचीच आहे. तिचा अशक्तपणा वाढत आहे. तिला वामनभटांनी दिलेली औषधे त्यांचे काम निश्चित करतील. परवाच मला ते पैठणात

भेटले होते हे मी तुम्हाला त्यावेळी सांगितलेच आहे. काही काळजीचे कारणच नाही हे त्यांनी पुन्हा सांगितले.''

आणि झालेही तसेच! योग्यवेळी रुक्मिणी प्रसूत होऊन अत्यंत सुदृढ व देखणे बाळ जन्माला आले. शेजारच्या गोदाआज्जीं त्यावेळी बसून होत्या. त्यांनी सारे व्यवस्थित पार पाडले.

चक्रपाणींच्या घराण्याला शोभणारा नवा बाळ जन्माला आला होता.

त्यादिवशी होता बुधवार! शुद्ध एकादशी!!

नामा म्हणे विठो पंढरीचा राणा !
डोळिया पारणा होत असे ॥

❄❄❄

१९

॥ एका जनार्दनी ॥

बुवांनी कपाळावर हात मारून घ्यायला व राधाकाकू आतून बाहेर येण्यास एकच गाठ पडली. काही वेगळे किंवा विरुद्ध घडले की असे करण्याची त्यांना सवय होती– हे नव्या बाळाची पत्रिका करीत आहेत हे काकूंना माहिती होते!

"का होऽ, काय झाले?" काकू जवळ जवळ ओरडल्याच!

"का... काही नाही..."

"मुळीच नाही." काकू म्हणाल्या, "लपवू नका काही माझ्यापासून. तुम्ही पत्रिका तयार करत आहात हे मी पाहिलेले आहे!"

"एक ग्रह दुसऱ्या घरात मांडला गेल्यामुळे तसे घडले असेल." बुवा म्हणाले, "पत्रिका अजून पूर्ण व्हावयाची आहे! पत्रिका बहुतेक चांगली आहे. काळजीचे काही एक कारण नाही."

"मग ठीक आहे." असे म्हणून त्या पुन्हा आत गेल्या!

पण बुवांना प्रचंड दडपण आले. आता त्याला काही एक उपाय नव्हता! त्यांना तशी थंड हवा असताना घाम फुटला. आता चक्रपाणींना काय व कसे सांगायचे! रुक्मिणी बाळंत झाल्यावर लगेचच पत्रिका तयार करून पाठवा असे त्यांनी बुवांना सांगिले होते! पत्रिका मिळाली की पाहुणे लगेच केशवशास्त्रींच्याकडे जाणार हे त्यांना निश्चित माहिती होते!

केशवशास्त्री लगेचच सारे सांगून टाकणार! विठ्ठलरावांना चैन पडेना... काही सुचेना... काय करावे हे समजेना. पत्रिका बदलून करणे योग्य नव्हते. त्यांच्या मनाला ते पटेना! अशी फसवणूक ते करणार नव्हते! आहे तशीच पत्रिका देण्याचे त्यांनी ठरविले!

बाळ मूळ नक्षत्रावर जन्मले होते, आई-वडिलांच्या मुळावर होते!!

❄ ❄ ❄

२०

॥ एका जनार्दनी ॥

चक्रपाणी व केशवशास्त्रींनी पुन्हा एकदा पूर्वीप्रमाणे महत्त्वाचा निर्णय घेतला. जन्माला आलेले बाळ आई-वडिलांच्या मुळावर आले आहे ही गोष्ट ते कुणालाच सांगणार नव्हते! सर्व बाजूंनी विचार करून हा निर्णय त्यांना नाईलाजाने घ्यावा लागला होता. पत्रिकेतील ग्रहस्थिती जशीच्या तशी स्वीकारावी लागणार होती. पण सर्वांनाच ते जमणार नव्हते. विठ्ठलबुवांनीही असाच निर्णय घेतला होता.

त्यांच्या गावचा मुरारी शेवणकर नेमका याचवेळी पत्रिका दाखविण्यासाठी केशवशास्त्रींच्याकडे आला! तो परत जाताना केशवशास्त्रींनी त्याच्या जवळ एक बंद कागद दिला. त्या दोघांचा निर्णय त्यांना कळविला होता. त्यांनाही तसेच करण्यास सांगितले होते. मुरारी शेवणकर बुवांचा नातेवाईक होता. चांगला माणूस होता. खात्रीचा होता.

तो गेल्यावर थोड्याच वेळात चक्रपाणी परत जाण्यास निघाले. ते कमालीचे अस्वस्थ झाले होते. त्यांना लगेचच घरी जावे असे वाटेना. बाळाची पत्रिका त्यांच्या डोळ्यासमोरून जाईना. नारायण अल्पायुषी आहे ही खात्री झाल्यापासूनच खरे म्हणजे ते अंतर्मुख बनले होते. फारसे कुणाशी बोलत नव्हते, परंतु कुणाच्या लक्षात येईल असे वागत नव्हते. त्यांनी मन खंबीर करण्यास आरंभ तेव्हापासूनच केला होता. कोणत्याही परिस्थितीला तोंड देण्याची तयारी त्यांची झाली होती.

त्यांची पावले सहजच एका बाजूला असणाऱ्या सूर्यमंदिराकडे वळली. बऱ्याच वेळा ते चिंतनासाठी इकडे यायचे. फारशी गर्दी नसायची. आताही तेथे कोणी नव्हते. सूर्यनारायणाचे दर्शन घेऊन ते एका बाजूच्या पायरीवर बसले. पलीकडून गोदावरी वाहत होती. या परिसरात बरीच दाट झाडी होती. निसर्ग तसा रमणीय होता, पण चक्रपाणी अस्वस्थ होते. त्यांच्या मनात नाना विचार येऊ लागले! त्या सर्वांना

टाळण्याचा उपाय त्यांना सापडेना. तोच दुरून झाडीतून कुणीतरी येताना दिसले. ते जरा सावरून बसले.

"काय चक्रपाणी?" जवळ येताच बाबा पाटील म्हणाले, "आज इकडे कुणीकडे?"

"आलो सहज फिरत फिरत झाले." चक्रपाणी म्हणाले, "ही काही फिरण्याची वेळ नाही, पण सूर्यनारायणाच्या दर्शनाला आलो व बसलो जरा इथे. मळ्यातून लवकर परतला आज?"

"विशेष काहीच नव्हते." बाबा पाटील म्हणाले, "शिवाय मारुतीच पाहतो सारे. मी केव्हातरी येतो. बऱ्याच दिवसांनी आज आलो."

"हे बरे झाले." चक्रपाणी म्हणाले, "नाहीतरी, आपली गाठभेट होऊन तसे बरेच दिवस झाले. बऱ्याच वेळा मनात यायचे तुमच्या घरी जाण्याचे, पण प्रत्यक्षात जमत नव्हते. आज हा योग आला ते बरे झाले!"

"एक विचारू का?"

"काय, पाटील हे, विचारा की!" चक्रपाणी हसत म्हणाले, "माझी संमती कशासाठी हवीय?"

"तुम्ही काहीतरी काळजीत दिसता?" पाटील म्हणाले, "आल्याआल्याच मला जाणवले हे. अहो, तुम्ही कसली चिंता करता? तुमच्या वडिलांनी पंढरपूरला जे काही 'पार पाडले आहे' त्याची जाणीव सर्वांनाच आहे. तो साक्षात पंढरीनाथ तुमच्या पाठीशी आहे. त्याची कृपा जर तुमच्या घराण्यावर आहे तर विचार कसला करताय?"

"पाटील" चक्रपाणी म्हणाले, "तुम्ही म्हणता अगदी खरे आहे; पण सूनबाईंची तब्येत अजून सुधारलेली नाही. तिची काळजी वाटते."

"अहो," बाबा म्हणाले, "एवढा नातू झाल्यावर चिंता कसली तुम्हाला? ती काय, आज ना उद्या सुधारेल. वामनबुवांची औषधे चालू आहेत. नारायणाने सारे सांगितले आहे. त्यालाही मी हेच सांगितले. सर्व चिंता सोडा, तो पंढरीराया पाहून घेईल सारे. चला, आता निघू या... मिळूनच जाऊ."

"बाबाजी," चक्रपाणी म्हणाले, "तुम्ही अगदी योग्यवेळी आला. मी फार गोंधळून गेलो होतो. पण आता विनाकारण निर्माण झालेली चिंता संपली. तुमच्या रूपाने पांडुरंगच बोलत आहे असे मला वाटले. पांडुरंगाची वारी तुमच्या घराण्यात चालू आहे. तुम्हीही निष्ठावान वारकरी आहात. तुमची वाणी खरीच ठरणार. चला, जाऊ या!"

बाबा पाटलांनी चक्रपाणींना अखेर आपल्या घरी नेले. वाटेतही पुष्कळ बोलणी झाली. केशरी दूध घेऊन मगच चक्रपाणी घरी आले!

नव्या उत्साहातच त्यांनी घरात प्रवेश केला.

नामा म्हणे आधार सकळा जीवांचा ।
तो स्वामी आमुचा पंढरीराव ।।

❄❄❄

२१

॥ एका जनार्दनी ॥

दत्तोशास्त्री महाजनांच्या यमूताई सवाष्ण सांगण्यासाठी सकाळीच बाहेर पडल्या होत्या. तोच समोरून वामनभटांच्या पद्माकाकू येत होत्या.

"काय हो, पद्माकाकू! अगदी सकाळी सकाळीच कुठे दौरा काढला?" यमूताईंनी विचारले.

"रुक्मिणीला औषधांच्या पुड्या द्यावयाच्या होत्या, म्हणून बाहेर पडावे लागले. हे मळ्यात गेलेत. त्यामुळे मलाच जावे लागले," पद्माकाकू म्हणाल्या, "तिला रोज पुड्या द्याव्या लागतात."

"माहेराहून रुक्मिणी आली काय? बारसे झाले?" यमूताईंनी विचारले, "काही कळले नाही अलीकडे."

"अहो, बारसे कसले घेऊन बसलाय? तिची तब्येत अगदी नाजूक झाल्यामुळे तिला इकडे आणण्यास ह्यांनीच सांगितले. त्यामुळे तिला आणावे लागले. फार अशक्तपणा आलाय तिला. मात्र बाळ चांगले आहे हो अगदी. आईकडे पाहून फार वाईट वाटते, बिचारी केवळ यांच्या औषधावरच आहे."

"मला थोडे समजले होते, पण आज तुम्ही भेटल्यामुळे खरे समजले." यमुताई म्हणाल्या, "हे ऐकून मलाही कसेतरीच झाले. काय पाप केले होते बिचारीने कुणास ठाऊक म्हणून तिच्या वाटणीला हे असले दिवस आले. सरस्वतीबाई देवाधर्माला काही कमी पडू देत नाहीत. बिचारीची काय अवस्था झाली असेल!"

"अहो," पद्माकाकू म्हणाल्या, "आई करणार नाही इतक्या तिच्यासाठी त्या गरोदरपणापासून करीत आल्या आहेत. मला सारे माहिती आहे. कुठलीही सासू करणार नाही एवढे. त्या बाळाला गाईचे दूध देखील त्यांनाच पाजावे लागते. त्याच आई बनल्यात त्या बाळाच्या. काय करणार! चक्रपाणींचा आमच्या ह्यांच्या औषधावरच

विश्वास आहे. हे देखील रोज नवनवीन औषधे देत असतात. कुणीकडून तरी बिचारीला गुण यावा अशी प्रार्थना मी रोज करीत असते.''

"आता मी सायंकाळी भेटून येईन तिला.'' यमूताई म्हणाल्या, "बरं झालं तुम्ही भेटला ते, म्हणून सारे समजले तरी. नाहीतर आम्हाला कळण्यास वेळच लागला असता.''

"म्हणून तर आपली गाठ पडली.'' पद्माकाकू हसत म्हणाल्या, "हा योगायोगच होता. तुम्ही खरोखरच आज भेटून या. त्या सर्वांना सध्या सहानुभूतीची गरज आहे. बराय... हे आले असतील एखादे वेळी परत. मीही निघते.''

यमूताई पलीकडे वळल्या. जवळच म्हैस पाठकांचे घर होते.

❄❄❄

२२

|| एका जनार्दनी ||

भल्या सकाळीच चक्रपाणी आलेले पाहून केशवशास्त्रींना तसे थोडे आश्चर्यच वाटले. काल तर त्यांची गाठभेट झाली होती. पूजा आटोपून ते नुकतेच ओसरीवर आले होते.

"या चक्रपाणी, बसा." केशवशास्त्री म्हणाले, "काय विशेष?"

"विशेष तर रोजचेच आहे!" चक्रपाणी म्हणाले, "पण आता काहीतरी उपाय तरी शोधायला हवा म्हणून तर आलो. रात्रभर हाच विचार करीत होतो मी. चैन पडेना म्हणून आलो. ही घ्या बाळाची पत्रिका, तशी तुम्ही एकदा पाहिलेली आहेच."

"चक्रपाणी," थोडा वेळ पत्रिका बारकाईने पाहिल्यावर केशवशास्त्री म्हणाले, "पत्रिकेतील एकूण परिस्थितीनुसार बाळाची शांती करावी असे मला वाटते. शांती करण्याची घाई मुळीच करू नका. बाळ थोडेसे मोठे झाल्यावर करावी. पुष्कळ मुलांची शांती करावी लागते. यात नवीन असे काही नाही. तुम्हाला काळजी तर करण्याचे मुळीच कारण नाही. पलीकडील आळीतील त्या साळजोशींच्या नातवाची नुकतीच शांती केलेली आहे..."

"पण..."

चक्रपाणींना पुढे न बोलू देता केशवशास्त्री म्हणाले, "चक्रपाणी, तुम्हाला शंका येणे शक्य आहे, पण तुम्ही जाणकार आहात, तुम्हाला ह्या शास्त्रातील पुष्कळ समजते. अज्ञानींना भीती वाटते. साहजिकच आहे; पण आपली गोष्ट वेगळी आहे. फार तर तुम्ही नारायणाला इतक्यात हे समजू देऊ नका. म्हणजे त्यालाही चिंता नको उगाच."

"ही कल्पना चांगली आहे." चक्रपाणी म्हणाले, "म्हणजे सुरुवातीपासूनच

समस्या नकोत. नंतर सावकाश समजले, म्हणजे एवढे वाटणार नाही. पहिल्याच वेळी असे व्हायला नको होते, पण झाले त्याला काय करणार? नशिबाचाच खेळ म्हणायचा हा.''

अजून थोडे बोलणे झाल्यावर चक्रपाणी घरी आले. नारायण अनायसे बाहेर गेला होता. त्यामुळे सरस्वतीबाईंना त्यांना सारे काही समजावून सांगता आले.

''पण तुम्ही सावधतेनेच बोलावे,'' शेवटी चक्रपाणी गंभीरतेने म्हणाले, ''नाहीतर चुकून बोलले जाईल आणि सगळेच त्याला समजेल. तो हळवा आहे. मनाला विनाकारण लावून घेईल. बुवांनीही राधाकाकूंना यातील काहीच सांगितलेले नाही. त्यामुळे रुक्मिणीलाही काही समजणार नाही, पण तुम्ही प्रामुख्याने काळजी घ्यावी. चेहऱ्यावर काही चिंता दाखवू नका.''

''याचे आता काहीही कारण नाही.'' मागील दाराने आत येत नारायण म्हणाला, ''मी सारे ऐकलेय, बाबा! झाले ते झाले! आता उगाच खंत नसावी. मी या बाजूने आलो म्हणून मला तरी समजले. माझी काळजी करण्याचे काही एक कारण नाही. पण मला तुम्ही काहीच सांगणार नव्हता ही कल्पना चांगली नव्हती!''

''अरे नारायणा, हे सारे तुझी काळजी म्हणूनच होते.'' खजील झालेले चक्रपाणी कसेतरी म्हणाले, ''बुवांनी घरी कुणालाही काही सांगितलेले नाही, याचे हेच कारण आहे की तुम्हा दोघांनाही पहिल्या अपत्याचा आनंद लाभावा. दुसरा-तिसरा हेतू काहीही नव्हता आमचा यामागे.''

तेवढ्यात वामनभट आल्यामुळे काकू व नारायण आत गेले. पुड्या दिल्यावर थोडावेळ ते बसले. विषय रुक्मिणीचाच होता.

नामा म्हणे तया असावे कल्याण ।
जयामुखी निधान पांडुरंगा ॥

❄❄❄

२३

॥ एका जनार्दनी ॥

एकदा रात्री बाळाला दूध पाजले गेले की तो शांत झोपायचा. मगच सरस्वतीबाई पलीकडे पडायच्या. रुक्मिणीला रात्री सातत्याने खोकला येत रहायचा. एकदा ढास लागली की लवकरच थांबायची नाही. सरस्वतीबाई लगेचच चाटण चाटवायच्या. त्याचा गुण यावयाचा. थोड्या वेळातच तिला झोप लागायची. हे चक्र चालूच राहायचे.

सरस्वतीबाईंची झोप तर उडालीच होती. नारायण पलीकडेच झोपायचा. पण त्यालाही झोप यायची नाही. त्याच्या मनात नाना विचारांचे थैमान चालू व्हावयाचे. नाही नाही त्या शंका उभ्या राहायच्या. त्याचा अस्वस्थपणा यामुळे वाढीला लागला होता. मन चिंती ते वैरी न चिंती, त्याला दुसरे काहीही सुचायचे नाही.

रुक्मिणीला झोप लागली. सरस्वतीबाईही थोड्या विसावल्या. नारायणाने थोडी चाहूल घेतली. तो हळूच उठला. बाहेर आला. मध्यरात्र उलटली होती. गारवा चांगलाच भासत होता. सोनचाफ्याचा मंद सुगंध पलीकडून येत होता. हा सुवास त्याला फार आवडायचा. शंकरभटांच्या घरात हे झाड होते. त्यांच्याकडून कधी कधी ही फुलेही यायची. त्या वासामुळे तो जरा सुखावला. चांदण्यांचा मंद प्रकाश पडला होता. नारायण ओसरीवरच्या खांबाला टेकून बसला.

''काय रे, नारायणा'' सरस्वतीबाई एकदम आल्या व म्हणाल्या, ''येथे का बसलास? मी केवढी घाबरले. तू दिसला नाहीस म्हणून इथे आले. तुझी ही सवय मला माहिती आहे.''

''अग आई,'' नारायण म्हणाला, ''झोपच येईना, म्हणून आलो बाहेर. जरा बरे वाटले म्हणून बसलो जरासा.''

''मुळीच नाही.'' सरस्वतीबाई म्हणाल्या, ''तुझा चेहरा वेगळेच काही

सांगतोय. तू कसलातरी विचार करीत आहेस. कशाला करतोस काळजी एवढी? अरे, पांडुरंग आहे आपल्या पाठीशी. मग काळजीचे काय कारण?''

''आई, हे खरे आहे पण,'' नारायण म्हणाला, ''मनात वाट्टेल ते विचार येत राहतात. मग डोळा कसा लागणार? अगं, कशाला काही कमी नाही, मग ही असली वेळ का यावी, आपणवर?''

''अरे, यालाच जीवन म्हणतात.'' चक्रपाणी बाहेर येता येता म्हणाले, ''आपणा सर्वांचीच ही परिस्थिती झालीय. खंबीरपणे तोंड देतच आहोत आपण, शिवाय दैवी पाठिंबाही मिळालाय आपणाला. मग कशाला उगाच नाना विचार करायचे? जे होणार असते ते होतच राहते. सारा हवाला त्या पंढरीनाथावर, त्या दत्तगुरूंच्यावर!''

''नारायणा,'' सरस्वतीबाई म्हणाल्या, ''हे म्हणतात तेच खरे आहे. तुझ्या आजोबांची व पूर्वजांची कृपाही आहे आपणावर. एकदा या रुक्मिणीची प्रकृती सुधारली, की सारे प्रश्न एकदम मिटतील. ती वेळ लवकरच येईल. तिने बिचारीने किती सहन करायचे? ती कमालीची सोशिक आहे. मला सारखे ती बोलून दाखविते, बाळाचे सारे मलाच करावे लागते हीच खंत आहे तिची. तिच्या डोळ्यांतील पाणी संपत नाही. याचे मलाही वाईट वाटते.''

''याला आता उपाय काय?'' नारायण म्हणाला, ''म्हणजे तसे काही करता येईल.''

''उपाय आहे.''

''कोणता?''

''बाळाची शांती करण्यास केशवरावांनी पूर्वी सांगितलेच आहे. काल संध्याकाळी मी त्यांच्याकडे गेलो होतो.'' चक्रपाणी म्हणाले, ''काही ग्रह वक्री आहेत. शांतीनंतर खरोखरच फरक पडणे शक्य आहे.''

''मग लवकरच करून टाकू या.'' नारायण म्हणाला, ''उशीर नको उगाच!''

''तेच ठरविण्यासाठी मी बाहेर आलो आहे.'' चक्रपाणी म्हणाले, ''त्यांनी शुक्रवारचा दिवस सांगितला आहे.''

मग बराच वेळ या विषयावर चर्चा झाली. चक्रपाणींनी विधीची कल्पना दिली. केशवराव व इतर काही ब्राह्मण हे सारे पार पाडणार होते. केशवरावांनी लागणाऱ्या सर्व साहित्याची यादी दिली होती.

त्याप्रमाणे करण्याचे ठरले!

❄❄❄

२४

॥ एका जनार्दनी ॥

वामनभट शेतातून परत येत असताना वाटेत केशवशास्त्री भेटले.

"नमस्कार," केशवशास्त्री म्हणाले, "आज लवकर आलात परत? काही विशेष काम नव्हते वाटते?"

"काम संपले, पण..."

"पण काय?"

"एक औषध शोधण्यास निघायचे आहे." वामनभट म्हणाले, "जवळपास ते कोठेही नाही. आपेगांवच्या वाटेला मागे एकदा मिळाले होते. आता तिकडेच दूरवर जावे लागेल. रुक्मिणीची तब्येत पुन्हा बिघडत चाललेली आहे. शांतीचा विधी व्यवस्थित पार पडला हे बरं झाले. ती एक काळजी मिटली. तेवढेच समाधान निर्माण झाले. ही गोष्ट चांगली घडली."

"शांती ही दुसऱ्या अर्थाने एक प्रकारच्या मानसिक आधारासाठीच असते असे म्हणावे लागेल." केशवशास्त्री म्हणाले, "हे तुम्हाला माहीत आहेच, तरी पण दैवी साथ काही प्रमाणात तरी मिळावी हा हेतूही आहेच. यालाच विशेष महत्त्व द्यावे लागेल. रुक्मिणीच्या पत्रिकेचा ह्या अर्थानेच विचार करावा लागेल."

"हेच खरे आहे." वामनभट म्हणाले, "पण आता मात्र रुक्मिणीचा अशक्तपणा वाढतच चाललाय. सगळीकडे मुंग्या येताहेत. चक्करही सारखी येतच राहते. हातापायांचा गारवा वाढत आहे. रक्तनिर्मितीच कमी होत आहे. त्यासाठीच एका औषधाची मला गरज आहे. ते दिल्यावर काही फरक पडेल असे वाटते. बाळाला दूधही कमी पडू लागलेय. सरस्वतीकाकू फार कष्ट घेताहेत. बाळाचे सारे त्याच पाहतात."

"हे माहिती आहे मला." केशवशास्त्री म्हणाले, "एका अर्थाने त्याच आई बनल्या आहेत बाळाच्या. चक्रपाणीही अस्वस्थ आहेत. नारायणवरही परिणाम होत

आहे. मला हे आता पाहवत नाही. खरे सांगू का? एका चांगल्या घराण्याची ही दुर्दशा चालू आहे.''

''मग आता काय उपाय आहे?'' वामनभट म्हणाले, ''ही पोर वाचली पाहिजे.''

''त्यासाठी मी आता 'महामृत्युंजय जप' चालू केला आहे,'' केशवशास्त्री म्हणाले, ''आपणाकडून जेवढे काही करता येईल ते करण्याची हीच वेळ आहे. त्यांनी तरी काय करावे? कुणाकडे आशेने पाहावे? राधाकाकूही आल्या आहेत, ते तुम्हाला माहिती आहेच. बुवाही रोज जाऊन येत आहेत पुन्हा.''

''केशवशास्त्री,'' वामनभट म्हणाले, ''तुम्ही जपाचे बोलला म्हणून मी सांगतो. मीही शिवकवच जपाला आरंभ केलाय. ह्या घरावर आलेले संकट दूर व्हावे एवढीच इच्छा आहे.''

''शेवटी पंढरीनाथ आहेच.'' केशवशास्त्री म्हणाले, ''ह्या व बुवांच्या घरावर ही पांडुरंगाची कृपा आहेच. तो काय ते पाहून घेईल, असेच आता म्हणावे लागेल. तुमच्याकडून तुम्ही औषधांची पराकाष्ठा करीत आहात. म्हणूनच म्हणतो, की तुमच्या हाताला यश यावे. एका तान्हुल्याची आई वाचावी, अशी पांडुरंगाला रोज मी प्रार्थना करीत आहे.''

अजून थोडे बोलणे झाल्यावर दोघेही आपापल्या घराकडे वळाले.

शून्य स्थावर जंगम व्यापुनी राहिला सकळ।
बापरखुमादेवीवरू विठ्ठल सकळ ॥

❄❄❄

२५

|| एका जनार्दनी ||

सयाजी सुतार त्याच्या घरापुढे लाकूडकाम करीत बसला होता. ओसरीवरील खांबावर तो नक्षीकाम कोरीत होता. तोच मारुती पाटील आला.

"ये, मारुती ये, बैस त्या लाकडावर."

काही वेळ मारुती बोललाच नाही.

"काय रे, गप्प का?"

"मी काल आलो होतो सायंकाळी." मारुती म्हणाला, "पण तुझे घर बंद होते."

"काल जरा सासुरवाडीला गेलो होतो दोघेही."

"वाईट वार्ता आहे."

"काय झालं?" सयाजी एकदम हळू आवाजात म्हणाला.

"रुक्मिणी वहिनी काल गेल्या."

"काय म्हणतोस काय?"

"होय, त्यासाठीच तुला बोलविण्यास आलो होतो मी." मारुती डोळे पुशीत म्हणाला, "नारायणाकडे पाहवत नव्हते रे. बिचारा एकदम गप्प झाला होता. तोंड फिरवून डोळे पुशीत होता. फार वाईट घडले हे. घराला अगदी अवकळा आलीय. आई-बाबांच्याकडे तर पाहवत नव्हते. ह्या वयात हा जबरदस्त धक्का होता. त्या बाळाचेदेखील रडणे थांबवत नव्हते. जणू काही त्यालाही सारे समजले होते! आजी पुष्कळ प्रयत्न करीत होत्या, पण ते थांबत नव्हते."

"अरे रेऽ" सयाजी म्हणाला, "काय आले हे या बाळाच्या वाटणीला? काय होता दोष त्याचा? आता नारायणाला मी तोंड कसे दाखवू? मला नेमके काल जावे लागले."

“उलट अशावेळी आपण सर्वांनीच रोज निदान एकदा तरी त्याच्याकडे जायला हवे.” मारुती म्हणाला, डिगा गवळी व म्हादा तेलीही काल होते.”

“एका तान्ह्या बाळाची आई गेली रे, मारुती.” सयाजी म्हणाला, “त्या बाळाचे कसे होणार? कुणाला तो आई म्हणणार? आई ती आईच. मलाही आईचे सुख लाभले नाही. आजीनेच सांभाळले. अशी वेळ कुणावरदेखील येऊ नये अशी रोज मी भगवंताला प्रार्थना करीत असतो. जगात काही मिळाले नाही तरी चालेल, पण बाळाला लहानपणी तरी आई असायला हवी. परमेश्वर इतका कठोर का होतो हेच मला कळत नाही.”

आईवर सयाजी अजून काही वेळ बोलत होता. अखेर सयाजीबरोबर नारायणाकडे मारुतीही निघाला.

ते चालतच होते. पण त्यांच्या पायांना चालवत नव्हते. बोलण्यास शब्द नव्हते.

आता जीव जाऊ पाहे । धाव घाली माझे माये ।
माझी भेटवा जननी । संता विनवी दासी जनी ।।

❄❄❄

२६

॥ एका जनार्दनी ॥

चक्रपाणींच्या घराला आलेली अवकळा बरेच दिवस झाले तरी अजून संपलेली नव्हती. दिवसामागून दिवस सरत होते. दैनंदिन व्यवहार चालूच होते. फक्त कशातही उत्साह नव्हता. वेगळेपण नव्हते. करायला हवे म्हणून केले जायचे. कुणाचेही मन ठिकाणावर नव्हते. घरात मनमोकळे बोलणे, हसणे बंद झाले होते. जरी सारेजण ओसरीवर असले तरी कारणापुरते बोलणे व्हायचे.

सरस्वतीबाई स्वयंपाकघरात असेपर्यंत चक्रपाणी किंवा नारायण बाळापाशी असत. पाळणा जरी आत होता तरी एरवी त्याला ओसरीवर ठेवले जाई. अधून मधून सरस्वतीबाई डोकावून जात. चक्रपाणी जवळ असले म्हणजे मधूनच बाळाकडे टक लावून पाहत. काहीवेळा त्यांच्या डोळ्यात पाणीही यायचे. ते डोळे पुसत असताना रामशास्त्री धाराशिवकर सहज आले. फार दिवसात ते आले नव्हते. तेही चक्रपाणींच्या जवळ बसले.

"चक्रपाणी" रामशास्त्री म्हणाले, "दत्तोशास्त्रींकडे सहज आलो होतो, म्हटले तुमच्याकडेही जाऊन यावे, जवळच घर आहे. मुद्दाम असे येणेच होत नाही. काहीतरी व्याप रोज असतोच."

"बरं झालं, आलात ते." चक्रपाणी म्हणाले, "कुणी आले म्हणजे तेवढाच रोज वेळ जात असतो. कुणीतरी येतच असते."

"केशवराव परवा भेटले होते." रामशास्त्री म्हणाले, "सहज तुमचा विषय निघाला. ते नुकतेच तुमच्याकडे येऊन गेले. बराच वेळ बसल्याचे त्यांनी सांगितले."

"होय." चक्रपाणी म्हणाले, "वेळ कसा गेला हे कळलेच नाही. गावातील बऱ्याच नव्या घडामोडी त्यांनी सांगितल्या. आम्हाला कळण्यास काही मार्गच नव्हता. बाळाच्या गडबडीत सारा दिवस जातो. रात्र केव्हा होते हे कळतच नाही. रात्री मात्र

दूध पिऊन तो झोपतो. मग पहाटेच उठतो.''

''ही गोष्ट चांगली आहे.'' रामशास्त्री म्हणाले, ''मगच शांतपणे तुम्हाला झोपता येत असेल.''

''तसे होत नाही ना, तोच प्रश्न आहे महत्त्वाचा.'' चक्रपाणी म्हणाले, ''कुणालाच तशी झोप येत नाही. अस्वस्थपणा असतो. का कोण जाणे, पण हे खरे आहे.''

''हे चांगले नाही.'' रामशास्त्री जरा गंभीर होऊन म्हणाले, ''याचा परिणाम तुम्हा सर्वांच्याच प्रकृतीवर स्पष्ट दिसू लागला आहे. केशवरावही हेच म्हणाले. पण ते तुम्हाला काही म्हणाले नाहीत. मी मात्र बोलत आहे.''

''तुम्हाला तो अधिकारच आहे.'' चक्रपाणी म्हणाले, ''नाहीतरी दुसरे कोण येऊन सांगणार आहे?''

''चक्रपाणी,'' रामशास्त्री म्हणाले, ''घरात जी काही दुर्घटना घडलीय ती कधीही विसरण्यासारखी नाही. एक तर बाळाची आई गेली व महत्त्वाचे म्हणजे प्रेमळ सून गेली. नारायण अकाली एकाकी पडला. लहानपणापासून मी तिला पाहत आलोय, फार लाघवी होती. बुवांच्याबरोबर आली की ती इथेच राहावी असे वाटायचे. लग्नानंतर ती नेहमीच भेटायची, घरी यायची. त्यामुळे आम्हाला तिची इतकी सवय झाली होती की तिला विसरता येणारच नाही. तुमचीही हीच परिस्थिती झालीय, पण आता थोडे बदलले पाहिजे. घरातील वातावरण नेहमीप्रमाणे झाले पाहिजे. त्या नारायणाचा विचार तुम्ही केलाय का? तो एकाकी बनत चाललाय. शिवाय त्याला त्या पूर्वीच्या दुखण्याची भीती वाटू लागलीय. मला मागे एकदा त्याने विचारले होते, ते पुन्हा व्हायला नको आहे. त्याच्यावर पुन्हा गंभीर परिणाम होण्यापूर्वीच त्याला सावरले पाहिजे. तो मळ्यातही गेलेला दिसला नाही. त्याला हळूहळू पाठविले पाहिजे. सारी गडीमाणसे वाट पाहत आहेत. तो रंग्या गडी परवा मला भेटला होता. अगदी रडवेला होऊ बोलत होता. मला फार जाणवले ते. त्या माणसांना त्याने फार आपलेसे केले आहे.''

''रामभाऊ'' चक्रपाणी ओशाळून म्हणाले, ''ही गोष्ट मात्र आमच्या ध्यानात आली नाही. काही सुचतच नव्हते. दुसरा कुठला विचार आम्ही करीतच नव्हतो. त्या दुःखातच बुडून जात होतो. आता मलाच यात पुढाकार घ्यावा लागेल. तसा प्रयत्न मी अवश्य करीन. तुम्ही जे सांगितले ते लाखमोलाचे आहे. नारायणाच्या मनाचा विचार आम्ही केलाच नाही. हा आमच्या मनाचा दुबळेपणाच समजावा लागेल. त्याच्या एकांत वाढत चाललाय हे खरे आहे. त्यातून ते पूर्वीचे दुखणे पुन्हा सुरू होता

कामा नये. मला वाटते, तुम्ही काही औषधे पुन्हा चालू ठेवावीत. म्हणजे काही प्रतिबंध होत राहील. तुम्हीच त्याला पूर्वी बरे केले आहे.''

''माझ्याही मनात नेमके तेच आलेय.'' रामशास्त्री म्हणाले, ''मला येऊन इतका वेळ झालाय पण तो बाहेर आलेला नाही. अजून तसाच आत बसून आहे. पूर्वी तो असेच करीत होता. त्याचे हे मानसिक पुन्हा उपटू नये.''

''हीच काळजी घ्यावयास हवी आता.'' चक्रपाणी म्हणाले, ''मी त्याला एक-दोन दिवसांत तुमच्याकडे पाठवितो. त्याच्याशी बोलून त्याच्याकडून सारे काढून घ्या व औषधे चालू करा. इतके आपुलकीने सांगणारे तुम्ही व केशवरावशिवाय आम्हाला दुसरे आहे तरी कोण?''

''त्यांचे व माझे हेच बोलणे झाले होते परवा.'' रामशास्त्री म्हणाले, ''म्हणूनच मी आलो लगेच. मला यायचेच होते, पण हे एक निमित्त झाले.''

अजूनही बराच वेळ रामशास्त्री बोलत बसले होते. त्यांचे सारे बोलणे चक्रपाणींना आज वेगळेच वाटत होते. न जाणो त्यांच्या रूपाने दुसरेच कोणी तर बोलत नव्हते! हे कोडे न सुटण्यासारखे होते!

❄❄❄

२७

॥ एका जनार्दनी ॥

"आईऽऽ" मळ्यातून आल्यावर नारायणाने हाक मारली. लगेचच सरस्वतीबाई आल्या.

"हे गं काय?" नारायण म्हणाला, "देवघराला कडी कशासाठी घातली?"

"आपल्या चिरंजीवांचे प्रताप!"

"काय केले त्याने?"

"रांगायला लागल्यापासून साऱ्या घरातच तो फिरत असतो." सरस्वतीबाई कौतुकाने म्हणाल्या, "आपणा सर्वांना त्याच्याकडे लक्ष देण्याचा एक उद्योगच झालाय. तू मळ्यात किंवा बाहेर गेलास की ह्यांनाच फिरावे लागते. या ओसरीला कठडा आहे ते बरे झाले! नाहीतर स्वारीने खालीच एकदम उडी मारली असती. यासाठीच ही काळजी घेतलीय."

"पण कडी कशासाठी?"

"परवापासून स्वारीला नवीनच नाद लागलाय." सरस्वतीबाई म्हणाल्या, "त्या देव्हाऱ्याजवळ जाऊन त्याला धरून तो आता उभे राहण्याचा प्रयत्न करीत होता. आज त्याला ते जमले. त्याने ती समोरील विठ्ठलाची मूर्ती हातात घेऊन एकदम खाली बसकण मारली. मी तेवढ्यात तेथे आले म्हणून बरे झाले. नाहीतर स्वारीने तिला आपटायला सुरुवात केली असती. शिवाय हातापायाला उगाच लागले असते."

"बरे झाले तू तेथे आलीस ते." नारायण हसून म्हणाला, "नाहीतर विनाकारण कोठेतरी लागले असते. तुम्ही दोघे त्याच्यामागे सारखे सावलीसारखे असता म्हणून मला बाहेरील सारी कामे व्यवस्थित करता येतात. काही काळजी राहत नाही."

"अरे, हे काही आम्ही जगावेगळे करीत नाही." सरस्वतीबाई म्हणाल्या,

"आमचंच ते काम आहे. घरोघर हीच परिस्थिती असते. आम्हाला कुठेतरी मन रमण्यास ठिकाण लागतेच की! नातवंडांचं मुख पाहण्यास मिळणे हे भाग्यातच लागते. नाहीतर कोणाला हे सौख्य लाभतच नाही. त्या सदुकाकांचे काय झाले? शेवटपर्यंत पोर घरात रांगले नाही."

"आई," नारायण म्हणाला, "पूर्वजांच्या व तुम्हा सर्वांच्या आशीर्वादामुळेच हे घडले. त्या पंढरीनाथाचीच कृपा ही."

"तुझ्या आजोबांमुळेच हे सारे घडले आहे." सरस्वतीबाई म्हणाल्या, "ह्या घराण्याला तसा आशीर्वादच मिळाला आहे. शिवाय रुक्मिणीच्या माहेरीही हीच उपासना आहे."

"आई," नारायण हळूच म्हणाला, "एक विचारू का?"

"विचार की, त्यात काय?"

"बाबा घरात नाहीत म्हणून विचारतो."

"त्यांना सांगण्यासारखे नाही का?"

"ते तू ठरव."

"सांग अगोदर, मग ठरवू."

"एवढे गुपित काय आहे?"

"आज पहाटेपूर्वीच जाग आल्यामुळे मी सहजच बाळाला पाहावे म्हणून आलो होतो." नारायण म्हणाला, "तर बाळाच्या पाळण्यापुढे रुक्मिणी उभी असावी असे भासले मला. क्षणातच ते नाहीसे झाले."

"अरे, वेड्या" सरस्वतीबाई म्हणाल्या, "तो भासच असला पाहिजे. ती कशाला येतेय इथे? तिची काहीही इच्छा राहिलेली नाही. तिच्या देखतच स्वारीची सारी जबाबदारी माझ्यावरच होती. मग तिला बाळाची काळजी करण्याचे कारण काय? शिवाय दहाव्या दिवशी नदीवर पिंडाला कावळा लगेचच शिवला. येथे तोपर्यंत एकही कावळा नव्हता, पण लगेचच कावळा आला व काम झाले! तिची काहीही इच्छा राहिली नाही."

"पण"

"काहीही बोलू नकोस." सरस्वतीबाई एकदम म्हणाल्या, "नाहीतर कावळा आलाच नसता."

"हे माझ्या एकदम लक्षात आले नाही," नारायण ओशाळून म्हणाला, "कदाचित तसा भासही झाला असेल! कारण अधून मधून तिच्यासंबंधी काही स्वप्ने पडतात. प्रत्येक वेळी तुम्हाला सांगत नाही."

“हे ठीक आहे.” सरस्वतीबाई म्हणाल्या, “स्वप्नात दिसणे वेगळे व असा भास होणे वेगळे. हे मनाचे सारे खेळ असतात.”

“हे एवढे तुला कसे समजते.”

“तुझ्या बाबांच्याकडूनच केव्हातरी काहीतरी ऐकण्यास मिळते.” सरस्वतीबाई म्हणाल्या, “गावातील काही घटना ते सांगत असतात.”

“मग, बाबांना हे सांगायचे का नाही,” नारायण गंभीरतेने म्हणाला, “उगाच त्यांना चिंता नको.”

“मलाही तसेच वाटते.” सरस्वतीबाई क्षणभर विचार करून म्हणाल्या, “लगेच तिची पत्रिका मांडून पाहत बसतील, नाहीतर प्रश्नकुंडली मांडून बसतील! आणखी कुणाला विचारून देखील येतील. एकदा एक नाद घेतला की ते उत्तर मिळेपर्यंत ते चर्चा करीत राहतात, हे तुला माहिती आहे. तेव्हा त्यांना हे न सांगितलेले चांगले.”

“म्हणूनच मी अगोदर विचारले होते तुला.”

“शिवाय उगाच गावभर बोभाटा व्हायचा. लोकांना चर्चा करण्यास काहीतरी विषय लागतच असतो.” सरस्वती बाई म्हणाल्या, “अवचटांच्या खंडूचा हाच उद्योग आहे. त्या दत्तभटांच्या सुनेने विहिरीत उडी मारली होती. थोड्याच दिवसात मला ती विहिरीच्या कठड्यावर बसलेली दिसली असे सगळीकडे खंडू सांगत सुटला होता! भुताची विहीर म्हणून तिकडे कोणी जाई ना! अवसे-पुनवेला त्या घरातही अजूनही जात नाहीत!”

“आई, मग हे सारे आपल्या दोघातच राहील.”

तेवढ्यात बाळ उठल्याने सरस्वतीबाई तिकडे गेल्या. नारायण ओसरीवरच बसला. त्याला अलीकडे एकांतच हवा असायचा. नाना विचार त्याच्या मनात यायचे. तो मग अस्वस्थ व्हायचा. त्याच्या झोपेवर परिणाम व्हायचा.

चिंतेचा वोणवा लागला चहूकडे ।
जाती तळा बुडा धांव देवा ॥

❄❄❄

२८

॥ एका जनार्दनी ॥

रामशास्त्रींनी औषधे चालू केली तरी त्यांचा फारसा परिणाम दिसून येत नव्हता. नाना विचारांमुळे व पूर्वी घडलेल्या घटनांच्या आठवणींमुळे त्याला झोप लागेनाशी झाली. कितीही वेळा त्याला चक्रपाणींनी सांगितले, किंवा त्याने निश्चय केला तरी त्याचा उपयोग होत नव्हता. त्याच्या मनाचे विचारचक्र चालूच रहायचे.

जागरणामुळे त्याच्या पित्ताचा मूळ उपद्रव पुन्हा वाढू लागला. त्याच्या सर्वांगावर लालम् लाल चकंदळे उठून ती प्रचंड खाजायची.

अखेर रामशास्त्री व वामनभटांनी एकत्र येऊन औषधे चालू केली. बरीच चर्चा त्यांना करावी लागली. वामनभटांनी त्याला त्याशिवाय मायाळूची भाजी खाण्यास सांगितली. काही ठिकाणीच ती मिळायची. हे काम शेतातील रंग्या गडी करू लागला. शिवाय एक हजार ठोक्याच्या सुंठीच्या गोळ्याही चालू होत्याच.

''रामशास्त्री,'' एकदा वामनभट म्हणाले, ''मी पुष्कळ ग्रंथ चाळले; परंतु परिणामकारक औषध काही सापडेना. आता आपल्याला काहीतरी निश्चित दिशा ठरवायला हवी.''

''वामन भट,'' रामशास्त्री जरा गंभीर होत म्हणाले, ''यापूर्वीही मी आलटून पालटून पुष्कळ प्रयत्न करून पाहिले आहेत. काहीतरी परिणाम दिसून यायचा. पण अलीकडे मात्र तसे काही आढळून येत नाही. शुद्ध गुग्गुळ, दारुहळद, सारिवा वगैरे औषधेदेखील वापरून झाली आहेत. शिवाय थोडासा भ्रम झाला असावा अशीही शंका मला येऊ लागली आहे. व्यवस्थित बोलता त्याला येईनासे झाले आहे. अर्धवट झोपेत तो काहीतरी असंबद्ध बडबडतो असे चक्रपाणी म्हणत होते. हे लक्षण चांगले नाही.''

''मलाही असेच वाटू लागले आहे.'' वामनभट म्हणाले, ''याचा विचार

करणे आता भाग आहे. अधिक गुंतागुंत पहावयास नको.''

''वामनभट,'' रामशास्त्री म्हणाले, ''आता आणखी काही अधिक प्रभावी मात्रा वापरून पाहाव्या लागतील. मध्यंतरी बद्रीकेदारकडील एक साधू इथे आला होता. त्याची व माझी सहज नदीवर ओळख झाली. त्याने मला काही आपल्या भागात मिळत नसलेल्या औषधी व मात्रा दिल्या आहेत. त्यातील काही वापरून पाहू.''

नवे उपचार सुरू झाले. परंतु तसा परिणाम दिसून येईना.

नारायणाचे दुखणे वाढू लागले. त्याला सारखी गुंगी येऊ लागली.

काही समजेनासे झाले. ही लक्षणे चांगली नव्हती...!

❄❄❄

२९

॥ एका जनार्दनी ॥

"बाळऽऽ कुठाय....
बाऽऽऽळ कुऽऽठाऽऽयऽऽ...
अऽऽरे.... बाऽऽऽळा....
अरे ऽऽऽ बाऽऽऽ"

आवाज क्षीण होत चालला... चक्रपाणींनी सरस्वतीबाईंच्याकडे पाहिले. त्याचवेळी त्याही त्यांच्याकडेच पाहत होत्या. काय बोलणार? तशी परिस्थितीच नव्हती.

अलीकडे असे वारंवार होऊ लागले होते. त्याची शुद्ध हरपत जायची. तो तसा सारखा पडूनच असायचा. त्याला जेवणही जायचे नाही. त्याची मित्रमंडळी येऊन जायची, त्याला समजाविण्याचा त्यांचा प्रयत्न असायचा. त्यांनाही नारायणाची ही अवस्था पाहवत नव्हती. पाहता पाहता तो धरणीवर पडला होता. कोण काय बोलतंय हे त्याला मुळीच समजायचे नाही. त्याची प्रकृती कमालीची खालावत चालली होती. आवाज क्षीण होऊ लागला होता.

रामशास्त्री व वामनभट दोघेही रोज येऊन जायचे. नवनवीन मात्रा व चूर्णे चालू होती. केशवशास्त्रीही वारंवार येऊन जायचे. चक्रपाणींना त्यांचाच आधार वाटायचा.

विठ्ठलबुवा व राधाकाकू येथेच होते. आजोबा व आज्जींना सारखे धीर देत. त्यामुळे घरातील वातारण जरा सुधारले जायचे. स्वयंपाकाचे कार्य राधाकाकूच पाहत.

सरस्वतीबाई सारख्या नारायणाजवळ बसून असायच्या. त्यांच्या डोळ्यांचे अश्रू थांबत नव्हते... त्यांची सून पाहता पाहता देवाघरी गेली होती... आता त्यांच्या एकुलत्या एका मुलाची अवस्थाही त्याच मार्गावर होती... हे सारे उफराटे चाललेले होते... सहन होण्यापलीकडचे होते हे सारे... 'पांडुरंगा! असा कोणता गुन्हा आम्ही

केला? हे पाहण्याठीच म्हणून आम्हाला हे आयुष्य दिले आहे काय? अरे... आमचे कमी करून या दोघांना वाटून दिले असते तरी चालले असते रे... मामंजींनी केलेली तुझी सेवा... तू दिलेला तो साक्षात्कारी आशीर्वाद... सारे सारे निष्प्रभ कसे होत चालले आहे? पंढरीनाथा... अजूनही वेळ नाही रे गेली... आमच्यासाठी नव्हे, पण नारायणाच्या या एकुलत्या एका बाळासाठी तरी त्याला जीवनदान दे... त्याचा तरी काय अपराध म्हणून त्याच्यावर ही वेळ आलीय... त्याला आई तर नाहीच राहिली पण आता पितृछायाही अंधुक होऊ लागलीय रे... आम्ही किती दिवसांचे? कोण पाहणार आहे ह्या बाळाकडे? कसे घडणार आहे त्याचे भविष्य?

'क्षणभर ह्या नारायणाकडे पाहा... काय अवस्था झालीय त्याची... तो ओळखू देखील येत नाहीये... या घोंगड्यावर त्याचे अस्तित्वदेखील दिसेनासे झालंय रे... जनाईच्या किरकोळ कामासाठी देखील तू धावून जात होता... आता ह्या भानुदासांच्या सुनेला एवढी तरी भीक घाल रे... मी जादा काहीही मागत नाही... फक्त तुझी कृपा... तुझा आशीर्वाद... जीवदान...!''

सरस्वतीबाईंच्या अश्रूधारांतून चक्रपाणींनी हे सारे ओळखले... जाणवले.. पण ते तरी काय करणार? त्यांचाही नाईलाज होता. त्यांना हे घडणार आहे याची कल्पना होतीच. केशवरावांनाही हे माहिती होते. तो अल्पायुषी आहे हे फक्त या दोघांनाच माहिती होते. सरस्वतीबाईंना सांगितलेले नव्हते. काळ-वेळ तशी त्यावेळी समजणारी नव्हती, पण ही घटना केव्हातरी घडणार हे निश्चित होते. पण तरीही चक्रपाणींना हे सहन होत नव्हते. सत्य हे स्वीकारण्यास कठीण जाते हे त्यांनाही समजत होते!

"बाळाच्या आज्जी," चक्रपाणी सारे विसरून म्हणाले, "डोळे पुसा. रडून रडून ते सुजू लागलेत. लाल होताहेत. रात्रंदिवस तुम्ही जाग्याच आहात. झोप तर नाहीशीच झाली आहे. मी नाडी पाहतो व त्या दोघांना लगेच घेऊन येतो. धीर धरा...!''

चक्रपाणींना नाडी पाहण्याचे समजत होते. त्यांनी ती पाहिली. ती अगदी मंदगतीने चालू होती. मात्र नारायणाची शुद्ध हरपली होती. हे सारे चक्रपाणींना चांगले वाटेना.

मध्यरात्र उलटली होती. सर्वत्र नीरव शांतता पसरलेली होती. अमावस्या जवळ आल्याने, तसा सर्वत्र काळोखच होता.

ते घाईघाईने उठले. वामनभटांनी त्यांची महत्त्वाची सारी औषधे घेतली. दोघेही घाईघाईने घरी आले. आपल्या मुलाला त्यांनी रामशास्त्रींना बोलविण्यास

सांगितले होते. एक महत्त्वाची मात्रा देईपर्यंत ते आलेही.

त्याचवेळी नारायणाच्या मुखातून ती मात्रा बाहेर आली...

रामशास्त्रींनी वामनभटाकडे पाहिले... ते काय समजायचे ते समजले... रामशास्त्रींनी नाडी पाहण्यासाठी हात हातात धरताच तो खाली ठेवला!

"गंगा आणा."

चक्रपाणींनी नारायणाच्या मुखात कशीतरी गंगा घातली...

"ना ऽ रा ऽ य ऽ णा ऽऽ"

सरस्वतीबाईंनी हंबरडा फोडला.

❄❄❄

३०

॥ एका जनार्दनी ॥

पूजा आटोपून चक्रपाणी ओसरीवर येऊन बसले. आज थोडा उशीरच झाला होता. पहिल्याप्रमाणे उत्साह नसायचा, करायची म्हणून प्रत्येक गोष्ट केली जायची. कशातही स्वारस्य राहिलेले नव्हते.

सरस्वतीबाई 'स्वारीच्या' नादावर असायच्या. नाहीतर थोडा वेळ काढून त्याही ओसरीवर यावयाच्या. दुधाच्या निमित्ताने थोडे बोलताही यायचे. आताही त्या दूध ठेवून गेल्या. पण लगेच बाळाकडे जावे लागले. त्याने काही तरी पाडले होते किंवा फेकले होते!

नाही म्हटले तरी चक्रपाणींच्या मनात एक विचार येऊन गेलाच. लहान मुलाचे सारे करण्याचे आता त्यांचेही वय राहिलेले नव्हते. मूल संभाळणे वेगळे व आईप्रमाणे त्याची जोपासना करणे वेगळे. त्या बाळाच्या जणू त्या आईच बनल्या होत्या.

भगवंताची ही लीला अगाधच होती, याचेच चक्रपाणींना आश्चर्य वाटत होते. देवाधर्माचे सारे चालूच होते. सारे उत्सव, सण, नवरात्रे पार पाडली जायची. किंबहुना सारा दिवस त्यातच जायचा. मग नियतीने हे कसे केले उफराटे! कोणती उणीव राहिली? सरस्वतीबाईंनाही हाच प्रश्न सतावीत होता. जे काही त्या दोघांचे बोलणे व्हायचे ते याच विषयावर. आता त्या नसतानाही चक्रपाणींच्या मनात हा विचार डोकावलाच! त्यांना हे पटायचे नाही. पण वेड्या मनातून हे सारे काही केल्या जाईना.

दारात एकदम बैलगाडी थांबल्याचा आवाज झाला. त्यांची शंका बरोबर होती विठ्ठलबुवा जोशी लगेचच आत आले. चक्रपाणींना नमस्कार करून ते त्यांच्या जवळच बसले.

''बुवा, बरं झालं आलात ते.'' चक्रपाणी म्हणाले, ''एकटेपणा सहन होत नव्हता. वाट्टेल ते विचार सतावीत होते. दुसरे कोणीच नाही, केव्हा निघालात?''

''पहाटेपूर्वीच निघालो.'' बुवा म्हणाले, ''तरी पण तसा थोडा उशीरच झाला. काही ठिकाणी खडकाळ वाट असल्याने बैलं हळू चालायची.''

सरस्वतीबाई दूध घेऊन येताच त्यांनाही बुवांनी वंदन केले. त्यांच्या पाठोपाठ आलेल्या बाळाला त्यांनी मांडीवर घेतले. पण तो राहीना.

''अरे, बाळा'' चक्रपाणी म्हणाले, ''हेही तुझे आजोबाच आहेत. बस, नीट.''

तरी पण बाळाने चक्रपाणींच्या मांडीवर बसणे पसंत केले.

''एका ठिकाणी हा बसतच नाही.'' चक्रपाणी म्हणाले, ''आजीला सारखे त्याच्यामागे रहावे लागते. त्यामुळे काहीही काम करता येत नाही.''

''हेच काम महत्त्वाचे आहे आईप्रमाणे.'' बुवा म्हणाले. पण त्यांना पुढे बोलता आले नाही. त्यांच्या डोळ्यात एकदम पाणी आले. ते त्यांना लपविता आले नाही. डोळे पुसावे लागले. आपण काय बोलून गेलो हे त्यांना समजेना.

''बुवा'' चक्रपाणी म्हणाले, ''तुमच्याच नव्हे तर आमच्यावरही हा प्रसंग नेहमी येतो. ही वेळच तशी आलीय. आम्हाला हे कोडेच सुटनासे झालंय.''

''आजोबा,'' जरा सावरून बुवा म्हणाले, ''म्हणून तर मी आलोय तुम्हाला नेण्यासाठी. चार दिवस कोठे तरी जावे लागते. तेवढाच बदल झाला म्हणजे सारे बदलेल. नाही म्हणू नका. मी त्या हेतूनेच गाडी आणली आहे. लगेचच निघू या, म्हणजे उन्हापूर्वी जाता येईल.''

त्यांनी पुन्हा पुन्हा आग्रह केल्याने चक्रपाणींना नाही म्हणवेना.

असा आग्रह करणारे दुसरे तरी कोण होते?

❄❄❄

३१

॥ एका जनार्दनी ॥

एका धार्मिक विधीच्या निमित्ताने एका ठिकाणी केशवशास्त्री व रामशास्त्री एकत्र आले. भोजन झाल्यावर दोघे एकाचवेळी बाहेर पडले.

“चक्रपाणींना बुवांनी चार दिवस नेले हे चांगले झाले.” केशवशास्त्री म्हणाले, “किती दिवस ते राहणार घरातल्या घरात. काही बदलच नाही. वेगळा विषय नाही. तरी मी तीन-चार वेळा जाऊन आलो. मलाही ते वातावरण सहन होत नव्हते.”

“मलाही तसेच वाटायचे.” रामशास्त्री म्हणाले, “मीही वारंवार जातच होतो. त्या बाजूला गेलो की मी जायचोच. त्यांना बाहेर पडण्याचे सुचवीत होतो, पण त्यांची तयारीच होत नव्हती. या वयात त्यांच्या घरात सारे विपरीत घडत गेले. त्याला ते तरी काय करणार म्हणा.”

“देव तरी सत्वपरीक्षाच घेत असावा.” केशवशास्त्री म्हणाले, “एका पाठोपाठ घर मोकळे होत गेले. काय म्हणावे याला?”

“शास्त्रीबुवा,” रामशास्त्री म्हणाले, “हे मी तुम्हाला सांगावे काय? त्यांच्या त्यांच्या कुंडलीप्रमाणे सारे घडत गेले. त्याला ते काय करणार? कितीही काहीही प्रयत्न केले तरी होणारे विधिलिखित होतच राहणार. माणूस त्यापुढे हतबलच ठरतो.”

“हेच खरे आहे.” केशवशास्त्री म्हणाले, “चक्रपाणींना आता मात्र सारेच व्याप पाहावे लागणार आहेत. त्यांची तब्येत अजून तरी चांगली आहे. हे भाग्यच म्हणायचे. आज मळ्यात जाताना मला सकाळीच भेटले. थोडे बोलणेही झाले.”

“सारे बुवांकडीलच सांगत होते.” केशवशास्त्री म्हणाले, “तेथील दिवस चांगले गेले. बुवांच्या पांडुरंगमय घरात सारे विषय पंढरीचेच असायचे. पंढरीलाच

जाऊन आल्यासारखे त्यांना वाटले.''

"पंढरी व पंढरपूर हे न संपणारे विषय आहेत." रामशास्त्री म्हणाले, "ते बुवांकडे गेले ही सर्वांत महत्त्वाची घटना समजावी लागेल."

"निश्चितच." केशवशास्त्री म्हणाले, "बुवा तर पंढरीचेच वारकरी. पंढरीनाथाचा हा ठेवा न संपण्यासारखाच आहे. कुणी पंढरीचा वारकरी त्या काळात प्रसाद देऊन गेला. त्यामुळे चक्रपाणी भारावून गेले आहेत. हा योगायोग ते महत्त्वाचा समजत आहेत. पंढरीनाथाची ही कृपा त्यांना पुन्हा एकदा समजली. त्यांनी आता बारशाचा कार्यक्रम करण्याचे ठरविले आहे. मला मुहूर्त काढण्यास सांगितले आहे. एक-दोन दिवसात ते येणार आहेत त्यासाठी माझ्याकडे."

"हे चांगले झाले," रामशास्त्री म्हणाले, "आता साक्षात पंढरीनाथाच्या कृपेने सारे मार्गी लागेल."

तेवढ्यात रामशास्त्रींचे घर आल्याने तेथे थोडावेळ बोलत थांबून केशवशास्त्री पुढे निघाले.

घरी जाताच लगेचच ते मुहूर्त पाहणार होते.

❄❄❄

३२

|| एका जनार्दनी ||

"अहोऽ

अहोऽ, ऐकले का?" चक्रपाणी जरा थांबून म्हणाले, "एकोबा कुठाय?"

काहीच उत्तर आले नाही!

मग मात्र चक्रपाणी उठले. आत गेले. कोणीच नव्हते. त्यांना काही कळेना. अशा उन्हात एकाची आजी कुठे गेली असावी? मला कसे दिसले नाही? त्यांना काही सुचेना.

असे प्रसंग वारंवार येत होते. दोघांपैकी एकचजण घरात असेल तर घर खाण्यास उठे! एकोबाला घेऊनच अलीकडे आजी बाहेर जात. त्यालाही हे आवडायचे. बाहेर बोट दाखवीत तो त्यांना बाहेर न्यायचा. आजोबांना राखण करावी लागायची नाही. चक्रपाणी बाहेर गेले तर त्या एकट्या असत. परंतु एकोबा असल्याने त्यांना ते जाणवायचे नाही.

"अजून बारसे झालेले नाही." सरस्वतीबाई एकदा म्हणाल्या, "त्या अगोदरच तुम्ही त्याला नावाने हाका मारीत आहात! कुणी ऐकले तर त्यांना काय वाटेल!"

"काहीही वाटणार नाही!"

"बारसे न करता आजोबा-आजी अगदी निवांत आहेत."

"अहो!" चक्रपाणी हसत म्हणाले, "असे कुणीही म्हणणार नाही. हा असा एकटाच राहणार. त्याला भावंडं होणार नाही. म्हणून त्याला एका किंवा एकोबा म्हटले तर ते काही नाव होत नाही! वेळेनुसार बारसे होणारच आहे. उद्या मी केशवशास्त्रींच्याकडे मुहूर्तासाठी जाणार आहे. तसे त्यांना सांगितले आहे."

"हे चांगले झाले." आजी म्हणाल्या, "मला असे वाटते..."

त्या जरा थांबल्या.

"अहो! बोला की... थांबलात का?"

"एक विचारू!"

"विचारा..."

"आपण 'एकोबा' हेच नाव ठेवले तर?"

"अगदी माझ्या मनातीलच बोलला आपण." आजोबा म्हणाले, "मलाही असेच वाटत होते. पण तुम्हाला हे पटणार की नाही याबाबत मला शंका होती. म्हणूनच मी गप्प होतो."

"हे काय बोलणे झाले?" आजीबाई लटक्या रागाने म्हणाल्या, "मी काय तुमच्या शब्दाबाहेर आहे? असे वाटले तरी कसे तुम्हाला? सुंदरच नाव आहे हे."

"नुसते सुंदर नाही तर हे एकदम नवीन नाव आहे." चक्रपाणी म्हणाले, "आजपर्यंत हे नाव कुणीही ठेवलेले नसणार! एऽका.. एकोबा... एकोऽबा... एकनाथ!"

"वा!" आजी विलक्षण आनंदाने म्हणाल्या, "किती छान नाव आहे हे. एकनाथ! वा! एकनाथ...! पंढरीनाथाचा एकनाथ! घराण्याचे नाव काढील हो ही स्वारी, यात शंका नाही!"

"नसणारच," आजोबा म्हणाले, "हा भानुदासांचा पणतू आहे! आपल्या घरावर व प्रत्येकावर पंढरीनाथाचीच कृपा आहे. त्याचे नाव तो सार्थ करील! त्याच्या आईच्या घरीही विठ्ठलाचीच सेवा आहे. नारायणही भजनात रमला होता!"

"बरी आठवण झाली." आजी म्हणाल्या, "काल एकोबाला घेऊन जरा दूर वर गेले होते. वाटेत डिगा गवळ्याची बायको यशोदा भेटली. थोडा वेळ बोलत होती. सांगायचं म्हणजे तिने एकोबासाठी पुढे हात केले तर तो तिच्याकडे लगेचच गेला, नाही तर स्वारी कुणाकडेही जात नाही. लगेच गळा काढते!"

"बिचारीला समाधान वाटले असेल अगदी."

"तिने ते बोलूनच दाखविले!" आजी म्हणाल्या, "ती भारावून गेली. तिच्याकडे एकाला मी दिल्याने आश्चर्यच वाटत होते. रस्त्यावरील साऱ्या बायका हे पाहत होत्या!"

"पैठणमध्ये हे प्रथमच घडत होते." आजोबा म्हणाले, "नारायणाचे सारे मित्र हे जिवाभावाचे आहेत. त्यांच्याच या बायका. त्यांनाही आपल्या घराची ओढ असणारच. ते सर्वजण तेवढे अजूनही सातत्याने आपल्याकडे येत आहेत. आपली विचारपूस करीत आहेत. मारुती तर आपल्या मळ्यावरही लक्ष ठेवून असतो. नारायणाने ही फार मोठी मित्रसंपत्ती गोळा केली आहे. मैत्री असावी तर अशीच. फार चांगले घडले हे. तिला घरी बोलाविले का?"

"तर!" आईबाई म्हणाल्या, "हा व्यवहार मी कसा विसरेन? एकटी न येता त्याच्या साऱ्या मित्रांच्या बायकांना आणण्यास सांगितले आहे तिला मी."

"हे चांगले केले तुम्ही!" चक्रपाणी म्हणाले, "पैठणमध्ये ही पद्धत नाही. ती आता सुरू होणार आहे. नारायणाच्या साऱ्या कल्पनाच वेगळ्या होत्या. त्याला माणसामाणसातील भेदभाव मुळीच आवडायचा नाही. हाच खरा मानवधर्म आहे. भागवतधर्म हेच सांगत आलाय. सारा संतमेळा असेच वागत होता. एकोबापुढेही हेच चित्र यायला हवे."

कुणी बायका आल्याने आजीबाई आत गेल्या.

चक्रपाणी ओसरीवरच बसले. नारायणाचेच विचार त्यांच्या मनात येऊ लागले. एकदा त्याला देवळात भेटलेल्या वारकऱ्याने त्याला काय सांगितले हे त्यांना आठवले.

स्वत:साठी काहीही न करता बहुजन समाजासाठी तुला काही करता आले तर तू ते कर...!

त्यावर नारायण म्हणाला होता... मला जमेल तसे मीही प्रयत्न करून पाहीन. मला तुम्हीही मार्ग दाखवा.

चक्रपाणींनी त्याला त्यावेळी साऱ्या संतमेळ्याने काय केले हे समजावून सांगितले होते. त्याप्रमाणे नारायणाने कार्याला सुरुवात केली होती. समाजाचे व त्याचे बोलणेही झाले होते. याची त्यांना माहिती होती.

त्यामुळे नारायणाचे अपूर्ण राहिलेले हे कार्य कोण करणार?

"कोण करणार?"

ज्ञानेश्वरकालीन होते तसेच पैठणचे वातावरण अजूनही तसेच होते. उलट कर्मठपणा वाढला होता. बहुजनसमाज व त्यांच्या प्राकृत भाषेला येथे महत्त्व नव्हते.

किती वेळ तरी चक्रपाणी तसेच बसले होते. हे त्यांच्याही लक्षात आले नाही! सरस्वतीबाई परत आल्या तेव्हा तिन्ही सांज झालेली होती.

त्या सांजवात लावण्यासाठी घाईघाईने आत गेल्या.

शुभं करोती कल्याणम्...!

❄❄❄

३३

॥ एका जनार्दनी ॥

सकाळची वेळ. कालिंदीकाकू भाजी चिरत बसल्या होत्या. ओसरीवरून बाहेरचे सारे स्पष्ट दिसायचे. त्यामुळे त्यांची भाजी चिरण्याची किंवा निवडण्याची हीच जागा नेहमी असायची. गणेशभट्ट धार्मिक कार्यासाठी कुठेतरी गेलेले असायचे. तोच दारावरून शरयूताई जाताना दिसल्या.

''याऽ की ताई.'' कालिंदीकाकू म्हणाल्या, ''कुणीही नाही घरात. या, थोडा वेळ.''

ताई आत येऊन बसत असतानाच एकोबा घरात त्यांच्या पाठोपाठ शिरला.

''आत्ताच त्याला घरी सोडून आले मी.'' ताई म्हणाल्या, ''मला इथे येताना बहुतेक पाहिले असावे त्याने. आमच्या घरी यावेळी त्याची सकाळची फेरी ठरलेली असते. रोजच न चुकता येतो तो! आजींना समजले तर त्या लगेचच मागे येतात व घेऊन जातात. आत्तादेखील त्यांच्याजवळ स्वयंपाकघरात त्याला सोडून आले होते मी. पण लगेचच त्यांची नजर चुकवून पुन्हा सटकलेला दिसतोय तो.''

तो आला व त्यांच्या मांडीवर जाऊन बसला.

''ताईऽ मी आलो!'' एकोबा म्हणाला, ''खारीक दे ना...!''

''थांब हं,'' कालिंदी काकू म्हणाल्या, ''मी देते तुला.''

त्या आत जातानाच एकोबा त्यांच्यामागे गेला. एका हातात खारीक व दुसऱ्या हातात केळं घेऊन तो बाहेर आला. खारीक खात बसला.

''आजीला नुसता सळो की पळो करून टाकतोय.'' ताई म्हणाल्या, ''त्या जरा कुठे कामात गुंतल्या की हा पळालाच बाहेर म्हणून समजावे! स्वयंपाक करणे म्हणजे त्यांना एक दिव्यच आहे. सारखे सावध राहावे लागते. त्या तरी किती पळणार त्याच्या मागे. आजोबा असले तर ते येतात बाहेर, पण सकाळी ते बहुतेक मळ्यात

गेलेले असतात. त्यांच्यादेखील तो मागे लागतो. त्याला चुकवूनच त्यांना बाहेर पडावे लागते.''

''वा! म्हणजे सारी पळापळीच आहे म्हणायची.'' हातात ठेवलेली दुसरी खारीक एकोबाला देत कालिंदी काकू म्हणाल्या, ''पोर अगदी लाघवी आहे. बोलतो मोठे गोड. आमचे घर तसे लांबच. पण तरी तो नेमाने येतच असतो. आणखी पुढेही कुठे कुठे जात असतो. त्याच्या बरोबरीचे कुणी असले की मग तेथेच रमतो!''

''आपल्या शेजारच्या विनयाकाकूंच्या घरात तो सारखा असतो,'' ताई म्हणाल्या, ''त्यांचा नातू मुरलीधर याच वयाचा आहे. त्याच्याशी खेळत बसतो. आजी नेण्यास आल्या तरी काही वेळा तो घरी येत नाही. उचलले की लगेच गळा काढतो. त्या बिचाऱ्या पुन्हा पुन्हा फेऱ्या मारीत राहतात, काय करणार! तो रडू लागला की त्या कावऱ्याबावऱ्या होतात.''

''काय वेळ आलीय पाहा की त्यांच्यावर.'' कालिंदीकाकू म्हणाल्या, ''त्यांच्या पायांना दम नाही. पण सारे सहन करतात. जिवाच्या करारावर त्याचे सारे करीत असतात. कधीही कंटाळा नाही किंवा त्याच्या अंगाला हात लावीत नाहीत. आई असती तर कदाचित तिने एखादा धपाटा पाठीत घातला असता! रोज नित्य नव्या उत्साहाने एकोबाचे कौतुक चालू असते.''

''आज ना उद्या होईल मोठा, या आशेवर सारा दिवस पार पाडला जातो.'' ताई म्हणाल्या, ''शिवाय दुसरे घरात आहे तरी कोण? नाही म्हटले तरी सारे करावेच लागते. रोज सकाळी त्याला लाडू व दूध दिल्याशिवाय त्या कामाला लागत नाहीत. लाडवाचा डबा सारखा भरलेला असतो. मुरली त्याच्याकडे गेला की त्यालाही लाडू मिळतो. विजयाकाकू नेहमी कौतुकाने सांगतात.''

''त्याचे पाठांतरही चांगले आहे.'' कालिंदी काकू म्हणाल्या, ''लाडात आला म्हणजे मलाही नेहमी नवनवीन श्लोक किंवा अभंग म्हणून दाखवितो. विशेषत: नामदेवांचे अभंग तो म्हणतो. आजोबा त्याला शिकवीत असतात. त्याचे लगेचच पाठ होते. एकपाठी असावा. घरी आला की, अगोदर देवघरात शिरतो. नमस्कार करतो व लगेच प्रसाद मागतो.' हा प्रकार केव्हाही चालूच राहतो. मला त्याचे फार कौतुक वाटते. स्वभाव देखील प्रेमळ आहे. आला की, 'काऽकूऽ काऽकूऽ' करीत माझ्या मागे मागे असतो. त्याला काहीच परकेपण वाटत नाही.''

तोच त्याचा शोध घेत आजीबाई आल्या. एकोबाला पाहताच त्यांना जरा हायसे वाटले. तो खारीक खात बसला होता.

''छान!'' त्या म्हणाल्या, ''सगळीकडे खाण्यास सोकलाय! जसे काही घरात

काही मिळतच नाही!''

''अहो! त्याला काय कळतंय, आजी.'' कालिंदीकाकू म्हणाल्या, ''लहानच आहे तो, उद्या मोठा झाल्यावर ये म्हटलं तरी वेळ नाही व्हायचा त्याला! फार लाघवी आहे तुमचा नातू. तो सारखा यावा असेच वाटते मला!''

''मला देखील तसेच वाटते,'' शरयूताई म्हणाल्या, ''किती गोड बोलतो. शिवाय सारे कळते त्याला!''

''पंढरीनाथाचीच कृपा आहे ही.'' जरा सुखावून आजी म्हणाल्या, ''त्यापेक्षा तुम्ही सारे चांगले शेजारी आहात. त्यामुळे आम्हाला कसलीच काळजी वाटत नाही. या तीन-चार घरातच जातो तो, म्हणून बरे आहे. दूर जात नाही. नाही तर काय झाले असते, कुणास ठाऊक!''

''तुम्ही मुळीच काळजी नका करू, आजी.'' ताई म्हणाल्या, ''आमचेही लक्ष असते त्याच्यावर. पोरच ते. कुठेही जाऊ शकते. म्हणून अगदी घरातच आणून सोडत असते मी.''

''ताई,'' आजी म्हणाल्या, ''नाहीतरी कोण कुणाला विचारतोय. काळ बदलत चाललाय.''

बराच वेळ बोलणी चालू होती. एकोबाच्या कौतुकाशिवाय दुसरा विषय नव्हता. गणेशभट्ट आल्यामुळे ताई व आजी बाहेर पडल्या.

उलट बाजूने आजोबाही घराकडे येत होते.

''आजोबा'' असे म्हणत एकोबा त्यांच्याकडे पळाला...

❄❄❄

३४
॥ एका जनार्दनी ॥

जेवण होताच चक्रपाणी ओसरीवर आले. त्यांच्या पाठोपाठ एकोबाही बाहेर आला. जेवणानंतर ते शतपावली करीत. ती करीत असताना त्यांना भाजलेले हरबरे म्हणजे फुटाणे खाण्याची सवय होती. एकोबाही तेथे फुटाणे खात बसायचा. त्याचे खाणे संपत आले की आजी बाहेर यावयाच्या व त्याला घोंगड्यावर झोपवायच्या. झोप लागेपर्यंत त्याला गोष्ट सांगावी लागायची. तीदेखील तो सांगील ती! रोज नवीन आवड असायची.

"आज लवकर झोपला, एका." आजोबा म्हणाले, "नाहीतर दोन-तीन तरी गोष्टी होतात."

"आज सकाळपासून स्वारीनं दमवलंय मला." आजी म्हणाल्या, "सारखा बाहेर पळायचा. या घरातून त्या घरात. जणू लपंडावच चालू आहे."

"जसजसा तो मोठा होत जाईल तसे त्याचे पराक्रम आणखी वाढत जाणार आहेत. त्यावेळी काय करणार?"

"ते त्यावेळी पाहता येईल की." आजी हसत म्हणाल्या, "आज काय झाले सांगू का?"

"सांगा की, त्यात काय?"

"सयाजी आला होता." आजी म्हणाल्या, "तुम्ही मळ्यात गेला होता. त्याने माझी पळापळी पाहिली. त्याला आश्चर्यच वाटले. त्याने मला एकोबाला त्याच्या घरी नेण्यासंबंधी विचारले. थोड्यावेळाने परत आणीन असे तो म्हणाला म्हणून मी त्याला संमती दिली. तो नेहमी येत असल्याने स्वारीला माहिती झालेला होता. तो लगेच त्याच्याबरोबर गेला. त्याचा गुणाजीही त्याच्या वयाचाच आहे. त्यामुळे काही प्रश्न नव्हता. तेवढ्या वेळातच माझा स्वयंपाक झाला."

“हे चांगले झाले.” आजोबा म्हणाले, “जरा वेगळ्या वातावरणाची सवय होईल त्याला. शिवाय इकडे तिकडे हिंडत बसणार नाही. नारायणाच्या मित्रांची जवळीक कायम राहील.”

“तुम्हाला हे आवडले हे ऐकून मलाही जरा बरे वाटले.” आजी म्हणाल्या, “मी एकटीनेच हा निर्णय घेतला होता. तुम्ही असता तर ती गोष्ट वेगळी. घर थोडे दूरवर आहे एवढेच.”

“दूरवर असले तरी संबंध जवळचे आहेत. ते पुढेही चालू राहिले पाहिजेत. ह्या दोन्हीही गोष्टी साध्य झाल्या आहेत.” आजोबा म्हणाले, “एकोबाला याचा फायदा निश्चित होईल.”

सयाजीकडे एकदा मारुती आला असताना तेथे एकोबा गुणाजीबरोबर खेळत होता. तो पाहतच राहिला! त्याचे व सयाजीचे याबाबत बोलणेही झाले.

“सयाजी,” शेवटी मारुती म्हणाला, “नारायणाचा मुलगाही खेळण्यासाठी इकडे यावा ही गोष्ट निश्चित साधी नाही. ही एका अर्थाने वेगळी घटना ठरावी. जसा आपला व नारायणाचा संबंध योगायोगाने आला तीच गूढता यामागेही आहे. नारायण आपल्यापासून कधीच दूर गेला नाही. त्यामुळे त्याला बराच त्रास झाला. लोकापवाद सहन करावे लागले. पण आजोबाही ठाम राहिले.”

“मारुती,” सयाजी म्हणाला, “भानुदासांनी ज्या भागवत संप्रदायाला पुढे नेले त्याच घरातील हा मुलगा. येथे वेगळा धर्म पाळला जाणारच नाही. वारकरीधर्माचे हेच वैशिष्ट्य आहे. चोखामेळ्याला ज्या काळात संत नामदेवांनी गुरुपदेश दिला ती घटनाही त्या काळात जगावेगळी होती. त्यांच्या घरातच जनाई राहत होती. त्याचा केवढातरी परिणाम त्या काळात झाला व आजही होत आहे. जातीपातीचे विचार वारकरी पंथात मानलेच जात नाहीत.”

“सयाजी,” मारुती भारावून जाऊन म्हणाला, “हे एवढे मोठे विचार तू कोठे शिकलास?”

“नारायणामुळे.” सयाजी म्हणाला, “तो व मी नेहमी एकत्र यायचो. गोदाकाठी बसायचो. अशा वेळी वेगळा विषयच नसायचा. देवळात प्रवचनासाठी जायचो. एका वारकरी प्रवचनकारानं फार सुंदर विचार सर्वांना पटवून दिले होते. वारकरी संप्रदाय कसा श्रेष्ठ आहे हे सांगताना त्याने अनेक दाखले दिले होते. ‘नाचू कीर्तनाचे रंगी’ असे म्हणत नामदेवांनी नुसत्या मराठी मुलुखातच नव्हे तर दूर वर पंजाबपर्यंत हा पंथ नेला व वाढविला. तो वारकरी तीर्थयात्रेला जाताना पंजाबामधून गेला होता. नामदेवांचे हे महान कार्य त्याला पाहण्यास मिळाले. नामदेवांचे अनेक मठ त्याने

पाहिले. विठुरायाचा जयजयकार तेथेही ऐकण्यास मिळाला.''

दोघांचे बोलणे अजून लांबले असते, परंतु एकोबा गडबड करू लागल्याने त्याला ते घरी सोडून आले.

चक्रपाणी पूजा झाल्यावर एकोबाला निरनिराळे अभंग व सोपी स्तोत्रे पाठ करून घेत. अक्षरओळख पक्की झाल्यावर त्यांनी त्याला पाढे शिकविले. यानंतरच तो बाहेर खेळण्यास जाई.

दुपारच्या वेळी निरनिराळ्या मंदिरातून पुराणे, प्रवचने, कीर्तनेही चालू असत. ही पैठणची परंपराच होती. लोक धार्मिक वृत्तीचे होते. रोज आजी-आजोबांबरोबर एकाही जाऊ लागला. त्याला त्याची गोडी वाटू लागली. सर्वत्र रामायण-महाभारतातील व अन्य कथा सांगितल्या जात. एकोबाला त्या आवडत. त्या रात्री झोपताना आजीला पुन्हा सांगाव्या लागत. त्याशिवाय तो झोपायचा नाही.

''एकोबा आता या गोष्टीत चांगलाच रमत चाललाय.'' तो झोपल्यावर एकदा आजोबा आजीला म्हणाले, ''ह्या कथा-पुराणामुळे त्याच्यावर चांगले संस्कार होतील. पुराणिक कृष्णाजीबुवा चांगले सांगत आहेत. त्यांचे विचारही वेगळे आहेत. बहुजनसमाजाच्या दृष्टीने ते सारे सोपे करून सांगत आहेत.''

''कंटाळा मुळीच येत नाही,'' आजी म्हणाल्या, ''काही कथा माहिती असल्यातरी पुन्हा ऐकाव्या वाटतात.''

''म्हणून तर गर्दी रोज वाढत आहे.'' आजोबा म्हणाले, ''प्रत्येकाला यावेसे वाटते. या पुराणिकांचे हेच वैशिष्ट्य असते. हे बुवाही तसेच आहेत.''

''बायकांचीही गर्दी रोज इथे वाढतच आहे.'' आजी म्हणाल्या, ''रोज नवनवीनच दिसताहेत. हे पुराणिकबुवा तुळजापूरकडील आहेत म्हणे.''

''ही वार्ता कुणी सांगितली?''

''खालच्या आळीकडच्या त्या पार्वतीबाई म्हणत होत्या.'' आजी म्हणाल्या, ''त्यांच्याच शेजारी हे राहण्यास आले आहेत. त्यांच्या बायकोने हे सांगितले त्यांना. त्यांचेही माहेर तिकडचेच आहे.''

''हे चांगले झाले,'' आजोबा म्हणाले, ''त्यांची माहिती तरी समजली.''

''एक राहिले सांगायचे,'' काहीसे आठवणून आजी म्हणाल्या, ''पंढरपूरलाही मंदिरातच ते काही काळ पुराण सांगत होते.''

''म्हणजे वारकरी पंथाचेच असावेत हे.'' आजोबा म्हणाले, ''तरीच त्यांच्या सांगण्यात मला वेगळेपण वाटत आहे. परवाच्या प्रवचनात त्यांनी साक्षात पंढरीच डोळ्यासमोर उभी केली.''

तेवढ्यात एकोबा उठला. पाणी मागितले. त्यानंतर तो लगेचच झोपला. चक्रपाणीही अंथरुणावर पडले. दूर कुठेतरी भजन चालू होते. ते ऐकता ऐकता दोघांनाही ही झोप लागली!

❄❄❄

३५

॥ एका जनार्दनी ॥

एकोबाचा अभ्यास घेऊन संपताच तो बाहेर पळाला. चक्रपाणी तक्क्याला टेकून ओसरीवरच बसले. आजीही भाजी चिरण्यासाठी ओसरीवर आल्या. समोरच्या बाजूला एक कावळा ओरडू लागला. दोघांनीही समोर पाहिले.

"कुणीतरी येणार आज बहुतेक?" आजोबा म्हणाले, "दारासमोर येऊन काऊ ओरडत आहे."

"हा शुभशकुनच म्हणायचा हा." आजी म्हणाल्या, "कुणीतरी वाट चालत असणार! कोण असावे हे?"

"ते कसे समजणार अगोदर?" आजोबा म्हणाले, "ज्ञानोबांना पैल तो काऊ ओरडल्यावर पंढरीराऊ पाहुणे म्हणून यावेत असे वाटले."

"पण आपणाकडे कसे येणार ते?" आजी म्हणाल्या, "आपण सामान्य माणसे."

"पण हे भानुदासांचे घर आहे." आजोबा म्हणाले, "त्याचा काय नेम? कोणत्या ना कोणत्या रूपात तो येऊ शकतो... पहा कोण आलंय ते! याऽ याऽ वाटच पाहत होतो आम्ही."

"ते कसे काय?" रामशास्त्री खाली बसत म्हणाले, "बुवांनी मलाही कळविले नव्हते. एकदमच ते आले!"

चक्रपाणींनी मग त्यांचे काय बोलणे चालू होते ते सारे सांगितले.

"बरोबर आहे तुमचे." रामशास्त्री हसत म्हणाले, "पंढरीनाथ जरी आले नाहीत तरी त्यांचे भक्त विठ्ठलबुवा आलेत! काऊचे म्हणणे खरे ठरले!"

"माझी योग्यताही नाही एवढी." बुवा म्हणाले, "मी एक पंढरीचा सामान्य वारकरी आहे. शास्त्रीबुवा मला उगाचच मोठेपण देत आहेत."

“ठीक आहे.” आजोबा म्हणाले, “आज एकदम अवचित आलात बुवा?”

“खरे म्हणजे तसा उशीरच झालाय. एकोबाला पाहण्याची फार ओढ लागली होती. बऱ्याच दिवसापूर्वी आलो होतो, म्हणूनच आलो. त्याची आजीही येणार होती, पण त्यांचे बंधू एकदम आल्याने त्या आल्या नाहीत.”

“रावजीमामा आमच्याकडे येऊन गेलेले आहेत.” चक्रपाणी म्हणाले, “त्यांनाही आणायचे. बरीच वर्षे झालीत त्यांनाही पाहून.”

“त्यांना मी पुष्कळ आग्रह केला.” बुवा म्हणाले, “पण त्यांना दुपारनंतर निघायचे होते परत.”

तेवढ्यात आजी एकोबाला घेऊन आल्या. तो लगेचच बुवांना बिलगला. तो त्यांना विसरलेला नव्हता. त्यावेळी येताना त्यांनी त्याच्यासाठी विटी-दांडू आणले होते. ते केव्हाच हरवले. त्याला आता दुसरे हवे होतो. बुवांनी ते कबूल करताच तो गप्प बसला. लगेचच पुन्हा खेळण्यास गेला तो!

“फार खेळकर झालाय!” रामशास्त्री म्हणाले, “जाता जाता नेहमी तो दिसतोच. कुठेतरी खेळत असतो. ‘आजोबा’ म्हणून मला हाकही मारतो”

“त्याचे वयच आहे खेळण्याचे हे.” बुवा म्हणाले, “घरात त्याला कंटाळा येणारच.”

आजोबांनी मग त्याचा दिवसभराचा कार्यक्रम सांगितला. घरापेक्षा बाहेरच त्याचे लक्ष फार होते. विविध खेळातच तो दंग असायचा. मित्रमंडळींचा तो आवडता होता.

“आता त्याच्या मुंजीचा विचार करायला हवा.” रामशास्त्री म्हणाले, “बुवाही इकडे येताना हेच म्हणत होते. एकदा मुंज झाली की त्याच्या शिक्षणाला खऱ्या अर्थाने आरंभ होईल. खेळण्याचे कमी कमी होत जाईल.”

“आम्हा दोघांचे मुंजीबाबत कालच बोलणे झाले होते.” आजोबा म्हणाले, “आणि आज तुम्हीही हाच विषय काढला. आता खरोखरच मुंजीचा विचार निश्चित करण्यास हवा. पलीकडच्या हरभटांच्या नातवाची मुंज नुकतीच झाली. तेव्हाच एकोबाने त्याच्या मुंजीबद्दल विचारले होते. म्हणजे त्याचीही तयारी आहे.”

“ही चांगली गोष्ट आहे.” बुवा म्हणाले, “मग आता मुहूर्तच पाहावा लागेल यात शंका नाही.”

“चांगल्या कामाला आता उशीर मुळीच नको.” आजोबा म्हणाले, “आपण आता लगेचच केशवशास्त्रींच्याकडे जाऊन मुहूर्ताचे पाहू. त्याला पाचवे लागले आहे. आपण परत येईपर्यंत स्वयंपाक होईल. रामशास्त्रीही आज येथेच जेवण करतील.”

"मी एकोबाकडून त्यांच्या घरी निरोप पाठवीन." असे आजी म्हणाल्यामुळे रामशास्त्रींना काही बोलता आले नाही. चक्रपाणींच्या इच्छेला मान देणे भाग होते.

ते तिघेजण जाताच आजी स्वयंपाकाला लागल्या.

जेवणाचा बेत अगदी लगेचच ठरला. ते तिघे गेल्यावर मारुती पाटलाने कासंडीभर दूध आणून दिले. आजींनी बासुंदीचा निर्णय घेतला. आजोबांप्रमाणे एकोबालाही बासुंदी आवडायची.

त्या दोघांच्या बहुतेक आवडी सारख्याच होत्या.

आजींना हेच नवल वाटायचे!

❄❄❄

३६

॥ एका जनार्दनी ॥

रोज सकाळी चक्रपाणी एकोबाकडून संध्या करून घेत. फारच लवकर त्याचे सारे पाठ झाले! मुंजामुलाचं लोभस स्वरूप याच वयात उठून दिसते. एकोबाही या बटूरूपात अगदी तेजस्वी दिसत होता.

त्याचा रंग अगदी गोरापान. जांभळ्या रंगाची रेशमी लंगोटी. छातीवर रुळणारे जानवे. हातात तांब्याचे लहानसे ताम्हण व पळी. गोऱ्या डोक्यावर उठून दिसणारा काळ्याभोर केसांचा गोलाकार आकार.

आजीच्या डोळ्यात नकळतपणे पाणी तरारले! त्यांनी ते पटकन पुसण्याचा प्रयत्न केला, पण आजोबांचे लक्ष गेलेच!

संध्या पूर्ण होताच एकोबा बाहेर सटकला. थोड्याच वेळात कृष्णाजीबुवा पुराणिक त्याला शिकविण्यासाठी येत, पण तेवढ्या वेळात तो बाहेर जाऊन यायचा. लांबून ते येत असलेले दिसत.

"काय हो," आजोबा म्हणाले, "मघाशी डोळ्यात पाणी का आले?"

"काहीतरी डोळ्यात गेले असावे."

"मुळीच नाही!" आजोबा म्हणाले, "वारा तर अजिबात नव्हता. मग हवेत काय तरंगणार!"

"मला मुंजीनंतरचा प्रसंग आठवला!"

"कोणता?"

"सगळ्या बायकांनी एकच गोष्ट सांगितली." आजी म्हणाल्या, "एकोबाची सायंकाळी दृष्ट काढण्यासंबंधी. राधाकाकूंनी त्यांच्या गालावर काजळाचे बोट लावलेच होते! रोज आंघोळ झाली की मी रोज त्याच्या गालावर काजळ बोट लावीतच असते."

"त्याला वारंवार दृष्ट लागतेच." आजोबा म्हणाले, "केशवशास्त्रींनीही हेच सांगितले होते. त्यासाठीच त्याला जपावे लागते."

"दृष्ट काढल्यावर मीठ-मिरच्यांचा कितीही धूर निघाला तरी ठसका लागत नाही." आजी म्हणाल्या, "नाहीतर फोडणी करताना केवढा खोकला येतो!"

"हे ठीक आहे." आजोबा म्हणाले, "पण मघाशी काय झाले हे सांगण्याचे विसरलेच."

"मला वाटले आत्तापर्यंत तुम्ही विसरला असाल."

"असे कसे वाटले?"

"नारायणाच्या मुंजीची आठवण झाली मला." आजी म्हणाल्या, "तो असाच दिसायचा. माझ्या डोळ्यासमोर एकोबाच्या ठिकाणी नारायणच दिसू लागला मघाशी."

आजीच्या डोळ्यांत पुन्हा पाणी तरारले.

चक्रपाणी खजील झाले. कुणीकडून हा विषय पुन्हा पुन्हा उकरून काढला असे त्यांना वाटले.

आजी लगेचच आत गेल्या.

आत जाण्याचे धाडस आजोबांनी केले नाही.

❄❄❄

३७

॥ एका जनार्दनी ॥

चक्रपाणी ओसरीवरती तसेच बसून राहिले.

त्यांना काही सुचेना. कुणीकडून तो प्रश्न उकरून काढला असे त्यांना झाले. आजींच्या भावना विनाकारण पुन्हा दुखावल्या गेल्या. त्यांच्या मनाचा कधी आपण विचारच केला नाही.

ज्या वयात सुनेवर सारी जबादारी सोपवून हरी हरी करीत बसायचे त्या वयात त्यांच्यावर साऱ्या घरादाराची व एकोबाची जबाबदारी पडली होती. आजीऐवजी त्यांना आई व्हावे लागले होते एका अर्थाने. गोदाकाठी धुण्या-भांड्यांना जाताना एकोबाही बरोबर असायचा. त्यावेळी त्याला गोदास्नान घालावे लागायचे. गोदेत तो एकदा शिरला की लवकर बाहेर यायचाच नाही. गोदाही त्याला अगदी जवळची वाटायची.

एकोबाला जसे कळायला लागले तसा तो घराबाहेर खेळण्यास जाऊ लागला. खेळताना दुपारी किंवा सायंकाळी वेळ-अवेळ झाली की मित्रांचे आई किंवा वडील त्यांना न्यावयास येत असत. ही गोष्ट त्याच्या लक्षात आली होती.

"आजोबा," एकदा दुपारची जेवणे झाल्यावर एका म्हणाला, "एक विचारू का?"

"विचार की, त्यात काय?"

"माझे आई-बाबा कोठे आहेत?"

आजींनी आजोबांकडे व त्यांनी त्यांच्याकडे पाहिले.

"सांगा ना."

"कशासाठी हवे आहेत तुला ते?"

मग त्याने इतरांचे आई-बाबा कसे त्यांना नेण्यास वारंवार येतात हे सांगितले.

"अरे, आम्ही आहोत ना!" आजोबा त्याच्याकडे रोखून पाहत म्हणाले,

“आम्ही येतच असतो की तुला नेण्यास!”

“तुम्ही माझे आजी-आजोबा आहात.” एका शांतपणे म्हणाला.

त्याच्या ज्ञानात चांगलीच भर पडली होती. अधिक सावधपणे उत्तरे द्यावी लागणार आहेत हे आजोबांनी ओळखले.

“म्हणून काय झाले?” आजोबा म्हणाले, “तुझी काळजी आम्ही घेतोच की!”

“मुले म्हणतात की,” गंभीर होऊन एका म्हणाला, “मी जन्माला आलो आणि ते देवाघरी गेले. हे माझ्यामुळेच घडले. मी पापी आहे. त्यांच्या मुळावर आलोय म्हणे!”

“त्या मुलांना काही समजत नाही.” आजोबा म्हणाले, “अरे, जी माणसे देवाला आवडतात, त्यांना तो बोलावून घेतो लवकर. तुझे आई-बाबा फार चांगले होते, पुण्यवान होते म्हणून त्यांना लवकर जावे लागले. त्यात तुझा काय दोष?”

“बरोबर आहे, एकोबा हे.” आजी त्याच्या पाठीवर हात फिरवीत म्हणाल्या, “तू कोणतेही पाप केलेले नाही. मग तू पापी कसा होणार?”

“तरीही रोज मुले मला ‘पापी’ आला असे म्हणतातच!” एकोबा रडवेला होऊन म्हणाला, “मग मी काय करू?”

“त्या मुलात तू खेळत जाऊ नकोस,” आजोबा त्याला समजविण्याच्या भाषेत म्हणाले, “दुसऱ्या मुलांबरोबर किंवा तुला जी चिडवत नाहीत त्यांच्याशी खेळत जा. ही मुले चांगली नाहीत.”

“फक्त मुरली व बिडकरांचा प्रल्हाद मला चिडवीत नाहीत.” एका म्हणाला, “प्रल्हादची आई त्याला उलट रागावते.”

“कृष्णाकाकू मला परवा भेटल्या होत्या.” आजी म्हणाल्या, “त्यांनी मलाही हे सारे सांगितले होते. तुम्हाला सांगण्याचे राहूनच गेले!”

“मग मी त्या दोघांना घेऊन गुणाजींकडे जाऊ का?”

“तो जरा दूरवर आहे.” आजोबा म्हणाले, “कधीतरी जात जा. शक्य तो या दोघांशी खेळत जा. म्हणजे ती मुले गप्प बसतील.”

ही घटना आज त्यांना सहज आठवली. आता एका मोठा होत जाणार तसे नवीन प्रश्न पुष्कळ निर्माण होत जाणार याची त्यांना कल्पना आली. यापुढे अधिक जागृत होण्याची ही पूर्वसूचनाच होती.

नारायणाच्या बाबतीत असेच घडले होते. या आळीतील मुलांशी त्याचे फारसे पटले नव्हते, म्हणून त्याला खालच्या आळीत खेळण्यास जावे लागायचे

त्याला तेथे चांगली मित्रमंडळी भेटली.

एकोबाचा प्रश्न वेगळा होता. त्याच्या वागण्या-बोलण्यावरून तो अधिक चलाख आहे हे त्यांच्या लक्षात आलेच होते. केशवशास्त्रींनीही पत्रिकेनुसार आध्यात्मिक क्षेत्रात त्याच प्रगती होत राहील हे सुचविले होते. त्याची कुंडली सामान्य नव्हती. अतिशय प्रभावी होती. चक्रपाणींनी दुसऱ्या कोणाला हे सांगितले नव्हते. एकाशिवाय दुसरा विचारच त्यांच्यापुढे आज नव्हता.

काहीतरी वेगळे वातावरण असावे म्हणून सायंकाळी ते देवदर्शनाच्या निमित्ताने बाहेर पडले. योगायोगाने त्यांना केशवशास्त्री भेटले. दोघे मिळून गोदाकाठी आले. फार दिवसांनी हा योग आला होता. चक्रपाणींना आता पुन्हा एकोबाचाच विषय काढावा लागला. त्याच्या पत्रिकेवर चर्चा चालू झाली.

केशवशास्त्रींनी त्याची पुढील प्रगती अधिक स्पष्टपणे सांगितली.

दिवेलागण होऊन गेल्यावर ते तेथून उठले.

घरी येताना चक्रपाणी विलक्षण समाधानी वाटत होते.

घराण्याचे नाव एकोबामुळे पुन्हा प्रकाशात येणार होते!

चक्रपाणी घरात आले.

एकोबा रामरक्षा म्हणत होता....

हात जोडलेले होते...

नंदादीप तेवत होता...

माता रामो मत्पिता रामचंद्रः
स्वामी रामो मत्सखा रामचंद्रः
सर्वस्वं मे रामचन्द्रो दयालुर्नान्यं
जाने नैव जाने न जाने...॥

चक्रपाणींनीही हात जोडले... नंदादीपाच्या प्रकाशात एकोबाचा चेहरा उजळून निघाला होता!

❄❄❄

३८

॥ एका जनार्दनी ॥

जोशांच्या पार्वतीबाई देवदर्शन करून येत होत्या. सायंकाळची वेळ. पुराणिकांच्या रमाबाई सहज दारात उभ्या होत्या.

"याऽ की काकू." रमाबाई म्हणाल्या, "दुर्गाष्टमी आहे. हळदीकुंकू घेऊन जा."

नाही म्हणणे शक्यच नव्हते. त्यांच्या पाठोपाठ पार्वतीबाई आत गेल्या. हळदीकुंकवाचे साहित्य बाहेर ओसरीवरच होते.

"अलीकडे दिसला नाहीत." पार्वतीबाई म्हणाल्या, "एवढ्या कोणत्या कामात गर्क आहात?"

"काम कसले?" रमाबाई म्हणाल्या, "आम्ही दोघंच आहोत. काहीतरी निवडणं टिपणं करीत बसावंच लागतं. पुराणानंतर बरेच भाविक काही काही देत असतात. ते वेगवेगळे करावे लागते."

"किचकट काम आहे हे" पार्वतीबाई म्हणाल्या, "बराच वेळ लागत असेल. तुम्हाला एक विचारायचे होते!"

"परवा त्या एकोबाच्या मुंजीला तुम्ही कशा काय होता?" पार्वतीबाई सहज म्हणाल्या, "ओळख झाली वाटतं? त्या आजीबाई फार चांगल्या आहेत. माझी नेहमी चौकशी करतात."

"पिंपळेश्वराच्या मंदिरात ह्यांच्या पुराणाला ते दोघेही असतात. तो मुलगाही असतो."

रमाबाई म्हणाल्या, "तेथे ओळख झाली आजोबांची. फार वेगळी माणसे आहेत. त्यांच्याकडे पाहिले की समाधान वाटते. तो मुलगा तर फार तेजस्वी दिसतो."

"दैवी कृपा आहे त्या घराण्यावर." पार्वतीबाई म्हणाल्या.

त्यांनी मग भानुदासांनी कोणते महान कार्य केले हे सांगितले. एकोबासही सारी हकिगत सांगितली.

"अरेरे," रमाबाई म्हणाल्या, "मुलगा व सून दोघेही या वयात गेल्याने काय परिस्थिती झाली असेल त्यांची याची कल्पनाही येणार नाही. पंढरीनाथाच्या आशीवार्दामुळे त्यांचा वंश पुढे चालू राहिला ही समाधानाची गोष्ट आहे. मुंजीचे आमंत्रण देण्यासाठी दोघेही घरी आले होते. अतिशय आग्रह केला. शिवाय त्यांनी आणखी एक गोष्ट विचारली."

"कोणती?"

"एकोबाच्या मुंजीनंतर त्याला सारे व्यवस्थित शिकविण्यासंबंधी विनंती केली." रमाबाई म्हणाल्या, "यांनी लगेच होकार दिला. ज्यावेळी तो मुलगा पुराणाला प्रथम आला तेव्हाच त्याच्याबद्दल उत्सुकता निर्माण झाली होती. तो फार गोड बोलतो. पुराणाला रोज उपस्थित असतोच."

"मुंज किती थाटामाटात केली." पार्वतीबाई म्हणाल्या, "नावे ठेवण्यास जागाच नाही."

"अधिक मोठ्या प्रमाणात त्यांना करता आली असती," रमाबाई म्हणाल्या, "पण घराण्यावर झालेला आघात एवढा जबरदस्त होता की झाले हे फार झाले. मला त्यांचे कौतुक वाटले. त्यांच्या शेजारच्या सर्व बायकांनी आजींना पहिल्यापासून मदत केली."

"तसे घडलेच आहे." पार्वतीबाई म्हणाल्या, "दुर्गाकाकूंनीही मला सारे सांगितले. मुंजीच्या कामाला सुरुवात करण्यापासूनच्या मुहूर्तापासून साऱ्या शेजारणी आपापल्या सुना-लेकी घेऊन रोज कामाला उपस्थित असत. आजीला काही करू देत नसत. त्यांना कशाची उणीव भासू दिली नाही."

"यालाच शेजारधर्म म्हणावे लागेल." रमाबाई म्हणाल्या, "आमच्या ह्यांना फार किंमती आहेर केला, म्हणजे गुरूपुजनच झाले. मलाही रेशमी लुगडे व खण दिला. याची काही यावेळी गरज नव्हती, पण मोठ्या मनाची माणसे वेळेला अशीच वागतात. गावातदेखील त्यांच्याबद्दल कोणी वावगे बोलत नाहीत."

"एक गोष्ट मात्र पुष्कळ बायकांनी मला बोलून दाखविली."

"कोणती?"

"गावातील इतर स्त्री-पुरुषही उपस्थित होते." पार्वतीबाई म्हणाल्या, "पैठणमध्ये अशी घटना कधी घडत नाही. हे धाडसच म्हणावे लागेल एका अर्थाने."

"मला तरी यात काही गैर वाटत नाही." रमाबाई म्हणाल्या, "एका गावात

राहून असे वेगळे गट करणे रास्त नाही. माणुसकीला न शोभणारे आहे. प्रत्येकाला प्रत्येकाची गरज लागतच असते. माणसामाणसात असा फरक कशासाठी? हे कोणी परधर्माचे आहेत काय?''

"तसे मुळीच नाही.'' पार्वतीबाई जरा नरमाईने म्हणाल्या, "त्यांच्या मुलाची, म्हणजे नारायणाचीच मित्रमंडळी व त्यांच्या बायका होत्या. शिवाय त्यांच्या मळ्यातील गडीमाणसे, त्यांच्या बायका व इतर शेजारी होते! ''

"म्हणजे, कोणी परकी माणसे नव्हती.'' रमाबाई म्हणाल्या, "एरवी एकमेकांशी बोलायचे, कामे करायची आणि अशा मंगल कार्याला त्यांना लांब ठेवायचे? हा कोणता धर्म?''

"खरे आहे हे.''

"आमच्या गावात वारकरीसमाज फार मोठ्या प्रमाणात आहे.'' रमाबाई म्हणाल्या, "प्रत्येक कार्याला त्यांना आमंत्रण असते. कुणाला वगळले जात नाही. कुणाला यात गैरही वाटत नाही. तुम्हाला असे कसे वाटले?''

"मला नाही वाटले,'' पार्वतीबाई जरा चाचरत म्हणाल्या, "माझ्या जवळच्या बायकात तशी कुजबूज चालू होती व काहीजणींनी बाहेर पडल्यावर मला तसे बोलूनही दाखविले! तुम्हाला म्हणून हे सहज सांगितले मी.''

"आजोबांच्या वडिलांनीच म्हणजे साक्षात भानुदासांनीच पंढरीनाथांना देवळात परत आणले,'' रमाबाई म्हणाल्या, "म्हणजे हे वारकरी पंथाचेच आहेत. त्यांच्याकडे हा भेदभाव मुळीच असणार नाही. ह्या भागवत धर्माचे हे वैशिष्ट्यच समजावे लागेल.''

"खरे आहे.''

"एवढेच नव्हे तर,'' रमाबाई म्हणाल्या, "त्या मुंजा मुलाच्या दुसऱ्या आजीबाई राधाकाकू माझ्याजवळ होत्या. त्यामुळे त्यांची ओळख झाली. तेही घराणे वारकऱ्यांचेच आहे. त्यांच्या घरात तर पंढरीनाथाची मूर्ती व रोजची पूजा आहे. पंढरीचे वारकरी आहेत ते. त्या गावातीलही सारे वारकरी मुंजीला उपस्थित होते. मला फार कौतुक वाटत आहे ह्या मंडळींचे''

"वा! काकू!'' पार्वतीबाई म्हणाल्या, "पुराणिकबुवांची पत्नी म्हणून तुम्ही खरोखरच शोभत आहात. तुमच्या ह्या विचारांनी मला मात्र विचारात टाकले आहे. माझे डोळे पूर्णपणे आता उघडले आहेत. या वारकरीपंथाला मानवपंथच म्हणावे लागेल. त्या बायकांना काय म्हणायचे असेल ते त्या म्हणोत. मला मात्र खऱ्या माणुसकीचे दर्शन घडले. यात काहीही गैर घडले नाही असेच मी समजणार. शिवाय

आता मी पुराणालाही जाईन. म्हणजे माझ्या ज्ञानात नवी भर पडेल.''

"अवश्य जा.'' रमाबाई म्हणाल्या, "सर्व संतांनी जे महान कार्य करून ठेवले आहे त्यांचे खरेखुरे दर्शन तुम्हाला घडेल.''

तेवढ्यात आणखी काही बायका आल्याने पार्वतीबाई उठल्या.

त्या नव्या विचारप्रणालीने संपूर्णपणे भारावून गेलेल्या होत्या.

रमाबाईंनी त्यांना जगावेगळ्या मानवधर्माची माहिती दिली होती.

पंढरीचा पांडुरंग व पंढरीची वारी या मागील रहस्य त्यांना समजले. त्या विलक्षण आनंदात घरी आल्या. त्यांच्या देव्हाऱ्यात पंढरीनाथाची मूर्ती होती.

त्यांनी सांजवात लावून आज विठोबासमोर ठेवली!

आज ती त्यांना वेगळीच वाटली!

पांडुरंगी मन रंगले...

❄❄❄

३९

॥ एका जनार्दनी ॥

"विद्या नाम नरस्य रूपमधिकं
प्रच्छन्नगुप्तं धनं,
विद्या भोगकरी यश: सुखकरी
विद्या गुरूणां गुरू,
विद्या बन्धुजनो विदेशगमने,
विद्या परं दैवतं
विद्या राजस पूज्यते नतु धनं,
विद्याविहीन: पशु:"

"वा! छान!" कृष्णाजीबुवा पुराणिक म्हणाले, "पाठांतर चांगलेच आहे. उच्चार व म्हणण्याची पद्धत योग्य आहे. आजोबांनी बरेच कष्ट घेतलेले दिसताहेत!"

पाठांतर कसे आहे हे पाहिल्यावर कृष्णाजीबुवांनी अनेक प्रश्न विचारून त्याची तयारी किती झाली आहे हे पाहिले. ज्ञानेश्वरांचे काहीतरी म्हणून दाखव.

"देवाचिये द्वारी उभा क्षणभरी
तेणे मुक्ति चारी साधियेल्या
हरिमुखे म्हणा हरिमुखे म्हणा
पुण्याची गणना कोण करी."

"हरिपाठही पाठ दिसतोय!"

"रोज म्हणतो मी!"

"अजून काय म्हणतोस?"

"ॐ नमस्ते गणपतये

त्वमेव प्रत्यक्षं तत्त्वमसि
त्वमेन केवलं कर्ताऽसि
त्वमेव केवलं धर्ताऽसि
त्वमेव केवलं हर्ताऽसि''

''रोज म्हणतोस?'' पुराणिकांनी विचारले.

''नाही.'' एकोबा म्हणाला, ''संकष्टी दिवशी म्हणतो.''

''अकरा रुद्र कोणते आहेत?''

''मनु, मन्यु, महत्, शिव, ॠत, ध्वज, महिनस, उन्नतरस, काळ, वामदेव, भव आणि धृतध्वज -हे अकरा रुद्र आहेत गुरुवर्य.''

''पाच काय आहेत?''

''पृथ्वी, जल, अग्नी, आकाश आणि वायू ही पाच तत्त्वे आहेत.''

''ब्राह्ममुहूर्तावर उठल्याने काय लाभ होतो?''

''यावेळी जागृत झाल्याने मनुष्याचे सौंदर्य, बळ, विद्या, बुद्धी आणि स्वच्छता प्राप्त होते.'' एकोबा म्हणाला. ''मी याच वेळी उठतो.''

पुराणिकबुवा पूजापाठ उरकून बाहेर आल्यावर आजोबा म्हणाले, ''काही जमतंय का एकोबाला?''

''अहो!'' पुराणिकबुवा म्हणाले, ''आपण चांगलीच तयारी करून घेतलेली दिसतेय. सर्वच बाबतीत जे आवश्यक ज्ञान असावे लागते ते त्याला व्यवस्थित समजलेले आहे. त्याचे पाठांतर तर अप्रतिम आहे. त्याच्या वयाच्या मुलांना एवढी सखोल माहिती मुळीच नसते. मी पुष्कळ मुलांना यामुळे शिकविले देखील नाही. एकोबा निश्चित वेगळा आहे.''

''म्हणजे तुमची काळजी दूर झालेली आहे.'' आजोबा म्हणाले, ''या शिवाय जे काही अपेक्षित ज्ञान आहे ते आपणापासून मिळावे. सर्वच बाजूंनी त्याला परिपूर्ण करणे ही आता आपली जबाबदारी. ती तुम्ही व्यवस्थित पार पाडणार यात मला मुळीच शंका नाही.''

''ती चिंता नसावी.'' पुराणिकबुवा म्हणाले, ''आपण माझ्यावर जो विश्वास टाकलेला आहे त्याला तडा जाऊ देणार नाही. त्याचा प्रत्यय आपणास येईलच. एकोबा बुद्धीने कुठे मुळीच कमी पडणार नाही. शिवाय तो एकपाठी आहे. पाठांतराबाबत काहीच प्रश्न नाही.''

''हे मात्र खरे आहे.'' चक्रपाणी म्हणाले, ''शिवाय तो चौकस आहे. नाना तऱ्हेचे प्रश्न विचारून तो तुम्हाला बेजार करील. ही त्याची भूक फार मोठी आहे.

प्रत्येक गोष्टीमागील कारण त्याला हवे असते. ते समजल्याशिवाय त्याला चैन पडत नाही. मग कितीही वेळ लागला तरी त्याला त्याची पर्वा नसते. त्याच्या प्रश्नाला मला सदैव तयार असावे लागते. आजीलादेखील तो विचारीत असतो.''

''मी त्याच्या साऱ्या अपेक्षा निश्चित पूर्ण करीन.'' पुराणिक म्हणाले, ''मला अशी चौकस मुले फार आवडतात. चालू काळात सारे काही समजले पाहिजे. पूर्वीची जीवनमूल्ये आता बदलत चालली आहेत. यापेक्षाही कठीण काळ आता येणार आहे. त्याची पूर्वचिन्हे दिसू लागली आहेत. यावनी संस्कृतीचा पगडा वाढत जाणार आहे. तो फार मोठा धोका दिसू लागला आहे.''

''पुराणिकबुवा,'' चक्रपाणी म्हणाले, ''हे बोलणेदेखील धाडसाचे आहे. याविषयी समाजात फारसे कुणी बोलत नाही. प्रत्येकाच्या मनावर ते एक दडपण आहे. भीती आहे. लोकांचा एकमेकांवरील विश्वास संपत आला आहे. यावनी आक्रमणाची ही नांदीच म्हणावी लागेल. समाजाला नव्याने धर्म शिकविला गेला पाहिजे. मुळात तो समजला गेला पाहिजे. ''

''हा विषय फार गहन आहे.'' पुराणिक म्हणाले, ''बहुजन समाजाला संस्कृत समजत नाही. त्यामुळे फार प्रश्न निर्माण होत आहेत. मी जेव्हा प्रवचने करतो किंवा कीर्तन करतो तेव्हा जास्तीत जास्त सोपे करून सांगत असतो. उपस्थित असणाऱ्या प्रत्येकाला धर्म समजला हवा हे कारण त्यामागे असते.''

''बुवा,'' आजोबा सुखावून म्हणाले, ''आपण फार मोठ्या ध्येयाने वागत आहात. मीदेखील तुमच्या ह्या कार्याला उपस्थित असतो. आपला हा दृष्टिकोन मला केव्हाच समजला होता. आपले कौतुकही वाटत होते. पण मी स्पष्टपणे कसे सांगणार! ती संधी मला आज प्राप्त झाली आहे. बुवा, तुम्ही फार मोठे कार्य हाती घेतलेले आहे. पंढरीनाथ तुम्हाला यश देवो हीच प्रार्थना मी त्याच्या चरणाशी करीन.''

चक्रपाणी ह्या विषयावर पुष्कळ वेळ बुवांशी बोलत होते.

एकोबा केव्हाच खेळण्यास गेला होता. बुवाही थोड्या वेळात गेले.

चक्रपाणी ओसरीवरच बसले. एकोबाविषयी नाना विचार त्यांच्या मनात डोकावू लागले.

❄❄❄

४०

॥ एका जनार्दनी ॥

विद्यार्जन व खेळ ह्या दोन्ही बाबतीत एकोबाची विशेष प्रगती चालू होती. पुराणिकबुवांनी शब्दरूपावलीपासून सुरुवात केली. नंतर पूजापाठ, रुद्र, पवमान, विविध स्तोत्रे, पुरुषसूक्त वगैरे वाढत्या वयोमानाप्रमाणे चालू होते.

एकोबाचे एवढ्यावर समाधान होत नव्हते. गुरुवर्यांना नाना प्रश्न व शंका विचारून तो आपल्या ज्ञानात रोज नवी भर टाकीत होता. पुराणिकबुवाही कुठे कमी पडत नव्हते. त्याच्या चौकस बुद्धीचे ते कौतुक करीत. गावात जेथे जेथे जायचे असत तेथे ते एकोबाबद्दल बोलून दाखवीत.

"गुरुवर्य," एकदा एकोबा म्हणाला, "एक प्रश्न विचारू का?"

"अवश्य विचार!"

"लहानपणी तुम्ही कोणते खेळ खेळत होता? कोणत्या खेळात तुम्हाला विशेष आनंद होता?"

"अरे, एका," पुराणिकबुवा म्हणाले, "तुझ्यासारखे सारेच खेळ आम्ही खेळत असू. विटीदांडू, गोट्या, चिंचोके, चेंडू, भोवरे, लपंडाव, खेळायचो. परंतु सर्वांना हुतूतूची विशेष आवड होती."

"पण त्यातल्या त्यात तुम्हाला कोणता खेळ विशेष आवडायचा!"

"विटीदांडू!"

"मलाही तोच आवडतो." एकोबा म्हणाला,

"पण रोज विट्ट्या हरवतात. पोरे पळवितात. त्यामुळे पंचाईत होते."

"वा!" हे ऐकून आजोबा म्हणाले, "आज खेळाचा विषय आहे काय? दिवसभर तेच चालू असतेय. कंटाळा येत नाही का?"

"कंटाळा आलाय म्हणून मीच हा विषय काढला. गुरुवर्यांना त्यांच्या वेळचे

खेळ विचारले.''

"छान!'' आजोबा म्हणाले, "नशीब माझे! त्यांना विटीदांडू खेळण्यास नाही सांगितले ते! मला अजूनही तो खेळायला लावतो.''

एकोबा केव्हाच बाहेर पळाला होता.

"त्याची वेळ झालीच होती.'' कृष्णाजीबुवा म्हणाले, "म्हणून तर त्याने खेळाचा विषय काढला. अभ्यासात जेवढे त्याचे लक्ष आहे तेवढेच खेळात. हे चांगले लक्षण आहे. याच वयात भरपूर खेळता येते. एकदा ज्ञानार्जन संपले, मग नंतर दैनंदिन जीवन व प्रपंच चालू होतो! म्हणून मला एकोबाचे कौतुक वाटते!''

"हे खरे आहे!'' आजोबा म्हणाले, "या वाढत्या वयात त्याची बौद्धिक वाढ जसजशी होत आहे त्याप्रमाणे नाना विचारांचा गोंधळ त्याच्या मनात होत आहे. तो अलीकडे एकांतातदेखील जाऊन बसू लागलाय. त्याला काही वेळा कुठूनतरी आडबाजूने शोधून आणावे लागते.''

"हे चांगले लक्षण आहे!'' कृष्णाजीबुवा म्हणाले, "मला परवा त्याने 'स्वधर्म' म्हणजे काय हे विचारले!''

"मग काय उत्तर दिले आपण?''

"त्याचा अर्थ मी त्याला समजावून तर सांगितलाच, शिवाय पुष्कळ उदाहरणेही दिली, पण त्याचे समाधान झाले नाही. त्याने मला पुढे विचारले की...''

"काय विचारले?''

"हा स्वधर्म पाळणे आज अवघड होऊन बसले आहे. परधर्म वाढत आहे. अशा वेळी काय करावे?''

"चालू परिस्थितीवर हा प्रश्न आहे.'' कृष्णाजीबुवा म्हणाले, "त्याला फार सावधतेने मला उत्तर द्यावे लागले. एकोबा आता स्वत:च्या बरोबरीने समाजाचा विचार करू लागलाय. त्याच्या वयाच्या कोणत्याही मुलाला हा प्रश्न सुचणारदेखील नाही. समाजाचा विचार कोण करणार? हा आतापासूनच समाजाची चिंता करू लागला आहे. सामान्य माणूसदेखील हा विचार करीत नाही.''

"मलाही त्याने एकदा ज्ञानेश्वरीतील पसायदानासंबंधी प्रश्न विचारला होता.'' आजोबा म्हणाले, "मी त्याला ते सारे समजावून सांगितले. ज्ञानदेवांची समाजाविषयी आंतरिक तळमळ काय होती हे पटवून दिले. ज्या समाजाने त्यांना पराकोटीचा त्रास दिला, त्याच समाजाचा उद्धार त्यांना करायचा होता. दुष्टांचा दुष्टावा संपावा, त्यांना चांगले वागण्याची सद्‌बुद्धी व्हावी, सर्वत्र प्रेम निर्माण व्हावे, वाईटाचा अंधार दूर व्हावा. धर्माचा सर्वत्र जयजयकार व्हावा. प्रत्येकाची मनोकामना पूर्ण व्हावी. हेच त्यांचे

खरे सुख होते.''

''आजोबा, त्यावेळी एका म्हणाला होता, 'ज्ञानदेवांच्या त्या काळात व आजच्या काळात काहीही फरक पडलेला नाही. उलट दुष्टांचा दुष्टावा वाढत आहे. ढोंगी साधुसंत भोळ्या धार्मिकांना फसवीत आहेत, लुबाडीत आहेत. लोकांना आजही त्यांचा खरा धर्म समजत नाही. ते अंधारातच चाचपडत आहेत!''

''चक्रपाणी,'' कृष्णाजीबुवा म्हणाले, ''तुम्हाला फार सावधतेने वागावे लागणार आहे. एकोबाला चालू काळाची पूर्ण कल्पना आलेली आहे. त्यामुळेच तो सतत एकांतात जाऊन विचार करीत आहे. आजोबा, हे सामान्य माणसाचे लक्षण नाही. एकोबा फार वेगळा दिसत आहे.''

बराच वेळ चर्चा रंगली

पण संपत नव्हती.

रामशास्त्री आल्याने पुराणिक लगेच गेले!

❄❄❄

४१
|| एका जनार्दनी ||

सयाजी सुतार एका घरात माडीवर दुरुस्तीचे काम करीत होता. कडीपाटाची काही लाकडे खराब झाली होती. ती बदलावी लागत होती. एक खांबही चिरला होता. तेथे दुसरा बसवावा लागणार होता. तोपर्यंत दुसरा खांब तेथे तात्पुरता बसविला होता.

तोच लांबून पोरांचा ओरडाओरडा ऐकू येऊ लागला. थोड्या वेळात 'विठ्ठल विठ्ठल पांडुरंग' हा जयघोष ऐकू येऊ लागला. टाळ, झांजेसारखी ताटे वाजत होती! कुतूहलाने सयाजी बाहेर डोकावला. तो पाहतच राहिला.

एकोबा व त्याच्या सवंगड्यांनी दिंडी काढली होती. सारेजण वारकरी बनले होते. छकाट्याना तांबडी फडकी लावून पताका तयार केल्या होत्या! त्या हातात घेऊन काहीजण नाचत होते! सर्वांत पुढे एकोबा होता. त्याच्या गळ्यात वीणेसारखे दिसणारे बांधलेले होते! तोही नाचत होता. त्याच्याशेजारी गुणाजी व किस्ना होता. दिंडी पाहण्यास लोक सर्वत्र थांबत होते. हा प्रकार गावात नवीनच होता.

तेवढ्यात घराचे मालक नरहरपंत धर्माधिकारी वर आले.

"काय, सुतार!" पंत म्हणाले, "काय पाहताय् एवढे?"

"पोरांची दिंडी निघालीय!"

"कोण आहेत ही रिकामटेकडी पोरटी?" नरहरपंत तुच्छतेने म्हणाले, "दुसरा एखादा खेळ नाही का सुचला यांना! देवाधर्माचीही काय चेष्टा लावलीय? तूही अगदी कौतुकाने पाहत उभा आहेस?"

"मालक," सयाजी म्हणाला, "खरोखरच ही कौतुकाची गोष्ट आहे. सगळ्यात पुढे आहे तो चक्रपाणींचा नातू एकोबा आहे. त्याच्यामागे माझाही मुलगा आहे. इतरही पुष्कळ मुले आहेत. मुलांना ह्या निमित्ताने चांगले वळण तरी लागेल. एकोबाला सारे माहिती आहे. पुष्कळ अभंग त्याचे पाठ आहेत. आत्ताही नामदेवांचा अभंग तो सुंदर

गात होता. यात वाईट काय आहे? कशाची चेष्टा आहे?''

"नाही तर काय आहे हे?'' नरहरपंत वेगळा आवाज काढीत म्हणाले, "ही काय दिंडीची वेळ आहे? दिंडी पंढरीला निघाली आहे काय? ही दिंडीची नक्कल आहे, नक्कल! काय खेळावे याला मर्यादा आहेत!''

सयाजी शांतपणे म्हणाला, "अहो, मालक, हा शेवटी खेळच आहे! उगाच काही तरी खेळण्यापेक्षा किंवा टवाळ्या करण्यापेक्षा हे केव्हाही चांगले. निदान देवाधर्माची सवय लागून चांगले संस्कार तरी होत राहतील. एकोबा रोज सर्वांना नवनवीन अभंग शिकवितो. सगळ्यांच्याकडून पाठ करून घेतो. सारेजण मिळून भजन करतात. हा एकोबा प्रवचनदेखील करतो! पुराणिकबुवांच्या पुराणाला व प्रवचनांना जाऊन तो सारे शिकलेला आहे. फार चांगल्या गोष्टी मुलांना सांगतो. रोज म्हणावी लागणारी सोपी स्तोत्रे देखील सर्वांची पाठ झाली आहेत. रोज हे सारे गोदेकाठी चालू असते. जाणारे येणारे भाविक हे पाहत असतात. ते ऐकतदेखील राहतात. त्यांना ह्या मुलांचे कौतुक वाटते. आपण मात्र विनाकारण गैरसमज करून घेत आहात.''

"अरे, सयाजी!'' जरा नरमाईने नरहरपंत म्हणाले, "मी आपले सहज म्हणालो. तुझ्याइतका खोलवर विचार मी केलाच नव्हता. मी हे प्रथमच पाहत आहे, ऐकत आहे. सर्वसामान्य घरची ही पोरे नाहीत. हा खेळ व एकोबा अगदी वेगळा वाटतोय. हे प्रकरण साधे दिसत नाही.''

"आता तुम्हाला सारे पटले, मालक.'' सयाजी नम्रतेने म्हणाला, "हा एकोबा खरोखरच फार निराळा आहे. त्याच्या वयाच्या मुलात व त्याच्यात काहीही साम्य नाही. पैठणमधील सर्व देवळांत तो हिंडत असतो. तेथे येणाऱ्या प्रवाशांबरोबर बोलत बसतो. त्यांना नाना प्रश्न विचारून त्याला हवी असणारी सारी माहिती मिळवितो. आजोबांना रोज पायपीट करून त्याला शोधून घरी न्यावे लागते!''

"एकोबाचे खरेच जगावेगळे दिसत आहे.'' पंत म्हणाले, "चक्रपाणींनी त्याच्यावर चांगले संस्कार केलेले दिसताहेत. त्यांच्या घराण्याला शोभेल असाच हा पोर दिसतोय. सयाजी, तुला एक प्रश्न विचारू का?''

"विचारा ना!''

"तू हे सारे इतके बोलण्यास कुठे शिकलास?''

"एकोबाच्या वडिलांमुळे.'' सयाजी म्हणाला, "नारायण माझा जवळचा मित्र होता. त्याच्या संगतीतच मी वाढलो. त्यामुळे माझ्यावर सारे संस्कार त्यांचेच झाले आहेत. त्याचेही विचार अगदी निराळे होते. तो जर आज असता तर एकोबा अजून

वेगळा बनला असता. आजोबा-आजी एकोबाला जिवापाड जपतात. भानुदास महाराजांच्या घराण्याचे नाव अजून उजळून टाकणार आहे.''

"सयाजी,'' पंत म्हणाले, "मला हे एकोबाचे सारे आजच समजत आहे. चक्रपाणींचा व माझा फारसा संबंध आलेला नाही. आम्ही एकमेकांना ओळखतो. गाठभेट झाली तर बोलतो, एवढेच. पण त्यांच्याबद्दल गावात वाईट कुणीही बोलत नाही. मी गावात फारसा नसतोच. सकाळी एकदा मळ्यात गेलो की येण्यास रात्रच होते!''

अजून काही वेळ ते बोलत होते. दिंडी परत आली त्यावेळी पंत दारात उभे होते. त्यांनी साऱ्या मुलांना घरात बोलाविले. पंतांच्या मळ्यात गुऱ्हाळ होते. ताजा रस नुकताच झाला होता. पंतानी सर्व 'वारकऱ्यांना' तो आग्रहाने दिला!

चक्रपाणींना देण्यासाठी एक गुळाची ढेपही त्यांनी सयाजीजवळ दिली! सयाजी हरखून गेला!

❄❄❄

४२

॥ एका जनार्दनी ॥

सरस्वतीबाईंनी पदराने डोळे पुसण्यास व चक्रपाणी स्वयंपाकघरात येण्यास एकच गाठ पडली! आजींनी झालेली घटना झाकण्याचा पुष्कळ प्रयत्न केला, पण आजोबांनी अखेर विचारलंच!

"काही हिशेब नाही," आजी म्हणाल्या, "आज एकोबाने कोथिंबिरीच्या वड्या जेवणात करण्यास सांगितल्या आहेत. काल त्याने मुरलीकडे खाल्ल्या वाटते."

"मग त्यात काय झाले? आपल्या डोळ्यात पाणी का तरारले?"

"अहो!" आजी म्हणाल्या, "विसरला वाटतं तुम्ही! नारायणाला ह्या वड्या फार आवडत. त्यामुळे वारंवार कराव्या लागत. पण तो गेल्यापासून मी केल्याच नव्हत्या. म्हणून एकोबाला त्या ठाऊक नव्हत्या. त्याला त्या फार आवडल्या."

"पुष्कळ गोष्टीत त्याच्यात व नारायणात साम्य आहे." आजोबा म्हणाले, "त्याच्या चालण्या-बोलण्याच्या लकबीही तशाच आहेत. आवाज तर अगदी तसाच आहे."

"दुधात आलेली साय नारायण काढून टाकायचा." आजी म्हणाल्या, "एकोबाही तसेच करतो."

"माणूस गेले तरी त्याच्या आठवणी मागे राहतात. त्या अशा," आजोबा म्हणाले, "परवा सोनोपंत बिडकरही एकोबासंबंधी अगदी हेच म्हणाले."

"काय म्हणाले?"

"एकोबा त्यांच्या प्रल्हादकडे नेहमी येतो." आजोबा म्हणाले, "त्यामुळे त्यांनाही रोज नारायणाची आठवण येते. समोर नारायणच वावरत आहे असे सारखे वाटते, असे ते म्हणाले."

तेवढ्यात दारात कोण आले हे पाहण्यासाठी चक्रपाणी बाहेर आले. विठ्ठलबुवा

येत होते!

"या, बुवा बसा."

हातातील गाठोडे स्वयंपाकघराच्या दारात ठेवून ते खाली बसले.

"काय विशेष?" आजोबा म्हणाले, "अवचित आलात?"

"कारणच तसे घडले!"

"काय झाले?"

"काल सायंकाळी मळ्यातून कोथिंबीर पुष्कळच आली." बुवा म्हणाले, "हिरव्यागार सुवासिक कोथिंबिरीच्या वड्या जावईबुवांना फार आवडायच्या म्हणून अगोदर इकडे आलो."

"वा! चमत्कारच आहे."

"कसा काय?"

"थोड्या वेळापूर्वीच एकोबा काथिंबिरीच्या वड्या करण्यास सांगून गेलाय," आजोबा म्हणाले, "पण इतकी कोथिंबीर घरात नाही. त्यामुळे आता काय करायचे हाच प्रश्न पडला होता. आता हा प्रश्न मिटला, पण एक कोडे आहे?"

"कोणते?"

"तुम्हालाही नेमकी याच वेळी कोथिंबिरीचे कसे काय सुचले?" आजोबा म्हणाले, "बोलाफुलाला गाठ पडते असे म्हणतात तसे घडले की काय?"

"याला चमत्कारच म्हणावा लागेल." बुवा म्हणाले, "हा काही योगायोग नाही! मीही हाच विचार करीत आहे. याला काय म्हणावे हेच कळेनासे झालंय!"

"पांडुरंगाचीच किमया असावी ही." आजोबा हात जोडून म्हणाले, "त्याशिवाय असे मुळीच घडणार नाही. शिवाय हे सारे एकोबामुळेच झालेय."

"असेच असावे," बुवा म्हणाले, "त्याशिवाय असे घडणार नाही. एखाद्या सामान्य घटनेमागे फार मोठा अर्थ असतो तो असा. फक्त तो समजून घ्यावा लागतो!"

नारायण व रुक्मिणीसंबंधी बोलणी बऱ्याच वेळ चालू होती.

उन्हे कमी झाल्यावर बुवा निघाले. कोथिंबिरीच्या वड्या आजींनी त्यांच्याबरोबर दिल्या!

बुवा वड्यांच्या नादातच होते. अजूनही राहून राहून त्यांना आश्चर्य वाटत होते. आपल्याला कोथिंबीर इकडे आणावी असे का वाटले? इतकी चर्चा होऊनही हा प्रश्न सुटला नव्हता!

हेच कोडे अजूनही सुटले नव्हते...!

४३

॥ एका जनार्दनी ॥

कृष्णाजीबुवांच्याजवळ आता एकोबाला शिकविण्यासारखे तसे काहीही राहिले नव्हते. ठरविल्याप्रमाणे सर्व संपत आलेले होते. एकोबाने आता बाराव्या वर्षात पदार्पण केलेले होते. त्यामानाने त्याची प्रगती परिपूर्ण झाली होती.

त्याची बुद्धिमत्ता व स्मरणशक्ती उच्च दर्जाचीच होती. हा एक अपवादच होता. ज्ञानेश्वरांचीच आठवण नेहमी गुरुवर्यांना व्हावयाची. एकोबा त्याप्रमाणेच होता. पाठांतर तर अप्रतिम होते.

अलीकडे एकोबा कुठल्यातरी गूढ विचारात गुंग असल्यासारखे त्यांना वाटू लागले होते. तो थोडा अबोलही होत चालला होता. त्याच्या मनात काय द्वंद्व चालू आहे त्याचा अंदाज घेण्याचा प्रयत्न त्यांनी वारंवार केला होता.

"एकोबा," एकदा गुरुवर्यांनी विचारले, "एवढा कसल्या विचारात गर्क आहेस अलीकडे?"

"तसे काही नाही." काही बोलायचे म्हणून एकोबाने उत्तर दिले.

परंतु गुरुवर्यांनी चलाखीने काही प्रश्न विचारून थोडेसे ओळखले. एकदा तो सूर्यमंदिरात बसलेला असताना तीर्थयात्रेत असणारा एक संन्यासी त्याला भेटला होता. त्याच्याशी बराच वेळ त्याची चर्चा चालू होती.

"बेटा," हे पाहून तो संन्यासी म्हणाला, "तू सर्व विषयात पारंगत आहेस. कुठेही तो कमी पडत नाहीस. तरी पण या ज्ञानाला सद्‌गुरूंचा आशीर्वाद हवा."

"तो मला कसा मिळेल?"

"त्यासाठी तुला कष्ट करावे लागतील." तो संन्यासी म्हणाला, "तू प्रयत्नाला लाग. तुला यशप्राप्ती होईल. माझा तसा तुला आशीर्वाद आहे."

त्या अनामिक संन्याशाला वंदन करताना त्याने एकोबाच्या डोक्यावर आपला

हात ठेवला होता. त्या क्षणी डोक्यापासून पायापर्यंत काहीतरी चमकत गेल्याचा भास त्याला झाला होता! हा विलक्षण अनुभव आजतागायत त्याला आलेला नव्हता. एक दिव्य शक्ती त्याच्या शरीरात शिरली होती!

'श्री गुरुदेव दत्त.' असे त्रिवार म्हणत तो संन्यासी लगेच बाहेर पडला होता!

कृष्णाजीबुवांनाही एकोबाने आडबाजूने सद्‌गुरूंच्या शोधाबद्दल पुष्कळवेळा विचारले होते. तो चौकस असल्याने गुरुवर्यांनी त्याकडे फारसे लक्ष दिले नव्हते.

शिकविण्याचे लवकर आटोपून कृष्णाजीबुवा थांबले. तेवढ्यात चक्रपाणी पूजापाठ आटोपून आले.

"या कृष्णाजीबुवा, बसा." ते म्हणाले, "आज एकोबाचे लवकर संपले."

"तेच सांगण्यासाठी मी थांबलोय."

"काही विशेष?" आजोबांनी चिंताग्रस्त होऊन विचारले, "एकोबाने काही उपद्रव दिला की काय?"

"छे! छे! तसे काहीही नाही." कृष्णाजीबुवा म्हणाले, "मीच त्याला आज लवकर सोडले. त्याला शिकविण्यासारखे माझ्याजवळ आता काहीही राहिलेले नाही. आपण सांगितल्याप्रमाणे सारे पूर्ण झाले आहे. मला आजपर्यंत भेटलेल्या शिष्यात याच्याइतका तल्लख मला कुणीही भेटलेला नाही. आजोबा, आपल्या कुळाचा हा एकोबा निश्चित उद्धार करणार आहे, यात काहीही शंका नाही. मला आता निरोप द्यावा. अन्य कुणी भेटले तर त्याला आणखी ज्ञानार्जन करू द्या. त्याची तेवढी योग्यता निश्चित आहे!"

"कृष्णाजीबुवा," आजोबा भारावून म्हणाले, "आपण खरोखरच गेली काही वर्षे आपला व्यवसाय सांभाळून अतिशय तन्मयतेने त्याला पारंगत केले आहे. आपले हे उपकार आम्ही कधीच विसरणार नाही!"

"हे उपकार नाहीत." कृष्णाजीबुवा म्हणाले, "माझे कर्तव्यच मी पार पाडले आहे. योग्य वेळी त्याला सद्‌गुरू भेटतील व त्याची ती मनोकामना पूर्ण होईल."

आणखी बराच वेळ बोलणी चालू होती. चक्रपाणींनी पुराणिकांना शाल व उपकरणे पांघरून त्यांना वंदन केले! लाडू व केशरी दूध घेऊन पुराणिकबुवा प्रसन्नतेने बाहेर पडले.

एकोबाचे एक पर्व संपले!

❄❄❄

४४

॥ एका जनार्दनी ॥

आजीबाई ओसरीवर गहू निवडीत बसल्या होत्या. माध्यान्ह टळली होती. उन्ह चांगलेच रणरणत होते.

"झाली का जेवणे?" प्रल्हादची आई वर येत म्हणाली.

"याऽ की कृष्णाताई," आजी म्हणाल्या, "जेवण केव्हाचे तयार आहे, पण एकोबा अजून आलेला नाही. त्याला शोधण्यासाठी त्याचे आजोबा गेलेत. हे रोजचेच झाले आहे. सकाळ-संध्याकाळ याशिवाय पार पडत नाही."

"एकोबासाठी ओल्या हरबऱ्याची उसळ आणलीय." कृष्णाताई म्हणाल्या, "त्याला फार आवडते हे मला माहिती आहे. प्रल्हादला तो नेहमी सांगत असतो. अलीकडे फारसा आलेला नाही तो."

"घरी तरी कुठे असतो तो?" आजी म्हणाल्या, "सकाळपासून कुठल्यातरी देवळात जाऊन बसतो एकांतात. त्याला जेवणासाठी बोलावून आणावे लागते. आज गाडेश्वर मंदिर, तर उद्या ढोलेश्वर. सकाळी दत्तमंदिरात, तर सायंकाळी भैरवनाथाच्या मंदिरात. कुठे नसला तर सूर्यमंदिरात नक्की सापडतो. ते मंदिर त्याला फार आवडते."

"आजोबांची पायपीट वाढली म्हणायची." कृष्णाताई म्हणाल्या, "काय करणार त्याला? काहीही इलाज नाही. पोरांना सोडून जेवणार तरी कोण?"

"पुराणिकबुवांचे शिकविणे आता संपले आहे." आजी म्हणाल्या, "त्यामुळे तो घरात नसतोच. असला तरी पहिल्यासारखे आता बोलत नाही. मागे जाऊन एकांतात बसतो. आम्हीही त्याला सारखे बोलावीत नाही इकडे."

"प्रल्हादही असेच करू लागलाय." कृष्णाताई म्हणाल्या, "उठले की मळ्यात जातो. वेळी अवेळी येतो. त्याची वाट पाहत बसावे लागते. पण मळ्यात

चांगले लक्ष घातलंय त्याने.''

''हे ठीक आहे.'' आजी म्हणाल्या, ''पण एकाचे सारे निराळेच आहे. त्याच्या मनाचा थांगपत्ताच लागत नाही. खेळातही फारसे लक्ष नाही त्याचे. सारी पोरे आपापल्या उद्योगाला लागलीत.''

''देवळात जाऊन हा करतो तरी काय?''

''तेथे कुणी प्रवासी, तीर्थयात्री, साधू संन्यासी भेटतच असतात. त्यांच्याशी विविध विषयांवर चर्चा करीत बसतो. प्रश्न विचारतो, त्यामुळे पुष्कळ तीर्थक्षेत्रांची माहिती झालीय त्याला. रस्तेही ठाऊक झालेत. उत्तरेकडील भाषाही त्याला येऊ लागलीय.''

''वा!'' कृष्णाताई म्हणाल्या, ''म्हणजे हा साऱ्या तीर्थयात्रा पार पाडणार! हे चांगले आहे. जन्माला आल्यावर निदान काशीयात्रा तरी करायला हवी. पण प्रत्येकाला हे जमतंच असे नाही. शिवाय अलीकडचा काळही बदललाय, जाणे येणे सोपे राहिलेले नाही.''

तेवढ्यात आजोबा व एकोबा आल्याने त्या उठल्या.

आजीही लगेच स्वयंपाकघरात गेल्या. पटकन त्यांचे भांडे आणून त्यांना दिले.

''लगेच कशाला दिलेत!''

''भाजी घालून दिलीय.''

''कशाची भाजी?''

''-----''

''वा!'' कृष्णाताई म्हणाल्या, ''मला फार आवडते ते. कुठे मिळाली?''

''आमच्याच मळ्यातील आहे!''

त्या बाहेर पडल्या.

चक्रपाणी मात्र ओसरीवरच बसले. ते दमले होते!!

❋❋❋

४५

|| एका जनार्दनी ||

एकोबा गोदातटी हिंडत हिंडत काठावरच्या झाडीत शिरला. आता तो एकटाच होता. कुणालाही त्याने बोलाविले नाही. कुणी त्याला भेटलेही नाही. दिवेलागण होण्याची वेळ. खरे म्हणजे आता घरी परतण्याची वेळ झाली होती. पण इतक्या लवकर घरी जावे असे वाटेना त्याला. तो नेहमीच्या वाटेने सूर्यमंदिरात गेला.

नुकतेच कुणीतरी सांजवात लावून गेले होते. धूपही होता. तो सुगंध सर्वत्र दरवळत होता. त्याला फारच प्रसन्न वाटले. सूर्यनारायणाचे दर्शन त्याला फार वेगळेच वाटले. वातीचा प्रकाश मूर्तीच्या मनोहारी चेहऱ्यावर व्यवस्थित पडला होता. एकोबाने हात जोडले!

मंदिरात आज कुणीच नव्हते. तो सरळ त्या मूर्तीसमोरच डोळे मिटून बसला.

"सूर्य नारायणा! तू आमच्या घराण्याचे कुलदैवत. माझ्या पणजोबांना, म्हणजे भानूदासांना, तू दर्शन दिले होतेस. ते लहान असताना त्यांचे रक्षणही केले होतेस. मी आत्तापर्यंत तुला काहीही मागितले नाही. मला माझ्या जीवनाची वाट दाखव. मी अंधारातच चाचपडत आहे! मला सद्‌गुरू लवकरात लवकर भेटव! त्यांचे दर्शन मला त्वरित होऊ दे... सूर्य नारायणा...! एवढीच मनोकामना आहे माझी..."

कितीतरी वेळ तो त्या अवस्थेतच हात जोडून बसला होता.

त्याच्या डोळ्यांसमोर अंधकार हळूहळू दूर होत गेला. प्रखर प्रकाश सर्वत्र पडला... त्यातून शब्द घुमू लागले...

"तू देवगिरीला जा... देवगिरीला जा... तेथे तुला तुझे सद्‌गुरू भेटतील. तू जा तिकडे...!"

प्रकाश हळूहळू कमी होत गेला.

त्याने डोळे उघडले...

सांजवातीचा धूसर प्रकाश तसाच त्या सूर्यनारायणाच्या मूर्तीवर पडलेला होता. त्याने पुन्हा हात जोडले!

जणु काही ती देववाणी पुन्हा तेथे घुमत होती...

सूर्यनारायणाची मूर्ती त्याला आता वेगळीच वाटत होती!

भाव वेगळे होते...!

कितीतरी वेळ तो त्या भावविश्वात होता!

'देवगिरी' या एकाच शब्दाभोवती त्याचे मन फिरू लागले होते!

कुठे आहे देवगिरी?

कोण आहे तिथे?

कोण माझे सद्गुरू?

केव्हा भेटतील मला!

देवगिरी! देवगिरी...!

❄❄❄

४६

॥ एका जनार्दनी ॥

या तंद्रीतच तो घराकडे निघाला. समोरून आजोबाच येत होते. त्यांचे हेलपाटे पाहून नाही म्हटले तरी एकोबाला वाईट वाटले. आपल्यासाठी हे दोघे किती कष्ट घेतात. याला शब्दच नाहीत.

"अरे! किती उशीर? रात्र बरीच झालीय!" आजोबा.

एका म्हणाला, "मला थोडी झोपच लागली आज. छान वारा आत येत होता. मलाही समजले नाही. झोप केव्हा लागली कुणास ठाऊक. जाग आली की लगेचच मी उठलो. बाहेर आलो. समोर तुम्हीच दिसत होता."

"होते असे केव्हातरी." आजोबा सहजपणे म्हणाले, "आज दिवसभर तू घरात कुठे होतास? दुपारी जेवण झाले की लगेचच बाहेर पडलास. आमचा कंटाळा आला की काय?"

"आजोबा," बावरून गेलेला एकोबा कसेतरी म्हणाला, "तसे कसे होईल! मला तरी दुसरे कोण आहे? उलट या वयात तुम्हा दोघांनाही फार कष्ट पडताहेत. मी काय करतो आहे तुमच्यासाठी?"

...एकोबा आज बराचवेळ असेच काही बोलत होता. चक्रपाणींना जरा आश्चर्यच वाटले. तो असे कधीही बोलला नव्हता, बोलत नव्हता. ही नवी जाणीव कसली होत आहे त्याला? आपले काही चुकले आहे असे त्यांना मुळीच वाटत नव्हते. त्याला कुणी भेटले की काय? आपल्याविरुद्ध त्याला तसे कुणी सांगणार नाही. याची खात्री होती त्यांना...

तेवढ्यात घर आले. दोघेही हातपाय धुवून स्वयंपाकघरात आले. जेवतानाही कुणी फारसे बोलले नाही!

अंथरुणावर पडलेल्या एकाच्या मनात मात्र विचारांचे थैमान सुरू झाले.

देवगिरीचा विचार त्याच्या मनातून काही केल्या जाईना. ही देववाणीच झालेली होती. त्यामुळे त्यावर काहीतरी निर्णय घेणे भागच होते, पण देवगिरी हे नावही कधी त्याने ऐकले नव्हते. त्या भागाकडे जाणारा किंवा येणारा प्रवासी किंवा भाविक त्याला भेटलेला नव्हता. ते कोणत्या दिशेला व भागात आहे हेही समजले नव्हते. पैठणहून किती लांब आहे? वाट कोठून व कधी आहे? कुणाला विचारावे? त्यामुळे कुणाला कळले तर... तर...? त्याला झोप लागेना. जायचे ठरले तर कसे जायचे?

आजोबा आजींना सांगितले तर? एकट्याला ते मुळीच सोडणार नाहीत. त्याच्याशिवाय त्यांना तरी कोण आहे?

त्यांना न सांगता गेले तर...? ही एका प्रकारची जबरदस्त फसवणूकच होईल. जिवाचे रान करून त्यांनी अगदी लहान असल्यापासून आपल्याला सांभाळणे आहे आणि त्यांना चक्क न सांगता जायचे? पळून जायचे! त्यांना काय वाटेल! या वयात हा असला धक्का! त्यांना सहन होईल का? कुणाला सांगणार ही त्यांच्या मनाची व्यथा? आणि सांगणार तरी काय? आमचा लाडका एकोबा आम्हाला अंधारात ठेवून घरातून पळून गेला! सोडून गेला?

जग काय म्हणेल! काय वाट्टेल ते म्हणेल! आईबापाविना एकटे पोर ते... कितीही चांगले सांभाळले तरी आई-वडिलांची तुलना कशी होणार त्यांची? ते पळून जाणारच! बरे झाले! लवकर गेला! सुटला बिच्चारा...! जगाचे तोंड कोण आवरणार?

आपण पळून गेलो तर आजोबा-आजीची परिस्थिती काय होईल?

हे त्याच्या लक्षात येत होते...! पण... पण... तो दुसरे तरी काय करू शकत होता? आता काहीच इलाज नव्हता. कठोर निर्णय घ्यावा लागणार होता, पण हा निर्णय उलट्या काळजाचा मुळीच नव्हता. केवळ नाईलाजामुळे घ्यावा लागलेला होता. तो हतबल झाला होता. या अंगावरून त्या अंगावर सारखा होत होता.

"काय रे एकोबा?" आजी म्हणाली, "झोप नाही का येत? मघापासून पाहतेय मी ! एवढा कसला विचार करीत आहेस? इकडे ये, माझ्याजवळ झोप!"

"नको आजी, मी प्रयत्न करीत आहे. येईल लवकर झोप. तू झोप."

आजीला थोड्याच वेळात झोप लागली.

एकोबा जागाच होता.

त्याचा निर्णय ठरला.

तो चक्क घर सोडून जाणार होता...!

न सांगता!

त्याने चाहूल घेतली.

दोघेही गाढ निद्रेत होते.

पहाटेला अवकाश असावा.

एकोबा उठला.

त्याने आजोबा-आजीकडे काही वेळ टक लावून पाहिले!

समईच्या प्रकाशात त्यांचे चेहरे शांतपणे पाहून घेतले.

त्याने हात जोडले!

नतमस्तक होऊन त्यांची क्षमा मागितली!

डबडबलेल्या डोळ्यांनी तो बाहेर पडू लागला.

क्षणभर त्यांच्याकडे पुन्हा पुन्हा पाहून घेतले.

वंदन केले!

हळूच दार उघडून तो बाहेर पडला!

क्षणभर थांबून घराकडे पाहून नमस्कार केला...

त्याला हुंदका आवरता येईना.

झपाझप पाऊले टाकीत तो निघाला. वाटेत अजून तरी कोणी नव्हते.

पैठणला जाग यावयाची होती. वाट दिसेल तसा तो निघाला.

पूर्वा उजळण्यापूर्वी पैठणपासून त्याला दूर जाणे भाग होते, म्हणून तो आडवाटेने निघाला. गोदेवरील वारा त्याला सुखावीत होता.

शुक्राची चांदणी चांगलीच चमचमत होती...

आता तो मागे वळून पाहणार नव्हता! सूर्योदय लवकरच होणार होता... त्याच्या जीवनाची ही नवी पहाट होत होती. सूर्यनारायणाचा आदेश त्याने पाळला होता.

आजोबा-आजीच्या जीवनात मात्र सूर्योदय झाला तरी अंधारच दाटणार होता...

❄❄❄

४७

॥ एका जनार्दनी ॥

काळोख धूसर होऊ लागला. अजून तरी एकोबाला वाटेत कोणी भेटले नव्हते. सुदैवाने पुष्कळ अंतर कापले गेले होते. तरीही एकोबा पळत सुटला. कुणीतरी भेटण्याची भीती त्याला वाटत होती. चक्रपाणींचा नातू म्हणून तो सर्व पैठणकरांना माहिती होता.

पळताना पायाला दगड-धोंडे लागत होते. काटे-कुटे, सराटे टोचत होते. पायात शिरले होते. वाटेत कुठेतरी थांबून ते काढणे भाग होते. शिवाय पळून पळून त्याला चांगलाच दम लागला होता. काट्याने काटा कसा काढायचा हे त्याला माहिती होते. गुणाजी यात तयार होता. कितीतरी वेळा त्याच्या पायातील काटे त्याने काढले होते.

समोर एक दगडाळ टेकडी आडवी पसरलेली होती. ती ओलांडून पुढे जावे लागणार होते. वाट शोधावी लागणार होती. तेथेच वाटेच्या कडेला एका झाडाखाली तो बसला. त्या पलीकडे एक रामकाठी बाभळ पिवळ्याधमक फुलांनी डवरलेली होती. तेथे पुष्कळ काटे पडलेले होते. येताना त्याने त्यातील दणकट व टोकदार काटे घेतले होते.

थोड्याच वेळात त्याने पायातील काटे काढले. दोन सराटे ओढून काढले. थोडे रक्त आले, पण लगेचच थांबले.

आता चांगलेच उजाडले होते. पुढे कसे जायचे हे तो शोधत होता. त्या टेकडीला वळसा घालून हीच वाट पुढे गेल्याचे त्याला दिसत होते. नाही म्हटले तरी त्याला हायसे वाटले. वाटेचा प्रश्न तूर्त मिटला होता. त्याच नादात तो उठला. पुढे जाऊ लागला.

त्याच्या विश्वासच बसेना! टेकडीपलीकडे त्याला एक हिरवागार मळा दिसला.

झाडेही पुष्कळ दिसत होती. पाखरांना जाग आलेली होती. लालमूलाल सूर्यबिंब उदयाचळी येत होते. त्याचे हात नकळतपणे जोडले गेले! तो क्षणभर थांबला. याच सूर्यनारायणाने त्याला आदेश दिला होता. त्याप्रमाणे तो निघाला होता. त्यामुळे प्रवासाच्या सुरुवातीलाच घडलेले हे दर्शन त्याला भाग्याचे वाटले!

जाण्याच्या वाटेजवळच मोठी विहीर दिसत होती. मोट चालू होती. पाणी सारखे पडत होते. त्याला कमालीची तहान लागली होती. तो थबकतच तिकडे निघाला. तुकोजी शेलाराची मळई होती ती. वस्ती जरा पलीकडे दिसत होती.

"अरे... ये पोराऽ," तुकोजी म्हणाला, "घाबरतोस काय? ये इकडं... लई ग्वॉड हाय पानी."

एकोबाने त्या पाटातील वरवरचे स्वच्छ पाणी ओंजळीत घेऊन प्यायले. अशा तऱ्हेने पाणी पिण्याची ही त्याची पहिलीच वेळ होती! तो तेथेच उभा राहिला. "अरे, मर्दा, बस की पल्याड," तुकोजी बैल मागे घेत म्हणाला, "फाटं फाटं कुठून रं आलास? त्ये बी एकलंच! पळून बिळून आलास काय?"

एकोबा चांगलाच दचकला! याला कसं काय समजलं? पण चेहऱ्यावर कसलाच भाव न दाखविता तो म्हणाला, "माझ्या सद्‌गुरूंकडे निघालोय देवगिरीला मी! मला वाट निश्चित माहिती नाही. कसे जायला हवे? कुणीकडे आहे? किती लांब आहे?"

"आरं... बक्कळ वो लांब हाये देवगिरी." तुकोजी म्हणाला, "आता त्या वाटेनं त्या आंब्याच्या झाडाकडं जा. डाव्या अंगाला वळ. लई मानसं भेटतील ततं. तसाच म्होरं जा... देवगिरीचा डोंगुर लई मोटा हाये. कुनी बी दावील तुला."

तुकोजीला नमस्कार करून एकोबा लगेच निघाला.

"ये पोऽरा, तुजं नाव नाय सांगितलं."

"एकोबा."

"वा! लई झकास हाये." तुकोजी म्हणाला, "पर म्या आता तुला न्हाय सोडणार!"

"का?"

"एकोबा." तुकोजी हाताने दाखवीत म्हणाला, "त्या चिंचेच्या झाडापल्याड लई पानी साचतंय. ततं आंगुळ करूनशान घे. मग वस्तीवर जायचं. न्याहरी करायची. आमच्या मळ्यातनं जेवान करूनशानच म्होरं जातात समदी. पंढरीचं वारकरी बी हथंच थांबत्याती."

"पंढरीचा रस्ता हाच आहे का?"

"न्हाई," तुकोजी म्हणाला, "म्होरं गेल्यावर त्यो दुसरा रस्ता हाये... कुटं बी न वळता जायाचं पंढरीला?"

"ही माळ बग की" तुकोजी माळ दाखवीत म्हणाला, "पिढ्यानपिढ्या वारी हाये? आपल्यात माज्या बा संगं ल्हानपनापासोन म्या जातया... आवर लवकर... आंगुळ करूनशान घे."

मोट थांबवून एकोजी जरा पुढे जाऊन पाणी व्यवस्थित लावून आला. बराचसा भाग भिजला होता.

एकोबा आंघोळीच्या तयारीला लागला. न्याहारीला तो नाही म्हणू शकत नव्हता. त्याला आज कधीचीच भूक लागली होती. पळून पळून लागली असावी.

तुकोजीच्या कारभारणीनं गरम गरम भाकरी व तांदुळज्याची भाजी वाढली. तुकोजी व त्याची दोन लहानगी पोरेही बसली होती. आग्रहामुळे एकोबाने दोन तीन भाकरी सहज खाल्या! घरी त्याने इतक्या सकाळी भाकरी कधीही खाल्ली नव्हती. त्यामुळे या न्याहरीची चव तो विसरू शकणार नव्हता.

नकळतपणे त्याला आजीची आठवण झाली. आजीसारख्याच त्या भाकरी वाटल्या त्याला. त्याचे डोळे दाटून आले, पण त्याने सावरून घेतले. तुकोजी त्याच्याकडेच पाहत होता.

जेवताना तुकोजी पंढरीबद्दलच बोलत होता. एकोबाला हे सारे नवीनच होते.

तुकोजीला व त्याच्या कारभारणीला नमस्कार करून तो निघाला.

"पोरा," त्याची कारभारीण म्हणाली, "जपूनशान जा... रातीचा कुठं म्होरं जाऊ नगस. एकांद्या देवळात झोपत जा..."

माणुसकीचे महान दर्शन एकोबाला घडले होते.

तुकोजीसारखा साधासुधा शेतकरी त्याला देवमाणूस वाटला!

मागे वळून वळून पाहत तो निघाला होता...!

ते पंढरीचे वारकरी कुटुंब त्याच्याकडेच पाहत उभे होते...

नामा म्हणे धन्य धन्य ते संसारी
चालविती वारी पंढरीची!!

❄❄❄

४८

॥ एका जनार्दनी ॥

नेहमीप्रमाणे आजीबाई पहाटे जाग्या झाल्या. उठून बसताच त्यांनी एकोबाच्या अंथरुणाकडे पाहिले. एकोबा नव्हता! काहीवेळा तो लवकर उठून, झाडलोट करून सडा टाकायचा! आजी मग रांगोळी काढत. तेथेही तो नव्हता. घरात सर्वत्र पाहिले. मागील भागात पाहून आल्या. आता मात्र त्यांचा धीर सुटत चालला. त्यांना भरभर चालता येईना. त्या पुढील दाराकडे आल्या. दार लावलेले होते, पण कडी काढलेली होती.

आता मात्र त्या चांगल्याच घाबरल्या. आजोबा उठून बसलेलेच होते. काय घडले आहे हे आजींनी थोडक्यात सांगितले. त्यांना कमालीचा धक्का बसला.

कोठे गेला असावा एकोबा! काल रात्री काहीच बोलला नाही! ना काही सांगितले... ना विचारले!

"अहो," रडवेल्या झालेल्या आजी म्हणाल्या, "आता काय हो करायचे? हे असे कसे विपरीत घडले? कुठे गेला असावा हा पोर? फार काळजी लागलीय."

"मी बाहेर जाऊन शोधून येतो त्याला." आजोबा म्हणालो, "असेल कुणाच्या तरी घरात बसलेला. चिंता करू नका."

"मी एकटी घरात बसून काय करू? मीही जाते एका बाजूला.. तुम्ही नदी परिसरात जा."

दोघेही एकदमच बाहेर पडले. सगळीकडे शोधू लागले. पाहू लागले. विचारू लागले...!

थोड्याच वेळात साऱ्या पैठणमध्ये ही वार्ता पसरली. लोकांच्यात निरनिराळे तर्क सुरू झाले.

केशवशास्त्री, रामशास्त्री, वामनभट, सयाजी, डिगा गवळी, म्हादा तेली

वगैरे येऊन गेले. मारुती पाटलाने एक नवीनच वार्ता आणली. कृष्णाजीबुवा पुराणिक आजच भल्या पहाटे बैलगाडीतून गाव सोडून गेले. कोठे गेले हे समजलेले नव्हते! गाडीत कोण कोण होते हेही समजलेले नव्हते.

"त्यांच्याबरोबर तर एकोबा गेला नसेल?" नुकतेच आलेले सोनोपंत बिडकर म्हणाले, "काही नेम नाही!"

"पण असे होणार नाही." चक्रपाणी म्हणाले, "पुराणिक अशा तऱ्हेने वावगे वागणारे नव्हते. आम्हाला न सांगता गुपचूपपणे त्याला ते मुळीच नेणार नाहीत."

मुरली, प्रल्हाद, गुणाजी वगैरे पोरे गावाबाहेर दूरपर्यंत जाऊन आली. गावाकडे येणाऱ्या काही प्रवाशांना त्यांनी कुणी पोरगा वाटेत भेटल्याचे विचारून पाहिले. पण कुणालाही असा पोरगा भेटला नव्हता.

माध्यान्ह उलटल्यावर मात्र एकोबाचा शोध घेण्याचे थांबले. बहुतेक मंडळी घरी गेली.

आजोबा-आजी हताशपणे ओसरीवर बसले होते. बोलून बोलून बोलणार तरी किती वेळ? रडून रडून आजींचे डोळे सुजले. या वयात हा धक्का दोघांनाही न झेपणारा होता. असे चुकूनदेखील कुणाच्या मनात आले नसेल! एकोबाला सारेजण चांगले ओळखत होते. प्रश्न एकच होता...

एकोबा असे कसे वागला? आजोबा-आजींच्या मनाचा विचार त्याने कसा केला नाही? जाताना त्याला काहीच कसे वाटले नाही! इतका कठोरपणा त्याच्या अंगी कसा आला? हे कोडे मात्र उलगडत नव्हते. आजपर्यंतच्या त्याच्या वागण्याविरुद्ध होते हे. चक्रपाणींना काही सुचेना. आता काय करावे हेही समजेना. आजपर्यंत नाना संकटांना त्यांनी यशस्वीपणे तोंड दिले होते; परंतु यावेळी मात्र त्यांना हार खावी लागत होती! भगवंताच्या मनात काय आहे कुणास ठाऊक!

थोड्याच वेळात केशवशास्त्री व दुर्गाकाकू जेवण घेऊन आले. हे दोघेजण ओसरीवर तसेच बसून राहणार हे त्यांनी ओळखले होते. स्वयंपाक तरी आजी कशा करणार? आणि केला तरी त्या दोघांना जेवण तरी कसे जाणार हाच प्रश्न निर्माण झालेला होता.

केशवशास्त्री व दुर्गाकाकू ठाण मांडून बसल्यावर व कमालीचा आग्रह केल्यामुळे त्या दोघांनी कसेतरी चार घास खाल्ले!

जेवताना आजी कितीतरी वेळा म्हणून गेल्या... "पोराला आता कोण खाण्यास देणार... काय होणार आहे या पोराचे कुणास ठाऊक!"

"आजीबाई," दुर्गाकाकू म्हणाल्या, "जी घटना आता घडून गेलीय ती

टळणार नव्हती. तुम्ही तरी आता किती विचार करणार? येईल लवकर परत असा विचार करून वाट पाहण्याशिवाय दुसरे काय शक्य आहे?''

''चक्रपाणी,'' केशवशास्त्री म्हणाले, ''मी पहाटपूर्व वेळ जाणून काय झाले असावे हे जाणलेले आहे. तो पैठण सोडून तर गेला आहेच पण लवकर परत येण्याचे जमणार नाही असे दिसत आहे. आपण चारी बाजूंना तपास चालू ठेवू. जाणाऱ्या येणाऱ्या लोकांना सांगून ठेवू. काहीतरी शोध निश्चित लागेल. तुम्ही आता चिंता करूच नका. त्या पंढरीनाथाला काळजी आहे. तो निश्चित काहीतरी मार्ग दाखवील.''

''केशवशास्त्री,'' चक्रपाणी म्हणाले, ''तुम्ही काही गैर सांगणार नाही याची मला खात्री आहे. पंचांगात पाहूनच हा निष्कर्ष निघाला आहे. तुम्ही आपलेपणाने सारे पाहिले, त्यामुळे समजले तरी. नाही तर अंधारातच चाचपडत बसावे लागले असते. शिवाय तुम्ही जेवणही आणले. हे ओझे आता दूर कसे करणार आम्ही?''

''हा तुमचा विचार चुकीचा आहे, चक्रपाणी.'' केशवशास्त्री निर्धाराने म्हणाले, ''हे आमचे कर्तव्यच आहे आणि ते आम्हाला करावे लागणारच. यात उपकाराची भाषा कसली काढता? हा व्यवहारच आहे. तो आम्ही पाळला.''

''आम्हीही तो पाळणार होतो.'' आत येत रामशास्त्री म्हणाले, ''पण केशवशास्त्रींनी डबा आणलेला पाहिल्याने आम्ही आता संध्याकाळी देण्याचे ठरविले आहे. शिवाय विठ्ठलबुवांना निरोपही धाडला आहे. त्यांच्या ओळखी ठिकठिकाणी आहेत. त्यामुळे काहीतरी निश्चित समजेल.''

''हे चांगले केले तुम्ही.'' केशवशास्त्री म्हणाले, ''आता काळजी आणखी कमी झाली.'' अजून थोडा वेळ ही चर्चा चालू होती.

बराच वेळ झाल्याने तिघेही बाहेर पडले.

आता आजोबा-आजींच्या पुढे हा एकच ज्वलंत विषय होता...

हरीवर हवाला...!

विटेवर उभा
दीनांचा कैवारी!

❄❄❄

४९

॥ एका जनार्दनी ॥

तुकोजीच्या पाहुणचाराच्या तंद्रीतच एकोबा पुढे चालला. त्याने सूचना केल्याप्रमाणे त्याची वाटचाल चालू होती. त्याला देवगिरीचा अंदाज अजूनही येईना. निश्चित अंतर समजले नव्हते.

एकोबाने कान एकदम टवकारले! दूरवरून घोड्यांच्या टापांचा आवाज हळुवार ऐकू येऊ लागला. यासंबंधी बरेच त्याच्या कानावर येऊ लागले होते. कोठेतरी लूटमार किंवा अत्याचार करून किंवा करण्यासाठी ही घोडदौड असावी! एक लहानशी टेकडी जरा दूरवर दिसत होती. त्यापुढील काही दिसत नव्हते. टेकडीला वळसा घालून ही वाट पुढे गेली असावी.

सावधगिरी म्हणून क्षणार्धात एकोबा शेजारच्या डेरेदार आंब्याच्या वृक्षावर पाहता पाहता उंच चढला. यात तो सराईत होता. पैठणच्या चारी बाजूंना फळांनी बहरलेली झाडे पुष्कळ ठिकाणी होती. हंगामानुसार एकोबाची मित्रमंडळी या फळांचा समाचार घेत! या वृक्षावर त्याला लपण्यास व बसण्यास चांगली जागा मिळाली!

लगेचच यावनी शिपायांची थोडी फौज विलक्षण वेगात पुढे गेली! रस्त्यावरच्या लोकांनी ऐनवेळी इकडे-तिकडे पळापळी केली होती. त्याने धोका पत्करला नव्हता.

अजूनही तो वरच होता. दूरवरून एकजण हळूहळू इकडे येत होता. त्याला नीट चालता येत नव्हते. तो त्याला ओळखीचा वाटला. गुणाजीच्या पलीकडे राहणारा तो शिवा गवंडी असावा! जवळ आल्यावर त्याची शंका खरी ठरली! त्याने ओळखले असते तर...! तर...

ते यावनी घोडेस्वार कितीही दुष्ट असले तरी त्याला उपकारी वाटले! ते आल्यामुळे त्याला झाडावर चढावे लागले होते. शिवाचे संकट टळले होते.

तो झाडावरून खाली उतरून पुढे चालू लागला. उन्हे चांगलीच वर आली

होती. त्याला विलक्षण तहान लागली होती. वाटेत विहीरही कोठे दिसत नव्हती. पाण्याची काही तरी सोय होणे गरजेचे होते! त्याला चालता येईना!

समोरून एक स्त्री व पुरुष येत होते. त्यातील, स्त्री एकोबाकडे टक लावून पाहत होती.

''काय रे बाळा? तहान लागलीय का?''

''होय मातोश्री, पण हे तुम्हाला कसे समजले?''

ती हसली. तिच्या हातातील फिरकीच्या पितळी तांब्यातील भांडे काढून त्याला पाणी दिले.

''अजून पुष्कळ पुढे गेल्यावर डाव्या हाताला चिंचेच्या झाडाखालून एक पायवाट लागेल. त्या मार्गाने आत जा. तिथे मोट चालू आहे.'' बरोबरचा माणूस म्हणाला. ते दोघे लगेच पुढे चालू लागले!

एकोबाच्या घशाला पडलेली कोरड संपली.

त्याला आश्चर्य वाटले.

कोण असावेत हे?

मी तहानलेला आहे हे त्या माऊलीला कसे समजले?

त्याला उत्तर सुचेना...!

मोट नाडा विहीर दोरी।
अवघी व्यापिली पंढरी...।

❄❄❄

५०

॥ एका जनार्दनी ॥

त्या माणसाने सांगितल्यानुसार खरोखरच चिंचेच्या झाडापासून पायवाट दिसली. तो त्या वाटेने निघाला. लगेचच विहीर लागली, मोट चालू होती. एकोबा पाणी पिऊन तृप्त झाला. त्याला एकदम नवजीवनच लाभले.

"अरे! पोरा, ही भाजलेली साळी घे. पोट भरेल तुझे. ये... बस आमच्याजवळ. खा."

एकोबाला भूक लागलीच होती. अगदी योग्य वेळी साळी मिळाली. त्याने आवडीने खाल्ली. खाताना त्या शेतकऱ्यांशी थोडे बोलणेही झाले. ते दोघेजण भाऊ-भाऊच होते. तेही साळी खात होते. भाजलेली साळी फार दिवसांनी एकोबाला मिळाली होती. पुन्हा एकदा त्याने पाणी पिऊन घेतले. पाणी अगदी गोड होते. नको म्हणत असतानाही त्यानी दोन तीन रताळी बरोबर दिली. त्यांचा आग्रह मोडवेना.

लवकर निघणे भाग होते. त्यांचा निरोप घेऊन एकोबा निघाला. अगदी सामान्य शेतकऱ्यांनी त्याला विलक्षण आपुलकीने वागविले होते. त्यांना धर्म म्हणजे काय हे जरी कळत नव्हते, तरी गृहस्य धर्म म्हणजे वारकरी धर्म त्यांना चांगला माहिती होता. त्याला तुकोजीचे बोलणे सहज आठविलेले.

"का नाही चालणार?" एकोबा म्हणाला, "तुम्हीही माणूसच आहात. माणसामाणसांत फरक कसला? आणि कशासाठी? कोणत्याच संतांनी जातिभेद पाळलेला नाही. पाळायाचा नाही. हे सांगत आल्यामुळेच वारकरी पंथ सर्वत्र वाढत आहे. माझ्या घरीही पंढरीची वारी आहे. आपण एकच आहेत."

"पोऽरा, कुनी हे शिकविलं तुला?"

"माझ्या आजोबांनी."

आजोबांची आठवण येताच एकोबा अस्वस्थ झाला. त्याची चाल मंदावली.

त्याच्या मनाला खंत लागली. तो त्यांना न सांगता प्रवासाला बाहरे पडला होता!

माणसांची वर्दळ चांगलीच वाढली. उन्हाचा तडाखा वाढला होता. झाडी मात्र भरपूर होती. त्यामुळे वारा चांगला होता. एकोबा जरा झपाट्याने चालू लागला. वाटेत लहान लहान वस्त्या भरपूर लागत होत्या. एका जांभळीच्या झाडाखाली तो जरा थांबला.

समोरच्या वस्तीवर लगोरीचा खेळ चालू होता. आरडाओरडा, पळापळी चालू होती. एकजण लगोरी अचूकपणे पाडत होता. पोरे टाळ्या वाजवीत होती. एकोबाला मुरलीची आठवण झाली. तो यात पटाईत होता.

"का रे पोरा? कुणीकडे निघालास?"

"देवगिरीला"

"चल आमच्याबरोबर." एक प्रवासी म्हणाला,

"आम्हालाही त्या बाजूलाच जायचंय. नंतर आमची वाट वेगळी होईल."

एकोबालाही चांगली संधी वाटली. एकट्याने चालण्याचा तसा त्याला कंटाळाच आला होता. तो त्यांच्यात सामील झाला. ते नेवाश्याकडील होते. त्यांच्या बोलण्यात ज्ञानेश्वरी व त्या चारी भावंडाशिवाय दुसरे काहीही नव्हते. नेवाश्यात त्यांचा मुक्काम ज्ञानेश्वरी पूर्ण होईपर्यंत असल्याने पुष्कळ विषय होते.

संध्याकाळच्या सुमारास एक जरा मोठे गाव लागले. अलीकडे एक मंदिर होते. येथेच मुक्कामाचे ठरले. सुदैवाने विठ्ठल-रखुमाईचेच देऊळ निघाले. नुकतीच कुणी पूजा करून सांजवात लावली होती. धुपाचा वासही छान सुटला होता. एकोबाला ह्या मूर्ती फार आवडल्या. कितीतरी वेळ तो हात जोडून उभा होता.

सारेजण एकत्र बसले. आपल्याबरोबर जे काही होते त्याची वाटावाटी झाली. एकोबाजवळ रताळे होतीच. आणखी काही फळे मिळाली. एकजणाने दिलेली गाजरे चांगलीच गोड होती.

थोड्याच वेळात गावकरी मंडळी गोळा झाली. रोजचे भजन असायचे. एकोबाला ही नवी पर्वणी वाटली. टाळमृदंगाच्या तालावर अभंग सुरू झाले. एका भाविकाचा आवाज फार गोड होता. ज्ञानोबांचे अभंग फारच रंगले. सारे वातावरण विठ्ठलमय झाले. हरिनामाच्या गजरात मध्यरात्र उलटून गेली.

भल्या पहाटे एकोबाबरोबर आलेली मंडळी त्यांच्या पुढील प्रवासाला निघाली. आता पुन्हा एकोबा एकटाच निघाला. कुणीतरी रोज भेटायचे. बरोबर यायचे. पुन्हा वेगळ्या वाटा व्हायच्या. दोन्ही वेळच्या जेवणाला मात्र कधी कमी पडले नाही! एखाद्याच्या घरीही सोय व्हायची. गरमागरम मिळायचे.

देवगिरी जवळ येत चालल्याने गर्दी वाढू लागली. यवनी शिपाई सर्वत्र दिसू लागले. घोड्यांच्या टापांचा आवाज आला की पळापळी व्हायची. वाट मोकळी करून द्यावी लागायची.

लोकांच्या तोंडात देवगिरीच्या जनार्दन स्वामींचे नाव यायचे. काणे होते हे जनार्दन!

किल्लेदार जनार्दनपंत देशपांडे..!

जनार्दन स्वामी!

एकोबाची उत्सुकता वाढू लागली !

आपल्याला कुणाकडे जायचे आहे?

– कोण आहेत आपले सद्‌गुरू ??

❄❄❄

५१
॥ एका जनार्दनी ॥

एकोबाची वाटचाल चालूच होती. भाग बराचसा डोंगराळ होता. दूरवरही डोंगर दिसत होते. त्यामुळे वाट चांगलीच खडकाळ. सगळीकडे दगडाच्याच उतरंडी दिसत. वाटेच्या बाजूलाही मोठमोठे दगड पसरलेले होते.

जसजसे देवगिरी जवळ येऊ लागले तसतशी वर्दळ वाढू लागली. सगळे प्रवासी बहुतेक एकाच दिशेने निघाले होते. देवगिरीकडे.

एका वटवृक्षाखाली एक प्रवासी विसावला होता. वडाची सावली चांगलीच होती. एकोबालाही थांबण्याची गरज होती. इतका मोठा प्रवास तो प्रथमच करीत होता. चालण्याची सवय अजिबात नव्हती. त्यामुळे पाय बोलू लागले होते. कांटेकुटे टोचल्याने जागोजागी दुखत होते. त्या प्रवाश्याजवळ तोही बसला.

"काय रे पोऽराऽ," तो तरुण म्हणाला. 'एकलाच निघालास?' देवगिरीला का?"

"होय, तिकडेच"

"नेहमी जातोस?"

"नाही. आज प्रथमच निघालो आहे."

"कशासाठी निघाला आहेस?" तो तरुण म्हणाला.

"मला माझ्या सद्गुरूंना भेटायचे आहे."

"नाव काय त्यांचे?"

"तोच प्रश्न पडलाय मला" एकोबा म्हणाला, "मला निश्चित माहिती नाही!"

"मग तुला जनार्दन स्वामींच्याकडेच जावे लागेल." तो तरुण म्हणाला, "त्यांच्याशिवाय तेथे दुसरे श्रेष्ठ कोण आहे?"

“मग किल्लेदार जनार्दनपंत कोण?”

“तेच किल्लेदार आहेत.” तो तरुण म्हणाला,

“ते सत्पुरुष तर आहेतच पण किल्लेदारही आहेत. मी त्यांच्याकडेच निघालो आहे. दर गुरुवारी ते सर्वांना दर्शन देतात. ते महान दत्तभक्त आहेत. सर्वांना मार्गदर्शन करतातच पण दानधर्महही चालू असतो. त्यामुळे प्रापंचिकांची, साधु-पुरुषांची गर्दी असते. सरकारी कामाला त्यादिवशी सुट्टी असते. धार्मिक कार्यासाठी यवन राजाने त्यांना खास परवानगी दिलेली आहे. त्यांचे मोठेपण त्याला ठाऊक आहे.”

“आपण कोण आहात?”

“मी नागेश जोशी,” तो तरुण म्हणाला.

“येथून जवळच माझे गाव आहे. मी नेहमी येतो इकडे. पुष्कळ दक्षिणा मिळते. तुझे नाव काय?”

‘मी पैठणचा एकोबा कुलकर्णी.” एकोबा म्हणाला, “एक प्रश्न विचारू कां?”

“विचार.”

“जनार्दन स्वामींचा इतका मोठा आध्यात्मिक अधिकार असून हे यवनांच्या सेवेत कसे?”

“ही शंका कुणालाही येणे साहजिकच आहे.” नागेश म्हणाला, “परंतु त्यांची कौटुंबिक माहिती व त्यांच्या श्रेष्ठ घराण्याची परंपरा पाहिली तर हा प्रश्न सहज सुटतो.”

“हे मला सांगा.”

“तेच सांगत आहे” नागेश म्हणाला, “स्वामींचे मूळ गाव चाळीसगाव. त्यांच्या पूर्वजांना, म्हणजे कृष्णाजीपंत देशपांड्यांना, यादव राजांनी चाळीस गावांचे आधिपत्य बहाल केलेले होते. त्यांनी दाखविलेल्या लढवय्येपणाचे हे प्रतीक होते. यवन राजांनीही त्यांचे हे वतन कायम ठेविले. या घराण्यावर दत्तकृपा झालेली होती. जनार्दन स्वामींनाही त्यांच्या महान उपासनेमुळे दत्तदर्शन झाले आहे. या पुण्याईमुळे व त्यांच्या सात्त्विकपणामुळे यवन राजाने दौलताबादच्या किल्ल्याचे किल्लेदार केले आहे. युद्धशास्त्रातही ते प्रवीण आहेत.”

“हे आश्चर्याच आहे.” एकोबा म्हणाला,

“मला यातील काहीच माहिती नव्हते. म्हणजे मी अगदी योग्य ठिकाणी जात आहे.”

"यात काहीच शंका नाही." नागेश म्हणाला, "एवढेच नव्हे, तर यवन राजा स्वामींचा सल्लाही वेळप्रसंगी घेतो. किल्ल्यावर त्यांना स्वधर्म पाळण्याची परवानगी दिलेली आहे. त्यामुळे दर गुरुवारी येथे हिंदुधर्मीयांना मुक्तद्वार आहे. स्वामी प्रत्येकाला भेटतात."

"मग मला भेटतील का?"

"अवश्य भेटतील, "नागेश म्हणाला, "तू आता माझ्याबरोबरच चल. स्वामींचा आश्रित व सेवक देवीदास नगरकर माझा नातेवाईकच आहे. तो स्वामींच्याजवळ उपस्थित असतो. त्याची व तुझी मी ओळख करून देईन. म्हणजे काही प्रश्नच राहणार नाही. तुला स्वामींचे दर्शनही मिळेल व सद्गुरूंची प्राप्तीही सहज होईल."

"तुम्ही हे जे उपकार करीत आहात ते मी कधीच विसरणार नाही," एकोबा म्हणाला, "अगदी योग्यवेळी आपली गाठ भेट झाली म्हणायची."

"ही तुझी पूर्वजन्माची पुण्याई असावी, एकोबा."

नागेश म्हणाला, "आता आपण लगेच निघू या. उगाच उशीर नको."

नागेशने स्वामींच्या अनेक कथा जाता जाता सांगितल्या. त्यामुळे एकोबाला विलक्षण आनंद झाला. फार महान पुण्यात्म्याची आपली उद्या गाठ पडणार आहे. तो क्षण आता जवळ येत जाणार आहे!

अखेर ते देवगिरीच्या पायथ्याशी आले. तेथील दत्तमंदिरातच त्यांची सोय झाली. एकोबाने मनोभावे दत्तदर्शन घेतले. संगमरवरी मूर्ती फारच रेखीव व आकर्षक होती. मूर्तीची सायंपूजा नुकतीच झाली असावी. सांजवात तेवत होती. धूप प्रसन्न वाटत होता. चाफ्याची फुले कुणी वाहिली होती. त्यांचा सुवासही लपत नव्हता! देवगिरीची सुरुवात तर चांगलीच झाली होती. सद्गुरूंच्या उपास्यदैवताचेच दर्शन प्रथम घडले होते. हा योगायोग एकोबाला महत्त्वाचा वाटला.

बराच वेळ भाविकांची गर्दी होत होती. गुरुदेव दत्तांचा जयजयकार चालू होता. भाविक नारळ फोडत होते.

एकोबाला प्रसाद मिळत होता.

सर्वत्र शांत झाल्यावर नागेशबरोबर जेवण आले. त्याने दशम्या आणल्या होत्या. राजगिऱ्याची भाजी चांगली वाटली.

पाहता पाहता नागेश निद्राधीन झाला!

पण एकोबाला झोप येईना.

त्याच्या डोळ्यासमोर उद्याचा गुरुवार होता.

स्वामींच्याबद्दलचेच सारे विचार होते.

प्रश्न फक्त एका रात्रीचा होता. उद्याचा गुरुवार त्याच्या जीवनातील फार आनंदाचा ठरणार होता! एकोबाचे जीवन उजळून निघणार होते.

जीवनाला नवीन दिशा लागणार होती!

—सद्‌गुरू भेटणार होते...!

निमिषोन्मषाचा व्यापारु
ज्यासी करिता धी थोरु
ते योगींद्र जाणावे सद्‌गुरु
कैवल्यदानी !!

❄❄❄

५२

॥ एका जनार्दनी ॥

भल्या पहाटेच दत्तमंदिरात विधी सुरू झाले. नागेश व एकोबा लवकर उठून तयार झाले होते. एका भाविकाने तेथे असणाऱ्या सर्व भाविकांना दत्ताचा प्रसाद म्हणून भरपूर शिरा व केळी वाटली. दत्तकृपेने हा एक प्रश्न मिटला. गड चढण्यास सोपा नव्हता. चढण अवघड होती. शिवाय गर्दीमुळे स्वामींचे दर्शन केव्हा होईल हा प्रश्न होता.

नागेश व एकोबा दत्तदर्शन घेऊन वाटेला लागले. वाट गोलाकार व चढी होती. त्यामुळे सावकाश जावे लागत होते. गडावर जाणाऱ्यांची गर्दी हळुहळू वाढू लागली. लवकर जाण्याची प्रत्येकाची धडपड होती.

नागेशला या वाटेची सवय होती. पण एकोबाला मात्र सारे नवीन होते. त्यामुळे नागेश जरा पुढे जायचा. एकोबा त्याला गाठण्याचा प्रयत्न करायचा. बोलत बोलत जाणे तर जमणारच नव्हते. खाली पाहत पाहत जावे लागायाचे. एखाद्या दगडावरून पाय घसरला तर खाली घसरत जावे लागायचे.

अखेर ते गडावर आले. एकोबाने सहज खाली पाहिजे! त्याला आश्चर्याच वाटले. इतक्या उंचावर तो कधीच गेला नव्हता. खाली दिसणारी माणसे व जनावरे पाहून त्याला हसू आहे. घरेही इवलीशी दिसत होती.

थोडे पुढे गेल्यावर त्यांना समोर एक भव्य मंडप दिसला. त्या ठिकाणी बाहेरही पुष्कळ समुदाय उभा होता. थोडे पुढे गेल्यावर त्यांना एका उंच आसनावर तेजस्वी स्वामी बसलेले दिसले. त्यांचे दर्शन होताच एकोबाने हात जोडले.

त्याचे दैवत अखेर त्याला भेटले. स्वामींचे लोभसवाणे दर्शन त्याला सारे काही सांगून गेले. स्वामींची मुद्रा, करारी चेहरा, त्यांचा पोषाख सारेच अपूर्व वाटले. चेहऱ्यावर विलक्षण तेज होते. दूरवर एका बाजूला नागेश व एकोबा हळूहळू बोलत होते.

नागेश दर्शनाला अगोदर जाणार होता. स्वामींच्या शेजारीच देवीदास उभा असायचा. स्वामींच्या हातात तोच दक्षिणा द्यावयाचा. संधी पाहून नागेश एकोबाबद्दल देवीदासला सारे सांगणार होता. त्याप्रमाणे नागेशने एकोबाला तशी खूण केली. दक्षिणा मिळताच नागेश तेथून बाहेर गेला. यापूर्वीच त्याने एकोबाचा निरोप घेतला होता. संध्याकाळच्या आत त्याला घरी जाणे भाग होते. पुन्हा आता वारंवार त्याची व एकोबाची गाठभेट होणारच होती.

देवीदासने एकोबाकडे व एकोबाने त्याच्याकडे एकाच वेळी पाहिले. देवीदासने एकोबाला हातानेच तेथे थांबण्यास सांगितले. एकोबाचा आनंद गगनात मावेना.

स्वामी प्रत्येकाशी काहीतरी बोलत, विचारीत. त्यानुसार फळांचा प्रसादही ते देत. कुणाला अंगाराही देत. डोक्यावर हातही ठेवीत. याचकाला त्याच्या अपेक्षेनुसार दक्षिणा मिळायची. भाविक प्रसन्नतेने जात. त्यांच्या चेहऱ्यावरूनच हे दिसायचे. स्वामींचे व्यक्तिमत्त्व असे भारदस्त होते, की त्यांचे दर्शन होताच भाविकांचे निम्मे समाधान व्हावयाचे. प्रवास केल्याचा क्षीण जावयाचा. काही भाविक यासाठीच यायचे.

उन्हे कलल्यावर बरीचशी गर्दी कमी झाली. देवीदासने एकोबाला खूण केली, तसा तो त्याच्याजवळ येऊन थांबला. आता फक्त काही क्षणांचा प्रश्न होता.

थोड्याच वेळात शेवटचा भाविक गेला. स्वामी उठण्यापूर्वी देवीदासने एकोबाला स्वामींचे दर्शन घेण्यास लाविले.

"उठ बाळ," स्वामी म्हणाले, "तू आल्यापासून माझे तुझ्याकडे लक्ष आहे. कुठून आलास?"

"मी पैठणचा एकनाथ कुलकर्णी."

"एकटाच आलास?"

"होय, स्वामी."

"काय हवंय तुला?" स्वामी त्याच्याकडे रोखून पाहात म्हणाले, "तू याचक नाहीस हे मी ओळखले आहे!"

"स्वामी, मला आपल्या चरणांशी राहू द्या."

एकोबा नम्रतेने म्हणाला, "त्यासाठीच मी आलोय!"

"कुणी सांगितले तुला?"

"सूर्यनारायणांनी"

स्वामीनी पुढील काही विचार करण्यापूर्वीच एकोबाने सूर्यमंदिरातील प्रसंग सांगितला. पुन्हा स्वामींच्या चरणावर डोके ठेविले!

"तुझी इच्छा पूर्ण होईल."

“देवीदास,” स्वामी म्हणाले, “आपल्याबरोबर याला घरी येऊ दे...”

स्वामी निघाले! त्यांच्या पाठोपाठ राहिलेल्या दक्षिणेचे चांदीचे ताट घेऊन देवीदास निघाला. एकोबा मागे निघाला. त्याने स्वामींचे चांदीचे तांब्याभांडे हातात घेतले!

घरी येताच सावित्रीबाईनी स्वामींना ओवाळले. त्या बाजूला होताच एकोबाने त्यांच्या पायावर डोके ठेविले.

“आई,” देवीदास म्हणाला, “हा पैठणचा एकनाथ कुलकर्णी. तो आता इथेच राहणार आहे.”

“वा! बाळा, आनंदाने रहा, घर तुझेच आहे.” सावित्रीबाई म्हणाल्या, “पुष्पावती,” त्या पुढे म्हणाल्या, “याला मागच्या बाजूची तुमच्या खोलीजवळची खोली दाखव.”

गुरुपत्नींनी मोठ्या आपुलकीने व प्रेमळपणाने एकोबाला त्याची सारी माहिती विचारली.

त्याला आईवडील नाहीत हे ऐकून त्यांना वाईट वाटले. आजी-आजोबा त्याला सोडणार नाहीत म्हणून त्याना न सांगता आल्याचे त्याने सांगताच त्याच्या डोळ्यात पाणी आले.

“बाळा,” त्या म्हणाल्या, “रडू नकोस. तू काही त्यांना फसवून आलेला नाहीस. चांगल्या हेतूनेच आला आहेस. या वयात तुला त्यांनी सोडले नसते हे खरे आहे. काही वेळा चांगल्या गोष्टीसाठी खोटे बोलावे लागते. तू तेच केले आहेस. वाईट वाटून घेऊ नकोस. ही पुष्पावती तुझे सारे पाहील. अजून काही लागले तर मला सांगत जा. संकोच करू नकोस.”

“आई,” एकोबा म्हणाला, “मी यांना मावशी व देवीदासांना मामा म्हणू?”

“वा! छान,” सावित्रीबाई म्हणाल्या, “योग्य नावे आहेत ही.”

एकोबा अगदी समाधानाने गुरुगृहीच्या खोलीत अंथरुणावर पडला.

त्याचे दैवत त्याला आता भेटले होते.

सूर्यनारायणांची इच्छा पूर्ण झाली.

–त्याला लगेचच झोप लागली.

आता कसलीच चिंता नव्हती!

गुरुः साक्षात परब्रह्म...!

❄❄❄

५३

|| एका जनार्दनी ||

देवीदास त्याच्या खोलीतून व एकोबा त्याच्या खोलीतून पहाटेपूर्वी एकाच वेळी बाहेर आले.

पुष्पावती त्याअगोदरपासून दळण दळत होती.

"मामा," एकोबा म्हणाला, "मावशी दळत आहेत का? आवाज फार गोड आहे त्यांचा." एकोबा म्हणाला, "जनाईचा अभंगही तितकाच प्रभावी आहे. या पहाटवेळी फारच परिणामकारक वातावरण तयार झाले आहे."

"तुझ्या चेहऱ्यावरून ते दिसत आहेच. या मंदप्रकाशात तू इतक्या लवकर कशाला उठलास?"

"मला सवयच आहे ही," एकोबा म्हणाला, "पहाटेपासून येथील दिनक्रम कसा आहे हेही पहायचा मला."

"कशासाठी?"

"सहजच," एकोबा म्हणाला, "म्हणजे मला कोणती कामे करता येतील हे ठरविता येईल."

"वा! एकोबा." देवीदास म्हणाला, "कालच रात्री तू आलास आणि आज लगेच कामाची तयारी चालू केलीस! धन्य आहे तुझी."

देवीदास लगेचच त्याच्या कामाला लागला. एकोबा अगदी बारकाईने पाहत होता. थोड्या वेळातच आई उठल्या. स्वामीही पाठोपाठ बाहेर आले.

गडावरचे पहाटचे वातावरण फारच आल्हाददायक वाटत होते. थंडगार वारा भरपूर सुटला होता. चारी दिशाकडे पाहता येत होते. पसरू लागलेल्या लालीमुळे पूर्वा कोठे आहे हे सहज समजत होते. घरामागील परिसरात हीच फुलझाडे अनेक फुलांचे मधुर सुवास दरवळू लागले होते.

तेवढ्यात निरनिराळ्या निमित्ताने एकोबाने गडावरचा सारा परिसर पाहून घेतला. धूसर प्रकाश पसरू लागला होता. साऱ्या हिरवाईच्या मधोमध स्वामींचे घर होते.

गडावरचे शिपायांचे पहारे चालूच होते. सगळीकडे सैनिक दिसत होते. बंदोबस्त फार मोठ्या प्रमाणात होता. सर्वत्र तोफा लावून ठेविलेल्या होत्या. एकोबाला हे सारे नवीनच होते. ढाली-तलवारीचे आकर्षण त्याला अगदी लहानपणापासूनच होते. येथे प्रत्यक्षात त्याला सर्वत्र तेच दिसत होते. त्याला उगीचच वाटले, की कुणी आपल्याला हे शिकवील का?

आपले आन्हिक उरकून एकोबा त्याच्या पाठांतराला लागला. संध्या करून निरनिराळी स्तोत्रे तो म्हणू लागला. शुक्रवार असल्याने त्याने काही देवीस्तोत्रेही म्हटली. तो खणखणीत आवाजात म्हणत होता.

स्वामी सहज त्या बाजूला आले तेव्हा तो हरिपाठ म्हणत होता. स्वामी तेथेच थांबले. एकोबाची म्हणण्याची पद्धती, आवाज व पाठांतर त्यांना आवडले. त्याच्या तयारीची कल्पना आली. वयाच्या मानाने त्याच्या पाठांतरात विविधता आढळली. उच्चारही स्पष्ट होते. किती तरी वेळ ते ऐकत उभे होते. पाहता पाहता त्याने अनेक स्तोत्रे म्हटली. त्यात दत्तात्रेयाचीही स्तोत्रे होती.

देवीदास दोन-तीन वेळा तेथे येऊन गेला. पण स्वामींचे लक्ष नव्हते. यावेळी इतका वेळ स्वामी थांबलेले तो प्रथमच पाहत होता.

स्वामी तेथून पुढे निघाले. ते चांगलेच भारावून गेले. त्यांच्या मनात एकोबाचेच विचार चालू झाले. पैठणसारख्या दूरच्या ठिकाणापासून हा एकटा केवळ आपल्यासाठी आला. हेच त्यांना कौतुकाचे वाटत होते. त्याच्या वयाच्या मानाने पाठांतर अधिकच चांगले होते. त्यात वैचित्र्य दिसत होते. आपल्याला एक चांगला शिष्य लाभल्याचे समाधान त्यांना वाटू लागले. त्या आनंदातच ते देवघरात आले. पूजा व त्यांचा नित्यपाठही अजून व्हावयाचा होता. तसा आज उशीरच झाला होता. त्यासाठीच देवीदास येऊन गेला होता.

सायंकाळच्या सुमारास एकोबा सहजच पश्चिमेकडे आला. सूर्यास्ताची तीच वेळ होती. त्याला पुढे जावेसे वाटेना. इतका मनोहारी देखावा तो प्रथमच पाहत होता. निसर्गाची विविध रंगांची मुक्त उधळण सुरू झालेली होती. इतक्या उंचीवरून तो प्रथमच सूर्यास्त पाहत होता. रंग येत होते आणि बदलत होते! सूर्यनारायण लालमूलाल व चांगलेच मोठे झाले होते! त्याचे हात सहजच जोडले गेले.....

“सूर्यनारायणा!... तुझ्या आदेशानुसार मी देवगिरीवर पोहोचलो आहे. आता

पुढील सारे व्यवस्थित पार पाडून घेणे तुझ्याच हाती आहे. हे सारे करण्याची क्षमता माझ्यात निर्माण होऊ दे... माझ्या सद्‌गुरूंना माझ्याविषयी खात्री वाटू दे....!''

"काय, एकोबा,'' देवीदास म्हणाला, "एवढे कशात मग्न आहात!''

"इतक्या उंचीवरून सूर्यनारायणांना प्रथमच पाहत आहे. मामा, बरे झाले, तुमची भेट झाली हे. मी तुमच्याकडेच निघालो होतो. एक विचारू का?''

"अवश्य विचार.''

"स्वामींची पहाटेपासूनची जी वैयक्तिक कामे आपण करीत आहात ती उद्यापासून मी करू का? मला त्यांच्या सेवेची ही संधी मिळावी अशी माझी प्रार्थना आहे. शिवाय मी पहाटेपासून पाहतोय. की तुम्हाला एकापाठोपाठ एक अशी अनेक कामे करावी लागतात. एक क्षणभरही, बसलेले असे तुम्ही मला दिसला नाहीत. म्हणून ही माझी इच्छापूर्ती करावी मामा!''

"पण, स्वामींना काय वाटेल?'' देवीदास म्हणाला, "त्यांना हे आवडले नाही तर?''

"तसे होणार नाही,'' एकोबा निर्धाराने म्हणाला, "मी आईंची संमती घेतो, म्हणजे तुमच्यावर काही येणार नाही.''

"माझी काही हरकत नाही.''

लगेच्या तो दुसऱ्या कामाला निघून गेला.

एकोबाची महत्त्वाची इच्छा पूर्ण झाली. सद्‌गुरूंच्या सेवेची संधी त्याला मिळाली. ही सर्वात मोठी पर्वणी वाटली त्याला.

जे संसारासी वेगळे
ज्ञान वैराग्ये आगळे
ब्रह्मरस स्वादा आनंदले
ते सद्‌गुरू जाणावे !!

❄❄❄

५४

॥ एका जनार्दनी ॥

देवीदासचे जेवण व इतर कामे होईपर्यंत चांगलीच रात्र झाली. खोलीत येऊन तो जरा भिंतीला टेकून पाय पसरून बसला. त्याची ही सवय होती. अधूनमधून त्याची पाठ दुखायची. मध्यंतरी एकदा गड चढताना ठेच लागून तो जोरात पाठीवर आपटला होता. पाठीला चांगलाच मार लागला होता. वैद्यबुवांनी पुष्कळ औषधे दिली. चोळून लावण्यास तेलही दिले होते तेही लावावे लागायाचे.पहाटेपूर्वी उठल्यापासून रात्री झोपण्यास येईपर्यत त्याला विश्रांती अशी मिळायचीच नाही.

भिंतीला टेकून देवीदास बसलेला पाहून पुष्पावती तेलाची बुधली घेऊनच त्याच्याजवळ बसली. पाठ दुखू लागलेली आहे हे तिने ओळखले. वैद्यबुवांनी तेल कसे चोळून लावायचे हे तिला शिकविले होते.

"एकोबाला आता कामाची चांगलीच सवय झालीय," तेल चोळताना पुष्पावती म्हणाली, "स्वामींच्या कोणत्याही कामात तो कसूर अजिबात ठेवीत नाही. धुतलेले कपडे आणून ठेवणे, स्नानानंतरचे कपडे सारे धुवून ठेवणे, त्या अगोदर देवघरातील पूजेची सारी तयारी करून ठेवणे, स्वामी विश्रांतीला आले की त्यांचे पाय चेपणे, पाठ दाबणे वगैरे गोष्टी तो नित्य करू लागला आहे."

"हे काहीच नाही." देवीदास म्हणाला, "त्यांच्या कामाच्या ठिकाणचीही सारी व्यवस्था तोच पाहत आहे. त्यांना कोणता कागद हवा असेल तो लगेच काढून देतो. तेथील कागदपत्रांची अगदी बारकाईने पाहणी करून त्याने क्रमवारीने ते लावून ठेवले आहेत. त्यामुळे स्वामींना लगेच हवे ते मिळते."

"परवा स्वामी त्यांचे मनापासून कौतुक करीत होते."

"तू कोठे ऐकीले?"

"जेवण झाल्यावर आई त्यांना विडा करून देत होत्या तेव्हा मी स्वयंपाकगृहातच

होते.'' पुष्पावती मानेजवळ तेल लावीत म्हणाली, ''स्वामी त्याच्या कामाची तरफदारी करीत होते. गेले वर्षभर ते सारे अवलोकन करीत होते. त्यांनी विविध विषयाच्या कामाचे मागदर्शनही त्याला केले होते. हिशेबाच्या वह्या लिहिण्याचेही त्याला शिकविले आहे. त्यामुळेच स्वामी त्याच्याबद्दल कौतुकाने बोलत होते!''

''माझ्याही हे लक्षात आले आहे.'' देवीदास म्हणाला, ''स्वामींच्या हिशोबाच्या वह्या तो घेऊन बसत असल्याचे या वर्षात मला दिसू लागले आहे. यातून एक गोष्ट चांगली झाली.'

''कोणती.''

''स्वामीना त्यांच्या कार्यात योग्य तऱ्हेने मदत मिळू लागली.'' तेल लावण्याचे संपल्यावर पाठीवर झोपत देवीदास म्हणाला, ''त्यामुळे गडाच्या रक्षणाची तयारी करण्यात व पाहण्यास स्वामींना वेळ मिळू लागलाय. शत्रूची भीती वाढलेली आहे. गुप्तहेरानी तशा वार्ता आणलेल्या आहेत.''

''म्हणजे लढाई होणार काय?'' पुष्पावतीने घाबरून विचारले.

''आता तरी तसे वातावरण नाही अजून,'' देवीदास म्हणाला, ''पण सैन्य नेहमी सुसज्ज ठेवावेच लागते. रात्रंदिवस डोळ्यात तेल घालून चारीबाजूला पहारा ठेवावाच लागतो. एकोबा याही गोष्टीत तयार होऊ लागलाय.''

''म्हणजे?''

''आपल्या कोंडाजी शिपायाचा मुलगा एसाजी एकोबाच्या ओळखीचा झालाय. त्याच्या घरी सगळी शस्त्रे व घोडेही आहेत. घोड्यावर बसण्यास एसाजीने त्याला शिकविले आहेच, पण ढाल तलवार घेऊन कसे लढायचे हेही त्याला सांगितले आहे. ते दोघे लुटूपुटीची लढाई सारखे खेळत असतात. कोंडाजी असेल तर तोही शिकवितो!''

''परवा आईंनी मलाही हे सांगितले, पण त्यावेळी नीट समजले नव्हते.'' पुष्पावती म्हणाली, ''आई एकोबासंबंधी रोज काहीतरी कौतुकाने मला सांगत असतात. त्यांनाही एकोबाबद्दल आपुलकी वाटू लागली आहे. योग्य वेळी तो आपल्या घरी आलाय असे नेहमी त्या म्हणतात.''

अजून थोडा वेळ एकोबाचाच विषय चालू होता.

गडावरील प्रत्येक गोष्टीची व ठिकाणाची त्याला माहिती झाली होती.

तो चौकस असल्याने सगळ्यांना माहिती झाला होता.

पाहता पाहता देवीदासला झोप केव्हा लागली हे समजले नाही.

त्याला झोपेत थोडे घोरण्याची सवय होती.
पुष्पावतीला त्यामुळेच तो झोपलीय हे समजले!
तिने त्याला पांघरूण घातले!

❄ ❄ ❄

५५
॥ एका जनार्दनी ॥

चक्रपाणी नेहमीप्रमाणे ओसरीवर सकाळी बसले होते. त्यांची तब्येत चांगलीच खालावलेली दिसत होती. त्यांचा चेहराही चिंताग्रस्त झाला होता. घराबाहेर पडण्याचे प्रमाण हळूहळू कमी होत गेले होते. एकोबाला तेथून जाऊन वर्ष केव्हाच उलटून गेले होते. त्याचा काहीच पत्ता लागलेला नव्हता. कुणाला कुठे दिसलाही नव्हता किंवा भेटलेलाही नव्हता. त्यामुळे तो कोठे आहे हे समजलेच नव्हते.

निरनिराळ्या यात्रांना जाऊन आलेल्या प्रवासी लोकांना आजोबा भेटत असत. एकोबाचे वर्णन करून विचारीत असत. पैठणची मंडळी आता ह्या विषयाला कंटाळलेली होती. एकोबासंबंधीची चर्चाही गावात थांबली होती. काही मंडळी फक्त सहानुभूती दाखवीत. पाठ फिरली की काहीजण टिंगल करीत. सयाजी अधूनमधून यायचा. चौकशी करायचा. चक्रपाणींना तेवढेच बरे वाटायचे.

आताही चक्रपाणी दाराकडे टक लावून बसलेले होते. त्यांना आपले उगाचच वाटायचे की कुणी काही तरी निरोप आणील! कुणीतरी यावे, काही सांगावे! पण रोज निराशाच पदरी पडायची.

चक्रपाणींना एकदम आश्चर्यच वाटले. बाबाजी पाटील आत येत होते...!

"या ऽ या ऽ बाबाजी... वर या... बसा!!" चक्रपाणी म्हणाले, "सारे ठीक आहे ना?"

"ती तर पंढरीनाथाची कृपा," बाबाजी म्हणाले, "रोज मी नुसते येण्याचे ठरवीत होतो. पण शेवटी आज योग आला. अगदी निर्धारच केला व आलो."

"बरे झाले आलात ते." आजोबा म्हणाले,

"गाठभेट होऊन बराच काळ लोटला होता आनंद जाहला."

"तुमची तब्येत मात्र एकदम उतरली." बाबाजी म्हणाले, "प्रत्येकाने मला

हेच सांगितले. त्यामुळे कधी एकदा येईन असे झाले होते मला. मारुतीही सांगून दमला. पण हे मात्र खरे, की तुम्ही मनाला फार लावून घेतले आहे.''

''विसरण्याचा पुष्कळ प्रयत्न करतोय, पण'' चक्रपाणी म्हणाले, ''पुन्हा पुन्हा त्यावर विचार आपोआप चालू होतोय. त्याची इतकी सवय झाली होती की घर नुसते खायला उठले आहे. अवकळा आलीय.''

''असं नका म्हणून, चक्रपाणी,'' बाबाजी म्हणाले, ''काही तरी चांगले होण्यासाठीच ही घटना घडली असावी. तुमचा नातू हा चार इतर पोरांहून निश्चित वेगळा होता. त्याच्यासंबंधी सारे चांगलेच माझ्या कानावर आले आहे. तो योग्य मार्गावर होता व त्याच हेतूने तो घराबाहेर पडला आहे. येथे थांबून जर एखादे कार्य व्यवस्थित पार पडणार नसेल तर घर सोडणेच इष्ट ठरते. पंढरीनाथ एक दिवस त्याला निश्चित परत आणील. मी हेच सांगण्यास आलोय की रात्रंदिवस हा एकच विचार करीत घरात बसू नका. मनात मग नाना शंका येतात. तुम्ही अधिक सुज्ञ आहात. मी सांगणे योग्य होणार नाही.''

''बाबाजी,'' चक्रपाणी म्हणाले, ''तुम्ही अगदी खरेखुरे बोलत आहात. यात काहीही गैर नाही. परवाच केशवशास्त्री, रामशास्त्री आले होते. त्यांनीही हेच सांगितले आहे. मलाही हे सारे पटत आहे. पण वेड्या मनाला हे अजून समजत नाही. हा माझा दोष समजावा. पण असे असले तरी मी प्रयत्न करीन.''

''चक्रपाणी,'' बाबाजी म्हणाले, ''खंडू अवचटासारखे चार दुष्ट लोक काहीही उठाठेवी करीत राहतील. पण त्यांना महत्त्व देऊ नका. बाकी सारे विसरा. वाया गेलेला पोरगा घरातून निघून गेलेला नाही. काही तरी चांगले होण्यासाठी तो बाहेर पडलेला आहे. तुम्ही काहीही पाप केलेले नाही. मग घरात का बसून राहता? खंत कशाची करता? मोकळ्या मनाने बाहेर पडा. सर्वत्र जा. देवदर्शन घ्या. चार लोक तेथे भेटतात. तेवढाच वेळ चांगला जातो.''

अजून थोडावेळ बाबाजी बोलत होते.

चक्रपाणींना हे सारे पटत होते.

आजीबाईंनी आणलेले दूध घेऊन ते बाहेर पडले.

ते दूर जाईपर्यंत चक्रपाणी त्यांच्याकडे पाहत होते.

पांडुरंगाने तर त्यांना पाठविले नसावे?

❄❄❄

५६

॥ एका जनार्दनी ॥

स्वामींना बऱ्याच दिवसांनी कधी नव्हे तो एकांत मिळाला. अशावेळी ते झोक्यावर बसत. पितळी कड्यांचा झोपाळा त्यांनी खास करून घेतलेला होता, मंद झोका घेणे त्यांना आवडायचे. एकोबाचेच विचार त्यांच्या मनात चालू होते. तो आल्यापासून त्यांचे जीवन थोडे बदलले होते. रोज त्याच्याशी वेगवेगळ्या विषयावर ते चर्चा करीत बोलत बसत.

वेळ होईल त्यावेळी ते त्याला हाक मारीत. त्याला प्रश्न विचारीत. काही प्रश्नांची उत्तरे त्याला माहिती असत. पण येत नसेल तर त्याच विषयावर ते बोलता बोलता सांगत. एकोबाच्या ज्ञानात महत्त्वाची भर पडत जायची.

मुकुंदराजांचे 'विवेकसिंधू', परमामृत, ज्ञानेश्वरी, हरिपाठ किंवा ज्ञानोबांचे व इतर संतांची अभंग ते एकोबाला सांगत. त्यांच्यावर निरूपणही व्हायचे. भगवत गीता हा तर त्यांचा न संपणारा विषय. श्रीकृष्ण व अर्जुन यांच्या संवादावर ते पुष्कळ चर्चा करीत. नामदेवांच्या अभंगातून ते पांडुरंगासंबंधी उदाहरणे देऊन बोलत. विठ्ठलाची जवळीक लाभलेला हा एकमेव संत होता. त्यामुळे विठ्ठलभक्तीची नाना रूपे नामदेवानी जिवंत केली. जातिभेद कोणत्याच संतानी पाळले नाहीत हे तर वारकरी पंथाचे वैशिष्ट्य ठरावे. स्वामी या विषयावर नेहमी बोलत.

जातीभेदामुळे समाज एकसंध राहत नव्हता. परकीय धर्माचे आक्रमण हिंदु धर्मावर चालू होते. अशावेळी सर्व हिंदू एकत्र येणे आवश्यक होते. पण प्रत्यक्षात तसे घडत नव्हते. भोंदूगिरी, लबाडी, अंधश्रद्धा, खोटारडे साधुसंत यामुळे समाज पोखरला जात होता. एकोबापुढे हे सारे आव्हान स्वामी उभे करीत. त्यामुळे या वयापासूनच एकोबाच्या मनात वैचारिक गोंधळ सुरू झालेला होता.

या सर्व परिस्थितीविरुद्ध स्वामींना एकोबाला तयार करण्याचे होते. त्याच्या

मनाची बैठक विशिष्ट तत्त्वप्रणालीने समृद्ध करावयाची होती. त्यांच्या ज्या काही इच्छा अपूर्ण राहिल्या होत्या त्या एकोबाच्या रूपाने पूर्ण करावयाच्या होत्या. या दृष्टीकोनातूनच ते एकोबाकडे पाहत.

तेवढ्यात कागदपत्रातील एक शंका विचारण्यासाठी एकोबा आला. त्याला काय हवे होते हे सांगून झाल्यावर, त्यांनी त्याला समोरच्या भिंतीजवळील आसनावर बसण्यास सांगितले. आज काहीतरी चांगले ऐकण्यास मिळणार याची एकोबाला कल्पना आली.

"एकोबा," स्वामी म्हणालो, "ज्ञानदेवांनी ज्ञानेश्वरी कोठे लिहिली?"

"नेवाशातील महादेव मंदिरातील एका खांबाला टेकून बसून त्यांनी श्रोत्यांना ज्ञानेश्वरी सांगितली." एकोबा म्हणाला, "आणि सच्चिदानंदबाबांनी ती लिहून घेतली."

"हे बरोबर आहे", स्वामी समाधानाने म्हणाले, "त्यावेळी सामान्य माणसांना संस्कृत कळत नव्हते. भगवतगीता वाचता येत नव्हती. त्यामुळे धर्माचरण करता येत नव्हते. हा अज्ञानी समाज अंधकारात चाचपडत होता. अशावेळी गरज कशाची आहे हे ओळखून ज्ञानोबांनी भगवतगीता मराठीत आणली."

"स्वामी," एकोबा म्हणाला, "त्यावेळच्या संस्कृत पंडितानी विरोध केला असेल!"

स्वामी म्हणाले, "या लोकांनी आळंदीत तर त्यांना बहिष्कृत केले होते. समाजात त्यांना स्थान नव्हते. लहान लहान अशा या चारी भावंडांचे जीवन त्यांनी दु:खमय केले होते. आईवडिलांना आत्महत्या करण्यास लावली होती. पण या भावंडांनी फार सहनशक्तीने या परिस्थितीला तोंड दिले. धर्ममार्तंडाना न जुमानता ज्ञानदेवांनी अमृताशी पैजा जिंकणाऱ्या रसाळ मराठी अक्षरांची रचना केली. यामुळे त्यांच्या वारकरी पंथाचा मार्ग सोपा होणार होता. पंढरीला गुढी नेण्याची त्यांच्या जीवीची आवडी होती. त्या पंढरीच्या निळ्याची महती त्यांना वाढवायची होती. तो लावण्याचा पुतळा डोळियांनी पाहायचा होता. त्यांना त्यांचा संसार तर मुळीच नव्हता. पण अवघाची संसार त्यांना सुखाचा करायाचा होता. हा संसार समाजाचा होता. त्यांना पंढरीच्या वाटेला न्यावयाचे होते. त्यांचे जीवन महाआनंदाने भरून टाकायचे होते. स्वत:बरोबर सर्वांना पंढरीनाथाच्या चरणी आणायचे होते. पंढरी हे अवघ्यांचे माहेर! ही विठाई माऊली, हा बापरखमादेवीवरु सर्वांना खुणावीत होता. त्यासाठी तर त्यांनी पसायदान मागितले. नेवाशात घडलेल्या वाणीच्या यज्ञाने विश्वात्मक देव संतुष्ट झाला होता. याचा परिणाम म्हणून दुष्टांचा दुष्टपणा संपावा,

त्यांना चांगली बुद्धी लाभावी, वाईटाचा अंधार नष्ट व्हावा, धर्माचा जयजयकार गर्जावा, तो अणुरेणूतून दुमदुमावा, प्रत्येकाची जी काही इच्छा असेल ती पूर्ण व्हावी, दुरितांचे तिमिर नष्ट व्हावे, तरच ज्ञानदेव सुखिया होईल. ज्या जगाने त्यांना विषाचे प्याले दिले त्याच दुष्ट जगासाठी त्यांनी भगवंताची आळवणी केली. प्रेमाची गंगा त्यांना आणायाची होती.''

''स्वामी,'' एकोबा म्हणाला, ''ज्ञानदेवांचे हे महान स्वप्न पूर्ण झाले का? त्यांच्याप्रमाणे हा समाजही सुखिया झाला का?''

''नाही, एकोबा, नाही.'' स्वामी खिन्नतेने म्हणाले, ''ज्ञानदेवांनी मागितलेले पसायदान अजून पूर्ण झालेले नाही. धर्माच्या नावाखाली सर्वसामान्यांना नागविले जात आहे. ढोंगी व समाजद्रोही लोक अज्ञानींची कुचंबणा करीत आहेत. त्यांच्या जीवनातील अंधार अजून संपलेला नाही. ज्ञानाची ज्योती अजून तेवत नाही. ज्योतीने ज्योत अजूनही वाढलेली नाही. मराठीत रचना व्हावयास हव्यात. तरच समाजाला खरा धर्म समजेल. जे काही लिहिले जाईल त्यात अवजड शब्दांची खैरात नसावी. लोकांचे मन रमेल, त्यांचा वेळ नेहमी सदाचरणात जाईल असे काहीतरी लिहायला हवे.''

''स्वामी,'' एकोबा म्हणाला, ''आपण जे काही आत्ता सांगितले आहे ते फार महत्त्वाचे आहे. यावनी आक्रमणामुळे भागवतधर्माची संपूर्ण घडी विसकटू लागली आहे. व्यवहारातदेखील यावनी शब्द रूळू लागले आहेत. मराठीला काहीच किंमत राहिलेली नाही. संस्कृतवाणी देवे केली आणि प्राकृत काय चोरापासून झाली? स्वामी, तुम्हाला जसे हवे आहे तसे प्राकृतात म्हणजे मराठीत मी अवश्य लिहीन. लोकांना समजेल, उमजेल, आवडेल अशी सोपी भाषा वापरण्याचा मी प्रयत्न करीन.''

''एकोबा, तुझ्यापासून मला हीच अपेक्षा होती.'' स्वामी म्हणाले, ''बहुजन समाजाला धर्माची गोडी लागावी व त्यांच्याच भाषेत त्यांचा खरा धर्म समजावा. समाजातीलच लोकांचा त्यात सहभाग वाढेल अशा माध्यमाद्वारात लिही. जे लोक रोज दारोदार जातील त्यांच्याच मुखातून याचा प्रसार व्हावा असे वेगळे काहीतरी तू लिहावेस.''

''स्वामी'', एकोबा म्हणाला, ''तुमच्या आशीर्वाद मला आता मिळाला आहे. म्हणजे तुमची ही महत्त्वाकांक्षा मी निश्चितपूर्ण करीन.''

–एकोबा उठला व स्वामींच्या चरणावर त्याने डोके ठेविले !

स्वामींनी त्याच्या मस्तकी हात ठेविला ।

- एकोबाला विलक्षण शक्ती आल्यासारखे वाटले!

हा क्षण सोनियाचा ठरला !
वेदशास्त्राचा मथितार्थू
मऱ्हाटीया फलितार्थू
तरी चतुरी परमार्थू
कां न घ्यावा !!

❄❄❄

५७

॥ एका जनार्दनी ॥

जनार्दन स्वामींचे नाही म्हटले तरी एकोबाकडे बारकाईने लक्ष असायचे. ते कुठल्याही कामात असले तरी तो काय करीत आहे, याकडे नजर असायची. काही निमित्ताने ते तिकडे जाऊनदेखील यायचे. एखादी गोष्ट त्याला करण्यास सांगितली तर ती तो अतिशय काळजीपूर्वक व अगदी एकाग्रतेने पार पाडीत असे. मग त्यासाठी किती का वेळ लागेना! त्यावेळी तो तहानभूक विसरून जायचा. त्याला बोलावून आणावे लागायचे. हे काम मामीकडे असायचे. तीही एकोबाच्या बारीकसारीक गोष्टी आईंना सांगायची. त्या योग्य वेळी स्वामींना सांगत! त्यामुळे स्वामी सुखावून जात!

"एवढे कसल्या विचारात आहात?" एकदा रात्रीचे जेवण झाल्यावर आईंनी विचारले, "एकोबाची एखादी गोष्ट आठविली काय?"

"तसे काही नाही," स्वामी म्हणाले, "रोजच काही तरी घडत असते. त्याचे कार्य उठून दिसत असते. हे त्याचे वैशिष्ट्य आहे. तो कोठेही कसली उणीव भासू देत नाही!"

"काही नवीन घडले काय?"

"कसेही म्हणा," स्वामी म्हणाले, "कालच्या गुरुवारची गोष्ट. फळांच्या परातीत फळे कमी असावीत. गर्दी तर पुष्कळ वाढली होती. कदाचित ती पुरलीही नसती. याची काळजी एकोबाला लागली. म्हणून देवीदासने त्याला विचारल्याबर त्याने फळांविषयी चिंता व्यक्त केली. अधिक फळांची व्यवस्था केल्याचे देवीदासने सांगिल्यावर मग तो पुढील तयारीला लागला. एकोबाची ही वृत्ती मला फार आवडते. त्यामुळे मला अलीकडे सगळीकडे पहावे लागत नाही. एकोबा सारे व्यवस्थित करीत असतो."

"खरेच आहे हे," आई म्हणाल्या, "त्याच्या वयाच्या मानाने तो फारच

काळजीपूर्वक व तयारीने वागतो. स्वयंपाकघरातही त्याचे बारीक लक्ष असते. पुष्पावतीच्या ध्यानात येण्यापूर्वीच त्याने ते काम पूर्ण केलेले असते. तुमच्या प्रत्येक बाबतीत तो अगदी दक्ष असतो.''

"हीच कौतुकाची गोष्ट आहे.'' स्वामी सुखावून म्हणाले, "त्याच्यावर झालेले संस्कार अतिशय उच्च दर्जाचे आहेत. कसल्याही कामात तो कमीपणा मानीत नाही. एखादे वेळी स्वच्छतेचे काम करणारा आला नाही तर त्याचे काम हा करून टाकीत असतो! आणि ते मी केले असे तो सांगत नाही. ते ओळखावे लागते.''

स्वामींनी अशा कितीतरी गोष्टी आईंना सांगितल्या. रात्र बरीच झाली. देवीदासने सांगितल्यावर ते उठले. झोपण्याच्या तयारीला लागले.

स्वामी झोपण्याची एकोबाही वाट पाहत होता. तो त्यामुळे अस्वस्थपणे मागील बाजूला फेऱ्या मारीत होता. एका हिशोबाच्या वहीतील हिशेब पूर्ण होत नव्हता. एका पैची चूक होती. ती सापडत नव्हती. दुपारभर तो ती चूक शोधून काढीत होता. पण मेळ बसत नव्हता. अखेर त्याने ती वही गुपचूपपणे त्याच्या खोलीत आणून ठेविली होती. स्वामी झोपण्यास गेल्यावर तो पुन्हा बसणार होता!

ती वेळ येताच समई मोठी करून एकोबा हिशेब तपासू लागला. पण काही केल्या तो शोध लागेना. मध्यरात्र केव्हाच उलटून गेली होती. सारे कसे शांत होते. हे काम रात्री पूर्ण करण्याचे त्याने ठरविले होते. झोप येईल म्हणून त्याने जेवणही कमी केले होते!

रात्रीचा तिसरा प्रहर सुरू झाला तरी चूक सापडत नव्हती. अखेर ती सापडल्यावर एकोबाने विलक्षण आनंदाने विशिष्ट तऱ्हेने टाळी वाजविली!

त्याच वेळी स्वामी प्रकाश पाहून त्या बाजूला येत होते. कागदपत्रांचा पसारा पाहून स्वामींना सारी कल्पना आली.

"काय हे एकोबा, पहाटेची वेळ आली तरी काय करीत आहेस?''

"हिशेब पाहत होतो.''

"कशासाठी?''

"हिशेबात चूक होती.''

"किती?''

"एका पै ची''

"फक्त पै ची?''

"हो, तीच सापडत नव्हती.'' एकोबा चाचरत म्हणाला, "दुपारभर शोधले. पण मेळ जमला नाही. पण आता चूक सापडली.''

"अरे पण, एका पै साठी रात्रभर जागला," स्वामी हसत म्हणाले, "हा हिशेब कुठला?"

"स्वामी," एकोबा नम्रतेने म्हणाला, "प्रश्न एका पै चा नसून हिशेबाचा आहे. त्याचा मेळ जमला पाहिजे. मग किती का वेळ लागेना!"

"वा! एकोबा," स्वामी म्हणाले, "तुझ्यापासून मला हीच अपेक्षा होती. एवढ्या किरकोळ गोष्टीतून जर तुला इतका आनंद होतोय, तर मग भगवंताच्या प्राप्तीमुळे तुझा आनंद गगनात मावणार नाही. परमेश्वरावर जर इतक्या पराकाष्ठेने श्रद्धा ठेवून उपासना केली तर मग भगवंत दूर राहत नाही! भगवान श्रीकृष्णांनी गीतेत हेच सांगितले आहे. ज्ञानोबांनी ज्ञानेश्वरीत भक्तिसाधनेतून ही उपासना वर्तविली आहे.

"दत्तगुरूंप्रमाणे जगातील जे जे चांगले आहे ते घेण्यास काय हरकत आहे? तुला साक्षात सूर्यनाराणांनीच हा मार्ग दाखविला आहे. म्हणजे अशी देववाणी तू ऐकिली आहेस. मग तुला आता काय अवघड आहे? तुला सारे माहिती झाले आहे. मग वाट कशाची पाहतोस? तयारीला लाग."

"स्वामी," त्यांच्या चरणावर डोके ठेवून एकोबा म्हणाला, "मला योग्य तो मार्ग दाखवा."

"तथास्तु." स्वामी त्याच्या डोक्यावर हात ठेवीत म्हणाले,

त्याच वेळी पूर्वा उजळू लागली !

नव्या दृष्टीकोनातून एकोबाच्या जीवनाला सुरुवात होणार होती!

सूर्यनारायणांनीच ही किमया केली!

बंधूक पुष्प संकाशं
हार कुंडल भूषणाम्
एक चक्रधर देवं त्वां
सूर्य प्रणमाम्यहम् ।।

❄❄❄

५८

॥ एका जनार्दनी ॥

आज कधी नव्हे ते देवीदास त्यांच्या खोलीत विसावला होता. जेवणानंतर स्वामीही विश्रांतीला गेले होते. शतपावलीनंतर ते थोडेसे विसावत असत. आज सकाळीच किल्ल्याची सर्व बाजूंनी बंदोबस्ताच्या दृष्टीने पाहणी त्यांनी केली होती. आठवड्यातून दोन वेळा ही पाहणी केली जायची. काही बदल केले जायचे. तोफा व दारुगोळा यांची माहिती घेतली जायची. सैन्यातील गटवार प्रमुख त्यांच्याबरोबर असत. किल्लेदार म्हणून ही त्यांची सर्वात महत्त्वाची जबाबदारी होती. ते ती व्यवस्थित पार पाडीत असत. युद्धशास्त्रात ते प्रवीण होते.

त्यामुळे जेवणास आज उशीर झाला होता. पुष्पावतीही नंतरची कामे करून खोलीत आली. ती चांगलीच थकली होती. स्वामींना वेळ लागणार असल्यामुळे आईंनी बरीच जादा कामे काढली होती.

"जरा विश्रांती घे आता," देवीदास म्हणाला, "सकाळपासून नेहमीप्रमाणे आज सारखी कामे चालूच आहेत. पहावे तेव्हा तू आपली कामात दंग."

"आज घरातील सारे डबे घासून झाले. लावूनही टाकले. एकोबा मदतीला आल्यामुळे डबे लावण्याचे काम सोपे झाले. वरचे डबे फक्त त्याच्याच हाताला येतात. नाहीतर हंडा पालथा घालून त्यावर चढावे लागते. चढ-उतार करूनच बेजार होते."

"एकोबामुळे मलाही जरा मोकळा वेळ मिळू लागलाय. मोठा झालाय. त्याची कामाची झेपही वाढलीय. तब्येतही चांगली सुधारलीय, त्याला येथे येऊन पाहता पाहता पाच-सहा वर्षे झालीत. उंचीही वाढलीय त्याची. स्वामींनीही परवा एकदा हा विषय काढला होता."

"पण त्याच्या स्वरूपात काहीही फरक पडलेला नाही," पुष्पावती म्हणाली, "सर्वांशी तो पहिल्याप्रमाणेच वागतो. त्याला ना अभिमान ना गर्व. या वयात मुले

संपूर्ण बदलतात. उलट हा अधिक प्रेमळ व कामसू झालाय. त्यामुळे तो सर्वांना हवासा वाटतो. यावनी शिपाई देखील त्याच्याबरोबर गप्पा मारीत बसतात. स्वामींच्या सेवेत तर तो पराकोटीचा रममाण होतो. त्याला काहीही सांगावे किंवा मागावे लागत नाही. स्वामी जरा विसावले की त्यांचे पाय दाबीत बसतो. पंख्यांनी वारा घालतो. उपासनेत गुरूंची जेव्हा समाधी लागते तेव्हा हा बाहेर उभा राहतो. कुणालाही फिरकू देत नाही!''

''त्यामुळे स्वामी त्याला हवे ते ज्ञान सारखे देत असतात.'' देवीदास म्हणाला, ''त्यावेळी स्वामींना वेळेचे काहीही भान राहत नाही. स्वामींच्या आनंदात त्याचा आनंद असतो. स्वामी हेच त्याचे परमेश्वर. स्वामींचे घर हाच त्याचा स्वर्ग. गुरू हेच परब्रह्म. पैठणकडील काहीही तो बोलत नाही. स्वत:लादेखील तो विसरून गेला आहे. गुरुसेवा हाच त्याचा परमधर्म. स्वामींच्यासारखे सद्‌गुरू त्याला लाभले ही त्याच्या पूर्वजन्माची पुण्याईच समजावी लागेल. त्याशिवाय हा योग येणार नाही. ही साक्षात सूर्यनाराणांचीच इच्छा होती.''

अजून बराच वेळ ते बोलत होते.

तेवढ्यात एकोबाने देवीदासला हाक मारली.

बादशहाकडून राजदूत आला होता!

❄❄❄

५९

॥ एका जनार्दनी ॥

गुरुवारच्या गडावरील कार्यक्रमासाठी नागेश जोशी बहुतेक उपस्थित असायचा. त्यात खंड पडायचा नाही. दक्षिणा मिळत राहायची हे जरी सत्य असले तरी स्वामींचे दर्शन हा भाग महत्त्वाचा होता. स्वामींचे व्यक्तिमत्त्व असे विलोभनीय होते की त्यांना पाहिले की अंतरी समाधान व्हायचे. यवनांच्या आक्रमणाच्या काळी अशा सत्पुरुषाला अवतारी पुरुषच समजले जाई. यवनांच्या नोकरीत ते असल्याने या भागाला यावनी उपद्रव तसा कमी होता. शिवाय स्वामींच्या दर्शनाला खुद्द बादशहाही उत्सुक असायचा. त्यांचा सल्ला तो वारंवार घ्यावयाचा. हिंदूच्या सर्व उपक्रमांना देवगिरीचा किल्ला वापरला जायचा. किंबहुना हिंदूंचाच वावर तेथे अधिक असायचा.

नागेशही याच भावनेने यावयाचा. त्याचे कुलदैवत दत्तच होते. स्वामींना दत्तदर्शन नेहमी होत राहायचे ही गोष्टही आता गुप्त राहिली नव्हती. शिवाय अलीकडे एकोबाची भेटही त्याला हवी असायची. त्याचा स्वभाव त्याला फार आवडायचा. त्याच्या घरीही तो एकोबासंबंधी सातत्याने सांगत रहायचा. त्यामुळे एकोबाला एकदा घरी घेऊन येण्यास सर्वजण नेहमी सांगायचे. नागेशची आई दर गुरुवारी एकोबासाठी काहीतरी खाऊ पाठवायची. देवीदासला दिल्याखेरीज एकोबा कधीही खात नसायचा. दर गुरुवारी नागेश त्याला त्याच्या घरी चार दिवस राहण्यासाठी येण्याचा आग्रह करीत असे. पण अजून ते जमले नव्हते.

नागेशने व एकोबानेही देवीदासजवळ हा विषय काढला होता. येथे आल्यापासून एकोबा कोठेच गेला नव्हता. किंबहुना गडावरून खालीही उतरला नव्हता. गुरुसेवा हेच त्याचे जीवन बनलेले होते. देवीदासलादेखील हे कौतुक वाटायचे. एकोबाने कधीही काहीही बोलून दाखविले नव्हते. उलट त्याने कुठेतरी जावे असे नेहमी देवीदासलाच वाटू लागले होते. त्याचे व पुष्पावतीचे याबद्दल बोलणेही झाले होते.

स्वामींना केव्हाही विचारले असते तर त्यांनी कधीच नाही म्हटले नसते. तरीही देवीदास योग्य संधीची वाट पाहत होता. ती लवकरात लवकर यावी असेही त्याला वाटायचे.

बादशहाच्या दूताने बादशहाचे महत्त्वाचे पत्र आणले होते. बादशहाला अलीकडे संधीवाताचा त्रास वाढलेला होता. गुडघे नेहमी सुजलेले असायचे. त्यामुळे त्याला चालता यायचे नाही. शिवाय चारी बाजूंनी शत्रूंचा उपद्रव वाढू लागला होता. मोगलांच्या हालचालीही वाढल्या होत्या. कोण केव्हा हल्ला करील याचा काहीच नेम राहिलेला नव्हता. सर्वत्र बंदोबस्तात वाढ करावी लागत होती.

त्यामुळे बादशहा कमालीचा गोंधळून गेला होता. त्यातून काहीतरी मार्ग काढणे आवश्यक होते. अशा वेळी त्याला स्वामींच्या सल्ल्याची गरज लागायची. ते अचूक उपाय सांगत. त्यांचा सल्ला त्याला महत्त्वाचा वाटायचा. स्वामींची कीर्ती त्याच्या कानावर वारंवार येत राहायची. शिवाय त्याचाही विश्वास बसायचा. स्वामी जरी हिंदूधर्माचे असले तरी त्यांच्यात कसलाही भेदभाव नाही. हे तो जाणून होता. शिवाय स्वामींच्या शब्दांची त्याला प्रचीती आलेली होती. आत्ताही त्यामुळेच त्याने स्वामींना पत्र पाठविले होते!

दुसरा किल्लेदार तेथे आला, की स्वामींना निघावे लागणार होते. गुरुवार जवळ आला होता. पुढील गुरुवारपर्यंत त्यांना परत यावे लागणार होते. स्वामींनी तसे नियोजन करण्यास आरंभही केला होता. सर्वांना आवश्यक त्या सूचना ते देऊ लागले होते. गडावरील विश्वासाच्या लोकांची एक बैठकही त्यांनी घेतली. नजरबाज तयारीत उभे केले. शिवाय त्याच्या मर्जीतील काहीजणांना सर्वत्र गुप्त पाळत ठेवण्याचे सांगितले!

"एकोबा," भल्या पहाटे तो फुले तोडीत असताना देवीदासने हाक मारली. "मागे एकदा तू मला नागेशची इच्छा बोलून दाखविली होती. तो मलाही म्हणाला होता. त्याच्याकडे जाण्याची संधी आता आलेली आहे. एक-दोन दिवसात स्वामींना बादशहाकडे जावे लागणार आहे. तेव्हा या गुरुवारी नागेश आला म्हणजे तू त्याच्याबरोबर जा. त्याला शेवटपर्यंत थांबण्यास सांग. म्हणजे तुझ्या अखंड गुरुसेवेत खंड पडणार नाही. स्वामी सहज होकारच देतील. यात काहीही शंका नाही."

"पण..."

"आता पण म्हणू नकोस," देवीदास म्हणाला,

"ही वेळ पुन्हा लवकर येणार नाही. ही संधी चालून आलेली आहे. नाही म्हटले तरी कितीतरी वर्षे तू येथून कुठे गेलेला नाहीस. सातत्याने सद्गुरू सेवा चालू आहे. आता नाही मुळीच म्हणून नकोस. उलट स्वामींनाही आनंद वाटेल."

आणि तसेच झाले. स्वामींनी लगेचच संमती दिली. गुरुवारचा कार्यक्रम लवकर आटोपता घेऊन सर्व याचकांची भेट झाल्यावर स्वामींना निघावे लागले. दुसरा किल्लेदार हजर झाला होता.

नागेश थांबलेला होताच. ही वार्ता ऐकताच त्याला पराकोटीचा आनंद झाला. त्याची फार दिवसांची इच्छा आता पूर्ण होणार होती. विशेषत: त्याची आई फार वाट पाहत होती.

"एकोबा," नागेश म्हणाला, "आता चलावे लवकर. म्हणजे वेळेवर घरी पोहोचता येईल."

"मी तयारच आहे." एकोबा म्हणाला, "माझ्या गुरुसेवेत व्यत्यय न येता माझी इच्छा पूर्ण झाली. आईंना व सर्वांना मी कल्पना दिली आहे. निघू या आता आपण."

देवीदासचा निरोप घेऊन ते निघाले. गड उतरल्यानंतरचा रस्ता तसा एकोबाला आठवत होता. त्यामुळे त्यांना लवकर चालता येणे शक्य झाले. वाटेत फारसे न थांबता त्यांची वाटचाल चालू होती. गर्दी त्या मानाने कमी होती.

नागेश त्याच्या घरची व गावची माहिती सांगत होता. म्हातारे आई-वडील, एक थोरला भाऊ व त्याची पत्नी व त्याची बायको घरी होती. त्याला एक मुलगा होता. जमीन होती. थोरला भाऊ ती पहायचा. नागेश ज्योतिष व भिक्षुकी करायचा. त्याच्या गावात आसपास त्याला कामे मिळायची. त्यामुळे प्रपंचात कमी पडायचे नाही.

नागेशचे गाव आले तेव्हा बरीच रात्र झाली होती. सुरुवातीलाच मारुती मंदिर लागले. तेथे थोडी गर्दी होती. मारुतीदर्शन घेऊन ते पुढे निघाले. अंधार तसा भरपूर पडला होता. स्पष्ट काहीही दिसत नव्हते. रस्ताही खडकाळच होता.

नागेशच्या मागे मागे तो चालत होता. लगेचच त्याचे घर आले. उशीर झाल्याने त्याचे वडील बाहेरच उभे होते. वाट पाहून ते थकले होते. दाराजवळील लहान कोनाड्यात एक पणती जळत होती. थोडासा प्रकाश पडला होता.

"अरे किती उशीर, नागेशा!"

"तसे लवकरच आलोय आम्ही, बाबा." नागेश म्हणाला, "मी तुम्हाला सांगितल्याप्रमाणे एकोबा आज आलाय् आपल्याकडे."

"वा!," बाबा म्हणाले, "फार दिवस त्यांचे येणे गाजत आहे. बरं झाले ते आले ते."

"आजोबा," ओसरीवर येताच त्यांना नमस्कार करीत एकोबा म्हणाला, "मला तुमचा नातूच समजा. अहो वगैरे मला म्हणू नका! मी परका नाही!"

त्यानंतर घरातील इतरांच्या तो पाया पडला. जेवण होताच बऱ्याच वेळपर्यंत

सर्वचजण गप्पा मारीत बसले होते. एकोबा त्यांच्यात लगेचच मिसळून गेला.

वाडा चांगलाच मोठा होता. ओसरी बांधीव होती. एकोबाच्या झोपण्याची व्यवस्था ओसरीवरच केली होती. नागेशचा मुलगा त्याच्या शेजारी झोपण्यास आला. त्याला लगेच झोप लागली. पण एकोबाला झोप येईना... असे कधी होत नसायचे...!

नागेशचे म्हातारे आई-वडील पाहताच त्याच्या डोळ्यासमोर त्याचे आजीआजोबा येऊ लागले. इतका वेळ महत् प्रयासाने त्याने आसवे रोखून धरली होती. आल्यापासून तो कमालीचा अस्वस्थ झाला होता. जेवायचे म्हणून तो जेवला होता. त्याची आजी जसा स्वंयपाक करायची तीच चव येथे होती. नागेशच्या आई आग्रहाने वाढीत होत्या. बाजरीची भाकरी, लोणी व गोळ्यांची आमटी असा खास बेत होता.

अथंरुणावर पडल्यावर मात्र त्याने आसवांना वाट मोकळी करून दिली. पैठणचे अनेक प्रसंग त्याच्या डोळ्यासमोर येऊ लागले होते. अगदी लहानपणापासून ते देवगिरीला येईपर्यंतचे सारे उभे राहिले.

आजी-आजोबा एका अर्थाने त्याचे आई-वडीलच होते. ते जसे सांभाळतात तीच आपुलकी येथे होती. किंबहुना अधिकच होती. तेथे पराकोटीची माया लपलेली होती. ज्या वयात त्यांना विश्रांतीची गरज होती. त्या वयात ते रात्रंदिवस राबत होते. त्याला शोधून आणण्यासाठी सकाळ-सायंकाळ आजोबा वणवण हिंडत होते.

त्यांना काहीही न सांगता आपण घर सोडले ही खंत पुन्हा जागृत झाली. त्याला झोप येईना. चैन पडेना. मनीचे हे शल्य न विसरता येण्यासारखे होते. आपले हे चुकले की नाही हे कोडे त्याला आजपर्यंत उलगडले नव्हते. कदाचित यापुढेही सुटणार नव्हते. पण आता मात्र त्याची अस्वस्थता वाढत होती.

ज्या दिवशी त्याने घर सोडले. तेव्हाचा प्रसंग त्याच्या डोळ्यासमोर सारखा येऊ लागला होता. साक्षात सूर्यनारायणांनी आदेश दिल्यावर त्याला त्या सूर्यमंदिरात झोप लागली होती. नंतर तो जेव्हा बाहेर पडला तेव्हा उशीर झाल्याने त्याला शोधण्यास आलेले, आजोबाच त्याला दिसत होते!

सारे सांगितल्यावर ते म्हणाले होते... "आमचा कंटाळा आला की काय?" त्यादिवशी तो दिवसभर बाहेरच होता. म्हणून ते सहजच म्हणाले असतील! पण त्यावेळी तो जितका बावरला होता त्यापेक्षाही अधिक यावेळी तो कमालीचा अस्वस्थ होत होता...!

त्याला काही सुचेना...! समजेना!

तो उठला. ओसरीवर फेऱ्या मारू लागला. मध्यरात्र केव्हाच उलटली होती... मंद वारा सुटला होता. दुरून कुठून तरी बकुळीच्या फुलांचा सुगंध येत होता. शुक्राची

चांदणी चांगलीच चमचमत होती... पहाट दूर नसावी!

एकोबाने डोळे पुसले! त्याचवेळी नागेश सहजच बाहेर आला...! अंधारामुळे त्याला एकोबाने पुसलेलेले डोळे दिसले नसावे! ''काय रे! एकोबा,'' नागेश म्हणाला, ''झोप झाली वाटतं!''

''कधी नव्हे ती आज अगदी शांत झोप लागली.'' चक्क खोटे बोलत एकोबा नाईलाजाने म्हणाला, ''शिवाय रोजच्या सवयीने जाग आली म्हणून सहज उठलो! इतके प्रसन्न वाटले, की येथेच उभे रहावे असे वाटू लागले होते. तेवढ्यात तुम्ही आलात.''

''मलाही जाग आली म्हणून सहज बाहेर आलो.'' नागेश म्हणाला, ''तो तू उभाच होतास वाऱ्याशी, चल, विठोबाच्या मंदिरात जाऊ या, काकडा चालू होण्यास अजून अवकाश आहे. तोपर्यंत आपण आवरून घेऊ या. एकदा आपणास इकडे जावयाचेच होते. तो योग आजच आला.''

योग्यवेळी ते मंदिरात आले. ते येताच काकड्याला आरंभ झाला. फारच गोड आवाजात पंढरीनाथाची आळवणी चालू झाली. लोणी-साखर दाखविल्यानंतर पांडुरंगाचे ध्यान फारच लोभसवाणे वाटू लागले. काकड्याचा सोहळा एकोबा प्रथमच पाहत होता. सारे विधी पाहून तो भारावून गेला!

नागेशच्या गावातील सुरुवातच विठ्ठलाच्या काकड्याने झाल्याने एकोबा चांगलाच सुखावला. रोज काही ना काही पाहण्यास ते जात होते. वनराई चांगलीच होती. पलीकडून एक ओढा वाहत होता. त्या काठावरील देवीचे मंदिर व मूर्ती फारच रेखीव होती. शेजारी एक गोरखचिंचेचे झाड होते. एकोबा हे प्रथमच पाहत होता. त्याला आश्चर्य वाटले!

नागोशच्या घरातील पाहुणचार फारच आपुलकीने चालू होता. फार दिवसांची ओळख असल्यासारखे सारे अगत्याने चालू होते. त्यात विलक्षण आपुलकी होती. जिव्हाळा होता. रोज दोन्ही वेळा जेवणात बदल असायचे. गोडधोड चालू होते. एक दिवस मळ्यातही जेवण झाले. गाडग्यात केलेली वांग्याची भाजी व भाकरी हा बेत होता. एकदा माळवदावर अंगतपंगत झाली. नागेशाच्या पत्नीने सुंदर धपाटे व भरलेल्या शेवग्याच्या शेंगांची आमटी केली होती. नागेशचे घर पाहुणचाराला मुळीच कमी पडले नाही.

''आजीबाई,'' एकोबा म्हणाला, ''तुमच्या घरची गोडी काही वेगळीच आहे. तुम्ही मला रोज आग्रहाने खाण्यास घालून सोकवून ठेवले आहे. आता नंतर मला ते जड जाईल.''

“मग रहा इथेच.” नागेशचे वडील म्हणाले, “तू आम्हाला जड नाहीस. जसा नागेश तसाच तूही.”

“आजोबा,” एकोबा म्हणाला, “मी खुशाल राहिलो असतो पण स्वामी कदाचित लवकरही येतील. तसे झाले तर मला चैन पडणार नाही. उद्या मंगळवार आहे, मी पहाटेच निघतो.”

“बुधवारी निघालास म्हणजे वेळेवर जाशील.” नागेश म्हणाला, “म्हणजे काही अडचण येणार नाही.”

“नको,” एकोबा म्हणाला, “स्वामी गुरुवारच्या ओढीने बुधवारीच नक्की सकाळी येतील. मी तेथे उपस्थित राहणे गरजेचे आहे. तुम्ही हे इतके आदरातिथ्य केले आहे की मी अगदी वाकून गेलो आहे. मला खरोखरच उद्या निघू द्या.”

सर्वांनीच पराकोटीचा आग्रह केला.
पण एकोबा तयार होईना.
अखेर तो मंगळवारी पहाटे निघाला.
घरातील सर्वांचा निरोप घेताना त्याला अश्रू आवरले नाहीत!
“वारंवार येत जा, घर तुझेच आहे.”
नागेशाचे आई-वडील म्हणाले.
विठ्ठलमंदिरापर्यंत नागेश बरोबर होता.
एकोबा दूर जाईपर्यंत तो तेथेच उभा होता...!
दूरवरून एकोबाने वळून पाहिले!
हात उंचावला...!
नागेश जड पावलांनी परत लागला.
आता त्याला व त्याच्या घरातील
सर्वांनाच चैन पडणार नव्हते.
एकोबामुळे घरात एक प्रकारचे चैतन्य
निर्माण झाले होते!

मज याहूनी गोड न वाटे
ऐसा जिवलग न भेटे !!

❄❄❄

६०

॥ एका जनार्दनी ॥

एकोबाच्या चालण्यात गती येईना. चार दिवस फार वेगळ्या वातावरणात तो रमला होता. त्याच्या डोळ्यासमोरून नागेशच्या घरचे प्रसंग हलेनात. आत्ता देखील येताना आजीनी पोळ्या व कोरडे पिठले दिले होते. पहाटे पहाटे त्याचा खंमग वास सर्व घरात सुटला होता! ही आपुलकी दुर्मीळ होती! तो योग्य वेळी नागेशच्या घरी आला होता. पुढे जमेल न जमेल अशीच परिस्थिती होती. त्याला देवीदासमुळे योग्य संधीचा फायदा मिळाला होता. हळूहळू धूसर प्रकाश संपू लागला होता. पूर्व चांगलीच उजळली होती. सूर्यनारायणांचे दर्शनही व्यवस्थित झाले!

नागेशच्या गावाबाजूने येणारा रस्ता संपून तो आता मोठ्या रस्त्याला लागणार, तोच समोरून एसाजीचे वडील कोंडाजी देवगिरीकडे निघाले होते. एकोबाला पाहताच ते घोड्यावरून खाली उतरले.

"काय हो, एकोबा!" कोंडाजी म्हणाला, "इकडे कुणीकडे गेला होता?""

"काका", एकोबा म्हणाला, "तो नागेश जोशी दर गुरुवारी गडावर येतो त्याच्या गावी गेलो होतो. येथून जवळच आहे ते गाव."

"वा!" कोंडाजी म्हणाला, "बरे झाले, तेवढाच बदल झाला. किल्लेदार ही नव्हते!"

"ते नव्हते म्हणून तर जाता आलो चार दिवस. आले का ते?" एकोबाने अधीरतेने विचारले,

"आज सायंकाळपर्यंत येतील" कोंडाजी म्हणाला, "तसा सांगावा आला आहे!"

"इकडे कुणीकडे गेला होता, तुम्ही?"

"माझी बहीण राहते जवळच्या गावात." कोंडाजी म्हणाला, "तिला पाहण्यास

गेलो होतो रात्रीच, आता लगेचच पहाऱ्यावर जायचेय. इतक्या जवळ असून बऱ्याच दिवसात तिच्याकडे जाणे जमले नव्हते. किल्लेदार येण्याच्या अगोदर बरीच तयारी करायची आहे. आलेल्या त्या किल्लेदारानांही काही सूचना दिलेल्या आहेत. बंदोबस्त चांगलाच वाढविला आहे. मला ते सोडत नव्हते म्हणून रात्रीच निघालो. चल, बस घोड्यावर, लवकर निघू या.''

''काका,'' एकोबा म्हणाला, ''एक विचारू का?''

''विचार की.''

''अटीतटीच्या लढाईतील काही अत्यंत महत्त्वाचे डावपेच मला शिकविता का? अलीकडे आपली गाठ पडलीच नाही. एसाजीच मला सारे करून दाखवीत होता.''

''वेळ थोडाच आहे, बरं का!'' कोंडाजी म्हणाला,

''हे बाजूला मोकळे मैदान आहे तिकडे जाऊ या, म्हणजे घोड्यावरील शत्रूला सामोरे जाताना कशा तऱ्हेने घोडा व तलवार फिरवायची हे दाखवितो तुला मी.''

एकोबा आनंदून म्हणाला, ''माझ्या मनात अगदी हेच आले होते!''

कोंडाजीने सारे प्रात्यक्षिक करून घेतले! एकोबाने जे पाहिले होते ते सारे न चुकता करून दाखविले! कोंडाजीला विलक्षण समाधान झाले.

''एकोबा,'' कोंडाजी म्हणाला, ''आता निघायला हवे. आज संध्याकाळी तू दक्षिणेकडील तटाजवळ ये. मी तेथे आहे. तिकडे फारसे कुणी फिरकत नाही. तुला दुसरा घोडा व तलवार देतो. आपण लुटुपुटीची लढाई खेळू! म्हणजे तुला प्रत्यक्ष अनुभव येईल.''

''काका'', एकोबा म्हणाला, ''हेच माझे स्वप्न होते. मी व एसाजी असे खेळतो. पण आता तुम्ही असताना वेगळीच तयारी होईल. मी अवश्य येईन.''

एकोबा घोड्यावर बसला.

कोंडाजीने तुफानी वेगात घोडा पळविला!

एकोबाला हा अनुभव नवीनच होता!

सद्‌गुरू केव्हा येतील हा एकच

ध्यास त्याला लागला!

❊❊❊

६१

॥ एका जनार्दनी ॥

पावसाळ्यामुळे गडावरील एकूण बंदोबस्तात काहीही फरक केला नव्हता. पाऊस असो वा नसो, पहारा चालू असायचा. गाफिलीला अजिबात क्षमा नसायची. बादशहाचे गुप्तहेर नाना वेशातून व नजरबाज सर्वत्र हिंडत होते. शत्रूच्या आक्रमणाच्या वार्ता ते आणायचे. परंतु लक्षात येतील असा शत्रूच्या काहीच हालचाली नव्हत्या. सर्व तयारी गुपचूप चालू होती. गडावर किल्लेदारांची रोज फेरी सुरू झाली होती. सर्व तऱ्हेची खबरदारी घेतली जात होती. संशय आला तर कुणालाही पकडले जात होते!

पावसाळ्यामुळे दर गुरुवारचा दक्षिणेचा व स्वामी दर्शनाचा कार्यक्रम बंद होता. त्यावेळी स्वामी ध्यानस्थ होऊन समाधिस्थ होत असत. त्यात काही अडथळा येऊ नये म्हणून एकोबा बाहेर थांबत असायचा. अशा वेळी तो काहीतरी वाचत बसायचा. याबाबतीत त्याची गुरुनिष्ठा अत्यंत प्रभावी होती. सद्‌गुरूंच्या सेवेत कसलीही कसूर त्याला खपत नसायची. अशा वेळी त्याला कसलेही भान राहत नसे. महत् भाग्याने त्याला जगावेगळे सद्‌गुरू लाभले होते. गुरु हीच माता, पिता, स्वामी व कुलदेवता समजत असे!

अशा वेळी कोणत्याही देवाचे स्मरण तो करीत नसे. हीच खरी गुरुभक्ती.

लहानपणापासून त्याला हीच शिकवण मिळाली होती. त्यामुळेच तो विलक्षण श्रद्धावान बनलेला होता. कदाचित पूर्वजन्माचाही हा परिणाम असेल. एकाग्रता हा एकोबाचा आणखी एक विशेष!

सद्‌गुरूंच्या विचारातच असताना एकदम काही पहारेकरी पळत येताना त्याला दिसले. ते त्याच्याकडेच येत आहेत हे लक्षात येताच तो पटकन उठून त्यांच्या करता पलीकडे थांबला. स्वामींच्याजवळ उगाच गोंधळ नको!

शत्रूने गडावर एकदम हल्ला केला होता. किल्लेदार गुरुवारी कामावर

नसतात हे त्याला माहिती असावे. त्यामुळे गुरुवारचा मुहूर्त निवडला असावा. किल्लेदार असते तर शत्रूला पळता भुई थोडी झाली असती. त्यांना पूर्वीच्या घटना माहिती होत्या. जनार्दनपंत किल्लेदारांमुळे नेहमी पराभव ठरलेला असायचा!

त्या पहारेकऱ्याबरोबर शत्रूला तोंड देण्यास एकोबाने सांगताच पहारेकरी लगेच पळतच गेले! तो लगेचच निघणार होता.

क्षणाचाही विचार न करता एकोबा शस्त्रागारात गेला. तेथे स्वामींचा लढाईचा पोषाख होता. स्वामींचे स्मरण करून त्याने त्या पोषाखाला वंदन केले व तो आपल्या अंगावर चढविला! तलवार घेऊन तो घोड्यावरून झपाट्याने आला व शत्रूच्या फौजेत शिरला. त्याच्या पाठोपाठ इतर आलेले सैनिकही घुसले. तुंबळ लढाईला सुरुवात झाली!

सद्‌गुरूंचे स्मरण पुन्हा एकदा करूनच त्याने शत्रूवर चौफेर मारा चालू केला! किल्लेदारच आले असे वाटून शत्रूसैन्यात प्रचंड घबराट निर्माण झाली. एकोबाच्या मदतीला कोंडाजी लगेच आला. वेळप्रसंगी एकोबाचे रक्षण करण्याच्या हेतूने तोही त्याच बाजूला घुसला. एकोबाची आक्रमकता पाहून तो आश्चर्यचकित होत होता! क्षणभर किल्लेदारच लढत आहेत असे त्यालाही वाटले! त्याने शिकविलेले डावपेच तो सराईतपणे वापरत होता. किल्लेदारांचाच पोशाख त्याने घातल्याने शत्रूची चांगलीच फसगत झाली होती.

"तोऽबा ऽ ऽ तो ऽ बाऽ" करीत अखेर शत्रू पळत सुटला. एकोबाच्या तलवारबाजीने शेंदाड शिपायांची दाणादाण उडाली! सैनिक काही बाजूंनी उलटे पळू लागले! पळता पळताही अनेकजण कापले गेले! प्रेतांचा ढीग पडला. अनेकांना जिवंत पकडले गेले.

चार-पाच तासांचा हा 'खेळ' संपवून अखेर एकोबा परत आला. सद्‌गुरूंचा लढाईचा पोषाख कपाळी लावून जिथल्या तिथे ठेविला. स्नान करून पुन्हा तो स्वामींच्या सामोरा बाहेर बसला. सद्‌गुरू अजून समाधीतच होते! आज त्यांना बराच वेळ लागला होता.

समाधीतून बाहेर आल्यावर नेहमीप्रमाणे स्वामी बाहेर येऊन उभे राहिले. एकोबा पलीकडे पोथी वाचीत होता. त्याच्या चेहऱ्यावर कसलेही भाव नव्हते. त्याने वरदेखील पाहिले नाही!

स्वामींना बाहेर बराच गोंधळ ऐकू येऊ लागला होता. जरा पुढे येऊन त्यांनी पाहिले तर बरेच सैनिक गोळा झालेले होते. गप्पागोष्टी चालू होत्या. सैनिक कधी इकडे येत नसत. काही तरी विशेष असावे.

"काय रे, कोंडाजी" तो समोर दिसल्याने स्वामींनी त्याला विचारले, "इकडे कशासाठी गोळा झाला आहात? काही विशेष?"

कोंडाजीने सारी हकीकत सविस्तर सांगितली. एकोबाविषयी विशेषाने कौतुक केले. त्याच्या पराक्रमामुळेच लढाई जिंकली गेली हा सूर त्याने लावला! मागे एकोबा अगदी गप्प होता! वाचण्यात दंग झाला होता. काही ऐकतही नव्हता.

एकोबाच्या स्वभावात अहंकार मुळीच नव्हता. ही लढाई जी जिंकली गेली त्यामागे त्याचे कसलेही कर्तृत्व नव्हते! तो केवळ त्याच्या सद्‌गुरूंचा आशीवार्दच होता ह्या भावनेवर तो ठाम होता. तो काही कसलेला सैनिक नव्हता किंवा लढवय्याही नव्हता. लढण्याचा अनुभवही त्याला नव्हता.

सद्‌गुरूंवर त्याची अनन्यसाधारण अशी भक्ती होती. मी-तू पणाची भावना राहिलेली नव्हती. स्वत:ला तो वेगळे मुळीच समजत नव्हता. द्वैत भावना नव्हतीच. सर्वत्र त्याला भगवंत दिसू लागला होता. सगळीकडे समानता होती. भेदाभेदाच्या भिंती केव्हाच नष्ट झाल्या होत्या. जातीपातीचा विचार त्याच्या त्याने कधीच केला नव्हता. लहानपणापासून त्याला हीच शिकवण होती. सर्व संतांनी हीच गोष्ट पाळलेली होती. त्याच्यावर याच गोष्टीचा पगडा बसलेला होता.

कोंडाजीच्या सांगण्यावरून स्वामींना या घडलेल्या साऱ्या प्रकाराची कल्पना आली. एकोबाचा त्यांना विलक्षण अभिमान वाटू लागला. शिष्य असावा तर असा हे त्यांना जाणवू लागले! एकोबाच्या स्वभावाची त्यांना पूर्ण कल्पना आली होती. म्हणूनच त्याच्याकडे त्यांचे विशेष लक्ष होते. इतक्या असीम श्रद्धेचे दुसरे उदाहरण नव्हते. ज्या काही अपेक्षा त्यांनी एकोबाबद्दल ठेविल्या होत्या त्या पूर्ण झाल्या होत्या. त्यांच्या खडतर कसोटीला एकोबा उतरला होता. तो त्यांच्यातच सामावून गेला होता. स्वत:ला वेगळे समजत नव्हता.

म्हणूनच स्वामींनी त्याच्यावर हिशेबाची व्यवस्थाही सोपविली होती. तो अत्यंत विश्वासू व व्यवहारदक्ष बनलेला होता. त्यामुळे त्यांच्या घराची सारी व्यवस्था एकोबावर त्यांनी सोपविली होती. एका पैच्या हिशेबासाठी तो किती वेळ वह्या तपासीत बसला होता हे त्यांना माहिती होते.

त्याच्या बाबतीत ते आणखी पुढे जाणार होते. त्यांच्याजवळ जे काही होते ते सारे एकोबाला देण्याचे त्यांनी ठरविले. त्यावर आता त्यांना परिपूर्ण विचार करायचा होता. एकोबाशिवाय त्यांना दुसरे काही आता सुचणार नव्हते!

सकाळपासून घडत आलेल्या साऱ्या घटना देवीदास अगदी जवळून पाहत होता! आश्चर्याचे धक्केच जणू त्याला बसले होते. संपूर्णपणे एकोबा त्याला एकदम

वेगळा वाटू लागला. केलेल्या या महान पराक्रमाबद्दल त्याच्याजवळही त्याने अवाक्षरही काढले नव्हते! फुशारक्या मारल्या नव्हत्या. अन्य सामान्य माणसाने स्वत:च्याच आरत्या स्वत:च ओवाळून घेतल्या असत्या. पण एकोबा याला अपवाद ठरला!

एकोबाशी सविस्तर असे रात्रीच त्याला बोलता येणार होते.

देवीदासला नवा साक्षात्कार झाला होता.

एकोबाने त्याला बरेच काही आज शिकविले होते!

इतके दिवस स्वामींच्या सान्निध्यात राहून त्याला काहीही समजले नव्हते!

एकोबा त्याच्यापेक्षा वयाने लहान होता.

पण आज त्याचे नवे दर्शन झाले.

त्यामुळे देवीदास आता बदलणार होता.

त्याच्या जीवनाची ही नवी सुरुवात होती!

सद्गुरूही एकोबाला नव्या वाटेवर नेणार होते!

❄❄❄

६२

॥ एका जनार्दनी ॥

एकोबा अलीकडे फुटकळ रचना करू लागला होता. कामातून जशी सवड मिळेल तसे तो येता-जाता लिहायचा. त्याच्या खोलीत असे बरेच कागद ठेवलेले होते. त्याची प्रगल्भता वाढू लागली होती. कित्येक वर्षे विविध स्तोत्रे व अभंग पाठ म्हणण्यामुळे त्याला स्फूर्ती मिळत गेली. त्याची जगावेगळी प्रतिभा जागृत होऊ लागली.

मुकुंदराजाचा विवेकसिंधु व ज्ञानेश्वरी हे दोन्ही ग्रंथ स्वामींच्या अत्यंत आवडीचे. मुकुंदराजांच्या काव्याचा स्वामींवर विलक्षण प्रभाव होता. ज्ञानेश्वरीची कितीतरी पारायणे झाली. दोन्ही ग्रंथांचे विवेचन स्वामी एकोबाला नेहमी ऐकवीत. त्या निमित्ताने नाना विषयांवर स्वामी चर्चा करीत. एकोबाही यात चांगला तयार होत होता. नाना बाजूंनी व उपायांनी स्वामी एकोबाची परीक्षा घेत असत. त्यात तो तावून सुलाखून निघायचा.

मुकुंदराजांची कविता सुलभ व अतिरसाळ. तशीच रचना करण्यात एकोबा तयार होत होता. अभंगांच्या बाबतीत सर्व संतमेळ्याचा त्याच्यावर पगडा होता. सहजसुलभ अभंग तो आपोआप लिहू लागला. मुकुंदराज मऱ्हाठीचे अभिमानी होते.

वेदशास्त्राचा मथितार्थ । मऱ्हाठीचा होय फलितार्थ
तरी चतुरी परमार्थ । का न घ्यावा?

त्यामुळे मऱ्हाठीतच रचना करण्याचे त्याने ठरविले होते. बहुजनसमाजाला अजूनही संस्कृत समजत नव्हते. सर्व धर्मग्रंथ संस्कृतात होते. ज्ञानेश्वरी ज्या उदात्त हेतूने माऊलींनी लिहिली ते कारण अजूनही तसेच होते. धर्माविषयी हा समाज शतकानुशतके अंधारातच होता!

संतमेळ्यामुळे वारकरी संप्रदाय मात्र चांगलाच वृद्धींगत होऊ लागला होता. चारी बाजूंनी वारकरी पंढरीला जात. आषाढी वारीला प्रचंड गर्दी होत राहायची.

अशावेळी मऱ्हाठी ग्रंथांची गरज होती. दमूनभागून सायंकाळी परत आल्यावर त्यांच्या कानावर त्यांना समजेल अशा भाषेतच ऐकण्यास मिळाले पाहिजे. गावोगाव भजनीमंडळे निर्माण होत होती. रात्री देवळात एकत्र जमून अभंग म्हटले जायचे. त्यात थोडा मनोरंजनाचा भाग असावा असेही एकोबाला वाटायचे. नुसते तत्त्वज्ञान समजत नाही. एकोबा याच नव्या दृष्टीकोनातून लिहिण्याचा प्रयत्न करीत होता.

क्रोधयुक्त अंत:करण ।
तेणे नासे स्वधर्माकरण ।
ऐसे द्वेषे बांधले घर ।
ते ठायी क्रोध अनिवार ।।
ऐशिया स्वभावावरी ।
नर अथवा हो कां नारी ।
स्वभाव बाधी सत्य जाण ।
शरण एका जर्नादन ।।

मानवी स्वभाव कसा असावा यावर एकोबाने बोट ठेवले आहे. रागीट माणसाला घरी व दारी दूरच ठेवतात! अति राग केव्हाही वाईटच. स्वभावात गोडवा हवा. गोडीने गोडी वाढते.

ढोंगी साधुसंत हा समाजाला लागलेला एक शापच आहे. लोकांचे अज्ञान पाहूनच या लोकांचा सातत्याने सुळसुळाट होत राहतो. गेली कित्येक शतके हा धंदा चालू आहे. त्यामुळे ज्यांना गुरू करायाचा आहे त्यांची फसवणूक होते. साधुसंतासारखे रूप घेतले व तसे कपडे घातले म्हणजे तो साधू होत नाही. मग खरा कोण व खोटा कोण हा प्रश्न निर्माण होतो. साधुसंत वेगळे व संधि साधू निराळे !

संथतर शुद्ध नाही भाव ।
वरी मिरवी वैराग्य वाव ।
जळो जळो त्यांचे ज्ञान ।
काय नटाचे भाषण ।

टिळा टोपी दावी सोंग
बकध्यानी मिरवी रंग
शरण एका जनार्दनी
त्याचा मंत्र न घ्यावा कानी ।।

गुरू कुणाला करावे हे तरी कळावे !

एकदा दुपारच्या वेळी एकोबा लिहीत असताना स्वामी दारावरून चालले होते! "काय, एकोबा?" स्वामी एकदम म्हणाले, "काय लिहीत आहात?"

"क् ... काही नाही," एकोबा चाचरतच म्हणाला, "उगाच काही तरी उद्योग करतोय् ।"

"पाहू तो कागद."

नाईलाजाने एकोबाने कागद दिला. स्वामी पराकोटीचे प्रभावित झाले. एक सुंदर अभंग ते वाचीत होते.

"वा! एकोबा, वा!" स्वामी त्याच्या पाठीवर थाप मारीत म्हणाले, "मला का नाही दाखविला तुझा हा उद्योग? अरे, किती अपूर्व असे तू लिहीत आहेस, त्याची तुझी तुलाच कल्पनाही नाही. तुझे काही कागद परवा मला पाहण्यास मिळाले होते. तू केव्हा लिहितोस हेही मला समजले हाते. म्हणून मी आज मुद्दाम पाहण्यास आलोय्. तुझे विचार व मांडणी अतिशय योग्य रसाळ आहे. सामान्य माणसाला याचीच गरज आहे. तू ती पुढे निश्चित पूर्ण करशील, असा माझा तुला आशीर्वाद आहे!"

एकोबाने स्वामींच्या चरणी लोटांगण घातले, "स्वामी," एकोबा म्हणाला, "आपणास हे सारे दाखविण्याचे धाडस होत नव्हते! मला उगाच भीती वाटत होती. म्हणून मी दाखविले नाही एवढेच! क्षमा असावी!"

"अरे! परवा शत्रूला घाबरला नाहीस." स्वामी म्हणाले, "आणि मला घाबरण्याचे कारण काय? योग्य वेळी माझ्या वाचनात हे आले आहे. मला तुझा अभिमान वाटत आहे. परमेश्वराचे दर्शन तुला नुकतेच झाले आहे. त्याचाही तुझ्या प्रतिभेवर निश्चित प्रभाव राहील व तुझ्या हातून चांगली ग्रंथनिर्मिती होईल, याची मला खात्री आहे."

एकोबाला आज अचानकपणे स्वामींचा आशीर्वाद मिळाला.

त्याच्या काव्यप्रतिभेला नवी दिशा मिळणार होती.

या परमानंदात तो दुसऱ्या कार्याला लागला!

पण तरीही त्याच्या मनातून स्वामींचा आशीर्वाद जाईना...!

आज कल्पना नसताना त्याच्या काव्याला अनुमती मिळाली होती...!

संत भानुदासांचेच घराणे हे...!!

❄❄❄

६३

॥ एका जनार्दनी ॥

जनार्दनस्वामींच्या मनात सारखा एकोबाचा विषय चालू होता! त्याचे सर्व प्रकारचे अध्ययन पूर्णत्वास आले होते. अनेक विषयात तो पारंगत झाला होता. स्वामींनी कोणताही असा विषय सोडला नव्हता. शिवाय त्यांना कल्पना नसतानाही काव्यक्षेत्रात चांगलीच प्रगती केली होती. आता ग्रंथनिर्मिती त्याला अवघड नव्हती. सर्व महत्त्वाच्या ग्रंथांचे वाचनही त्याचे पूर्ण झाले होते. दिवसा वेळ नाही मिळाला तर तो रात्री किंवा पहाटे लवकर उठून वाचीत असे. स्वामींना हे माहीत होते.

भगवंतावर अनन्यसाधारण विश्वास ठेवला की भक्तिमार्गानेही भगवंतप्राप्ती होते याची प्रचीती स्वामींना वारंवार आली होती. अपार श्रद्धेमुळे व तपस्येमुळे स्वामींना भगवान दत्तात्रयांचे दर्शन झाले होते. पुन्हा वेळोवेळीही होत राहिले होते. रात्रंदिवस त्यांनी हा एकच ध्यास घेतला होता. या भक्तिभावामुळेच भगवान दत्तात्रेयांनी स्वामींच्या मस्तकी हात ठेविला होता. हा विलक्षण हस्तस्पर्श होताच एक वेगळे दिव्य चैतन्यच त्यांच्या मनी व शरीरी सळसळू लागले होते!

देवगिरीजवळ विविध दाट झाडाझुपांनी बहरलेला एक नयनमनोहर पर्वत होता. निसर्गाचे दान कसे असावे याचे हे उत्तम उदाहरण होते. दाट वनराईमुळे व हिंस्र पशूंच्यामुळे तिकडे फारसे कोणी जायचे नाही. शिवाय स्वामींची संमती घ्यावी लागायची. त्या वाटेवर शिपायांचा पहारा असायचा!

डोंगरावर उंच ठिकाणी वनराईच्या मध्यभागी एक सरोवर होते. अतिशय गोड पाणी तेथे होते. त्याच्या चारीबाजूला रंगीबेरंगी दाट रानवेली बहरलेल्या असत. लहानमोठी कमळेही फुललेली असत. हरिणे, ससे, मोर वगैरेंचा पाण्यासाठी तेथे वावर असायचा. फळांनी लगडलेला रानमेवाही पुष्कळ असायचा.

स्वामी एकदा सहज त्या पर्वतावर गेले असताना त्यांना हा मनोहारी निसर्ग

दिसला. ते हरसून गेले. इतक्या जवळचा भूलोकीचा हा वैकुंठच गवसला होता. हिरव्यागार हिरवळीवर ते सहज बसले असताना त्यांची समाधी लागली.

त्यांनी डोळे उघडले तर समोर साक्षात श्री भगवान दत्तात्रेय उभे होते! ते मनोहारी रुपडे पाहताच स्वामी हरखून गेले. त्यांचा विश्वासच बसेना. ते सहज येतात काय आणि हा सुवर्णयोग येतो काय! स्वामींनी सद्गुरूंच्या चरणावर माथा टेकला! ते उठताना भगवान दत्तात्रेयांनी त्यांच्या मस्तकी हस्त ठेविला! स्वामी धन्य झाले! तो गुरुवार होता...! ध्यानीमनी नसताना त्रैलोकीचा राणा त्रिगुणी अवतार दर्शन देऊन गेला!

स्वामी नंतर जमेल त्या गुरुवारी इकडे येऊ लागले. यथासांग ध्यानधारणेनंतर स्वामींना श्रीदत्तगुरूंचे दर्शन घडू लागले. थोडावेळ सुखसंवादही व्हायचे. स्वामी दिवसभर तेथेच रमत. त्या जागेची विलक्षण ओढ त्यांना वाटायची. सार्थक व्हायचे!

या दैवी ठिकाणी एकोबासह येण्याचे विचार त्यांच्या मनात वारंवार येऊ लागले. त्याच्या प्रगतीची ही योग्य वेळ आहे याची त्यांना खात्री झाली होती. भगवंतकृपेशिवाय पुढील जीवनाची वाटचाल सुलभ होणार नाही. त्याचा भविष्यकाळ अतिशय रमणीय आहे हे त्यांनी जाणले होते.

एकोबा नेहमीप्रमाणे पहाटे स्वामींच्या पूजेची तयारी करीत होता. स्वामी तेथे केव्हा येऊन उभे राहिले हे त्याला समजलेही नाही.

"एकोबा," स्वामी म्हणाले, "आज आपल्याला एका नितांत सुंदर स्थळी जावयाचे आहे, चला."

"मी तयारच आहे, चलावे."

ते लगेचच निघाले. स्वामींचे हे अत्यंत आवडते ठिकाण होते. देवगिरीपासून तसे ते जवळच होते. एकान्तवासाला याहून दुसरे अन्य रमणीय स्थळ कुठेही सापडले नसते. सूर्योदयापूर्वी ते निघाले होते. स्वामींच्या परिचयाची वाट होती. निश्चित कुणीकडे आपण जात आहोत हे एकोबाला समजले नव्हते!

एकोबाला म्हणूनच पराकोटीचे आश्चर्य वाटत होते. स्वामींनी किंवा देवीदासनेही या परिसराचा कधीही उल्लेख केला नव्हता. कधी चर्चाही होत नव्हती. त्यामुळे त्याची उत्सुकता कमालीची ताणली गेली होती.

लालम्लाल होत असलेल्या पूर्वेकडे तेजस्वी सूर्यबिंब उगवू लागले होते. नेहमीप्रमाणे एकोबाने आपल्या घराण्याच्या उपास्य देवतेला अति आनंदाने वंदन केले. त्याच्या साक्षीने त्याला आज काहीतरी विलक्षण पाहण्यास मिळणार होते. त्याच्या जीवनात आदित्यनारायणाला विलक्षण स्थान होते. त्याला त्यामुळे जीवनदायी

प्रेरणा मिळत होती. सत्त्व-रज-तम या त्रिगुणातीयुक्त, महापराक्रमी, ब्रह्मा-विष्णु-शिवस्वरूप, महान पापे हरण करणाऱ्या सूर्यदेवतेला त्याने पुन्हा नमस्कार केला!

ते ज्या वाटेने निघाले होते ती आता चमकू लागली. जवळच उंच डोंगराई पसरली होती. वनराई वाढू लागली. पाहता पाहता एक हरीण झपाट्याने पुढे सरकले. एक लहानसा ओढा वळणावळणांनी वाहत होता. त्या काठावर नाना वृक्षवेली बहरलेल्या होत्या. लालचुटूक चोचींचे पोपट दिसू लागले. नादमधुर आवाजाने परिसर दुमदुमत होता. मोरांचा एक तांडाही पलीकडे दिसला. इंद्रधनूचा पिसारा पसरून दोन तीन मोर नृत्यात रंगले होते.

थोड्याच वेळात ते त्या मनोहरी डोंगरावर चढून वर येऊ लागले. वाट देखील वळणदार होती. खडी होती. वृक्षवल्लीमधूनच ती वर गेली होती. अशा निसर्गसंपन्न स्थळी एकोबा प्रथमच येत होता. दगडगोट्यांनी झाकलेले डोंगर त्याला वाटेत लागले होते!

मंद पहाटवारा आता विरून जात होता. सळसळणाऱ्या वाऱ्याने लता-वेली डुलत होत्या. पानाफुलांनी डवरलेल्या रानवेलींचा विशिष्ट सुवास सर्वत्र दरवळत होता. कुठून तरी सोनचाफ्याचा गोड सुवास येत होता!

आणखी वर येताच पर्वताची हिरवाई स्पष्ट दिसली. मध्यभागी रमणीय सरोवर दिसू लागले. वाऱ्याच्या लहरीवर ते सळसळत होते. सूर्यकमळे फुललेली होती. फुलत होती. सरोवराच्या कडा रानवेलींनी झाकलेल्या होत्या. निसर्गाची समृद्धी फळाफुलाला आली होती. फुलत होती. रानपाखरांचा चिवचिवाट चालू झाला होता. विविधरंगी फुलपाखरे स्वैरपणे विहरत होती. जवळपास कोठेतरी केवड्याचे वन असावे. अतिगोड सुगंध सुटलेला होता! हरिणे व सश्यांची धावपळ चालू होती!

एका डेरेदार औदुंबराखाली स्वामी थांबले! लालचुटूक फळे सर्वत्र लटकलेली होती. खालीही काही पडलेली होती. त्यांचा विशिष्ट दर्प सर्वत्र सुटला होता. सरोवराकाठी ते असल्याने त्याचा बराचसा पसारा सरोवरावर पसरला होता!.

स्वामींनी त्या स्थळी स्नान केले. एकोबाने लगेचच एक जागा स्वच्छ करून स्वामींची संध्येची व पूजेची तयारी केली. संध्या झाल्यावर एकोबाने आणून ठेवलेल्या ओल्या मातीचे लिंग करून ते पूजा करू लागताच एकोबा स्नानाला गेला! नंतर काठावरच त्याने संध्या केली. गुरुवार असल्याने तो भगवान दत्तात्रयांची विविध स्तोत्रे म्हणू लागला. तेवढ्यात औदुंबरामागून एक मलंग पुढे आला. त्याचा पोषाख अगदी मळकट होता. सर्वांग विचित्र कातड्याने झाकलेले होते. गळ्यात एक झोळी व काखेत गुंडाळी होती! हातात कटोरा, बरोबर लालबुंद डोळ्याची एक कुत्री होती.

तिची दोन-तीन पिल्लेही बरोबर होती.

हे चमत्कारीक स्वरूप पाहून एकोबाला आश्चर्य वाटले! एकदम हा कसा काय आला हे कोडे उलगडेना. त्याला थोडी भीतीही वाटली. परंतु स्वामी बरोबर असल्याने काळजीचे काही कारणच नव्हते! नाहीतर स्वामींनी तसे सांगून दिले असते. पण ते काहीच बोलले नव्हते.

मलंगाने काखेतील गुंडाळी काढून स्वामींना देताच त्यांनी ती औंदुबराखाली पसरली. ते दोघे त्यावर बसून बोलू लागले. काय व कशावर बोलत आहेत हे समजत नव्हते. बोलता बोलता थांबून मलंगाने स्वामींना कुत्रीकडे पाहत खूण केली. कटोरा घेऊन स्वामी त्या कुत्रीचे दूध काढू लागले! कुत्री अगदी शांतपणे उभी होती. पाहता पाहता कटोरा फेसाळलेल्या दुधाने भरला! झोळीतील शिळ्या भाकरीचे तुकडे मलंगाने त्यात टाकताच दोघही अत्यंत चवीने खात होते.

अतिस्वच्छता पाळणाऱ्या स्वामींचे त्यांना आश्चर्य वाटू लागले! चौरंगावर चांदीचे ताट ठेवून चौरस जेवण करणारे आपले स्वामी त्याला ठाऊक होते! हे आजचे भोजन वेगळेच वाटले. ही अभिन्नता त्याला स्पष्ट दिसली. कोण असावा हा मलंग? स्वामी अत्यंत आपुलकीने त्याच्याशी बोलत होते. एकत्र भोजन झाले.

एकोबाची उत्सुकता विलक्षण ताणली गेली. काहीतरी अतिगूढ असावे अशी शंका आली. यासाठीच स्वामींनी आपणाला बरोबर आणले की काय? काय हेतू असावा?

तो कटोरा धुण्यासाठी स्वामींनी एकोबाला दिला. तो लगेच त्या सरोवराकडे गेला. त्याने कटोऱ्यात पाहिले. त्यात थोडे दूध व एक दोन तुकडे चिकटलेले होते! त्याने क्षणभर विचार केला!

क्षणार्धात त्या सरोवरातील थोडेसे पाणी त्याने त्या कटोऱ्यात टाकले! कटोरा हलवून त्याने तो प्रसाद ग्रहण केला! त्याच क्षणी त्याच्या शरीरात विलक्षण चैतन्य निर्माण झाले! काही तरी अगम्य वाटू लागले! आजपर्यंत असे कधीच घडले नव्हते. निश्चित काही तरी अलौकिक शक्ती यामागे असावी याबद्दल त्याला खात्री वाटली.

तो कटोरा स्वच्छ करून तो वळला तर त्याला मलंग दिसेना! कुत्री व तिची पिल्लेही नाहीशी झाली होती...!

तेथे तेज:पुंज असे साक्षात श्री भगवान दत्तात्रेय हसत उभे होते! प्रत्यक्ष श्री जगत्‌गुरू दत्तात्रेयांना समोर पाहून त्याला परमानंद झाला. शेजारी कामधेनू उभी होती. क्षणाचाही विचार न करता एकोबा पुढे आला व त्याने त्या अवधूतांचे चरण धरले! त्या त्रैलोक्य राण्याने एकोबाच्या मस्तकी हस्त ठेविताच त्याच्या शरीरात पायापासून

डोक्यापर्यंत चैतन्य सळसळले! ते अलौकिक रुपडे एकदम अंतर्धान पावले!

स्वामींच्यामुळे त्याचे भाग्य आज फळाला आले होते! एकोबाला काहीच कळेना. क्षणभरात जे घडले होते ते केवळ अलौकिकच होते. ते स्वप्न नव्हते! भास नव्हता...! विलक्षण सत्य घटना होती! साक्षात दत्तदिगंबर दर्शन देऊन गेले होते.

"काषायवस्त्रं करिदंड धारिणं
कमंडलु पद्मकरेणशंखं
चक्रं गदा भूषित भूषणढ्यं
श्रीपादराजं शरणं प्रपद्ये ॥"

अनसूयानंदनाचे दर्शन ज्या सद्गुरूंच्यामुळे घडले त्यांचे चरण एकोबाने धरले! तो ते सोडेना. या चरणांनी त्याला आज अत्रिनंदनाचे दिव्यचरण भेटविले होते! त्यांचा दुर्लभ स्पर्श आज त्याला घडला होता.

"एकोबा", त्याच्या मस्तकी हात ठेवीत स्वामी म्हणाले, "उठा, आज तुला साक्षात कर्पूर कांतिदेहाय मूर्तित्रय स्वरूपाने दिव्य दर्शन दिलेले आहेच. परंतु तुझ्या मस्तकी हस्त ठेवून तुला सदा चिरंतन टिकणारा महाआशीर्वादही दिला आहे. तुझ्या भावी आयुष्यात हा महाप्रसाद तुला सातत्याने मिळत राहील. ह्या सामान्यजनांना दुर्लभ असणाऱ्या संधीचा फायदा घे... ते त्रिगुणातीत आहे. अनसूया अर्थात, असूयाअतीत असे निर्गुण स्वरूप आहे. शिवाय सगुण-निर्गुण हे एकच आहे! दत्त म्हणजेच कृष्ण-विठ्ठल-श्रीराम आहेत. ज्या रूपात तू ध्यान करशील त्याच स्वरूपात तुझ्या समोर ते उभे राहील! तुझ्या पूर्वजांनी साक्षात पंढरीनाथाची सेवा, उपासना केली आहे. तुलाही ते दर्शन देतील! तू त्या पांडुरंगाची भावभक्ती कर. विठ्ठलमय हो...! चिरंतन सत्याचा महान स्पर्श तुला झालेला आहे... त्याची प्रचिती तुला येवो...!"

एकोबा धन्य झाला!
परमपवित्र झाला !!
दत्तमय झाला !!!

❈❈❈

६४

॥ एका जनार्दनी ॥

अनसूयानंदनाच्या दर्शनानंतर एकोबात जाणवेल असा बदल होत चालला. त्याच्या कामात कसलाही फरक पडत नव्हता. परंतु त्याचे त्यालाच काही वेगळे वाटू लागले. त्याच्या चेहऱ्यावर त्या विचारांचे जणू प्रतिबिंबच पडू लागले. त्याची कांती उजळून निघाली! तो एकांतात असला म्हणजे एका गोष्टीकडे पाहत बसायचा.

त्याच्या ठिकाणी कसल्याही तऱ्हेचा अभिमान निर्माण झाला नव्हता. त्याला अहंकाराचा वारा कधीच लागलेला नव्हता. आपल्यामुळेच काही अगम्य घडले असेही त्याला वाटत नव्हते. जे काही दिव्य घडले ते केवळ स्वामींच्याचमुळे ही त्याची भावना होती. त्याला भेटलेले भगवान दत्तात्रेय हे त्याच्या गुरूंचे गुरू असल्याने ते त्याला परमगुरूच होते. योगियांचे योगेश्वर होते. स्वामींचे हे उपकार तो कधीही विसरू शकणार नवहता.

एकोबात होत चाललेला हा बदल स्वामींच्या तीक्ष्ण नजरेतून सुटलेला नव्हता. त्याच्यात कसल्याही तऱ्हेचा अहंकार नव्हता. याची त्यांनी चाचणी घेतली होती. त्यामुळे ते विलक्षण समाधानी होते!

यापुढील प्रगती मात्र त्याची त्यालाच कठोर परिश्रमाने करावी लागणार होती. अनुष्ठानाशिवाय ही परिपूर्णता येणार नव्हती. सद्‌गुरूंची कृपा तर झाली होती. पुढील आत्मोद्धार ज्याचा त्यालाच करावा लागतो. परमार्थ हा एक प्रकारचा अलौकिक अनुभवच असतो. तो स्वतःच करावा लागतो. त्यासाठी अथक परिश्रमाची गरज असते, त्याशिवाय विकास होत नसतो.

"एकोबा," एकदा तो समोर दिसताच स्वामी म्हणाले, "कसल्या विचारात आहेस?"

"कसल्याच नाही," एकोबा म्हणाला, "देवघरातील आवराआवरी करीत होतो. पूजेचे सारे साहित्य त्या त्या ठिकाणी ठेविले!"

“हे ठीक आहे.” स्वामी म्हणाले, “निर्गुणापेक्षा सगुण पूजाच श्रेष्ठ आहे. भगवान श्री अवधूतांचे सगुण दर्शन झाल्याने तुला याची प्रचीती आली आहेच. सगुणसाकार स्वरूपातच भगवंताचे नेहमी दर्शन व्हावे लागते. सर्व विश्वभर निर्गुण रूप पाहणे वेगळे. शेवटी आपण जे पाहतो, जे सत्य दृष्टीस पडते, तेच पूर्ण सत्य असते, हे लक्षात ठेव.”

“ते आपणामुळेच अनुभवता आले आहे.”

“म्हणून सगुण भक्तीच श्रेष्ठ आहे. भक्तीशिवाय भगवंत भेटत नाहीत. नामदेवाला श्रीपांडुरंग नेहमी सगुण स्वरूपात भेटत असत. आत्मसाधना करिताना ही प्रचीती तुझी तुलाच येईल. भक्तिभाव सर्वांत श्रेष्ठ आहे हे भगवान श्रीकृष्णांनी गीतेत सांगितले आहे. म्हणून तुला आता एकांत ठिकाणी जाऊन त्याच भगवान श्रीकृष्णांची म्हणजे साक्षात विठ्ठलाची उपासना करायची आहे. आत्मज्ञान पूर्ण झाले तरी ही भक्ती कायम राहते. ती निरंतर आहे. हाच नवा मार्ग मी तुला सांगणार आहे.”

“सांगावे, स्वामी” एकोबा म्हणाला, “मी त्याच मार्गाने जाईन.”

“इथून वायव्येला सुलभ म्हणजे शूलभंजन नावाचा एक रमणीय डोंगर आहे.” स्वामी म्हणाले, “तेथे तू अनुष्ठनासाठी जावेस. ते स्थळही तुला आवडेल. मार्कण्डेय ऋषींची ती पवित्र व प्राचीन तपोभूमी आहे. हजारो वर्षे झाली, अनेक साधुसंतांनी तेथे अनुष्ठाने केली आहेत. अशा ठिकाणी तू जावेस आणि आपली आत्मसाधना पूर्ण करावीस अशी माझी इच्छा आहे!”

“स्वामी,” एकोबा स्वामींच्या चरणाला स्पर्श करीत म्हणाला, “आपली ही सदिच्छा मी अवश्य पूर्ण करीन. आपण दाखविलेल्या या पवित्र मार्गानेच मी जाईन. भगवान श्रीकृष्णांची उपासना करीन.”

“तू अवश्य जा,” सदगुरू त्याच्या मस्तकी आपला हात ठेवून म्हणाले, “तेथे सूर्यकुंड हे पवित्र तीर्थ आहे. तेथे तुला अनुष्ठानाला बसावे लागेल. तेथे गेलेल्या प्रत्येक साधकाला साक्षात्कार झालेला आहे. तसा तुलाही होईल आणि जो जेव्हा होईल त्यानंतरच तू परत ये. माझा तुला आशीर्वाद आहे.”

“स्वामी, उद्याच भल्या पहाटे निघतो.” एकोबा म्हणाला, “अनायासे उद्या बुधवारी एकादशी आहे.”

सर्वांचे आशीर्वाद व निरोप घेऊन एकोबा दुसऱ्या दिवशी पहाटे निघाला. एका नव्या मार्गाने तो जाणार होता. त्याच्या सद्गुरूंची इच्छा पूर्ण करणार होता. भगवान श्रीकृष्णांशिवाय दुसरे काहीही आता त्याला दिसत नव्हते.

❄❄❄

६५

॥ एका जनार्दनी ॥

धूसर अंधारातच एकोबाने गड उतरला. वाट तशी आता माहितीची झाली होती. अजून चांदण्या लुकलुकत होत्या. पहाटवारा सुटलेला होता. स्वामींनी सांगितल्यानुसार वायव्येचा अंदाज घेऊन तो निघाला. वाट तशी रहदारीची नव्हती. लहानशी पायवाट होती. खाचखळगे, दगडधोंडे भरपूर होते. त्या वाटेच्या रोखाने तो निघाला.

पूर्वा उजळून निघत होती. सूर्यनारायणाच्या परमपवित्र दर्शनासाठी तो थांबला. सूर्यस्तुतीतील एक श्लोक म्हणून त्याने वंदन केले! ज्या कार्याला तो चालला होता त्यासाठी त्याला आदित्यांच्या आशीर्वादाची नितांत गरज होती. आता सर्व स्पष्ट दिसू लागले होते. बऱ्याच दूरवर एक उंच डोंगर दिसू लागला होता. तोच शूलभंजन असावा!

रस्त्याच्या कडेला एक शेतकरी नांगरीत होता.

''शेतकरी बुवा,'' एकोबा म्हणाला, ''शूलभंजन म्हणतात तो डोंगर समोर लांब दिसतो तोच आहे का?''

''व्हय् की, त्योच हाये.''

''हीच वाट शेवटपर्यंत आहे काय?''

''कुटंबी इकडं तकडं जाऊ नगंस.'' तो म्हणाला, ''म्होरं बगतच जा... एकटा हैसा. जपून शान जा. वाटेत कोल्हं लांडगं हैती. एकांदी काटी असू दे हातामंदी-म्हंजे कुनी जवळ येत न्हाईत... ही घे काठी... बाभळीची हाये.''

जवळच बांधावर ठेवलेली चांगली दणकट काठी त्याने एकोबाला दिली. त्याने त्याचे गाठोडे त्या काठीला अडकवून ते पाठीवर घेतले व काठी हातात खांद्यावर धरली! त्या शेतकऱ्याला नमस्कार करून तो पुढे निघाला.

जरा पुढे जाताच वाटेत मोट चालू होती. तेथील पाटाचे थंडगार पाणी पिऊन त्याची पुढील वाटचाल सुरू झाली. बऱ्यापैकी शेती पसरली होती. गाव मात्र कोठे जवळपास दिसत नव्हते. पलीकडे असावे असे त्याला वाटले.

उन्हे चांगलीच वर आली. अंतर बरेच कापले गेले असावे.

वाटेजवळच्या शेतात आगटी पेटलेली होती. मक्याची कणसे भाजण्याचे काम चालू होते. सगळ्या शिवारात मकाच दिसत होती. त्या शेतकऱ्याने एकोबाला चार भाजलेली कणसे दिली. थोडेफार बोलणेही झाले. अधिक न थांबता तो पुढे निघाला.

आता जवळ आल्याने हिरवाई वाढली होती. एक वाहता ओढा पाहून एकोबा एका डेरेदार वडाच्या झाडाखाली थांबला. भूक चांगलीच लागली होती. चार कणसे त्याने खाऊन टाकली. थोडावेळ थांबून तो पुढे निघाला. डोंगर अगदी समोर दिसू लागताच एकोबा सुखावला. आता खडी वाट चढावी लागणार होती.

दाट वनराईतून जाताना त्याला एक वेगळाच आनंद वाटत होता. रानफुलांचा व रानमेव्यांचा मिश्र सुवास सुटला होता. उन्ह रणरणत होते, तरी झाडीमुळे सुखद गारवा भासत होता. पाण्याचे मनोहरी ओहळही फेसाळत खाली येत होते.

असीम सौंदर्य न्याहाळीत एकोबा अखेर पर्वतावर आला. शूलभंजन या महापवित्र डोंगरावर येण्याची आज्ञा सद्‌गुरूंनी का दिली याचे उत्तर त्याला येथे सापडले. हे स्थळ एकोबाला अतिशय आवडले.

धनदाट लतावेलीत लपलेल्या सूर्यकुंडाचे दर्शन झाले. मध्यभागात एक डेरेदार आम्रवृक्ष त्याला खुणावीत होता. तो लगेचच तिकडे वळला. ध्यानधारणेसाठी व राहण्यासाठी उपयुक्त ठिकाण होते. भगवान श्रीकृष्णांची उपासना सद्‌गुरूंनी त्याला सांगितली होती. त्यासाठीची तयारी तो अगोदर करु लागला.

वसुदेवसुतं देवं
कंस चाणूर मर्दनम्
देवकी परमानन्दं
कृष्णं वंदे जगत्‌गुरुं!

त्या झाडाखालील दगडधोंडे पलीकडे ठेवले. एका वृक्षाच्या लांब फांद्या तोडून त्याने ती जागा झाडून स्वच्छ केली. लोट्याने पाणी आणून तेथे शिंपडले.

त्या भागातील परिसर पाहून घ्यावा असे वाटल्याने तो तिकडे गेला. फळझाडांनी लगडलेले वृक्ष पुष्कळच होते. सर्व रानफळांची त्याला माहिती होती. कंदमुळेही भरपूर दिसत होती. त्यामुळे तो एक प्रश्न मिटला होता.

विविध रंगीबेरंगी पक्ष्यांचे आवाज सर्वत्र घुमत होते. त्यांची सोबत चांगली होती. काही नवीन पक्षीही दिसले. ते कधी पाहिलेले नव्हते. मोरांचा एक थवा पलीकडे गेला.

रात्री झोपण्याची जागा त्याला आता स्वच्छ करावी लागणार होती. त्या नादाला तो लागला. तेथेही पाणी शिंपडून ठेवले.

संध्याकाळपर्यंत त्याचे हे काम चालू होते. बरोबर आणलेले अंथरूण त्याने तेथे टाकले. एखादा माणूसही फिरकलेला नव्हता. अतिशय एकांताची जागा होती. तो ज्या हेतूने आला होता त्यासाठी ही निवड अगदी योग्य होती.

शुक्ल पक्ष असल्याने बऱ्यापैकी चंद्रप्रकाश पडला होता. थोडा फलाहार करून त्याने अंथरुणावर पाठ टेकली!

सद्गुरूंच्या समवेतचे अनेक प्रसंग त्याच्या डोळ्यासमोरून जाऊ लागले.

"एकोबा!" एकदा स्वामी म्हणाले, "श्री दत्तात्रेय हे सर्व जगताचे सद्गुरूं या कलियुगात सर्व प्रकारचे मार्गदर्शन करण्याची जबाबदारी त्यांची! म्हणून त्यांचे पूजन करावयाचे असते."

...आपल्या हातून श्रीदत्तगुरूंचे पूजन होतच होते, परंतु आता दर्शनही झाले आहे. केवळ स्वामींचीच कृपा ही.

सद्गुरूंच्या महिम्याचा विचार करीत असतानाच झोप केव्हा लागली हे त्याला कळलेच नाही.

दुसऱ्या दिवशी भल्या पहाटेपासूनच ह्याची ध्यानधारणा सुरू झाली. सगुणाची उपासना चालू झाली. त्यात एकाग्रता येताच त्याची समाधी लागली.

समाधी संपताच स्वामींनी इकडे यावयाच्या वेळी जी अमृतवाणी ऐकविली ती आठवू लागली...

"देहाला कष्ट दिले म्हणजे भगवंत भेटतो हे खरे नाही.

भगवंत आपल्या देहापेक्षा मनाला पाहतो.

कसल्याही फळाची अपेक्षा न करिता ही भक्ती करावी.

वृत्ती स्थिर राहण्यासाठी स्थिर अशा भगवंतावर ती केंद्रीभूत असावी.

मी भगवंताचा आहे अशीच भावना ठेवावी.

ही अतिशय सूक्ष्म असते.

ती फक्त भगवंतालाच समजते.

मी आणि भगवंत वेगळे नाहीत हे गृहित धरावे.

ही जाणीव सद्गुरूच करून देतात.

हा मार्ग केवळ श्रद्धेचाच आहे, प्रेमाचा आहे.
मूल होऊन भगवंताला ओळखावे लागते.
मी फक्त भगवंताचा आहे असेच मानावे.
यालाच अनुसंधान म्हणतात.
म्हणून सगुणोपासना श्रेष्ठ आहे.
तुम्ही जिथे असाल तिथे कोणत्याही स्वरूपात केव्हाही
भगवंत येऊन उभा राहील...!
त्याला मात्र ओळखावे लागते!''
सारा दिवस त्याच देवकीनंदनाचे चिंतन करण्यात संपू लागला.

''देहुडाचरणी वाजवितो वेणु
गोपिकारमणु स्वामी माझा''

असा हा गोकुळीचा राणा पंढरीला आला...
''विटेवरी सदाचरण सुंदर
बाळक सुकुमार यशोदेचे...''

संतमेळ्याने लिहिलेले सुंदर सुंदर अभंग त्याला आठवीत, तो दिवसभर म्हणत बसू लागला. त्या निळ्यासावळ्या शामसुंदराशिवाय त्याला दुसरे काहीही सुचत नव्हते.

कृष्णाय वासुदेवाय
हरये परमात्मने
प्रणत क्लेशनाशाय
गोविंदराय नमोनमः।

❄❄❄

६६

॥ एका जनार्दनी ॥

शूलभंजनाच्या पलीकडील पायथ्याला असलेल्या लहानशा गावात कुशाबाचा मळा होता. जनावरेही पुष्कळ होती. त्यांच्या धारा, त्यांचे खाणे-हिंडणे फिरवणे करून शेतीची कामेही पहावी लागत. घरातील काम उरकले की सोनाबाईही मळ्यातील कामाला लागायची. प्रामुख्याने खुरपणीचे काम तिला करावे लागे. किस्ना लहान होता. तोही तिच्याजवळच खेळत बसायचा.

मळ्यातील चारा कमी झाला, की जनावरे घेऊन कुशाबाला शूलभंजनावर जावे लागायचे. तेथे चारा केव्हाही भरपूर असायचा. शिवाय जनावरांचे हिंडणे-फिरणेही व्हायचे. अलीकडे बऱ्याच दिवसांत तो डोंगरावर आला नव्हता. चारा भरपूर होता. पण आता कडवळ नुकतेच पेरलेले असल्याने त्याला पर्वतावर येणे भाग पडले. खालच्या भागात त्याच्या गाई चरत होत्या. तो पाणी पिण्यासाठी सहज वर चढून आला.

त्याचा विश्वासच बसेना! शूलभंजनावर त्याला आतापर्यंत कुणीही दिसले नव्हते. एखादा गुराखी किंवा शेतकरी पाण्यासाठी आलेला दिसायचा. समोरच्या आंब्याच्या झाडाखाली एक तरुण डोळे मिटून बसला होता! त्याची समाधी लागली असावी, असे त्याला वाटले. इतका तेजस्वी तरुण त्याने कधी पाहिलेला नव्हता. काळ्याभोर दाढीमुळे त्याच्यातील साधुत्व झाकत नव्हते. कुशाबाचे हात नकळत जोडले गेले!

पलीकडील झाडाखाली तो बसला. त्याची समाधी संपेपर्यंत त्याला थांबावे लागणार होते. त्याची नजर एकोबावरून हलत नव्हती. कुशाबा भारावून गेला होता. हा तपस्वी येथे केव्हा आला असावा? यापूर्वी आपण आलो होतो तेव्हा हा नव्हता. हा असा उघड्यावरच राहतो की काय? अंथरूण-पांघरुणाची गुंडाळी पडलेली

त्याला दिसली! झोपतोही इथेच? असल्या जंगलात कोण रक्षण करणार याचे? हे काही खरे नाही...!

तो पटकन उठला. समोरच्या झाडाखालील जागा दगडधोंडे काढून स्वच्छ केली. त्याला झोपता येईल अशा अंदाजाने त्याने जरा मोठे दगड चौकोनात मांडून ठेविले. आसपासची माती त्यात आणून टाकली. कुऱ्हाडीने माती काढणे सोपे जात होते. सुंदर ओटा तयार झाला.

जरा दूरवर जाऊन त्याने फांद्या तोडण्यास आरंभ केला. त्या जागेवर त्या आणून ठेविल्या. तेवढ्यात एकोबाची समाधी उतरू लागली! त्याने हात जोडले. स्तोत्र म्हटले. डोळे उघडले!

त्याचा विश्वासच बसेना. त्याला समोर चक्क माणूस दिसला! त्याने झाडाच्या फांद्या समोर ठेवल्या होत्या.

कुशाबा पटकन् पुढे आला व त्याने एकोबाला वाकून नमस्कार केला!

"अहो ऽऽ अहो ऽऽ... हे काय करीत आहात?"

"महाराज," कुशाबा म्हणाला, "लई दिसानी इथं तुमावानी सादु दिसलं म्हनूनशान पाया पडलं."

"अहो ऽ" एकोबा नम्रतेने म्हणाला," मी कोणी साधुसंत नाही. मी एक सामान्य माणूस आहे. इथे एकांतात परमेश्वराची प्रार्थना करीत आहे! मला कसला नमस्कार करीत आहात? माझ्यापेक्षा तुम्ही वडील आहात. मीच वंदन करतो तुम्हाला."

असे म्हणून एकोबा उठला व वारकरी पंथाप्रमाणे कुशाबाला नमस्कार केला. तो लांब जाऊ लागला तर त्याला अडविले!

"शेतकरीदादा", "एकोबा म्हणाला, "तुम्ही कुठून आलात? नाव काय आपले?"

"महाराज," कुशाबा म्हणाला, "म्या कुशाबा. खालच्या वाडीत मजा मळा होय. गुरं हैती. इथं कवा कवा येतो, पान्यासाठी. खालच्या बाजूमंदी गुरं चरत्याती."

"कुशाबा," एकोबा म्हणाला, "ह्या फांद्या कशासाठी तोडल्यात?"

"महाराज,", कुशाबा म्हणाला, "तुमासाठी झोपडी करतुया. इथं राहचं काई खरं नाय्. जंगली जनावरं व बक्कळ हायती."

"कुशाबा," एकोबा म्हणाला, "त्याची काहीच गरज नाही. गेले काही दिवस मी झाडाखालीच झोपत आहे. कसलीही भीती नाही."

"म्हाराज," कुशाबा म्हणाला, "तुमी काई बी म्हना. म्या उंद्या येतुया. लई

येळ जाला.''

कुशाबा सराईतपणे पर्वत उतरत खाली गेला. एकोबा पाहताच राहिला. या असल्या ठिकाणी त्याला माणुसकीचे नवे दर्शन झाले होते. त्याला नवल वाटत होते. कुशाबासारखी सत्तप्रवृत्त माणसे समाजात आहेत म्हणून हे जग व्यवस्थित चालले आहे!

दुसऱ्या दिवशी समाधीतून डोळे उघडताच समोर त्याला सुंदर अशी पर्णकुटी दिसली! तो लगेच उठून तिकडे आला. कुशाबा तेथे होताच. चिवट ओल्या रानवेलींनी त्याने फांद्या सुंदर बांधल्या होत्या. आत ऐसपैस जागा होती. बाहेरून आत येण्यास अजिबात फट नव्हती. शिवाय पर्णकुटीत जाण्याच्या मार्गावर एक फांद्यांचे व रानवेलींचे दारही केले होते!

''महाराज,'' कुशाबा म्हणाला, ''नुस्तं बगू नगा. आतमंदी जाऊनशान बसा. काम हाये माजं.''

एकोबा आत जाऊन बसला. त्याला काही कळेना. कुशाबा जरा बाजूला गेला व एक गडू घेऊन आला.

''महाराज, घ्या.'' कुशाबा म्हणाला, ''दूध हाये गायीचं. कारभारनीनं दिलंया तुमास्नी. आणलं तवा गरम व्हतं. पर आता गार जालंया.''

एकोबाने दूध आनंदाने घेतले! कधी नव्हे ती आज त्याला आजीची आठवण झाली. तो घरात कुठेही असला तरी दुधाचा प्याला ती त्याला तेथे आणून द्यायची. तीच माया इथे होती! कोण कुठला हा शेतकरी! ना ओळख ना पाळख! पण त्याने आज वारकरी पंथाचा महान धर्म पाळला होता.

''कुशाबा,'' एकोबा म्हणाला, ''किती कष्ट घेत आहात माझ्यासाठी! इतक्या उंचावर येऊन तुम्ही पर्णकुटी बांधली. दूधही आणलं. तुम्ही निश्चित पंढरीचे वारकरी आहांत!''

''महाराज,'' कुशाला म्हणाला, ''म्हणूनच म्या तुम्हाला महाराज म्हनतुया. तुमी बराबर वळखंलंलं. म्या खरोखरच वारकरी हाये. दर आघाडीला पंढरीला जातूया. आमचं घरानंच हाये वारकऱ्याचं.''

असे म्हणून त्याने गळ्यातील माळ दाखविली.

''त्याशिवाय हे घडणारच नाही.'' एकोबा म्हणाला, ''तुमच्या गळ्यातील माळ मला दिसली नव्हती, पण फक्त भागवत धर्मातच ही आपुलकी आढळते. आमच्या घरीही पंढरीनाथाची उपासना आहे.''

बराच वेळ कुशाबा बसला होता. जाण्यापूर्वी त्याने पुष्कळ फळे एकोबाला

आणून दिली. गुरांकडे जाणे आवश्यक होते, म्हणून तो लगेचच गेला!

आत्मसाधना संपण्याच्या वेळी अंदाजाने तो रोजच येऊ लागला. एकोबाचे स्तोत्र म्हणून झाले की त्याला दूध देऊ लागला.

अधूनमधून भाजलेली मक्याची कणसे, रताळी तो आणायचा. एकदा त्याने केळीही आणली होती. कुणीतरी त्याला घड दिला होता. कुशाबाने विलक्षण आपुलकी निर्माण केली! कृष्णलीला अगाध आहे!

❄❄❄

६७

॥ एका जनार्दनी ॥

रोज उपासनेला सुरुवात करताना एकोबा भगवान श्रीकृष्णांचे सगुण रूप डोळ्यासमोर आपणायचा. देहुडाचरणी मूर्ती त्याला फार आवडायची. पैठणच्या मंदिरात तशी अतिसुंदर मूर्ती होती. लहानपणापासून तो ती पाहत होता. नंतर त्या दिवसाच्या देवतेची तो प्रार्थना करायचा. स्तोत्र म्हणायचा.

त्या दिवशी सोमवार होता. भगवान श्रीशंकराची आठवण करून स्तोत्रही त्याने म्हटले.

मृत्युंजयाय रुद्राय
नीलकंठाय शंभवे
अमृतेशाय शर्वाय
महादेवायते नमः ॥

आत्मसाधनेला सुरुवात झाल्यावर थोड्याच वेळात एकोबा समाधीत जायचा.

त्या परिसरात एक महाकाय भुजंग स्वैर हिंडत असायचा. फूत्कार टाकीतच तो एकोबाच्या दिशेने आला. त्याने इकडेतिकडे पाहिले. त्याला डंख करण्याचा पावित्र्याने तो एकोबाजवळ आला. त्याला चावण्यासाठी गेला असताना एकोबाच्या सात्त्विक देहाचा स्पर्श त्याला झाला!

त्याची दुष्ट वृत्ती एकदम नष्ट झाली, तामसपणा संपला. त्याचा मूळ हेतू नाहीसा झाला. त्याच्या मूलधर्माचा त्याला विसर पडला! फूत्कार संपला!

तो एकदम कमालीचा शांत झाला. एकोबा, भेदभावाच्या पलीकडे पोहोचलेला होता. द्वैत राहिलेच नव्हते! जो विश्वाशी समरूप झाला आहे, त्याला भीती कशाची? महासर्प, विंचू किंवा वाघसिंहादी हिंस्र पशु अशा लोकांच्या जवळही फिरकत नाहीत. त्यामुळेच धनदाट जंगलातदेखील अशा साधुसंतांच्या उपासना पूर्ण होतात.

एकोबाला उन्ह लागू नये म्हणून त्याने त्याच्या शरीराला विळखा घालून त्याच्या मस्तकी 'फणा' उभारला!

सर्वभूतस्थत्मानं
सर्व भूतानी चात्मनि
ईश ते योग युक्तात्मा
सर्वत्र समदर्शनः ॥

अशा तऱ्हेच्या स्थितीला जो पोहोचलेला असतो त्याची हिंसा कधीही होत नाही!

एकोबाची ध्यानधारणा संपत आल्याची चाहूल त्या कालसर्पाला येऊ लागली. की तो विळखा काढून निघून गेला!

नंतर पुष्कळ दिवस हा दिनक्रम चालू होता. एकोबाला हे काहीच कळत नसायचे. एकोबा समाधीत मग्न झाला की तो काळसर्प यायचा. विळखा घालून फणा त्याच्या मस्तकी धरायचा. समाधीची स्थिती संपत आली की तो निघून जावयाचा!

ही वेळ होऊन गेल्यानंतर कुशाबा यायचा दूध घेऊन. त्यात खंड कधी पडला नाही. नंतर काही वेळ तो बोलत बसायचा. एकोबाच्या तपश्चर्येची त्याला कल्पना आलेली होती. वारकरी पंथाचा असल्यामुळे कथा कीर्तनांची त्याला सवय होती. त्याच्या गावातील मंदिरात रात्री भजन व्हाययाचे. कुशाबा भजनात असायचा. तो अभंगही चांगले म्हणायचा. सर्व संतमेळ्याची त्याला तशी माहिती होती.

एकोबाला एखादे दिवशी तो प्रश्नही विचारायचा.

"महाराज," एकदा कुशाबा म्हणाला, "एक गोष्ट इचारू का?"

"विचार की."

"महाराज," कुशाबा म्हणाला, " आमच्या गावामंदी योक सादु आला व्हता. परपंचात राहूनशान देवधर्म करावा असं म्हणाला. पर ह्ये जमनार कसं काय? त्ये काई बी नाय समजलं!"

"कुशाबा," एकोबा म्हणाला, "त्याने जे काही सांगितले आहे ते अगदी बरोबर आहे. देवाची भक्ति करण्यासाठी प्रत्येकाला रानावनात जाण्याचे काही कारण नाही. घरी, म्हणजे प्रपंचात राहून, हे सारे जमते. गावात जे राहतात त्यांना घर असतेच. प्रत्येकाची कामे मात्र वेगळी असतात. आपल्या प्रपंचासाठीच सर्वजण कष्ट करतात. देवदेवही करतात. दानधर्मही जमेल तसा करतात. पैसा जर पुरत नसेल तर दुसराही एखादा जोडधंदा करावा लागतो. देवधर्म हा मुख्य उद्योग समजून प्रपंच हा जोडधंदा म्हणून करावा. भाजीला जसे मीठ लागते तसे देवाधर्माला प्रपंच लागतो.

मात्र प्रपंचातच गुंतून राहू नये. यासाठी आहे त्यात समाधान असावे. अहंकार- म्हणजे गर्व असू नये. तो हरळीप्रमाणे असतो. हरळी काढल्याशिवाय पीक चांगले येत नाही. म्हणून अभिमान काढून टाकावा. प्रपंच नुसता माझा नाही, तो परमेश्वराचा देखील आहे असे समजले तरच प्रपंच सुखाचा होतो. तेव्हा कुशाबा, आपले काम करून देवालाही जवळ करावे म्हणजे सारेच करता येईल!''

"महाराज,'' कुशाबा समाधानाने म्हणाला, "आता समदं समजलं, दोनी बी करायला हवं. आणखी एक विचारू का?''

"अवश्य.''

"महाराज,'' कुशाबा म्हणाला, "जवा तुमी इथून निगाल तवा आपल्या गावातून जा. म्हजे ततं ही इथे समदं लोकास्नी सांगा, कुनाला काई बी कळत नाय.''

"कुशाबा,'' एकोबा म्हणाला, "मी अवश्य येईन. आपण त्यावेळी ठरवू सारे.''

अतिशय आनंदात कुशाबा निघाला. त्याचे पूर्ण समाधान झाले होते.

एकोबा मात्र विचारात पडला. कुशाबासारखी स्थिती सर्व समाजाचीच झाली आहे. त्यांना प्रपंच व परमार्थ यातील नातेच समजले नाही. यासाठी काहीतरी करावे लागणार आहे याची त्याला कल्पना आली. समाजासाठी फार गोष्टी कराव्या लागणार आहेत. त्यासाठी त्याला आता दूरवर सारे ठरवावे लागणार होते.

'कुशाबा गेला.
परंतु त्याने विचारलेला प्रश्न मात्र
सारखा त्या परिसरात घुमत आहे असे
त्याला वाटू लागले!'

❄❄❄

६८

॥ एका जनार्दनी ॥

मध्यरात्र केव्हाच उलटली असावी. पहाटेचा सुखद गारवा भासत होता.चक्रपाणी व सरस्वतीबाई झोपले होते. झोप तशी लागतच नसायची. लागली तर लगेच जाग यावयाची. या कुशीवरून त्या कुशीवर हेच रात्रभर चालू असायचे. वयाच्या मानाने त्यांच्यावर जे संकट आलेले होते ते अजून दूर झाले नव्हते.

एकोबाला घरातून जाऊन किती तरी वर्षे झाली होती. त्याचा काहीच ठावठिकाणा लागत नव्हता. चक्रपाणी अजूनही गावातील मंदिरात जाऊन आलेल्या यात्रेकरूंना एकोबाबद्दल विचारीत. पण ते बिचारे काय सांगणार? न पाहिलेल्याबद्दल काय बोलणार? शिवाय तो आता लहान नव्हता. तो कसा दिसत असेल कुणास ठाऊक? चक्रपाणीही त्याचे निश्चित वर्णन करू शकत नव्हते. त्यांना काही सुचायचे नाही. ते नाराज होऊन घरी परत यायचे. त्यांना आता अधिक चालताही यायचे नाही. लगेच पाय दुखत. अनेकानी चक्रपाणींना समजावून सांगितले. पण ते कुणाचे ऐकत नसत. बिचाऱ्या आजीबाई पाय तेलाने चोळत बसत.

जगण्यासाठी चार घास खाल्ले जायचे कसे तरी. ते खाणेही जिवावर यायचे. झोप तर कधीच शांत लागत नसायची. पहाटे पहाटे कधीतरी झोप लागायची.

रात्रंदिन दोघांनाही एकच ध्यास. एकच विचार. एकोबा कुठे असेल? काय करीत असेल? पैठणमधील नवीन पिढीला एकोबा माहितीच नव्हता. त्याची मित्रमंडळीही आपापल्या संसारात रमलेली होती. कधीतरी, केव्हातरी कुणीतरी चक्रपाणींना भेटायचे वाटेत किंवा घरी यायचे. बोलून बोलून काय बोलणार? घर खायला उठायचे. त्याला काहीच अर्थ राहिलेला नव्हता.

"एको ऽ बाऽ, एऽ कोबाऽऽ" सरस्वतीबाई एकदम ओरडत उठल्या. इकडे-तिकडे पाहत पुन्हा एकदा ओरडल्या.

चक्रपाणी लगेच उठले. समई मोठी केली. त्या घामाने डबडबलेल्या होत्या. कमालीच्या घाबरलेल्या होत्या...!

"काय होऽ झाले? काय झाले?"

त्यांना काही बोलला येईना. अजूनही त्या इकडेतिकडे पाहत होत्या.

"स्वप्न पडले की काय? शांत व्हा. घाबरू नका. इथे कुणीही दुसरे नाही."

"मला भयंकर स्वप्न पडले." थोड्या वेळाने सरस्वतीबाई म्हणाल्या.

"अहो, पण काय झाले? भीती वाटली काय?"

"हो" सरस्वतीबाई अखेर कशातरी म्हणाल्या

"एका डोंगरावर एकोबा झाडाखाली डोळे मिटून बसलेला आहे. एका भल्या मोठ्या नागोबाने त्याला संपूर्ण वेढून मस्तकी फणा धरलेला आहे, तो त्याला चावला तर...? तर...?"

"अहो," चक्रपाणी म्हणाले, "शेवटी स्वप्नच ते! तुम्ही आता घाबरू नका. त्याला काहीही होणार नाही. त्या भुजंगाने त्याच्या मस्तकी फणा धरलेला आहे. म्हणजे तो चावणार तर नाहीच, उलट हे चांगले लक्षण समजले जाते! फारच भाग्यदायी असे हे स्वप्न पडले आहे. यातून काहीतरी चांगले होणारच आहे."

"...पण...!"

"पण वगैरे काहीही म्हणू नका." चक्रपाणी म्हणाले.

"मी आता सकाळीच केशवरावांच्याकडे जातो. ते काय म्हणतात ते पाहू या. काळजीचे काहीही कारण नाही."

पुन्हा त्यांना झोप लागलीच नाही. ते दोघेही उठले व नित्यकर्माला लागले. पूजापाठ आटोपून चक्रपाणी तातडीने केशवरावांच्याकडे गेले.

"चक्रपाणी," प्रश्नकुंडली मांडून केशवराव म्हणाले, "स्वप्न फारच दूरदर्शी आहे. अशी स्वप्ने अत्यंत दुर्मीळ असतात. वहिनींना एक प्रकारे हा चांगला संदेशच मिळाला आहे. भीतीचे व चिंतेचे काहीही कारण नाही. कुठल्यातरी तीर्थक्षेत्राजवळील पर्वतावर एकोबा तपश्चर्येला बसलेला आहे. त्याचे फलित म्हणून हे स्वप्न अगदी योग्य वेळी पडलेले आहे. अशा तऱ्हेने मस्तकी फणा धरलेला सर्प दिसणे केवळ भाग्याचे आहे. पुढील आयुष्यात एकोबा प्रसिद्ध असा सत्पुरुष होईल. पिढ्यान्‌पिढ्या तो लोकांच्या ध्यानात राहील अशी महान ग्रंथनिर्मिती त्याच्या हातून होईल. चक्रपाणी, भानुदासांनंतर तुमच्या कुळात जन्मलेला हा एकोबा कुलभूषण ठरणार आहे."

"पांडुरंगाचीच कृपा ही."

"चक्रपाणी," केशवराव म्हणाले, "स्वप्न मंगळवारी पहाटे पडले आहे

म्हणजे बुधवारच आहे. तेव्हा आज पांडुरंगाला नैवेद्य दाखवा.''

"आम्ही नुसता नैवेद्य दाखविणार नाही!''

"का?''

"तुम्हा दोघांना सवाष्ण ब्राह्मण म्हणून भोजनास यावे लागेल.'' चक्रपाणी म्हणाले, "त्याशिवाय हे कार्य पूर्ण होणार नाही.''

"अवश्य येऊ.''

विलक्षण समाधानातच चक्रपाणी घरी परतले!

पांडुरंगी मन रंगले!!

❄❄❄

६९

॥ एका जनार्दनी ॥

आज भल्या पहाटेच कुशाबा डोंगरावर निघाला होता. लवकर उठल्याने सारे लवकरच आटोपले होते. अजून प्रकाश धूसरच होता. त्याच्या मनात सारे विचार 'महाराजांचेच' होते! ते आता तपश्चर्येला बसले असतील. तरीही पुष्कळ वेळ थांबावे लागले याची त्याला कल्पना आली होती.

पर्वतावर त्याला दुरून रोज त्याचे महाराज दिसायचे. पण स्पष्टपणे काही दिसत नव्हते.

एकोबा समाधीतच होता. नेहमीप्रमाणे मांड्या व पाय विशिष्ट तऱ्हेने गुंतवून तो ताठ बसलेला होता. हात गुडघ्यावर टेकविलेले होते. बोटांची रचनाही वेगळ्या तऱ्हेने केलेली होती.

कुशाबाजवळ येताच त्याला भयंकर दृष्य दिसले!

"म्हाराजऽऽ म्हाराऽऽजऽ

उठा लवकर...

जागे व्हा... जागं व्हा...

अंगावर लई दांडगा साप हाये...

सापऽ साऽ प

म्हाऽ राजऽ म्हाऽऽ राऽ जऽऽ."

या आरड्याओरड्याने एकोबाची समाधी अकाली उतरू लागली!

लगेचच तो सर्प विळखा काढून जात असताना एकोबाला दिसला...!

हे रोजचेच दृष्य होते! कुशाबा आज लवकरच आल्याने त्याला हे दिसले! त्याच्यामुळे एकोबालाही समजले.

"म्हाराज," कुशाबा अजूनही घाबरत म्हणाला...

“लई भ्या वाटली व्हती मला. त्यो समद्या अंगाशी विळखा घालूनशान डोईवर फना काडून बसला व्हता... मला काई बी बोलता येईना... शबुत बी फुटना...लई वंगाळ येळ व्हती ती... म्हया लई कष्टानं कसातरी वरडलो बगा... समदा घाम फुटला व्हा... हात पाय बी थरथरत व्हतं बगा... म्या येळेवर आलु-नाही तर... नईतर...”

“खराय कुशाबा,” एकोबा म्हणाला, “तू अगदी देवासारखा धावत आलास...रोज काय होत होते कुणास ठाऊक...”

एकोबा एकदम उठला व त्याने कुशाबाचे पाय धरले...!

“म्हाराऽ जऽ, म्हाराऽज..” कुशाबा म्हणाला,

“ह्ये काय करताय् ... म्या कुठला देव... म्या सादा गवळी हाय...गवळी...”

एकोबा उठताच कुशाबाने त्याला मिठी मारली.

“म्हाराज,” तो म्हणाला, “काई जालं नाय् ना तुमास्नी?”

“काही नाही,” एकोबा म्हणाला, “तो आला तसा गेला! तू तरी आजच लवकर का यावास? सारेच कोडे आहे! जे घडणार असते तेच घडते. पांडुरंगा...विठ्ठला... तुझी किमया अगाध आहे.”

कुशाबाने आल्यावर हातातील दुधाचा गडू कसातरी थरथरत खाली ठेवला होता. खरे म्हणजे तो पडणारच होता. पण ऐनवेळी त्याने पटकन खाली ठेवला.

एकोबाने दूध घेताच तो निघाला परत. तो घाईघाईने वर आला होता.

“म्हाराज,” जाता जाता तो म्हणाला, “सांभाळून ऱ्हावा...लई इदवान व्हा.. मला इसरू नगा...”

तो पाहता पाहता डोंगर उतरू लागला!

कुशाबा आज असे का बोलला? एकोबाला हे कोडे काही केल्या सुटेना. पुष्कळ वेळ विचार करीत तो पर्णकुटीजवळच बसला. सकाळची प्रसन्न वेळ. वाराही चांगला सुटला होता. आज घडलेला प्रसंग अगदी वेगळा होता. स्वामींनी सांगितल्याप्रमाणे निश्चित काहीतरी घडून गेले होते.

त्या महाभयंकर भुजंगाने त्याला न चावता उलट मस्तकी फणा धरिला होता. कुशाबासारखा सामान्य माणूस कधी नव्हे तो त्यादिवशी देवदूताप्रमाणे लवकर आला. त्याने समाधी भंग केल्यामुळेच तो सर्प त्याला दिसला. कुशाबा त्यावेळी उपस्थित नसता तर? तर?

मग कुशाबा कोण? त्याला काय म्हणायचे? भगवंताने त्याच्या भक्तांना विविध रूपातून दर्शन दिले आहे. कुशाबाच्या रूपात तर तो रोज येत नसेल?

कामधंदा सोडून तो रोज कशासाठी उंच पर्वतावर यावयाचा?

दिवसभर त्याला चैन पडत नव्हते. हेच विचार सारखे मनात येत. येथे येऊन त्याला बराच काळ लोटला होता. पण संपूर्ण शूलभंजन त्याला पाहण्यास वेळच मिळाला नव्हता. तो आज त्याने पाहून घेतला. त्याची भव्यता व दिव्यता अलौकिकच होती. येताना त्याने पुष्कळ फळेही आणली.

स्वामींनी सांगितल्यानुसार त्याला दृष्टांत झाला होता. तो ज्या हेतूने येथे आला होता ते पूर्ण झाले होते. दुसऱ्या दिवशीच तो गडावर जाण्यास निघणार होता. कुशाबाला दिलेला शब्द त्याला पाळावयाचा होता. तो लगेचच परत गेल्याने काही सांगता आले नव्हते!

दुसऱ्या दिवशी अगदी पहाटेपूर्वीच तो उठला. स्नानसंध्या करून त्याने त्या भूमीला वंदन केले! कुशाबा ज्या पायवाटेने जावयाचा तो ती उतरू लागला. धूसर प्रकाश संपून स्पष्ट दिसू लागले. कुशाबाची लहानशी वाडी व हिरवीगार शेती दिसू लागली.

पायथ्याजवळच एक शेतकरी त्याला भेटला.

"शेतकरी दादा," एकोबा म्हणाला, "कुशाबा गवळ्याचे घर कुठे आहे?"

"कोन कुशाबा? इथं कुणी बी कुशाबा न्हाई."

"त्याची बायको सोनाबाई?"

"ती बी न्हाई."

एकोबाने त्याला खोदून खोदून विचारले पण त्याचे उत्तर तेच होते!

एकोबाने देवगिरीला जाण्याचे ठरवून तो त्या दिशेला वळाला. थोड्याच वेळात ती डोंगराकडे आलेली वाट आली.

—एकोबाला विलक्षण चुटपुट लागली.

—कुशाबा कोण होता हे त्याला कळून चुकले!

यशोदेच्या कान्ह्या-शामसुंदरा...पंढरीनाथा... विठ्ठला-पांडुरंगा...

–तू...तूच होतास कुशाबा!

–तुझीच ही सारी रूपे...लीला!

–माझ्यासाठी पर्णकुटी बांधली!

–रोज दूध आणिलेस..

–किती कष्ट घेतलेस देवा!

–मला वेड्याला तुला ओळखता नाही आले...

–मी माझ्या साधनेत दंग होतो...

–केवढा दुर्दैवी मी.
–स्वामींनी तरी मला तुझ्यासंबंधी बजावून सांगितले होते...
–तरी मी नाही ओळखले तुला...
–नाही ओळखले!

शून्य स्थावरजंगम
व्यापुनी राहिला सकळ
बापरखुमादेवीवर...
विठ्ठल सकळ!!

❄❄❄

७०

॥ एका जनार्दनी ॥

एकोबाचे गडावरचे रोजचे जीवन सुरू झाले. फार दिवसांनी आल्यामुळे प्रत्येकजण त्याच्याशी बोलत होता, सारे विचारीत होता. विशेषत: देवीदास व पुष्पावतीला त्याने सगळे सविस्तर सांगितले.

''स्वामी,'' गडावर येताच त्यांना वंदन करून एकोबा म्हणाला, ''आपल्या आशीर्वादामुळे आपण सांगितलेले आत्मसाधनेचे व्यवस्थित पार पडले.''

एकोबाने गेल्यापासून तेथे काय व कसे घडत गेले हे संपूर्ण सांगितले. बराच वेळ तो सांगत बसला होता.

''एकोबा,'' स्वामी म्हणाले, ''ज्या हेतूने तुला मी शूलभंजनावर पाठविले होते ती कार्यसिद्धी उत्तमच झाली आहे. योग्यवेळी तुला पुन्हा वेगळ्या स्वरूपात भगवंताचे दर्शन घडलेले आहे. हा देखील योगायोग नाही. तुला जरी ते ओळखू आले नाही तरी ते जाणण्याची मानसिकता अनुष्ठानामुळे निर्माण झालेली आहे. तुझी एकाग्रता निश्चित वाढून तिचा परिणामही तुला समजू लागलेला आहे. तू जे मिळविले आहेस ते तुझ्या वयाच्या मनाने परिपूर्णच आहे. याचा पुढील जीवनात तुला निश्चित उपयोग होणार आहे. याबाबत मी विलक्षण समाधानी झालो आहे.''

एकोबाच्या दैनंदिन कामाकडे व त्याच्या आध्यात्मिक प्रगतीकडे स्वामींचे विशेष लक्ष होते. त्यांनी त्याला आणखी काही महत्त्वाचे ग्रंथ वाचण्यास दिले. रात्री जागूनही ते तो वाचू लागला. ग्रंथ कसे लिहावेत हे ते त्याला वेळोवेळी समजावून सांगू लागले.

याशिवाय आता एकोबाला एकूण सर्व परिस्थितीची माहिती होणे आवश्यक होते. पैठण ते देवगिरी एवढेच विश्व त्याने पाहिलेले होते. सबंध देश कोणत्या परिवर्तनातून जात आहे हे समजण्यासाठी देशाटन आवश्यक असते. त्यासाठी

तीर्थयात्रेची गरज आहे. लोकजीवन व धार्मिक स्थिती जवळून समजते. प्रत्येक भागाची भाषा वेगळी व संस्कार वेगवेगळे. मराठी मुलुखात ज्ञानेश्वरानंतर जरी पुष्कळ काळ लोटला होता तरी सामान्यांना खरा धर्म कळला नव्हता. भोंदू साधुसंतानी सर्वत्र धुमाकूळ घालून अज्ञानी लोकांना लुबाडण्यास आरंभ केला होता.

यावनीसत्तेचे दुष्परिणाम दिसण्यास आरंभ केव्हाच झाला होता. हिंदुधर्मावर प्रचंड आक्रमण सुरू झाले होते. स्वामी जरी यावनीसत्तेत नोकरीस होते तरी या सत्तेचे दूरवर होणारे परिणाम त्यांना समजत होते. उत्तर भारतात अत्याचार वाढले होते. एकोबाला ह्या दृष्टीने सर्व जाणिवा व्हाव्यात असे त्यांना वाटले. ''एकोबा'', एकदा स्वामी म्हणाले, ''जा, आता अधिक अनुभवासाठी व ज्ञानार्जनासाठी तुला तीर्थयात्रा करणे अतिशय गरजेचे आहे. देशातील विविध क्षेत्रे ही साधुसंतानी परिपूर्ण आहेत. त्यांची प्रवचने व कीर्तने ऐकून बहुश्रुतता प्राप्त होते. हिमालयाच्या परिसरात महान तपस्वी भेटतात. त्यांचे मार्गदर्शन घडते. प्रसाद मिळतो. त्याची तुला प्रचिती निश्चित येईल.''

''म्हणजे मला तुमच्यापासून दूर जावे लागेल.''

''अरे, वेड्या!'' स्वामी हसत म्हणाले, ''नाहीतर माझ्यासमवेत किती काळ रहाणार तू? ज्या उदात्त हेतूने तू येथे आला होतास, तो आता परिपूर्ण झालेला आहे. अजून जीवनाचा फार मोठा प्रवास तुला पूर्ण करायाचा आहे. त्यासाठी तुला तीर्थयात्रा पूर्ण करावीच लागणार आहे! आणि ती तू त्यात यशस्वी होशील असा माझा आशीर्वाद आहे!''

''जशी आपली आज्ञा,'' असे म्हणून एकोबाने स्वामीचे पाय धरले!

त्यांनी त्याच्या मस्तकी हात ठेविला!

''एकोबा,'' स्वामी म्हणाले, ''तीर्थयात्रेच्या सुरुवातीला काही काळ मी तुझ्यासमवेत असणार आहे!''

''तर मग माझे नशीबच उघडले म्हणायचे!'' एकोबा म्हणाला, ''याच सुवर्णकाळाची मी वाट पाहत होतो! तुम्ही बरोबर असणार म्हणजे अजून काहीतरी निश्चित चांगले घडणार.''

''आपण अगोदर नाशकाला जाऊ'' स्वामी निश्चयाने म्हणाले. ''ती श्रीरामांची पवित्र भूमी आहे. तेथून सुरुवात नेहमी व्हावी. नंतर मी तेथे पुढील प्रवासासंबंधी सांगेन.''

काहीतरी आठवून स्वामी लगेच गेले!

एकोबाला परमानंद झाला!

सदगुरूंसमवेत तीर्थयात्रेला आरंभ होणार होता.!

सदगुरू तं नमामि!!

❄❄❄

७१

॥ एका जनार्दनी ॥

गडाची सारी व्यवस्था लागण्यास काही कालावधी लागला. दुसरा किल्लेदार आल्यावर स्वामी, एकोबा, देवीदास व दोन-तीन नोकर निघणार होते.

आता पुन्हा आपल्याला बहुतेक गडावर येता येणार नाही याची कल्पना एकोबाला आली. स्वामी तसे स्पष्टपणेच बोलले होते. एकोबाला गडाची व तेथील सर्वांची जवळीक निर्माण झाली होती. आता हे सारे संपणार म्हणून त्याला वाईट वाटू लागले होते. नाईलाजाने त्या सर्वांचे त्याने निरोप घेतले!

अखेर एक चांगला दिवस पाहून ते सारे निघाले. धूसर प्रकाशातच गड उतरला गेला. स्वामींना नाशकाची वाट माहिती होती. ते त्या दिशेने निघाले. त्यांना चालण्याची चांगलीच सवय होती. त्यांच्या बरोबरीने एकोबा होता. बाकीचे मागे होते. त्या परिसरात स्वामींना सारे ओळखीत होते. त्यामुळे वाटेत त्याना सारखे कुणी ना कुणी भेटत होते. वंदन करीत होते.

माध्यान्ह संपल्यावर ते विश्रांतीसाठी एका मळईजवळ थांबले. झाडी भरपूर होती. मोट चालू होती. देवीदास स्वयंपाकाला लागला. प्रवासात तो नेहमी स्वामींच्या बरोबर असायचा. स्वयंपाकाची त्याला सवय होती.

भर उन्हामध्येच पुढील प्रवासाला सारे निघाले. वाटेत स्वामी एखाद्या विषयावर चर्चा करीत होते. एकोबाला नवनवीन बरेच समजत होते. चालण्याचा शीण वाटत नव्हता. एका गावात एक चांगले श्रीराम मंदिर दिसले. संगमरवरी मूर्ती फारच देखव्या होत्या. स्वामी तेथे थोडा वेळ थांबले!

"एकोबा," स्वामी म्हणाले, "आपण श्रीरामांनी पावन केलेल्या पवित्र भूमीकडे निघालो आहोत. वाटेतच त्या राजीवलोचनाने आपणाला दर्शन दिले. आता काही कशाची काळजी नाही. सारे काही व्यवस्थित होईल."

"मलाही असेच वाटते, " एकोबा म्हणाला, "शिवाय आपण बरोबर असल्याने कसलाच प्रश्न निर्माण होणार नाही, याची मला खात्री आहे."

स्वामींनी नंतर बराच वेळ श्रीरामाची महती सांगितली. रामायणावर स्वामी प्रवचने करीत, हे एकोबाला माहिती होते. श्रीरामांवर त्यांची विलक्षण श्रद्धा होती.

अनेक मुक्कामांनंतर नाशिक जसे जवळ येत चालले तशी जाणारी-येणारी गर्दी वाढू लागली. बहुतेक सारी गर्दी जानकीवल्लभाच्या भक्तांचीच होती. नाशिकच्या अगदी अलीकडेच त्यांचा मुक्काम पडला. पहाटेच ते नाशकाकडे निघाले.

बारा वर्षांनी गोदामाईला पाहताच एकोबाला पैठणच्या आठवणी जागृत होऊ लागल्या. तिच्या कुशीतच त्याचे बालपण होते. परंतु मोठ्या शर्थीने त्याने चेहऱ्यावरील सारे भाव लपविले! दशरथतनय व पंचवटीबद्दल तो देवीदासशी बोलू लागला!

गोदास्नानाला आरंभ होताच स्वामी हरखून गेले. बराच वेळ ते पाण्यातच होते. त्यांच्या पलीकडे एक भाविक स्नान करीत असताना त्यांच्याकडे निरखून पाहत होता. हा विलक्षण तेजस्वी राजबिंडा भाविक कोण असावा? त्याला चैन पडेना.

"अहोऽ" स्नान करून गोदाकाठी स्वामींची वाट पाहत उभ्या असलेल्या एकोबाला तो भाविक म्हणाला, "हे कोण आहेत? आपण कुणीकडून आलात?"

"हे जनार्दनस्वामी आहेत."

"देवगिरीचे का?"

"हो," एकोबा आश्चर्याने म्हणाला, "आपणास काय माहिती?"

"त्यांना कोण ओळखत नाही?" तो म्हणाला, "ते देवगिरीचे किल्लेदार असून महान दत्तभक्त आहेत. मला त्यांच्याशी बोलायाचे आहे!"

तोपर्यंत स्वामी संध्येला बसले होते.

"स्वामी," संध्या झाल्यावर तो म्हणाला, "मी चंद्रभट. आपली कीर्ती नाशकापर्यंत पसरली आहे. आपले चरण जर माझ्या घराला लागले तर माझे घर पावन होईल. आपण सर्वांनी आता माझ्या घरीच राहण्यास यावे, ही नम्र विनंती आहे."

"आपण कोण आहात."

"मी एक साधा पुराणिक आहे." चंद्रभट म्हणाले, "भागवतावर मी रोज

पुराण सांगतो. आपल्या उपस्थितीमुळे मला विशेष आनंद होईल.''

स्वामींनी होकार दिला.

चंद्रभटांच्या आनंदाला उधाण आले!

त्यांनी त्यांचे चरण धरिले!

स्वामींनी मस्तकी हात ठेविला!

❄❄❄

७२

॥ एका जनार्दनी ॥

चंद्रभटांचे घर म्हणजे फार मोठा चौसोपी वाडाच होता. नक्षीदार असे लाकूडकाम उठून दिसत होते. सगळीकडच्या खांबावर कोरीव नक्षी व चित्रे दिसत होती. विद्वान पुराणिक म्हणून नाशकांत त्यांची प्रसिद्धी होती.

कोणी सत्पुरुष त्यांचे घरी आले आहेत, हे समजल्याने नाशिकमधील शास्त्रीमंडळींची गर्दी वाढू लागली. दिवसभर हे चालू होते. स्वामींना त्यामुळे विश्रांती अशी मिळालीच नाही.

''स्वामी,'' चंद्रभट म्हणाले, ''माझ्यामुळे आज आपणास विसावा असा मिळालाच नाही. नाशकातील बरीच विद्वान मंडळी भेटून गेली.''

''चंद्रभट,'' स्वामी म्हणाले, ''आपण माझी काळजी करू नका. मला सवय आहे अशी. गडावर मला देखील दिवसभर गुंतून रहावे लागते. आम्हालाही आपल्या पुराणश्रवणाचा लाभ मिळावा.''

''मिळणारच आहे,'' चंद्रभट म्हणाले, ''रोज सायंकाळी मी भागवत सांगत असतो. आज आपली विशेष उपस्थिती असणे ही माझ्या आणि नाशिककरांच्या दृष्टीने अगदी भाग्यशाली घटना ठरणार आहे. हा योग अगदी दुर्मीळ असाच आहे. कधी स्वप्नातही नव्हते वाटले, की आपले पवित्र चरण या घराला लागतील!''

''चंद्रभट,'' स्वामी म्हणाले, ''उगाच विशेष असे काही बोलू नका. मी अगदी सामान्य माणूस आहे. आपले पुराण ऐकण्याचा योगदेखील महत्त्वाचाच आहे!''

चंद्रभटांच्या वाड्यावर सायंकाळी भाविकांची रीघ लागली. चंद्रभटांचे भागवत ऐकून स्वामी खरोखरच भारावून गेले. इतके रसाळ भागवत त्यांना प्रथमच ऐकण्यास मिळाले होते. त्यांनी भागवताचा ग्रंथही लिहिला होता.

चंद्रभटांचे पुराण सांगून होताच स्वामी उभे राहिले. त्यांनी सर्व भाविकांदेखत

चंद्रभटांचे कौतुक केले! एका भाविकाने हार आणला होता. तो स्वामींनी चंद्रभटाना घातला. चंद्रभटांनी वाकून स्वामींना वंदन केले.

एकोबाही विलक्षण भारावून गेला. त्यांची सांगण्याची पद्धती त्याला फार आवडली. अशा तऱ्हेचे रसाळ भागवतपुराण तो प्रथमच ऐकत होता.

"एकोबा," दुसऱ्या दिवशी सकाळी स्वामी म्हणाले, "तू काल भागवत ऐकले आहे. अजून काही काळ आपण येथे राहणार आहोत. चंद्रभटांचा तसा आग्रहच आहे. तेव्हा या कालावधीत तू चतु:श्लोकी भागवत प्राकृतात लिहावेस अशी माझी इच्छा आहे."

"जशी आपली आज्ञा." एकोबा त्यांच्या चरणी मस्तक टेकवून म्हणाला, "माझी तयारी आहे."

"तथास्तु," स्वामी म्हणाले.

काही दिवसातच स्वामींच्या उपस्थितीत एकोबाने आपला पहिला वहिला ग्रंथ प्राकृतात पूर्ण केला! तो वाचून स्वामी अगदी समाधानी झाले.

"एकोबा," स्वामी संतोषाने म्हणाले, "श्रीरामाच्या पवित्र भूमीत व गोदातरी तू लिहिलेला हा भागवत ग्रंथ मला अतिशय आवडला. प्राकृतातदेखील असे रसाळ लिहिता येते हे तू दाखवून दिले आहेस. यापुढेही तू एकापाठोपाठ असेच ग्रंथ प्राकृतात लिहून सामान्यजनांना मार्गदर्शन करावेस असा माझा आशीर्वाद आहे."

चंद्रभटांनाही हा ग्रंथ अतिशय आवडला. ते त्याची पारायणे करू लागले!

"एकोबा," चंद्रभट म्हणाले, "प्राकृत ग्रंथातदेखील इतकी गोडी असते हे या ग्रंथावरून निश्चित सिद्ध झालेले आहे. मलादेखील तो पुन्हा पुन्हा वाचावा असे वाटत आहे!"

एकोबाने त्यांचाही आशीर्वाद घेतला!

आपल्या हातून इतक्या लवकर हा ग्रंथ कसा लिहिला गेला याचे त्यालाही आश्चर्य वाटत होते!

त्याला राहून राहून स्वामींचीच कृपा असल्याची खात्री वाटत होती. तो ग्रंथ घेऊन तो श्रीरामचरणी ठेवण्यासाठी राममंदिरात गेला!

लोकाभिरामं रणरंगधीरं
राजीवनेत्रं रघुवंशनाथं
कारुण्यरूपं करुणाकरं तं
श्रीरामचंद्र शरणं प्रपद्ये!!

❄❄❄

७३

॥ एका जनार्दनी ॥

नाशिकमधील मुक्काम तसा व्यवस्थित चालू होता. रोज रात्री चंद्रभटांचे पुराण चालू होतेच. दिवसभरात चंद्रभट सगळ्यांना कुठेतरी जवळपास दर्शनासाठीही घेऊन जात असत. नाशिकजवळ टाकळी हे एक रमणीय ठिकाण होते. गोदावरी व नंदिनी यांचा सुरेख संगम तेथे झाला होता. शिवाय सारा परिसर मनमोहक वनराईने सजलेला होता. जवळच एक महादेवाचे देखणे मंदिर होते. समोरच बेलाचा डेरेदार वृक्ष होता. रानफुले तर सर्वत्रच असायची. स्वामी व एकोबा तेथे बराच वेळ रमले. एकोबाला शूलभंजनची आठवण झाली. ही जागादेखील तपश्चर्येला चांगली होती.

"काय एकोबा," स्वामी म्हणाले, "कसला विचार करीत आहात? पुन्हा येथे तपश्चर्या करावयाची आहे काय?"

"तसे काही नाही," आपल्या मनातील विचार स्वामींनी ओळखलेले पाहून जरा चाचरतच तो म्हणाला, "कुणाला जर तसें वाटले तर हा परिसर रमणीय आहे असे मला वाटले. न जाणो कुणी येईलही इथे या हेतूने!"

"तुझी इच्छा खरोखरच पूर्ण व्हावी," स्वामी हसत म्हणाले, "माझ्याही मनात हाच विचार नेमका आला होता!"

"स्वामी," चंद्रभट म्हणाले, "याहीपेक्षा अधिक वनराईचा त्र्यंबकेश्वराचा डोंगर व परिसर आहे. महान संत निवृत्तीनाथांची तेथे समाधी आहे. आपण तिकडे जाऊ नंतर."

स्वामींची ही बऱ्याच दिवसांची इच्छा अजून पूर्ण झालेली नव्हती. तो योग आता आल्याने ते सुखावले.

सह्याद्रीच्या रमणीय डोंगर परिसरातून निसर्गाच्या विलक्षण समृद्धीने परिपूर्ण असलेल्या त्र्यंबेकशवरी ते आले. कुशावर्ती स्नान करून त्यांनी संत निवृत्तीनाथांच्या

समाधीचे दर्शन घेतले.

स्वामी बराच वेळ डोळे मिटोनिया उभे होते. त्यांच्या डोळियासमोरून ती आळंदीची भावंडे येऊन गेली! समाजाने व धर्माधिकाऱ्यांनी त्यांना आयुष्यातून उठविण्याचा ठायी ठायी प्रयत्न केला. त्यांच्या आई-वडिलांना देहान्त प्रायश्चित दिले. परंतु समाज जागृतीसाठी या भावंडांनी आपुलकीने भागवत धर्माची जी ज्योत पेटविली ती अजून तेवत आहे!

"एकोबा," स्वामी म्हणाले, "ज्ञानेश्वरीसारखी अमृताची वाणी ज्या ज्ञानदेवांनी मऱ्हाठी देशाला दिली त्यांचे सदगुरू निवृत्तीनाथांचे महागुरू योगीश्वर गहिनीनाथांनी निवृत्तींना महान उपदेश केला! त्यामुळे त्यांची तीन दिवस समाधी लागली. त्यातून ते बाहेर आल्यावर त्यांच्या दर्शनाने चारी भावंडे आश्चर्यचकित झाली होती!"

"स्वामी," ह्या परिसराला वंदन करून एकोबा म्हणाला, "आजही ही भूमी विलक्षण तेजाने चमकत आहे!"

"एकोबा," स्वामी म्हणाले, "हाच तो ब्रह्मगिरीचा डोंगर. इथेच भगवान शंकराची जटा आपटल्या, त्यातूनच ही गंगा, म्हणजे तुझी गोदामाई, निर्माण झाली."

त्या ब्रह्मगिरीला प्रदक्षिणा घालून मग ते सारे त्र्यंबकेश्वराच्या दर्शनाला आले! त्र्यंबकेशवरांचे पवित्र दर्शन घेतल्यावर एका वृक्षाखाली बसून त्यांनी फलाहार केला.

"एकोबा," स्वामी म्हणाले, "तुझ्या तीर्थयात्रेचा हा पहिला एक भाग येथे पूर्ण झाला आहे. आम्हाला आता गडावर जाणे भाग आहे. या पुढील सर्व यात्रा तुला एकट्यालाच पूर्ण करावी लागणार आहे. भगवान श्रीकृष्णाच्या कृपेने ती व्यवस्थित पार पडणार आहे. हिमालयापर्यंतची व त्यातील सर्व क्षेत्रे पाहून नंतर दक्षिणेत रामेश्वरी जाऊन आल्यावर तुझी ही महान तीर्थयात्रा संपन्न होणार आहे. यानिमित्ताने लोकस्थितीचे व देशाचेही दर्शन तुला आपोआप घडणार आहे. शिवाय वारकरी पंथाचा प्रसार सर्वत्र कसा करावयाचा याचे ज्ञानही तुला निश्चित होईल. संत नामदेवांची कामगिरी तुला माहिती आहेच. पंचवटीत तू भागवत ग्रंथ लिहिलास व आपल्यादेखत सुंदर पुराणही सांगितलेस ही या कार्याची सुरुवात समज. आता यापुढील भागात तुला वेगवेगळ्या भाषांचे मुलुख लागतील. यावनी सैनिकांमुळे तुला त्यांची भाषा येत आहेच. तेव्हा जमेल त्या तऱ्हेने सर्व तीर्थक्षेत्रांचे ठिकाणी व प्रवासातील मुक्कामांचे ठिकाणी तू प्रवचने किंवा भागवत पुराण सांगत जा. समाजामध्ये धर्म जागृती होणे अतिशय गरजेचे आहे. हे महत्कार्य तुझ्या हातून घडावे."

"स्वामी," एकोबा नम्रतेने म्हणाला, "ही सारी आपलीच किमया आहे! ग्रंथ कसा लिहायचा, पुराण कसे सांगायचे हे मला काहीच माहिती नव्हते. परंतु केवळ

आपल्यामुळेच मी ओळीच्या ओळी लिहीत गेलो! आपल्या उपस्थितीत पुराणही सांगितले. आता आपण सांगितल्याप्रमाणे माझ्या हातून हे सारे पूर्ण व्हावे असा आपला आशीर्वाद मला मिळावा.''

त्याने स्वामीना साष्टांग दंडवत घातला. ''भागवत धर्माचा प्रसार देशभर करून या,'' स्वामी म्हणाले, ''पंढरीनाथ तुझ्या पाठीशी आहेत.''

असे म्हणून स्वामींनी त्याच्या मस्तकी हात ठेविला!

चंद्रभटांनाही वंदन केल्यावर ते म्हणाले, ''एकोबा, साक्षात सद्‌गुरूंचा हा प्रेमळ आशीर्वाद तुझी तीर्थयात्रा निश्चित पूर्णत्वास नेईल. माझीही हीच सदिच्छा आहे.''

''स्वामी,'' चंद्रभट पुढे म्हणाले, ''माझी एक विनंती आहे!''

''सांगावी''

''येथे नजीकच सप्तशृंगीदेवीचा पवित्र डोंगर आहे. साडेतीन पीठांची ही देवी अत्यंत जागृत आहे. तिचे दर्शन घेऊनच एकोबा मग पुढे जाईल. येथूनच उत्तरेकडे वाट जाते. याच वाटेने सारे यात्रेकरू जातात. आपण नंतर नाशकात परत येऊ''

''अवश्य,'' स्वामी म्हणाले, ''सप्तशृंगादेवींचा आशीर्वाद अवश्य मिळावा.''

गिरीजा नदीच्या परिसरातील सप्तशृंगगडावर तारसिंही, चामुंडा, इंद्राणी, कार्तिकेयी, शिवा, वैष्णवी या सप्तदेवींचे वास्तव्य आहे.

असुरांचा नाश केल्यानतंर याच ठिकाणी महालक्ष्मी, महासरस्वती व महाकाली त्रिगुणात्मक ॐकार रूपाने अर्धपीठ असणारी सप्तशृंगदेवी महाजागृत आहे!

देवींच्या मंगल दर्शनाने स्वामी व एकोबा तृप्त झाले. भाविकांची गर्दी पुष्कळच होती. त्यात प्रवासीही पुष्कळ होते.

आता लवकर निघणे आवश्यक होते. जड अंत:करणाने एकोबाने स्वामींचा व चंद्रभटांचा निरोप घेतला.

त्याच्याने आता अधिक बोलता येणे अशक्य होते. त्याचे अंत:करण दाटोनिया आले होते. स्वामींचा विरह त्याला सहन होत नव्हता. स्वामींचीही अवस्था तीच झाली होती. त्यांनी एकोबाला पुन्हा आशीर्वाद दिला.

स्वामी त्यांच्याबरोबर चार पाऊले पुढे गेले व तेथेच थांबले! उत्तरेच्या वाटेला असलेल्या गडाच्या त्या वाटेने एकोबा गड उतरू लागले!

दाट झाडाझुडुपात एकोबा दिसेपर्यंत स्वामी थांबले होते! त्यावेळी एकोबांनी डबडबलेल्या डोळियांनी वर पाहिले! स्वामी त्यांच्याकडेच पाहत होते! एकोबांनी स्वामींना वंदन केले, त्यांची पावले अडखळू लागली...!

❄❄❄

७४

॥ एका जनार्दनी ॥

सप्तशृंग पर्वतावरून खाली वाटेवर येण्यास एकनाथांना बराच वेळ लागला. वाट निसरडी तर होतीच, पण दगडधोंडे घसरत. यात्रेकरूंनचे तांडेच्या तांडे उत्तरेकडे निघालेले होते. एका तांड्याच्या मागून तेही चालू लागले!

ते जरी चालत होते तरी अजून त्यांच्या मनात स्वामींचेच ध्यान होते. स्वामींचीही हीच अवस्था झाली होती. प्रवास लांबचा होता. पण एकट्याने करायाचा होता. तशी काळजी काही नव्हती, पण तरीही मनात येतच होते!

हळूहळू सूर्य मावळू लागला. वाटेत एखादे गाव अजूनही लागलेले नव्हते. शेतमळ्यातून वस्ती दूरवर दिसायची. परंतु रस्त्याला सारे शांत असायचे. तेथे सर्वत्र पाणी खेळविलेले असल्यामुळे सहजासहजी मागे जाता यायचे नाही! यवनांच्या भीतीमुळे ही व्यवस्था केली जायची. लोकांच्या वागण्यातही मोकळेपणा नसायचा. सर्वत्र भीतीचे वातावरण दिसायचे. या बाजूला त्यांचा उपद्रव वाढलेला होता. त्याला इलाज काहीच नव्हता.

नाथांच्या मनातून ही समस्या जात नव्हती. या परकीय आक्रमणाला सतत तोंड देण्यासारखी राजकीय परिस्थिती येथे नव्हती. जे काही राजे होते, ते दुर्बळ होते. शिवाय एकमेकांत त्यांची भांडणे होती. याचाच फायदा दूरदर्शी यवन घेत होते!

बरेच पुढे गेल्यावर तिन्हीसांजेच्यावेळी एक बऱ्यापैकी गाव दिसले. तेही थोडे आतच होते. मुख्य रस्ता सोडून ते तिकडे वळले. थोड्याच वेळात एक मंदिर दिसले. ते लगेच आत गेले. देऊळ महादेवाचे होते. प्राचीन असावे. दोन्ही बाजूला काही ओवऱ्या होत्या. पुजाऱ्याने नुकतीच सायंपूजा केली होती. बरेच दिवे तेवत होते. पांढरी शुभ्र फुले देवाधिदेव शंकरांना वाहिलेली होती. धूप जळत होता.

मंदिरात प्रवाशांची बरीच गर्दी होती. बरेचसे बोलत बसलेले होते. काहीजण

भोजनाच्या तयारीत होते. एका बाजूच्या कोपऱ्यात जागा मोकळी दिसली. दर्शन घेऊन ते त्या कोपऱ्यात आले. आपली पडशी तेथे ठेवली. पाण्याचा गडू घेऊन ते मंदिरामागे आले. तेथे पाणी असण्याचा त्यांचा अंदाज अचूक ठरला.

विहीर भरलेली होती. रहाटाला एक लहान घागर बांधलेली होतीच! हात पाय धुवून त्यांनी भरपूर पाणी पिऊन घेतले. गडू भरून घेतला. पलीकडे मंदिराचा एक कट्टा होता. ते त्यावर मांडी घालून बसले. वारा चांगलाच सुटला होता. शेजारी प्राजक्ताचे झाड असावे. कळ्या उमलू लागून मंद सुवास सुटला होता.

डोळे मिटून त्यांनी हात जोडले व महादेवांची विविध स्तोत्रे म्हणण्यास त्यांनी सुरुवात केली. हळू आवाजात ते म्हणत होते. नंतर त्यांनी रामरक्षाही म्हटली.

रामरामेति रामेति । रमे रामे मनोरमे

सहस्त्र नाम तत्तुल्यं । रामनाम वरानने!!

नमस्कार करोनिया त्यांनी डोळे उघडले! कुणा भाविकाने त्यांच्यासमोर काही केळी ठेविली होती! ती तेथेच खाऊन ते मंदिरात आले. शिवशंकराना पुन्हा एकदा वंदन करून ते आपल्या जागेकडे आले.

आता चांगलाच अंधार पडला होता. बरेचसे प्रवासी निद्राधीन झाले होते. काही तयारीत होते. तेही अंथरूण पसरून पडले. झोप केव्हा लागली हे त्यांना समजलेच नाही. दिवसभर चालणे चांगलेच झाले होते. अंग व पाय दुखू लागलेले होते. चालताना ते जाणवले नाही!

भल्या पहाटेच स्नानसंध्या करून एकनाथ पुढील प्रवासाला निघाले. वाटेत एकटे असे वाटतच नसायचे. अनेक भाविक आपापल्या तीर्थक्षेत्राकडे निघाले होते. त्यांची वाट आली, की ते तिकडे वळायचे! भिन्न भाषा बोलल्या जात असायच्या. त्यांचे बोलणेही समजायचे नाही! पण धर्म मात्र एकच होता.

नद्या-नाले पार करावे लागत. काटेकुटे टोचीत. पण वाटचाल चालूच रहायची. विश्रांतीसाठी एखादे झाड दिसायचे. दुपारच्या जेवणाचाही प्रश्न काही वेळा मिटायचा. यात्रेकरूंच्या काही तांड्यात जेवणाची व्यवस्था असायची. नाथांचे स्वरूप, त्यांचे वय, चेहऱ्यावरील तेज, नुकतीच वाढलेली कोवळी दाढी हे सौजन्यशील स्वरूप पाहून त्यांना तपस्वी समजले जायचे. त्यांचे बोलणे व वागणेही अत्यंत नम्रतेचे. त्यामुळे त्यांना भोजनाचा आग्रह व्हायचा. जेवण झाल्यावर काही भाविक त्यांना प्रापंचिक प्रश्नही विचारायचे. धार्मिक समस्याही काही जणांच्या असायच्या. नाथ त्यांना योग्य ती उत्तरे द्यावयाचे. त्यांचे समाधानही व्हायचे.

काही वेळा दाट झाडीतून किंवा डोगरदऱ्यांतूनही जावे लागायचे. तेथे नेहमी

भिल्लांची किंवा लुटारूंची भीती असायची. शक्यतो दिवसाच या भागातून जावे लागायचे. प्रवाशांच्या जथ्यातून गेलेले अधिक चांगले असायचे. एकटा कुणी दिसला की त्याला लुटून ठारही मारले जायचे किंवा उंचावरून खाली ढकलून दिले जायचे. तेथे दयामाया नव्हती!

नाथांना याची भीती नसायची. शिवाय अंधार पडण्यापूर्वीच ते मुक्कामाची व्यवस्था पाहत. काही ठिकाणी प्रवचने किंवा पुराणही सांगत. त्यामुळे एक दोन दिवस मुक्काम व्हायचा. पुष्कळ गावातून भजने चालू असायची. तेही त्यात सामील व्हायचे. मराठी अभंग तर ते म्हणायचेच, पण मीराबाईंची भजनेही त्यांची पाठ होती. आवाज गोड. त्यामुळे ते त्या लोकात मिसळून जात.

वाटेत एका श्रीकृष्णाच्या मंदिरात त्यांचा मुक्काम पडला. आज त्यांना येण्यास थोडा उशीरच झाला होता. त्यामुळे चांगला अंधार पडला होता. येथे फारशी गर्दी नव्हती. जागा भरपूर होती. त्यांनी प्रथम भगवान श्रीकृष्णांचे दर्शन घेतले. मूर्ती फारच आकर्षक होती. सुवासिक फुलांचा हार घातलेला होता. धूपही दरवळत होता.

त्यांनी हात जोडले! श्रीकृष्णस्तवन झाल्यावर त्यांच्या मुखातून सहज ''पंढरीनाथ महाराऽज की जय'' असे नेहमीप्रमाणे आले!

मंदिराचा पुजारी एकदम त्यांच्याकडे पाहू लागला!

''महाराज,'' तो म्हणाला, ''आपण मराठी दिसत आहात! मी साताऱ्याकडील आहे. माझे आजोबा येथे आले व राहिले. गावकऱ्यांनी त्यांना पुजारीपण दिले. आम्ही सर्वत्र हिंदी बोलतो, पण घरी मात्र मराठी असते. माझे नाव गोपाळ कुलकर्णी आहे!''

''वा!'' एकनाथ म्हणाले, ''मी पैठणकडील आहे. तीर्थयात्रेला निघालोय. बरे झाले आपली ओळख झाली ते! बऱ्याच दिवसांनी मराठीत बोलत आहे. सकाळी जाताना भेटू पुन्हा आपण!''

''नाही!'' गोपाळ म्हणाला, ''मी तुम्हाला येथे राहू देणार नाही. माझ्या घरी तुम्हाला यावे लागेल. जेवणही तेथेच. थोड्याच वेळात आपण घरी जाऊ. अनमान करू नका.''

नाथांचा नाईलाज झाला. काही वेळ तेथे बोलत बसले. गोपाळचे घर तेथून जवळच होते. बोलत बोलतच ते घरी आले. गोपाळचे आजोबा वैदिक ब्राह्मण होते. गावकीला कंटाळून ते उत्तरेकडे निघाले. पण या गावात त्यांना चांगली माणसे भेटली. त्यांना त्यांनी मंदिराचे पुजारी म्हणून ठेवून घेतले. नाथांनीही त्यांची थोडी माहिती सांगितली.

घरी जेवणाचा खास बेत तयार होता. गोपाळने तसा निरोप घरी पाठविला

होता. भाकरी, पिठले व सातारी मिरची ठेचा नाथांना फार आवडला. बऱ्याच दिवसांनी हा योग आला. गोपाळची पत्नीही बोलकी होती. तिने आग्रहाने सारे वाढले.

दुसऱ्या दिवशी गोपाळने नाथांचे पुराण ठेवले. गावकऱ्यांची चांगलीच गर्दी झाली. आणखी एक दिवस गावकऱ्यांनी आग्रह केल्याने ते थांबले. त्या दिवशी प्रवचन केले. आणखी गर्दी वाढली होती.

मग मात्र नाथांनी गोपाळचा निरोप घेतला. थोड्याशा सहवासानेदेखील नाथांना जाताना गहिवरून आले. तेथील सारे ग्रामस्थही त्यांना वेगळे वाटले. गाव धार्मिक वृत्तीचे होते.

प्रवास रोज चालू होता. आता ते नर्मदेच्या खोऱ्यापर्यंत आले. सारा दिनक्रम ठरावीक झाला होता. मात्र यवनांचा विशेष उपद्रव या परिसरात चालू होता. त्या शिपायांच्या टोळ्या घोड्यावरून दौडत जात येत असत. घोड्यांच्या टापांचा आवाज ऐकू आला की, सारा रस्ता मोकळा होत असे! एखादा वाटेत आला तर तो तुडविला जायचा. शेते लुटली जात, जाळली जात. स्त्रिया पळवून नेण्याचे प्रमाण अधिक होते. हिंदूंना बाटविण्याचे, म्हणजे धर्मांतराचे, प्रकार सर्रास चालू होते.

असे काही पाहिले किंवा ऐकले की नाथ एकदम अंतर्मुख होत. धर्माच्या नावाखाली चाललेले हे अत्याचार मर्यादेबाहेर होत होते. काय दोष होता येथील रयतेचा? ह्या देशाची दशा कशामुळे झाली अशी? देहुडाचरणी भगवान श्रीकृष्णांची प्रार्थना ते करीत. गीतेत सांगितल्याप्रमाणे आता अवतार घेण्याची वेळ आली होती!

वाटेत एकदा मुक्कामाची जागाच त्यांना मिळेना. अंधार पडू लागला. गाव कुठेही दिसेना! कुठेतरी थांबणे भागच होते. ते थोडे पुढे गेले. त्यांचा विश्वासच बसेना!

त्यांना नामदेवांचा अभंग गोड अशा आवाजात ऐकू येऊ लागला! मृदंगाच्या साथीबरोबर टाळ चिपळ्याही घुमत होत्या!

पंढरीची वारी जयाचिये कुळी
त्याची पायधुळी लागो मज ।
तेणे त्रिभुवनी होईन सरता
नलगे पुरुषार्था मुक्तीचारी ।
नामाची आवडी प्रेमाचा जिव्हाळा ।
क्षण जिवावेगळा न करी त्यासी ।
नामा म्हणे माझा सोयरा जिवलग
सदा पांडुरंग तया जवळी ।।

ते त्या आवाजाच्या दिशेने निघाले. एका लहानशा टेकडीमागे ते देऊळ होते.

झाडीमुळे दुरून काही दिसत नव्हते. पलीकडे गाव असावे! एकनाथ बसले. त्यांची उत्सुकता कमालीची ताणली जात होती. दिवट्या-मशाली लावून उजेड केला होता. अभंग म्हणणारे पंढरीचे वारकरी पाहून एकनाथ सुखावले. भजन संपताच गावकरी प्रसाद घेऊन निघून गेले! नाथ एकटेच राहिले. "नमस्कारी मंडळी," नाथ म्हणाले, "मी तीर्थयात्रेला निघालो आहे. आपण पंढरीचे वारकरी दिसत आहात. म्हणून अतिशय उत्सुकतेने मी थांबलो आहे."

"आम्ही पंढरपूरचेच आहोत." एकजण म्हणाला. ते काशीयात्रेलाच निघाले होते. पण अगोदर पंजाबमध्ये जाऊन मग ते पुढे जाणार होते. नामदेवांनी पंजाबात स्थापन केलेली 'घुमान' ही पुण्यभूमी त्यांना पहायाची होती. तेथे असलेली नामदेवांची मंदिरे प्रसिद्ध होती.

त्यांनी एकनाथांना आग्रहाने ठेवून घेतले. एकमेकांच्या ओळखी झाल्या. त्या गावकऱ्यानी यांना आग्रहाने ठेवून घेतले होते. भजनाचा हा आगळावेगळा प्रकार त्यांना फार आवडत होता. रोज भजने चालू होती. त्यांची सारी सोय गावकऱ्यांनी केली होती. नाथांनीही तेथे थांबण्याचा विचार केला.

दुसऱ्या दिवशी नाथांचे प्रवचन ठेवले गेले. त्यांना समजेल अशा भाषेत नाथांनी ते केल्यामुळे सर्वांना आवडले. सगुण भक्ती व निर्गुण भक्ती यातील फरक त्यांनी समजावून सांगितला. चराचरात व्यापलेल्या निर्गुण परमेश्वराची पूजा कशी करणार? त्यापेक्षा आपल्या आवडीच्या सगुण मूर्तीची उपासना करावी. पूजा नित्यनेमाने करावी. फुले वहावीत. त्या सगुण स्वरूपात प्रत्यक्ष परमेश्वरच आहे अशी आपली श्रद्धा असल्यामुळे तो आपसात सर्वत्र दिसू लागतो.

नंतरच्या सकाळपासून दिवसभर गावकऱ्यांनी त्यांना विविध प्रश्न विचारून शंका दूर केल्या. धर्मातील अनेक गोष्टी सर्वसामान्यांना समजत नव्हत्या. समाजाला काय हवे आहे हे नाथांना त्यामुळे समजले. पुढील प्रवासात याचा उपयोग त्यांना होणार होता.

धार्मिक अंधार दूर करण्यास हवा होता
अज्ञानाची काजळी साठली होती.
ज्ञानदीप तेवत ठेवण्याची गरज होती.
हेच कार्य एकनाथांना करायचे होते

नाचू कीर्तनाचे रंगी
ज्ञानदीप लावू जगी।।

❄❄❄

७५

॥ एका जनार्दनी ॥

पंढरपूरच्या वारकऱ्यांचा निरोप घेऊन नाथ निघाले. पंजाबकडे जाण्याचा त्यांचा रस्ता वेगळा होता. ते उद्या निघणार होते. नाथांना मात्र त्या सर्वांच्या सहवासाने विशेष उत्साह वाटू लागला होता. त्यामुळे त्यांच्या चालण्याचा वेग बऱ्यापैकी वाढला. कधी एकदा काशी येते असे त्यांना वाटत होते. तिकडे जाणारे यात्रेकरू फार मोठ्या प्रमाणात वाढत होते. निरनिराळ्या आडवाटांनी ते येत. प्रत्येकाच्या मुखी फक्त गंगामैय्या!

आपल्या म्हाताऱ्या आईला पाठीवर घेऊन चाललेला एक मातृभक्त त्यांना दिसला. त्याचे त्यांना विशेष कौतुक वाटले. बिचारीला आत्तापर्यंत काशीचे जमले नसावे. पण ती तिची अतृप्त इचछा तिचा मुलगा पूर्ण करीत होता.

एक लंगडाही काठीच्या साहाय्याने निघाला होता. एका आडवाटेने तो नुकताच आला होता. सर्वांच्या बरोबरीने त्याला चालता यावयाचे नाही. पाहता पाहता तो मागे पडला. गंगामाई त्याला केव्हा दिसणार कुणास ठाऊक! पण त्याची चिकाटी दांडगी होती!

चालता चालता सायंकाळ होत आली. मुक्कामासाठी योग्य मंदिर दिसताच ते तेथेच थांबले. गर्दी वाढली असल्याने जरा लवकर थांबावे लागत होते. ग्रामदेवतेचे भव्य मंदिर होते. देवीचे दर्शन घेईपर्यंत एक जागा त्यांना मोकळी दिसली.

शेजारी एक वृद्ध जोडपे दिसले. ते फराळ करीत होते. आजीबाई बऱ्याच वयस्क दिसत होत्या. एकनाथ खाली बसताच त्या हसल्या! आपला हात तोंडाजवळ नेऊन त्यानी सूचक खूण केली. काही खाणार का, असा त्याचा अर्थ असावा! त्यांची भाषा वेगळी होती. त्या आजींच्या ठिकाणी त्यांना एकदम त्यांचीच आजी असल्याचा भास झाला! नाथ कमालीचे अस्वस्थ झाले. पण त्यांनी चेहऱ्यावर काहीही दाखविले

नाही. त्या आजींनी दोन मोठे लाडू डब्यातून काढून दिले. त्यांनी ते घेतले. लाडू बेसनाचे होते. फारच चविष्ट वाटले. अगदी त्यांच्या आजीसारखे वाटले त्यांना. ते खाऊन नाथांना पराकोटीचे समाधान वाटले. थोडावेळ ते जोडपे त्यांच्या भाषेत बोलत होते. पण लगेचच त्यांची झोप लागली.

पण नाथांची झोप मात्र उडाली! आत्तापर्यंत प्रवासात त्यांना इतके अस्वस्थ कधी वाटले नव्हते. एकदम त्यांची आजी डोळ्यासमोर येऊ लागली. आता याहूनही म्हातारे झाले असतील आजी-आजोबा! बिचारे रोज अजून काळजीत असतील. कसले जीवन आले होते. त्यांच्या वाट्याला? वास्तविक आपण तेथे राहून त्यांचा सांभाळ करण्यास हवा होता. पण घडले ते वेगळेच! नाथांच्या अपराधी मनाला चैन पडेना.

पहाटेपूर्वी त्यांना थोडी फार झोप लागली. पण लगेचच ते उठले. सारे आवरून पुढे निघावे लागले. जाताना त्या अनाम जोडप्याला त्यांनी नम्रतेने वाकून नमस्कार केला. त्या आजींनी त्यांच्या चेहऱ्यावर हात फिरविला! त्या स्पर्शात नाथांना पराकोटीची माया दिसली.

पण आता मात्र त्यांच्या डोळियात अश्रू तरारले! या मायेला ते पारखे झाले होते. आई व आईचा स्पर्शही त्यांना समजला नव्हता! आईच्या ठिकाणी त्यांना आजीच होती! त्यांनी स्वत:ला सावरले. ते पुढे निघाले!

माध्यान्हीनंतर ते एका गावात आले. गाव रस्त्यापासून थोडे दूर होते. गाव बऱ्यापैकी वाटले. पुष्कळ घरे होती. ते पुढे निघाले. दूरवर एक मंदिर दिसत होते. रस्त्याच्या एका टोकाला एका घरासमोर तांब्याच्या विशिष्ट पात्राची पूजा झालेली दिसत होती. शेजारी एक ब्राह्मण उभा होता, सोवळ्यात.

"महाराज," तो म्हणाला, "आपण काशीला निघाला आहोत, असे वाटते. माझ्या घरी रोज अतिथी भोजन असते. आपण अगदी योग्य वेळी आला आहात. भोजन तयार आहे. आपण अवश्य आत चलावे, म्हणजे आमचा नित्यनेम पूर्ण होऊ शकेल."

नाही म्हणण्याचे काहीच कारण नव्हते. नाथ त्यांच्या पाठोपाठ आत आले. वाडा चांगलाच मोठा होता. दारातच तुळशीवृदांवन होते. त्या पलीकडील विहिरीतील पाण्याने त्यांनी हातपाय धुतले. त्यांना बसण्यास असलेल्या चौरंगावर ते बसले. समोरच्या चौरंगावर केळीचे पान मांडलेले होते. लगेच त्या पानभर सर्व गरम पदार्थ वाढले गेले. बेत बासुंदी-पुरीचा होता. फार दिवसांनी असे चविष्ट भोजन नाथांना मिळाले होते! यजमान समोर उभे राहून आग्रह करीत होते. ते बोलतही होते. जवळच त्यांची शेतीवाडी होती. जेवण होताच घरातील सर्व मंडळीनी त्यांचे चरण पूजिले. त्या गृहस्थांनी धोतर व पंचा नाथांना दिला! त्यांचे नाव शंकरदयाळ होते.

सर्वांचा निरोप घेऊन नाथ लगेचच निघाले. धार्मिक वातावरणात भोजन झाल्याने त्यांना विलक्षण समाधान वाटत होते. त्या गृहस्थांनी काशीची सगळी माहिती नाथांना सांगितली. तेथे त्यांचे पाहुणे होते. त्यांच्या घरी त्यांनी नाथांची राहण्याची सोय केली. तशी चिठ्ठी त्यांनी त्यांच्याजवळ दिली!

नाथांच्या समोर स्वामी दिसू लागले. त्यांच्या कृपेनेच त्यांचा प्रवास व्यवस्थित चालू होता. अडचण कधीही येत नव्हती. त्यांना सारखे वाटत रहायचे, की स्वामी आपल्या बरोबरच आहेत! त्या शिवाय या असल्या घटना घडत नव्हत्या! मलंगासारखा पोषाख असलेला एखादा फकीर वाटेत दिलला की त्यांना तेथे श्रीदत्तगुरूंचा भास व्हायचा!

आता मात्र काशी जवळ येत चालली होती. भाविकांचे लोंढे वाढले. एका आडबाजूच्या गावी त्यांचा मुक्काम पडला. तेथे बऱ्यापैकी धर्मशाळा होती. तेथे त्यांना जागा मिळाली. दुपारचे सुग्रास जेवण आग्रहाने इतके झाले होते, की भरपूर चालूनही त्यांना भूक लागलेली नव्हती. ते लगेचच झोपेच्या आधीन झाले! दुसरे दिवशी पहाटे स्नानसंध्या करून ते पुढे निघाले. गर्दी वाढलेली होती.

हिंदूच्या मनात काशीयात्रेचे एवढे महत्त्व कशामुळे आहे हे त्यांना हे भाविक पाहिल्यावर समजले. जीव धोक्यात घालूनच ही यात्रा व्हावयाची. एखादा काशीयात्रेला गेला की तो परत येईपर्यंत त्याच्या घरातील मंडळी विलक्षण काळजीत असत!

थोड्याच वेळात एक लहानसे गाव लागले. मात्र तेथे ग्रामदैवताची यात्रा चालू होती. गावात सर्वत्र भाविकच दिसत होते. मंदिरासमोर दर्शनासाठी गर्दी उठली होती. समोरच मोठ्या मैदानात बाजार भरला होता. मुलांसाठी पाळणे; मातीची, लाकडाची रंगीत खेळणी, प्रापंचिक सामान व मिठायांची दुकाने भरपूर होती. सगळीकडे गर्दीच होती. नाथांनी सारे पाहून घेतले.

एका कोपऱ्यात बरेच लोक टाळ्या वाजवीत होते. तेथे कठपुतळींचा खेळ चालू होता! पडद्याआड असलेल्या माणसाच्या हातात पुष्कळ दोऱ्या होत्या. तो जशी बोटे फिरवील तशा त्या बाहुल्या नाचत राहत. हे पाहून लोक टाळ्या वाजवीत! असला खेळ नाथही प्रथमच पाहत होते. त्यांनाही गंमत वाटली. ते लगेचच पुढे निघाले.

जातानाही त्यांच्या डोळ्यासमोर त्या नाचणाऱ्या रंगीत बाहुल्या येत होत्या! त्यांना वाटले की मानवी जीवन असेच आहे! आपले आयुष्य ह्या बाहुल्यांप्रमाणेच आहे! आपला सूत्रधार मात्र दिसत नाही! पण त्याच्या इच्छेप्रमाणेच आपले जीवन असते. आपले भवितव्य आपल्याला कधी समजत नाही! उद्या काय घडणार हे

उमजत नाही! ते सारे भगवंत ठरवितो. यालाच म्हणतात नियती. हेच दैव. हेच नशीब! पूर्वजन्मीचे पाप किंवा पुण्य!

त्याप्रमाणेच आपले जीवन ठरते. आणि सूत्रधाराच्या विचारातच ते संपते. स्वामींनी हे सारे त्याला समजावून सांगितले होते. भगवान दत्तगुरूंचे दर्शनही घडविले होते. पण तरीही या कठपुतळ्यांच्या खेळाने त्यांना विलक्षण अस्वस्थ केले!

तरीही ते चालतच राहिले. आता एका मुक्कामावर काशी राहिली होती. तो संपला, की उद्या गंगामैय्याची ऊब मिळणार होती. काशी विश्वेश्वराचे दर्शन घडणार होते!

त्या आनंदातच ते मुक्कामाच्या ठिकाणी आले! तिन्हीसांज होऊन गेली होती. त्यांना कोठेही जागा मिळाली नाही. एका लहान झाडाखाली त्यांना झोपावे लागले! ते अंथरुणावर पडले...!

आकाशात चांदण्या लुकलुकत होत्या.
त्यांचे निरीक्षण निवांतपणे कधी त्यांना करता आले नव्हते.
आता मात्र सारे ग्रह स्पष्ट दिसत होते.
सारे एकत्र होते
किती दूर ...! किती लांब...!
अज्ञातापलीकडे...!
माणसाच्या कुंडलीत मात्र ह्या
ग्रहांची घरे ठरलेली असतात,
वेगवगळी असतात.
मात्र त्यांचे परिणाम माणसाला
भोगावे लागतात.
काही चांगले...काही वाईट.
कधी ऊन...कधी सावली!
नक्षत्रांचेही असेच!
त्यांच्या आई-वडिलांना मूळ नक्षत्रानेच संपविले होते!
मग आपण कोण?
—कठपुतळ्याच!
फक्त कठपुतळ्या!

❄❄❄

७६
॥ एका जनार्दनी ॥

एकनाथ एकदम मागे सरले! जे काही पाहिले त्यावर त्यांचा विश्वास बसेना. पैठणच्या प्रल्हादचे वडील सोनोपंत बिडकर काशीविश्वेश्वराच्या मंदिरात प्रवेश करीत होते. त्यांच्यात फारसा फरक पडलेला नव्हता. लहानपणी त्यांनी जसे पाहिले होते तसेच ते दिसत होते. त्यांचे लक्ष मागे गेले नव्हते म्हणून नाथ बचावले.

नाहीतर कदाचित त्यांना सोनोपंतानी ओळखलेही असते! प्रल्हादमुळे त्यांच्या घरी ते सारखे असायचेच. त्यामुळे ती शक्यता होतीच. ते एकदम बाजूला झाले. एका आडोशाला उभे राहिले. सोनोपंतांबरोबर अजून तीन चार मंडळी होती. पण ती अनोळखी होती.

फार मोठे संकट केवळ काशी विश्वेश्वरामुळे टळले होते. नाहीतर नाथ कोठे आहेत हे समजले असते. सोनोपंतांच्या बरोबरचे दोघेजण दर्शन घेऊन लवकर बाहेर आले. त्यांचे थोडे बोलणे नाथांना ऐकू आले. दुपारचे भोजन करून ते परतीच्या प्रवासाला निघणार होते. त्यामुळे प्रश्न थोड्या काळाचाच होता. ते सावध झाले! थोडे दूर जाऊन उभे राहिले. सोनोपंत येताच सारे जण विरुद्ध बाजूला गेले. म्हणजे इकडे परत येण्याची काहीच शक्यता नव्हती!

शेवटच्या मुक्कामात बाहेरच झोपल्यामुळे नाथांना लवकरच जाग आली. सारे आन्हिक आवरून धूसर प्रकाशातच त्यांनी काशीचा रस्ता धरला. पुष्कळ जण लवकर जाण्याच्या तयारीने मार्गी लागलेले होते.

माध्यान्हीच्या आतच एकनाथ गंगातीरी पोहोचले. डोळा भरोनिया त्यांनी गंगादर्शन प्रथम केले. हात जोडले! शेकडो भाविक स्नानात दंग होते. जिकडे पहावे तिकडे विविध मंदिरांची शिखरेच शिखरे दिसत होती. भाविकांचा महापूर आला होता!

नाथ अखेर गंगेत उतरले. अनादि काळापासून चालत आलेले पावित्र्य ते साक्षात अनुभवत होते. नाथ हरखून गेले. ज्यासाठी एवढी पायपीट केली ते गंगास्नान घडत होते.

नमामि गंगे तव पादपंकजं
सुरासुरैवंदित दिव्यरूपे
मुक्तींच मुक्तिचं ददासि नित्यं ।

गंगास्नानाने भारावून गेलेले एकनाथ काशीविश्वेश्वराच्या दर्शनाला निघाले. परंतु मंदिराजवळ सोनोपंत बिडकर दिसल्याने त्यांना बाजूला थांबावे लागले. नंतरदेखील अत्यंत सावधपणे इकडे तिकडे पाहतच ते मंदिरात गेले.

दर्शन शांतपणे झाले. डोळा भरोनिया, हात जोडोनिया ते बराच वेळ मग्न झाले होते. जन्माला येणाऱ्या प्रत्येक हिंदू माणसाचे हे स्वप्न! देवात देव महादेव! आणि त्यातून काशी विश्वेश्वर! गोदाकाठच्या एकनाथांना गंगाकाठ दिसला. ते पावन झाले.

आसपासची मंदिरे पाहत असताना त्यांना एके ठिकाणी भोजनही मिळाले. कुणा अनाम भाविकाने ती सोय केली होती. सायंकाळपर्यंत ते प्रवचने व पुराणे ऐकून तृप्त झाले.

आता कसलीच काळजी राहिली नव्हती. त्या शंकरदयाळानी दिलेल्या त्यांच्या पाहुण्यांचे घर त्यांना लगेचच सापडले. त्यांचे नाव ओंकारनाथ शर्मा. ते काशीत प्रसिद्ध होते. तिन्ही सांजेच्या वेळीच ते त्यांच्या घरी पोहोचले. ते नुकतेच मंदिरातून आले होते. वाड्याच्या पायऱ्या चढीत होते. नाथांनी चिठ्ठी दाखविताच त्यांनी त्यांना आत नेले. वाडा फारच प्रशस्त होता. काशीतील प्रसिद्ध अशा ओंकारेश्वराच्या मंदिराचे ते पुजारी होते. ते मंदिर वंशपरंपरेने त्यांचेच होते. मंदिर फार प्रशस्त असून तेथे रोज प्रवचने पुराणे चालत.

नाथांचे व्यक्तिमत्त्व पाहून ओंकारनाथ भारावून गेले होते. नाथांनी त्यांचा परिचय करून दिल्यावर त्यांना फार कौतुक वाटले. हा पाहुणा सामान्य नाही हे त्यांनी अगोदरच ओळखले होते! त्यांना भूक नसतानाही भोजन करावे लागले. नंतर ते दोघेजण बराच वेळ बोलत बसले.

ओंकारनाथ एकनाथांच्या आजोबांच्या वयाचेच होते. त्यांना पाहताच नाथांना एकदम त्यांच्या आजोबांची आठवण झाली. एक प्रसंगही त्यांना आठवला. पैठणमधील काही मंडळी त्यावेळी काशीयात्रेला निघाली होती. शेजारचे वासुदेव कुलकर्णीही त्यात जाणार होते. त्यांनी घरी येऊन आजोबांना चलण्याचा आग्रह केला होता. ते गेल्यावर

आजी-आजोबांचे बोलणे नाथांनी ऐकले होते.

"बरं का," आजी म्हणाल्या, "एवढी अगदी जवळची सोबत आहे तर आपण यात्रेस अवश्य जावे. येथील कसलीही काळजी करू नये. मी एकोबाला व्यवस्थित सांभाळीन."

"त्याबद्दल मला काही एक शंका नाही." चक्रपाणी म्हणाले, "पण एकोबाच्या दृष्टीने या वयात त्याला सोडून जाणे मला रास्त वाटत नाही. येण्यास वेळ लागला किंवा प्रवासात काही दगाफटका झाल्यास आपण एकट्या काय करणार? शिवाय बाकीचे लोक काय म्हणतील! आई-बापाशिवाय असलेल्या एकोबाच्या मनावर काही परिणाम झाला तर? तो मोठा झाल्यावर त्याला काय वाटेत? याचाही विचार करावा लागेल."

नाही म्हटले तरी त्यांच्या डोळ्यात अश्रू तरारले. त्यांची झोप उडाली. आजोबांना शेवटपर्यंत काशीयात्रा घडली नाही. आपणाबद्दल त्यांनी किती दूरवरचा विचार केला होता. आपण मात्र त्यांचा कसलाही विचार न करिता घर सोडले होते! आणि आता तर आपण काशीतच आहोत!

त्यांना अजिबात चैन पडेना. काही सुचेना. झोप तर केव्हाच उडाली होती. त्यांचे अपराधी मन कमालीचे अस्वस्थ झाले.

ते लवकरच उठले. गंगास्नान व संध्या करून आले. ओंकारनाथांनी त्यांचा एक सेवक त्यांच्याबरोबर दिला. काशीतील सर्व मंदिरात ते दर्शन घेऊन आले. सायंकाळी पुन्हा गंगास्नान व संध्या झाली. ओंकारनाथानी त्यांच्या मंदिरात त्यांचे प्रवचन ठेवले. भाविकांनी सारे मंदिर गच्च भरले. चराचरात भगवंत कसा व्यापून आहे हे त्यांनी भाविकांना पटवून दिले. तो फक्त ओळखता आला पाहिजे. भाविकांच्या आग्रहामुळे अजून दोन दिवस त्यांची प्रवचने झाली. सोप्या भाषेत ते सांगत. तोच विषय त्यांनी चालू ठेवला होता.

ओंकारनाथ अतिशय आग्रह करीत असतानादेखील नाथांनी प्रयागला जाण्याचा निर्णय घेतला. त्यांचा निरोप घेऊन दुसऱ्या दिवशी ते गंगास्नान करून पुढे निघाले. अरुणोदय होत होता. उदयाचलावर मित्र येऊ लागला होता. नेहमीप्रमाणे त्यांना त्यानी वंदन केले.

प्रयागच्या वाटेवरही बऱ्यापैकी गर्दी होती. आंब्याच्या बागा उठून दिसत होत्या. प्रयागमध्ये मुक्कामाला त्यांना धर्मशाळा मिळाली. तेथील व्यवस्था चांगली होती. त्यांच्या शेजारी एक भाविक झोपला होता. नाथांचे एकूण स्वरूप पाहून त्याने त्यांचे चरण धरले.

“महाराज, मी रामप्रसाद.” तो म्हणाला, “येथून माझे गाव तसे लांब आहे. दोन तीन मुक्काम होतात. मी दर्शनासाठी नेहमी येतो येथे. मी आपणास सारे दाखवू का?”

“वा! रामप्रसाद,” नाथ म्हणाले, “माझा योगच चांगला. त्यामुळे आपली गाठभेट झाली. मी अवश्य आपणाबरोबर येईन. मला येथील काहीही माहिती नाही!”

तेथील सर्व मंदिरात नाथांना रामप्रसादने नेऊन त्रिस्थळी यात्रा पूर्ण केली. एकनाथांना समाधान वाटले. रामप्रसादमुळे सारे सहज जमले होते. त्यांच्या ओळखीही सर्वत्र होत्या. एक मंदिरात रोज भोजन असायचे. त्याचा लाभ त्यांनी घेतला.

रामप्रसादबरोबर ते गयेलाही गेले. तेथेही त्याच्यामुळे सर्वत्र दर्शन चांगले झाले. गयेहून तो त्याच्या गावी जाणार होता. नाथांना आता अयोध्येला जावयाचे होते. त्या प्रवासाचा मार्ग व इतर माहिती दिली. मधली वाट दाखविली. तेथून जाणे जवळचे व धोक्याचे नव्हते!

आणि घडलेही तसेच. तो प्रवास चांगला झाला. त्यांना रामदर्शनाची विलक्षण ओढ लागली होती. स्वामींची रघुनंदनावर अपार श्रद्धा होती, निष्ठा होती. त्यामुळे रामायण त्यांनी वाचून काढले होते. लहानपणापासून ते रामकथा ऐकत आले होते. श्रीरामाची महती त्यांच्या मनावर अगदी खोलवर बिंबली होती. रामरक्षा तर ते नेहमी म्हणत.

त्यामुळे शरयू काठावर येताच ते एकदम भारावून गेले. त्या राजीवलोचनाच्या पवित्र भूमीत ते आले होते. तो जानकीवल्लभ कधी एकदा पाहीन असे त्यांना झाले होते. श्री रामचंद्रांचे येथे वास्तव्य होते. रामराज्य येथेचि होऊन गेले. त्यांची पाऊले याच भूमीवर उमटलेली आहेत. शरयू स्नानानंतर ती परमपवित्र माती त्यांनी कपाळी लावली. ते मंदिराकडे निघाले.

त्या नितांत सुंदर मंदिरात फारशी गर्दी नव्हती. ती मनोहारी लोभस मूर्ती पाहताच त्यांचे हात जोडले गेले. त्या रघुनंदानामुळे ते पावन झाले. जानकीवल्लभाचे ते सगुणरूप मोहमयी होते. नाना अलंकारांनी ते नटलेले होते. पिवळा पीतांबर उठून दिसत होता. सुवासिक फुले व सुमधुर धूपामुळे गाभारा भरून गेला होता. त्यांचे भान हरपले! श्रीरामचंद्र चरणौ शरणं प्रपद्ये!

त्या रघुवंशनाथांचा त्याग, त्याचा संयम, त्याची असामान्य पितृभक्ती, कर्तव्यनिष्ठा, वैभवाचा त्याग, त्यांनी पत्करलेला वनवास, त्यांचे एकपत्नीव्रत, बंधुप्रेम, सहिष्णुता, शौर्य त्यांना आठवीत गेले!

श्री रघुकुलतिलक ज्या मार्गानी गेले तोच मार्ग महान कर्तव्यांनी युक्तच आहे.

त्यांची नीतितत्त्वे सदासर्वदा अबाधितच आहेत. चिरंतन आहेत.

"श्रीरामा, माझ्या हातून तुझी जीवनकथा लिहिली जावी, असा आशीर्वाद मला दे"

एकनाथ त्याच भारावलेल्या स्थितीत म्हणून गेले!

अखेर तेथे एका बाजूला ते बसले. त्यांनी डोळे मिटून घेतले. हात जोडले...

...ते राममय झाले. कितीतरी वेळ ते त्या अवस्थेत होते! जणु काही त्यांची समाधीच लागली.

रामे चित्तलयः सदा भवतु मे
भो राममामुद्धर।।

❄❄❄

७७

॥ एका जनार्दनी ॥

अयोध्येत राहण्यासाठी एकनाथांना एक धर्मशाळा मिळाली. एक-दोन दिवस अयोध्येत राहण्याची इच्छा होती. तेथील पवित्र वातावरण त्यांना आवडले होते. अनेक साधुसंतांची पुराणे व प्रवचने तेथे चालू होती. त्याचा लाभ त्यांनी घेतला. स्वामी रामानंदांची प्रवचने विशेष काही सांगून गेली. विषय मांडण्याची व पटवून देण्याची हातोटी त्यांना साधलेली होती. बरीच वर्षे त्यांचे वास्तव्य हिमालयाच्या दुर्गम भागात होते. मारुतीरायांनी त्यांना दर्शन दिले होते. स्वामींचे आणखी एक प्रवचन ऐकण्यासाठी एक दिवस नाथांनी मुक्काम वाढविला.

अयोद्धे केला अवतारू
रामनाम दातारू ।।

तेथून भाविक मथुरेला जात. नाथांनीही तोच निर्णय घेतला. भगवान श्रीकृष्णांची ही भूमी जवळच होती. कृष्णकन्हैय्यांच्या यमुनेतीरी त्यांना तो नटखट बाळकृष्ण पहायचा होता! स्वामींनी जी उपासना त्यांना सांगितली होती व जी त्यांनी पार पाडली होती त्या वसुदेवसुताची जन्मभूमी त्यांना पुजायाची होती.

भल्या पहाटे शरयू स्नान करून, त्या राजीवलोचनाचे दर्शन घेऊन ते तृप्त झाले. पूर्वा उजळून काढणारा उगविता भानू पाहून त्यांना आगळे समाधान वाटले. त्या कुलदैवताला वंदन करून ते मथुरेकडे निघाले.

रामप्रसादने प्रवासात काळजी घेण्यास सांगितले होते. या परिसरात यवनांचा उपद्रव फार मोठ्या प्रमाणात चालू होता. राजधानी दिल्ली जवळ असल्याने फौजफाटा सर्वत्र भरपूर होता. हिंदूना कसे छळायाचे याचेच शिक्षण त्यांना दिलेले असायचे. म्हणून एकनाथ आडमार्गानेच निघाले होते.

मथुरा-गोकुळ-वृंदावन सारे पाहता पाहता नाथांना आपल्या जन्माचे सार्थक

झाल्यासारखे वाटले. लहानपणापासून ऐकत आलेल्या गोकुळकथा जिथे घडल्या ती भूमी त्यांना पाहता आली. गोपाळकृष्ण व त्याचे सवंगडी, सगळीकडे दिसणाऱ्या गाईच गाई, दह्या-दुधांनी भरलेले हंडे, लोण्याचे ते गोलाकार डेरे, ते गोप, त्या गवळणी आणि ती यशोदामैय्या! सारे-सारे येथे साकारत होते! नाथ त्यातच रमले...! युमनाकाठाच्या झाडीतून मुरलीमनोहराची बासरी जणू त्यांना ऐकू येऊ लागली होती! गोपींचे पैंजण घुमू लागले होते.

आपल्याला अजून पुष्कळ पुढे जावयाचे आहे हे जणू ते दोन-तीन दिवस विसरूनच गेले! ती राधा! तो बन्सीधर! तो मुरलीमनोहर! गाईंच्या मागे मागे असणारी ते बालमित्र....!

शिंगे रंगविती देऊनिया रंग
चालती श्रीरंग मागे मागे
चित्ती सर्वकाळ राहतसे ध्यान
नामा म्हणे धन्य तेचि एक!!

या अलौकिक परिसरातूनच त्यांना आता दुसऱ्या टोकाला असणाऱ्या द्वारकाधीशाकडे जावयाचे होते.

पुष्कळ अंतर कापावे लागणार होते. शिवाय या भागातून तिकडे फारसे तीर्थयात्री जात नसत. जंगली व रानटी लोकांची भीती असायची. लुटालूट भरपूर चालायची. मथुरेतील काही प्रवाशांनी ही माहिती त्यांना दिली होती. पण तरीही त्याच मार्गाने ते जाणार होते. स्वामींनी जो मार्ग सांगितला होता त्याच मार्गाने त्यांना जावयाचे होते.

त्याप्रमाणे ते निघाले. वाटेत जवळजवळ कोणीच भेटत नव्हते. रानमेव्याशिवाय दुसरे काहीही मिळत नसायचे. झोपण्याची सोय व्हायची नाही. प्रसंगी झाडावर बसावे लागायचे!

लुटारूंची भीती त्यांना अजिबात नव्हती. त्यांच्याजवळ काहीच नव्हते! त्यामुळे जंगली लोकांच्या परिसरातच त्यांनी मुक्काम केले. त्यांचे साधुत्व व तेजस्वी चेहऱ्यामुळे काही ठिकाणी त्यांना फळेही मिळाली.

"महाराज," एका लुटारूने त्याना विचारले,

"आमची भीती वाटत नाही तुम्हाला? आम्ही तुम्हाला ठार मारले तर?"

"लुटण्यासारखे माझ्याजवळ काहीच नाही." नाथ म्हणाले, "शिवाय तुम्ही माणूसच आहा! तुमच्यावर विश्वास ठेवूनच मी येथे मुक्काम केला आहे!"

त्या भिल्लाला नाथांचे फार कौतुक वाटले. एवढ्या लहान वयात हा पोरगा

जे म्हणत आहे त्यात खोटे काय आहे? नाथ येथून निघताना पहाटे त्याने त्याना दूध आणून दिले! नाथानी ते घेतले. शिवाय त्याने आणखी एक जवळची आडवाट दाखविली. त्यामुळे एकनाथ भगवान श्रीकृष्णांच्या या सुवर्णनगरीत लवकर आले!

आपल्या आराध्यदैवताच्या दर्शनाची त्यांना घाई झाली होती. त्याला आज ते त्याच्या मूळ ठिकाणी पाहत होते. त्यांनी हात जोडले होते. भगवान श्रीकृष्णांची कितीतरी रूपे त्यांच्या डोळ्यापुढून जात होती! पांडवांची सत्य बाजू देऊन त्या महादुष्ट कौरवांची कुटिल नीती नष्ट करायची होती. त्यासाठी कितीतरी प्रसंग त्यांना निर्माण करावे लागले. द्रौपदीच्या हांकेला धवून जाणे हा देखील एक त्याचाच भाग, एक दिव्य होते.

कौरवांनी लादलेल्या युद्धात आपल्या समोर सारी आपलीच माणसे पाहून अर्जुन एकदम गळाठला! हे पाहून भगवान श्रीकृष्णांना तेथे भगवत्‌गीता सांगावी लागली. साक्षात भगवंताचीच ही वाणी म्हणजे हिन्दूंचे परमदैवत. दुष्टांच्या निर्दाळणासाठी भगवंतांना वेळोवेळी अवतार घ्यावे लागले. हेही भगवानांनी स्पष्ट केले.

स्वामींनी त्यांना भगवतगीता संपूर्णपणे समजावून सांगितली होती. त्याचीच उपासना ते करीत आले होते.

बरीच गर्दी एकदम मंदिरात आली. बाहेरदेखील रणछोडदासांचा जयजयकार चालू झाला होता. देहुडाचरणी उभे असलेले हे असाधारण रुपडे ध्यानी साठवीत एकनाथ बाहेर आले. दिवसभरात पुष्कळ विविध रूपांची मंदिरे त्यांनी पाहिली. ते पावन झाले.

तेथील साधुसंतांची प्रवचने काही दिवस त्यांनी ऐकिली. भगवतगीतेच्या बाराव्या अध्यायावरच बहुतेकजण सांगत होते. भक्तिमार्गाचाच हा प्रकार होता. सांगण्याची शैली मात्र वेगळी वाटली. सगुणभक्तीचेच उपासक होणे आवश्यक असल्याचे सारेजण पुन्हा पुन्हा सांगत होते. चराचरातील प्रत्येकावर प्रेम करावे.

अव्देष्टासर्वभूतानां मैत्रः
करुण एवं च
निर्ममो निरहंकारः
समदुःख सुखः क्षमी ॥

❄❄❄

७८

॥ एका जनार्दनी ॥

आता नाथांना अति उत्तरेकडे जावयाचे होते. द्वारकेतील सुखद क्षण मनी साठवीत ते पुढे निघाले. वेळ मिळेल तेव्हा ते विविध स्तोत्रे म्हणत चालत असत. त्यामुळे आपण किती चाललो आहोत हे समजायचे नाही! काही दिवसानंतर वातावरणात बदल होत चालला. हवामान थंड होऊ लागले. उत्तरेकडून अतिशीत वारे येऊ लागले. निसर्गही सर्व बदलत चालला होता. या असल्या हवामानाची सवय नव्हती. वाटा दुर्गम होऊ लागल्या. प्रवासीही त्यामानाने कमी कमी होत चालले. गावे लांब लांब राहू लागली. मुक्कामाच्या सोयी कमी पडू लागल्या. अंधार पडू लागताच कुठेतरी थांबावे लागायचे. जवळपास दिवा कुठेही नसायचा. झोप लागली तर लागायची, नाहीतर जागत बसावे लागायचे! वाटेत फळे मिळाली तर बरोबर घ्यावी लागत! ऐन वेळी कोठेही काही मिळायचे नाही. फळेही वेगळी होती!

नाथांची वाटचाल चालूच होती. कोठेतरी काही प्रवासी भेटायचे. त्यांच्या बोलण्यावरून अर्थ समजून घ्यावा लागायचा. काही सूचना मिळत. तरीही अडचणी येत रहायच्या. पाण्याचाही प्रश्न गंभीर असायचा! गुरुमाऊलींनी त्यांना एक फिरकीचा तांब्या दिला होता. तो आता त्यांनी काढला. पाणी दिसले की तो भरुन घ्यावा लागायचा.

ते आता हरिद्वाराच्या वाटेने निघाले होते. वाट बरीच अवघड होती. संध्याकाळच्या सुमारास त्यांना एक मंदिर दिसले. निवाऱ्याची सोय झाली. येताना त्यांनी काही वेगळीच फळे गोळा केली होती. त्यावर रात्र काढायाची होती!

तेथे काही मंडळी दिसत होती. ती बहुतेक एकत्र आलेली असावीत. भाषेवरून ते कानडी असावेत असे त्यांना वाटले. हुबळी-धारवाड असे उल्लेख होत होते. प्रवाशाकडून हा कानडी भाग असल्याचे त्यांना समजले होते. त्यापैकी काही जणांना

मराठी समजत होते. नाथ मराठी स्तोत्रे म्हणत बसलेले पाहून एकजण त्यांना म्हणालो, "तुमचं कौतुकच आहे की हो! आमी सारे मिळून आहोत तरी भीती वाटते की हो! तुमाला वाटत नाही? एकटेच दिसता."

"नाही," नाथ म्हणाले, "मला सवय आहे. शिवाय माझे स्वामी मला सारखे माझ्या बरोबर आहेत असे मला वाटत असते! मग कसली भीती?"

त्यांच्याजवळ गुडदाणी व चिवडा होता. तो त्यांनी नाथांना दिला. त्यांनीही त्यांना काही फळे दिली. सकाळी सगळे मिळूनच निघाले. त्या लोकांनी नाथांना आग्रहाने बरोबर घेतले. नाथानांही त्यामुळे बरे वाटले. वेळही चांगला जात होता. सोबतीमुळे प्रवास लवकर झाला.

लवकरच हरिद्वार आले. गंगास्नान करून ते गावात आले. वाटेत पुष्कळ गर्दी होती. विविध आश्रम होते. तेथे साधूंचे वास्तव्य असायचे. ते मंदिरात आले. मंदिर फारच लोभस वाटले. भगवान विष्णूंची अशा तऱ्हेची मूर्ती ते प्रथमच पाहत होते. हात जोडोन ते कितीतरी उभे होते...

शांताकारं भुजंगशयनं पद्मनाभं सुरेशं
विश्वाधारं गगनसदृशं मेघवर्ण शुभांगं
लक्ष्मीकांतं कमल नयनं योगिभिर्ध्यान गम्यं
वंदे विष्णु भयभयहरं सर्वलोकीक नाथं ॥

दर्शन घेऊन प्रसन्न मनाने व समाधानाने मंदिरासमोरच्या उंच भागावर ते बसले. देवगिरीपासून ते प्रवास करीत होते. पण निसर्गाचे रमणीय व स्वर्गीय असे मनोहरी दर्शन येथे प्रथमच घडत होते. ते अक्षरश: अवर्णनीय होते. सगळीकडून धबधब्यासारखे पाणी कोसळत होते. इंद्रधनुष्याप्रमाणे ते रंगीबेरंगी भासत होते. वेगवेगळ्या वनस्पती व वृक्ष शोभून दिसत होते. फुलेही वेगळीच होती.

एका आश्रमात ते थांबले. ते कानडीही तेथे गेलेले त्यांनी पाहिले होते. एका महान तपस्व्याचा तो आश्रम होता. तेथे साधुसंन्यासी उपासनेला बसलेले दिसत होते. दोन तीन दिवस राहून त्यांनी इतर आश्रमही पाहून घेतले. एका वेगळ्याच वातावरणाने ते भारावून गेले होते. त्यांनी विविध स्तोत्रे येथे म्हणून घेतली. विष्णुसहस्रनाम रोज म्हणीत होते.

हृषीकेशला आल्यावर त्यांना येथेही वेगळ्याच निसर्गाचे दर्शन घडले. येथेही पुष्कळ आश्रम होते.

आता ते बद्रीनारायणाकडे निघाले. एकदम वेगळा निसर्ग होता. दूरवर उंच उंच हिमशिखरे दिसत होती. हिमालयातील अति थंड भागाकडे ते निघाले होते. उंच

दुर्गम भागातील चढण व वाटाही अवघड व दगडाळ होत्या. अरुंद होत्या. पायाखालील दगड कोसळला की गडगडत खोल दरीत जाऊन पडायचा. हिमवादळे व्हायची. अधूनमधून हिमवर्षावही होऊ लागला होता.

मुक्कामाची सोय कोठेच नसायची. त्यामुळे त्याना श---- सुरू झाले होते. तरीही वाटचाल चालूच होती. फळेही अगदी कोठेतरी मिळत. खाली खोलवरून अलकनंदा वाहत होती. खाली पाहिले तर भीती वाटायची! पाय घसरला तर...! विचारच करता येत नव्हता. अतिसावधतेने व काळजीपूर्वक चालावे लागत होते. या साऱ्या दिव्यातून ते बद्रीनारायणजवळ आले. अति उंच पर्वतामध्ये बद्रीनारायण मंदिर उठून दिसत होते. बद्रीनारायणांची मूर्ती पाहाताना एकनाथ प्रसन्न झाले. इतक्या अवघड प्रवासामुळे हे शक्य झाले होते. भगवान विष्णूंना या रुपड्यात पाहून ते तृप्त झाले. सगळीकडे नारायणाचा जयघोष चालू होता.

दु:स्वप्ने स्मर गोविंद
संकटे मधुसूदनम्
कानने नारसिंहच
पावले जलशायितम्॥
नारायण नारायण । जय गोविंद हरे ।

भगवान विष्णुमय वातावरणात एकनाथांनी दोन दिवस एका आश्रमात काढले. तेथेही भगवान विष्णूंचीच धर्मकृत्ये चालू होती.

तेथून ते केदारेश्वराच्या दर्शनाला आले. सर्व द्वादश ज्योतिर्लिंगांच्या दर्शनाने ते पावन झाले.

हिमालयातील महाकठीण व जीवघेणा प्रवास संपवून ते आता पूर्व भागाकडे निघाले. निम्मी तीर्थयात्रा पार पडली होती. त्या समाधानात ते आता ठिकठिकाणच्या देवतांचे दर्शन घेत निघाले. अनेक मुक्कामानंतर ते जगन्ननाथपुरीला आले. जगन्नाथांचे दर्शनामुळे त्यांना समाधान वाटले.

या परिसरातील सारे वेगळेच होते. भाषा वेगळी. लोकही वेगळे. खाणे निराळे. पण फळे भरपूर मिळत.

आता ते रामेश्वराला आले! देशाच्या एका टोकाला ते होते. हिमालयाच्या दुसऱ्या टोकाला होते! सीतेच्या शोधात श्रीरामचंद्र इथेच आले होते. कुठे अयोध्या व कुठे रामेश्वर! रामेश्वराच्या परिसर फारच रमणीय समुद्राने वेढलेला. त्यांनी रामेश्वराचे दर्शन घेतले.

रामसेतूच्या दर्शनानंतर ते कर्नाटकातील तीर्थक्षेत्रे पाहत पुढे आले. कावेरी तुंगभद्रा नद्यांची खोरी वाटेत लागली. पैठण अजून दूर होते! किती वर्षे गेली!

आजी-आजोबा आता थकले असतील! त्यांच्या विचारांनी ते व्याकूळ झाले.

ते काय म्हणतील!

त्यांना काय वाटेल?

नाथ कमालीचे अस्वस्थ झाले.

सारा प्रवास याच विचारात चालू होता!

स्वामी कसे असतील?

दत्तात्रय नमोस्तुते!!!

❄❄❄

७९

॥ एका जनार्दनी ॥

नाथांचा मित्र, कुलकर्ण्यांचा मुरली, महादेवाच्या मंदिरातून बाहेर पडला. त्यांच्याच वयाचा, दाढी असलेला एक साधू घाईघाईने आत शिरला. त्याने मुरलीकडे पाहिले देखील नाही! मुरलीला शंका आली. हा भाविक आपणाला पाहून एकदम मंदिरात का शिरला! हा एकोबा तर नसेल? त्याचा चेहरा त्याला स्पष्ट दिसला नव्हता. तरीही त्याला शंका आलीच. तो एका झाडाच्या मागे राहून त्याची वाट पाहू लागला. तो लवकर आलाच नाही. मंदिराला दुसरे दार नव्हते. मग हा इतका वेळ आत काय करतोय? आपल्याला पाहून एकोबा आतच बसला की काय? मुरलीला चैन पडेना.

त्याने हळूच आत डोकावून पाहिले. तो महादेवापुढे जप करीत बसलेला होता. आता मात्र मुरलीची खात्रीच पटली. तो बाहेर येईपर्यंत त्याने बाहेर थांबण्याचे ठरविले.

बऱ्याच वेळाने तो इकडे तिकडे पाहत बाहेर आला. त्यालाही मुरलीची शंका आली होती. हा माणूस आपणाकडे पाहून एकदम दचकला कशासाठी? जपाला बसण्यापूर्वी त्याने हळूच बाहेर डोकावून पाहिले होते. तो झाडाआड उभा होता!

त्याला पुढील प्रवासाला लवकरच निघायाचे होते. मंदिर दिसले म्हणूनच तो आत आला होता.

तो लगेचच भराभरा पुढे जाऊ लागला. त्याच्या पाठोपाठ मुरलीही निघाला. त्याच्याच गतीने पुढे जाऊन मुरली त्याच्या समोर जाऊन उभा राहिला!

"काय एकोबा! पळताय कशाला? मी तुला ओळखलंय. मुकाट्याने घरी चल."

"आपको कौन चाहिये?"

"एकोबा!"

"कौन एकोबा?"

"माझा मित्र."

"वो, मै नहीं हूं! मै तीर्थयात्रा कर रहा हूं. मुझे जाने दो. मै झांशीका रहनेवाला हूं."

बोलत असताना मुरलीने त्याला जवळून निरखून पाहिले. शिवाय त्याचा आवाजही वेगळा होता. हा एकोबा नसल्याची त्याची खात्री झाली. तो बाजूला होताच तो प्रवासी लगेच निघून गेला.

मुरलीला मात्र हसू आले! आपण उगाचच त्याच्या नादाला लागलो असे त्याला वाटले. तो लगेचच घरी निघाला. एकोबाच्या घराशेजारीच त्याचे घर होते. चक्रपाणी कुणाची तरी वाट पाहत दारातच उभे होते.

त्याने त्यांना काय घडले हे सांगितले. "मुरलीधर," आजोबा म्हणाले, "तो एकोबा नसेलही. पण तुला वाटलेली ही घटना आता निश्चित खरी होण्याची वेळ आलीय. त्याशिवाय तुला शंका येणार नाही. शिवाय आज सोमवार, महादेवांचा दिवस. त्यांच्या मंदिरातच हे सारे घडले. तेव्हा आता काळजी नको. महादेव निश्चित पावणार!"

"आजोबा," मुरली म्हणाला, "तुमचे शब्द खरे होवोत. एकोबा खरेच यावा."

मुरली गेल्यावर आजोबा पटकन घरात गेले. आजींना त्यांनी सारे सांगितले.

"आश्चर्य आहे," आजी म्हणाल्या, "मलाही आज पहाटे स्वप्न पडले."

"कोणते?"

"एकोबा पैठणला परतण्याच्या मार्गावर आहे."

"मग, मला नाही सांगितले?"

"गेली पंधरा वर्षे हाच लपंडाव चालू आहे."

आजी म्हणाल्या, "म्हणून नाही सांगितले. उगाच खोटी आशा नको. हे खरे नाही झाले की वाईट वाटत राहते. तो जेव्हा येईल तो दिवस खरा म्हणायचा."

"तेही खरेच आहे म्हणा," आजोबा म्हणाले, "हे असले काही तरी चालूच आहे. पांडुरंगाच्या मनात काय आहे कुणास ठाऊक?"

"पण आज मुरलीला वाटले म्हणून थोडी अशा आहे." आजी म्हणाल्या, "माझे स्वप्न व त्याची त्या माणसाविषयी आलेली शंका हा योगायोग नसावा असे मला वाटते."

"ही सुरुवात चांगली आहे."

धन्य तोचि जगी जाणा राजयोगी
जेणे पांडुरंगी ठेविला भाव!!

❄❄❄

८०

॥ एका जनार्दनी ॥

गाईला चारा घालून चक्रपाणी ओसरीवर आले. एकोबाच्या येण्याला आता नवे वळण लागले होते. काहीतरी निश्चित घडणार याची त्यांना खात्री वाटू लागली होती! त्यांच्या स्वप्नी आज त्यांचे वडील भानुदास आले होते. ते पांडुरंगाच्या देवळात पंढरीत दर्शन घेत होते! एवढेच त्यांना दिसले! ज्या ज्या वेळी ते स्वप्नी येत त्यावेळी काहीतरी चांगले घडायचे, अशी सूचकता त्यामागे आत्तापर्यंत होती. त्यामुळे चक्रपाणी विचारात मग्न होते. शिवाय त्यांनाही पंढरीचा पांडुरंग दिसला होता. हे प्रथमच घडत होते. त्यामुळे त्यांना आज विलक्षण आनंद वाटत होता.

तोच केशवराव हाक मारीत दारी आले.

''याऽ, याऽ.''

''केव्हा आटोपली पूजा?'' केशवराव म्हणाले,''त्या अंदाजानेच मी आलोय''

''पूजा मघाशीच आटोपली, आज.'' चक्रपाणी म्हणाले, ''आज अगदी सकाळीच येणे झाले?''

''मुद्दामच आलो आहे,'' केशवराव म्हणाले, ''तशी घटनाच घडली आहे!''

''कोणती?''

''आज पहाटेच एकोबाची आठवण झाली म्हणून प्रश्न कुंडली मांडली,'' केशवराव म्हणाले, ''तर उत्तर अपेक्षितच आले!''

''काय समजले?''

''एकोबा पैठणच्या वाटेवर आहे.'' केशवराव म्हणाले, ''लवकरच तो परत येईल; हे अगदी निश्चित समजा.''

''वा! केशवराव,'' चक्रपाणी म्हणाले, ''ही चांगली वार्ता आणली आपण. आता कसलीच काळजी नाही. चार दिवस उशीर का होईना, पण तो आला म्हणजे झाले.''

चक्रपाणींनी कुलकर्ण्यांच्या मुरलीची हकीकत व आजींच्या स्वप्नाचे सांगितले. दोन-तीन दिवसापूर्वीच हे सारे घडले होते.

"हे आश्चर्यच आहे," केशवराव म्हणाले,

"पण योगायोग नाही, हे लक्षात ठेवा. तो नक्की येणार आहे."

"केशवराव," चक्रपाणी म्हणाले, "तुमच्या तोंडात साखर पडो!"

तोच सयाजी आला.

"ये, सयाजी," केशवराव म्हणाले, "फार दिवसांनी आलास?"

"अगोदर एक आनंदाची वार्ता ऐका." सयाजी म्हणाला, "एकोबाला शिकविणारे पुराणिकबुवा आत्ताच ते ज्या मंदिरात पुराण सांगत तिकडे जाताना मला दिसले! म्हणून लगेचच तुम्ही तिकडे जा. त्यांना विचार सारे."

"सयाजी," चक्रपाणी म्हणाले, "तू फार मोठी कामगिरी केली आहेस. त्यांचा पत्ताच मिळत नव्हता. आम्ही आता लगेचच जातो."

चक्रपाणी व केशवराव तातडीने निघाले. हे दोघे मंदिराकडे निघाले, तर दर्शन घेऊन पुराणिकबुवा परत येत होते!

"नमस्कार पुराणिकबुवा," चक्रपाणी म्हणाले, "बऱ्याच वर्षांनी आलात!"

'गावी गेलो होतो," पुराणिक बुवा म्हणाले, "तेथील सर्व कामे आता झाली. म्हणून परत आलो."

"एकोबा, कुठे आहे," केशवराव म्हणाले, "तुम्ही इथून गेला त्याच दिवसापासून एकोबा नाहीसा झाला आहे! तो अजून परत आलेला नाही किंवा तो कोठे आहे हेही समजलेले नाही!"

"मला यातील काहीच माहिती नाही." पुराणिक म्हणाले, "जाताना त्याची व माझी गाठभेटही झालेली नव्हती किंवा त्याने मला काही सांगितलेही नव्हते. त्यामुळे तो कोठे गेला असावा हे मला अजिबात माहिती नाही. तो व मी एकाच दिवशी गेलो हा केवळ योगायोग असावा!"

"मग तो कोठे गेला असावा?" चक्रपाणी म्हणाले, "पुष्कळ वर्षे होऊन गेली."

"फक्त एकच सांगता येईल."

"काय?" केशवराव म्हणाले.

"तो मला सारखा सद्‌गुरूंबद्दल विचारीत होता." पुराणिक म्हणाले, "मलाही त्यावेळी त्याला काही निश्चित सांगता आले नाही. प्रगतीसाठी सद्‌गुरूची आवश्यकता असते एवढेच मी त्याला एकदा सांगितले होते, एवढे मला आठवत आहे"

"त्याने आणखी काही विचारले होते का?" चक्रपाणीनी विचारले.

"होय," काहीसे आठवून ते म्हणाले, "देवगिरी कोठे आहे असे मला एकदा त्याने विचारले होते. पण मला त्याला त्यावेळी काहीच सांगता आले नाही. देवगिरीला कोणी सदगुरू आहेत हे मला माहिती नव्हते. पण नंतर मला समजले की तेथे जनार्दनपंत देशपांडे हे जे किल्लेदार आहेत ते महान दत्तभक्त आहेत. कदाचित तो तिकडे जाण्याची शक्यता आहे. मी येथून जाण्यापूर्वीच त्याने हे विचारले होते!"

"मग आता काय करावे लागेल?" केशवराव म्हणाले.

"आता हे कार्य मीच करीन," बुवा म्हणाले,

"मी लगेचच उद्या देवगिरीला जातो. तुम्ही काळजी नका करू. त्या जनार्दन स्वामींची गाठ घेऊन येतो."

दुसऱ्या दिवशी पुराणिक देवगिरीकडे निघाले. ते अगदी योग्यवेळी म्हणजे नेमके गुरुवारी पोहोचले. तेथे नेहमीप्रमाणे गर्दी झालेली होती. संध्याकाळपर्यंत त्यांना थांबावे लागले. पुराणिकांनी एकोबाबद्दल विचारले.

"काही चिंता करण्याचे कारण नाही," स्वामीजी म्हणाले, "मीच त्याला तीर्थयात्रेला पाठविले आहे."

नंतर त्यांनी एकोबाची प्रगती कशी होत गेली हे सांगून तो आता परतीच्या वाटेवर असल्याचे सांगितले. तो निश्चित पैठणला येईल हेही ते म्हणाले.

"तरी पण..."

"बोलाजी पुढे..." स्वामीजी म्हणाले.

पण नंतर तो पैठणलाच कशावरून राहील? पुराणिक म्हणाले, "आणखी कोठे निघाला तर?" "आपली शंका बरोबर आहे", जनार्दनस्वामी म्हणाले, "मी पैठणलाच थांबण्यासंबधीचे पत्रच देतो, म्हणजे तो तेथेच राहील."

स्वामींनी लगेचच तसे पत्र लिहिले. त्यात पैठणलाच राहण्याचा व गृहस्थधर्म स्वीकारण्याचा उल्लेख केला होता.

एकोबाचे गुरुजी म्हणून स्वामींनी त्यांना रात्री गडावर ठेवून घेतले. रात्री जेवणानंतर त्यांना शाल व उपरणे देऊन त्यांचा गौरव केला. पुराणिक सकाळी परत निघाले!

चक्रपाणीनीं ती वार्ता व पत्र दिल्यावर आजोबांना ब्रह्मानंदच झाला! काय बोलावे हेच त्यांना कळेना. समजेना!

"कृष्णाजीबुवा," आजोबा म्हणाले, "तुम्ही केलेले हे उपकार कसे फेडणार आम्ही! आमचा एकोबा सुखरूप तर आहेच, पण सदगुरूंचा आशीर्वाद व अनुग्रह

घेऊनच तीर्थयात्रेहून परत येत असल्याची सुवार्ता तुम्ही आणली! ही त्या पंढरीनाथाचीच कृपा समजावी लागेल! त्यानेच तुम्हाला येथे परत पाठवून हे सत्कार्य करून घेतले!''

"आजोबा,'' बुवा म्हणाले, "पांडुरंगाचीच ही कृपा आहे, हे मला मान्य आहे. परंतु या उपकाराची भाषा कशासाठी? ते माझे कामच आहे, असे समजावे.''

आजी-आजोबांचे विश्व बदलले!

आता आनंदी आनंद....!

त्या सोनियाच्या दिनाची ते वाट पाहू लागले?

केशवरावांना या आनंदात सहभागी करून घेण्यासाठी चक्रपाणी त्यांच्या घरी निघाले!!

❄❄❄

८१

॥ एका जनार्दनी ॥

कर्नाटकातील तीर्थक्षेत्रातील देवदेवतांचे दर्शन घेत नाथांची वाटचाल चालू होती. मुक्कामांची सोय चांगली होती. लोक भाविक दिसत होते. भाषेची मात्र अडचण यायची.

वाटेत एका नदीकाठी मुक्काम पडला. नाथांना आश्चर्य वाटले! ते मंदिरे भगवान दत्तात्रेयांचे होते. मूर्ती अतिशय देखणी होती. सायंपूजा करून नुकतेच कोणी गेले असावे. तेथे कुणीच नव्हते. धूप-दीप जळत होते. त्या प्रकाशात संगमरवरी मूर्ती शोभून दिसत होती. वातावरण फारच प्रसन्न वाटले. भगवान श्री दत्तात्रेय आपणाकडे पाहत मंदस्मित करीत आहेत असे क्षणभर त्यांना वाटले... नाथ पाहतच राहिले स्वामींनी दर्शन घडविलेले तेच सदगुरू...तेच रुपडे...!

...नाथांना काहीतरी वेगळे वाटत राहिले. त्यांच्या सर्वांगावर काटा आला... त्यांच्या तोंडून श्री दत्तात्रेयांची आरती सुरू झाली. त्याचवेळी ती स्फुरली... स्फुरत होती...

त्रिगुणात्मक त्रैमूर्ती दत्त हा जाणा
त्रिगुणी अवतार त्रैलोक्यराणा
नेति नेति शब्द न ये अनुमाना
सुरवर मुनिजन योगी समाधि न ये ध्याना
जयदेव जयदेव जय श्री गुरुदत्ता
आरती ओवाळीता हरली भवचिंता ॥

एकाजनार्दनी श्री दत्ता जाणा।
जयदेव जयेदव जय श्री गुरुदत्ता ॥

कितीतरी वेळ ते हात जोडोन उभे होते! त्यांच्या डोळ्यांसमोर त्यांचे स्वामीही

येऊ लागले! स्वामींचे भान हरपले!

तस्मै श्री गुरुवे नम:।।

तेथून मजल दरमजल करीत ते अखेर तुळजापुरी आले. आता हा सारा मराठी मुलुखच होता. वाटेत कसलीही अडचण आली नाही. तुळजाभवानीची महती त्यांना माहिती होती. तिच्या दर्शनाचा योग मात्र ध्यानीमनी नसताना आला. देऊळ फारच भव्य वाटले. तुळजामातेचे स्वरूप पाहून त्यांना पराकोटीचे समाधान वाटले. देवीची मूर्ती प्रसन्न व रेखीव होती.

तुळजादेवी निर्गुण स्वरूप
अरूपासी आणी रूप
रजतम सत्यादि करि लोप
तरि तद्रूप इच्छेने!

केवळ योगायोगानेच त्यांना तुळजाईचं दर्शन घडले होते. हा जवळचा मार्ग आहे हे त्यांना समजल्यामुळे ते या मार्गाने आले. वाटेत तुळजापूर लागले!

तुळजापुराहून निघाल्यावर वाटेत सर्वत्र प्रवासी भेटत होते. मराठी मुलुख असल्याने अडचण कसलीच येत नव्हती. अखेर एका रात्री नाथ पैठणला आले! पिंपळेश्वराच्या मंदिराकडे ते गेले. तेथे कुणीच नव्हते! त्यांनी व्यवस्थित दर्शन घेतले. गोदापरिसरातील राहिलेली तीर्थक्षेत्रे करून मगच घरी यायचे असे त्यांना वाटू लागले होते! निश्चित नव्हते. याच मंदिरात त्यांना सूर्यनारायणांचा आदेश मिळाला होता त्याच ठिकाणी ते परत आले होते!

सकाळी सारे आवरून ते महादेवाची स्तोत्रे म्हणीत बसले. दर्शनाला भाविक येऊ लागले होते. पण त्यांना कुणी ओळखू शकणार नव्हते. त्यांच्यात संपूर्ण फरक पडलेला होता. रोज बिडकरांचा प्रल्हाद पिंपळेश्वराच्या दर्शनाला येत असे. तो एकदम दारातच बाहेर थबकला. आत कोणीतरी स्तोत्रे म्हणत होते!

त्याला आवाज ओळखीचा वाटला! हा एकोबा तर नव्हे? तो लवकरच येणार असल्याचे आजोबांनी त्याला सांगितले होते. काही दिवसांपूर्वी मुरली असाच फसल्याचे त्याने त्याला सांगितले होते! परंतु आवाजावरून त्याला हा एकोबाच असल्याचे वाटले. पण आता सावधानता बाळगावी लागेल असे त्याला वाटले!

"महाराज," त्याना वंदन करून प्रल्हाद गंभीरपणे म्हणाला, "कोठून आलात महाराज आपण? आपल्या दर्शनाने मी एकदम पावन झालो आहे!"

"आम्ही फार दुरून आलोत." प्रल्हादला पाहताच विलक्षण घाबरलेले नाथ चेहऱ्यावर काहीही न दाखविता म्हणाले, "आता लगेचच पुढील प्रवासाला आम्हाला

निघायाचे आहे!''

"महाराज,'' प्रल्हाद व्याकुळतेने म्हणाला, "मी संसाराला एकदम विटलोय. माझा गोंधळ उडाला आहे. मला योग्य तो मार्ग दाखवा!''

"तू भगवंताची भक्ती कर.'' आपल्याला याने ओळखले नसावे असे वाटून ते म्हणाले, "त्याला शरण जा म्हणजे तुला निश्चित शांती लाभेल. आता आम्हाला निघावे लागेल. आम्ही येतो आता!''

"एऽ एक्या,'' प्रल्हाद म्हणाला, "मी तुला ओळखले नाही अशा थाटातच अगदी बोलत होतास! मुकाट्याने घरी चल. नाही तर दंडाला धरून पकडून नेईन. अधिक सोंगे करू नकोस. चल, माझ्या बरोबर...''

नाथांचा नाईलाज झाला. त्यांचा अंदाज चुकला होता. त्यानेच त्यांना बनविले होते! ते दोघेही निघाले. समोरून आजी-आजोबा येत होते. ते केशवरावांच्या घरी निघाले होते.

"आजोबा,'' प्रल्हाद म्हणाला, "हे घ्या आपले लेकरू! पकडून आणले आहे!''

आजोबा-आजींना काही बोलताच येईना. त्यांच्यासमोर त्यांचा लाडका खरोखरच उभा होता.

"पोऽरा,'' डोळे पुशीत आजी म्हणाल्या, "अरे, किती अंत पाहिलास आमचा! आजोबांकडे पहा एकदा. काय दशा झालीय बघ त्यांची! नुसती हाडे राहिलीत रे''

"मला क्षमा करा,'' दोघांच्याही पाया पडत नाथ म्हणाले, "मला त्यावेळी जावेच लागले. पण आता मला गुरूपदेश तर मिळाला आहेच, पण साक्षात श्री दत्तात्रेयांचे दर्शनही झाले आहे. सदगुरू जनार्दन स्वामींच्या आज्ञेने आता तीर्थयात्राही संपत आलेली आहे!''

"आता कोठेही जाऊ देणार नाही.''

चक्रपाणी म्हणाले, "तुझे काहीही आता आम्ही ऐकणार नाही. चल घरी लवकर.''

"मला आत्ताच येता येणार नाही.'' नाथ म्हणाले, "सारे पूर्ण करूनच मी निश्चित येईन.''

"तुझे सद्गुरू जनार्दनस्वामींची आज्ञा तरी तू पाळणार का?''

"मी समजलो नाही.''

"लवकरच समजेल.'' आजोबा म्हणाले, "पण त्यांचे तू ऐकणार की नाही? हे सांग अगोदर!''

आजोबांनी जनार्दनस्वामींचे ते पत्र त्याला दिले. ते त्यांच्या जवळच होते! ते

त्यांनी अगोदर कपाळी लावले. स्वामींचे अक्षर पाहताच नाथांना परमानंद झाला. स्वामींनी सारे स्पष्टच लिहिले होते.

''ही गुरुआज्ञा मला इथेच मिळाली.'' नाथ म्हणाले, ''ही जिथे मिळेल त्याच ठिकाणी त्यांनी राहण्यास सांगितले आहे. मला इथेच रहावे लागेल. घरी नाही येता येणार.''

''ठीक आहे.'' आजोबा म्हणाले, ''तूर्त आपण पहिल्या घरी जाऊ व नवीन घर बांधून पूर्ण झाल्यावर इथे राहू.''

''तसे नाही करता येणार, आजोबा.'' नाथ नम्रतेने म्हणाले, ''येथे तात्पुरते घर बांधून आपण राहू. मग घर बांधण्यास आरंभ करू.''

प्रल्हाद लगेच गेला व सयाजीला घेऊन आला. तो घरी होताच.

सयाजी व प्रल्हादने सामानसुमान आणले. राहण्यासारखे घर तयार झाले! त्यात आजी-आजोबांसह नाथ राहू लागले. घरातील गरजेपुरते सामान आणले होते.

नाथांनी घर सोडल्यापासूनची सारी हकीकत रोज त्यांनी आजी-आजोबांस सांगण्यास सुरुवात केली! आजी आजोबा कौतुकाने ऐकत व तृप्त होत. अधूनमधून काही प्रश्नही विचारीत.

नवा वाडा कसा बांधायचा याची स्पष्ट कल्पना सयाजीला नाथांनी एकदा समजावून सांगितली. सुरुवातीला मोठा दरवाजा. त्यावर कोरलेले गणपती. त्यामागे ओसरी. त्या एका बाजूला स्नानगृह. एका बाजूला गाईचा गोठा. ओसरीच्या मध्यभागी मागे लाकडी कडीपाटाचे देवघर. देवांसाठी मोठी कमान व नक्षीचे खांब असणारा देव्हारा. देवघराच्या एका बाजूला बाहेर पाण्याचा रांजण. देवघराच्या प्रदक्षिणेसाठी वाट. देवघरच्या मागे स्वयंपाकघर. त्याच्या एका बाजूला प्रशस्त माजघर. दुसऱ्या बाजूला शेजघर. त्यापलीकडे सामान ठेवण्याची मोठी खोली. त्या बाजूला आणखी एक स्नानगृह. त्या बाजूने वर माळवदावर जाण्यासाठी जिना. सर्वात मागील बाजूला फुलझाडे लावण्यासाठी अंगण. घराची रचना अशी केली होती, की चारी बाजूंनी भिंती येत होत्या. मुख्य प्रवेशद्वार प्रशस्त होते.

नाथांची कल्पना सगळ्यांनाच आवडली.

सयाजी व त्याच्या साथीदार गवंड्याना हे एक आव्हानच होते.

इतक्या व्यवस्थित तऱ्हेने सांगितला गेलेला अशा तऱ्हेचा हा वाडा त्यांना प्रथम बांधायाचा होता. ओसरी व सर्वच काम प्रशस्त होते.

सयाजीमुळे नाथांना काळजी नव्हती!

❄❄❄

८२

॥ एका जनार्दनी ॥

आजोबा-आजींचे नवीन जीवन आता लहानशा घरात सुरू झाले. आत्तापर्यंत प्रशस्त वाड्याची सवय होती. त्यामुळे सुरुवातीला थोडे वेगळे वाटत होते. पण हळूहळू सारे बदलले. आजींच्या कामात फारसा फरक पडला नाही. तरी पण थोडा विसावा मिळू लागला. देखरेख कमी झाली.

एकनाथांचे जीवन येथे नव्याने सुरू झाले. घराची सारी जबाबदारी त्यांनीच उचलली. भल्या पहाटे त्यांचा दिवस सुरू व्हायचा. गोदास्नान, संध्या झाल्यावर देवपूजा सुरू व्हायची. विविध स्तोत्रे झाल्यावर काही काळ ते समाधिस्थ व्हायचे. आजोबांचे जवळजवळ सारेच काम कमी झाले.

नव्या घराची सारी जबाबदारी सयाजीवर जरी होती तरी नाथ रोज लक्ष ठेवीत असत. काही नवीन सुधारणाही सुचवीत. आजोबाही जात-येत असत. त्यामुळे कामाची प्रगती चांगलीच होत होती. गडी-गंवडी पुष्कळ असल्याने काम दिसू लागले. केशवशास्त्री, रामशास्त्री वगैरे मंडळीही येऊन जात.

दुपारच्या भोजनापूर्वी देवाला नैवेद्य व्हायचा. वैश्वदेव केला जायचा. रोज एखादा अतिथी भोजनास असायचा. तीर्थयात्रेत असताना काशीच्या अलीकडे त्यांना भेटलेल्या शंकर दयाळप्रमाणे त्यांनीही अतिथीभोजन रोज चालू ठेवले होते. जेवणानंतर शतपावली व्हायची. त्यावेळी त्यांना फुटाणे लागत. स्वामींचीही हीच पद्धती होती.

दुपारी विठ्ठलमंदिरात पुराण किंवा प्रवचन व्हायचे. ते सर्वांसाठी असायचे. तेथे कसलाही जातिभेद नसायचा. पैठणमध्ये अशा प्रकारचे वातावरण प्रथमच घडत होते. पैठणमधील सामान्य जनतेला आजपर्यंत प्रवेश नसायचा. संस्कृतमधूनच सारे धार्मिक कार्यक्रम होत असल्याने सामान्यांचा विचार कुणीही केला नव्हता. नाथांनी ही सारी बंधने तर तोडलीच, पण प्राकृतमधून, म्हणजे चक्क मराठीतून, त्यांनी सुरुवात

केली! यावनी आक्रमणामुळे भागवतधर्माची घडी संपूर्णपणे विसकटून गेली होती. ती एकनाथांना व्यवस्थित करायाची होती. मराठीची संपूर्ण दुर्दशा चालू होती. व्यवहारात फारसी भाषेचा उपयोग होत होता. संस्कृतला प्रतिष्ठा लाभलेली होती. सामान्यांना कुणी विचारीत नव्हते.

संस्कृतवाणी देवे केली.
तरी प्राकृत काय चोरापासून झाली?

असा खणखणीत सवाल त्यानी मराठीद्वेष्ट्या संस्कृत पंडिताना वारंवार केला. पारंपरिक सनातन्यांच्या समाजाकडून मान्यता त्यांना मिळवायची होती. म्हणून अतिशय सोप्या भाषेत त्यानी सर्व सांगण्याचा प्रयत्न चालू केला. त्यामुळे गर्दी वाढू लागली. आजी-आजोबांना हे सारे पाहण्यास मिळत असायचे. जमेल तेव्हा ते नाथांच्या पुराणाला येत असत. लोक एकनाथांचे गुणगान करीत. हे ऐकताना आजी-आजोबा धन्य होत असत.

नाथांच्या या उपक्रमामुळे पैठणमधील धर्ममार्तंडांत चर्चा सुरू झाली. त्यांचा संताप वाढू लागला. धर्माधिकाऱ्यांना हे मान्य नव्हते. पैठणची कीर्ती आत्तापर्यंत संस्कृतसाठी होती! आता एकनाथांनी ती प्राकृताला मिळवून दिली. त्यामुळे त्यांच्याविरुद्ध गावात विविध गट निर्माण होऊ लागले. त्यांच्या कारवाया चालू झाल्या. नाथांची प्रसिद्धी मात्र वाढू लागली.

सायंकाळी गोदास्नान- संध्या झाली म्हणजे नाथांची सारी मित्रमंडळी गोळा व्हायची. पैठण सोडून गेल्यापासूनच्या साऱ्या हकीकती ते सांगत. त्यांना कौतुक वाटून ते इतरांना सांगत! त्यामुळे नाथांच्या आध्यात्मिक प्रगतीची चर्चा गावात चालू झाली!

रात्रीच्या भोजनानंतर आजी-आजोबांची सेवा ते करीत. ते झोपल्यावर ते ग्रंथवाचन करीत किंवा लिहीत बसत. अभंग ते लिहू लागले. इतर काव्यही लिहिले जाई. विशेषत: भारुडे लिहू लागले!

नवीन बांधकाम पाहत असताना एकदा सकाळीच मुरली आला.

"ये, मुरली," नाथ म्हणाले, "आज सकाळीच आला? काही विशेष?"

"त्यासाठीच आलोय!"

"काय घडले?"

"गावात तुझ्याविरुद्ध शास्त्रीमंडळी एकत्र येत आहेत." मुरली गंभीरपणे म्हणालो, "तू सारे मराठीतून सांगत असल्याने त्यांची नाराजी आहे!"

“मला हे माहिती आहे.” एकनाथ शांतपणे म्हणाले,

“माझ्या सदगुरूंनीच हे मला सांगितल्याने ती बदलणार नाही! तीर्थयात्रेत मला सर्वत्र हेच चित्र दिसले.”

“मला हे पटतंय्,” मुरली म्हणाला, “पण तू यांना तोंड कसे देणार?”

“मी त्यांच्याविरुद्ध काही बोलत नाही व यापुढेही बोलणार नाही. शिवाय तुमचा आधार मला आहेच!” नाथा म्हणाले, “त्यांच्या मार्गाने आपल्याला जायचे नाही. आपली मन:शांती बिघडू दिली नाही म्हणजे झाले. राग व अहंकार सर्वात वाईट. तो माझ्याजवळ नाहीय.”

“याबद्दल मला खात्री आहे.” मुरली म्हणाला, “तुला माहिती असावे म्हणून सांगितले एवढेच.” मुरली बराच वेळ बोलत होता. त्याच्या एकोबांची जीवनमूल्ये निश्चित होती.

शांति हाच धर्म होता त्यांचा.

मुरलीला आता कसलीच काळजी नव्हती.

❄❄❄

८३

|| एका जनार्दनी ||

नेहमीप्रमाणे एकनाथ पुराणासाठी विठ्ठलमंदिरात गेले. आजोबांचे पाय दुखत होते म्हणून त्यांना जाता आले नाही. आजी त्यांचे पाय चेपीत होत्या. तोच नाथांचे आजोबा विठ्ठलबुवा आले.

''या, या बुवा.'' चक्रपाणी म्हणाले, ''आजच सकाळी आपला विषय निघाला होता. या, बसा.''

''काय विषय निघाला होता?''

''एकोबा आल्यावर तुम्ही एकदा येऊन गेलात.'' चक्रपाणी म्हणाले, ''पुन्हा लवकर येऊन जाईन असे म्हणाला होता. त्यालाही बरेच दिवस झाले. म्हणून सहज आठवण झाली. काही विशेष?''

''विशेषच आहे.''

''सांगावे.''

''आमच्या गावातील एका लग्नासाठी आम्ही वैजापूरला गेलो होतो.'' बुवा म्हणाले, ''तेथे श्रीधरपंत म्हणून एका विठ्ठलभक्ताची ओळख झाली. ते पंढरीचे वारकरी तर आहेतच, पण अतिशय धार्मिक वृत्तीचे आहेत. त्यांच्या घरी विठ्ठलाची पंचधातूंची चांगली मूर्ती आहे. असे समजल्याने ती पहावयास गेलो. विलक्षण सुंदर वाटली.''

''फारच चांगला योग आला म्हणायचा.''

''नंतर बराच वेळ बोलत बसलो.'' बुवा म्हणाले, ''नुकतेच त्यांना एक स्वप्न पडले होते. प्रत्यक्ष पांडुरंगानी त्यांना सांगितले की, 'पैठणच्या चक्रपाणींच्या चिरंजीवास तू तुझी कन्या दे.' पैठणची त्यांना काहीच माहिती नव्हती. म्हणून त्यांनी मला विचारले.

"आश्चर्यच आहे" चक्रपाणी म्हणाले,

"कसला योगायोग म्हणायचा हा!"

बुवांनी मग त्यांचे नाते सांगितले. एकनाथांची सारी माहिती सांगून टाकली. तेवढ्यात त्यांची कन्या फराळाचे घेऊन आली. त्यांना नमस्कार केला.

"कन्या अतिशय देखणी व योग्य वाटली." बुवा म्हणाले, "एकोबाला अगदी शोभेल अशीच आहे. जोडा उठून दिसेल. त्यांचे घर धार्मिक वातावरणाचे असल्याने मुलीवर चांगले संस्कार झालेले आहेत. त्यांना मी लवकरच पैठणला येऊन तुमची भेट घेण्यास सांगितले आहे. तसे ते येतीलही. तुम्हाला हे सारे सांगण्यासाठी म्हणून मी आलो. नंतर उद्धवला मी त्यांच्याबद्दल विचारले. त्याने अगदी ठामपणे ही मुलगी करून घेण्याचा आग्रह केला. आपल्या घराण्याला व वाड्याला शोभेल अशीच आहे."

"बुवा," चक्रपाणी समाधानाने म्हणाले, "एकोबाशी परवाच आमचे बोलणे झाले आहे. इतक्यात नको असे तो म्हणत होता. परंतु त्याच्या गुरूंची तशी आज्ञा आहे, याची आठवण त्याला करून द्यावी लागली. मग त्याने होकार दिला. तेव्हा हे पाहुणे अगदी योग्य वेळी येत आहेत."

एकनाथांना येण्यास अजून बराच अवधी असल्याने बुवा लगेचच परत गेले. संध्याकाळपर्यंत त्यांना घरी पोहोचणे भाग होते. आजी व आजोबा बराच वेळ एकोबाच्या विवाहाची चर्चा करीत बसले होते.

दोन-तीन दिवसातच श्रीधरपंत पैठणला आले. बुवांनी त्यांना रामशास्त्रींच्याकडे जाण्यास सांगितले होते. शिवाय गावी परत जाताना रामशास्त्रींना सारी कल्पना दिली होती.

"या! श्रीधरपंत," रामशास्त्री म्हणाले, "आपलीच वाट पाहत होतो. कसा काय झाला प्रवास?"

"उत्तम," श्रीधरपंत म्हणाले, "प्रथमच या परिसरात येतोय. त्यामुळे काहीच माहिती नव्हती. बुवांनी सारे समजावून सांगितल्यामुळे काही अडचण आली नाही."

"बुवांची प्रत्येक गोष्ट अगदी परिपूर्ण असते."

"त्याची कल्पना आलीय मला." श्रीधरपंत म्हणाले, "नूतन परिचय असतानाही बुवा अगदी जुनी ओळख असल्यासारखे वागत होते. चक्रपाणींच्या चिंरजीवांची सारी माहिती त्यांनी दिली. आमचा आता काहीच प्रश्न नाही. पुढील सारे आपणासच पहायाचे आहे."

ते दोघे पुष्कळ वेळ बोलत होते. श्रीधरपंतानी त्यांची व मुलीची संपूर्ण माहिती

सांगितली. भानुदासांसारख्या प्रसिद्ध घराण्यात त्यांची कन्या पडणे म्हणजे पंढरीनाथाचीच कृपा. हा योगायोग केवळ विलक्षणच समजावा लागेल.

"साक्षात विठ्ठलांनीच आपणाला हा दृष्टांत दिलाय." रामशास्त्री म्हणाले, "तेव्हा आता अडचण कसलीच येणार नाही. आपण दुपारी त्यांच्याकडे जाऊ. मी तसा निरोप पाठवितो. आता जेवण करून आपण जरा विश्रांती घ्या. आपणास बरे वाटेल."

नाथ पुराणासाठी जाण्यापूर्वीच ते दोघे त्यांच्या घरी गेले.

"या!" चक्रपाणी म्हणाले, "आपलीच वाट पाहत होतो, काय रामशात्री!"

"बुवा सारे ठरवूनच गेले होते." रामशास्त्री म्हणाले, "त्याप्रमाणेच सारे चालू आहे."

श्रीधरपंतांनी त्यांच्या घराण्याची व मुलीची सारी माहिती सांगून टाकली. मुलीची पत्रिका दिली. ती लगेचच चक्रपाणींनी पाहिली. ती जमली.

"आपल्या वडिलांच्या विठ्ठलसेवेची कीर्ती आम्हास माहिती आहे," श्रीधरपंत म्हणाले, "हा योगायोग जुळून यावा, माझी कन्या आपल्या सारख्याच्या घरात पडावी हीच इच्छा आहे, विनंती आहे."

रामशास्त्रीनी आत जाऊन नाथांना सारे सांगून टाकले. चक्रपाणींनी सारे सांगितले होतेच.

"रामकाका," एकनाथ म्हणाले, "पाहुण्यांचा दृष्टांत हा खरा असणारच. पण मलाही तसा दृष्टांत व्हावा अशी माझी इच्छा आहे. उद्या सकाळी मी निश्चित काहीतरी सांगू शकेन."

"काही हरकत नाही," रामशास्त्री म्हणाले,

"कल्पना चांगली आहे, तुलाही याची प्रचीती येईल अशी माझी खात्री आहे. माझ्या घरी ते येण्यापूर्वी वाटेत काही कुटाळांनी त्यांना तुझ्याविरुद्ध पुष्कळ सांगून टाकले होते. पण त्यांचा त्यावर अजिबात विश्वास नाही. गावोगाव असे नीच लोक असतात असे ते म्हणाले. ते त्यांच्या दृष्टांतावर ठाम आहेत."

"पण त्या लोकांना हे कळले कसे?"

"माझे घर कुठे आहे हे त्यांनी विचारल्यावर श्रीधरपंताना ते कशासाठी आलेत हे सांगावे लागले."

त्या रात्रीच एकनाथांना हवा तसा दृष्टांत झाला. पंढरीनाथाचे दर्शन झाले! होकार मिळाला. त्यांनी तसे आजोबांना सांगून टाकले.

"एकोबा," आजोबा म्हणाले, "हे चांगले झाले. मला हे अपेक्षित होतेच."

"मी आपल्या आज्ञेबाहेर नाही." नाथ म्हणाले, "मलाही विठ्ठलाच्या तशा दृष्टांताची अपेक्षा होती, एवढेच. म्हणूनच फक्त एका रात्रीची मला मुदत हवी होती. त्यांना माझा विरोध नव्हता."

"काही हरकत नाही," आजोबा म्हणाले, "आपलीही बाजू पक्की झाली. आता त्यांना व केशवरावाना निरोप पाठवितो."

त्याप्रमाणे काही वेळातच रामशास्त्री व श्रीधरपंत आले. त्यांच्या पाठोपाठ केशवरावही आले.

प्राथमिक काही बोलणी होताच आजोबानी होकार सांगून टाकला.

"आजोबा," श्रीधरपंत म्हणाले, "माझ्यासारख्या सामान्य माणसाची कन्या आपल्यासारख्याच्या घराण्यात पडावी हे माझ्या मुलीचे भाग्यच समजावे लागेल. याशिवाय अन्य बोलण्यास माझेजवळ शब्दच नाहीत. सुदैवाने माझी परिस्थिती चांगली आहे. आपल्या घराण्यास व जावईबुवांच्या कीर्तीस शोभेल अशा तऱ्हेने आपण म्हणाल त्याठिकाणी मी विवाह करून देईन. सालंकृत कन्यादान करण्याची आमची तयारी आहे. काय रामशास्त्री?"

"आपण योग्य तेच बोलत आहोत पंत," रामशास्त्री म्हणाले, "आपण हे सारे पूर्ण करून दाखविणार आहोत याबाबत कसलीही शंका आमच्या मनात येणार नाही. आता मुहूर्त वगैरे ठरवूनच जावे, म्हणजे दोघांनाही सोयीचे होईल."

"केशवराव," चक्रपाणी म्हणाले, "आपण योग्य तो मुहूर्त काढून द्यावा. पत्रिका आपण पाहिली आहेच."

थोड्या वेळातच केशवरावांनी सर्व सांगून टाकले.

तोपर्यंत भोजनाची तयारी झाली होतीच. आजींच्या मदतीला दुर्गाकाकू व काशीताई आल्या होत्या.

जेवणासाठी खास बेत होता. काशीताई बुंदीचे लाडू उत्तम करीत.

सर्वांना यथोचित नमस्कार करून श्रीधरपंतानी निरोप घेतला. थोड्या वेळात रामशास्त्री व केशवरावही गेले.

दोन्ही घरात लग्नाची तयारी सुरू झाली. मुहूर्त तसा लवकरच होता. त्यामुळे जरा घाईच करावी लागत होती. आजोबा-आजींची धावपळ चालू होती. आजींच्या मदतीला दुर्गाकाकू, काशीताई, पद्माकाकू येत. राधाकाकूही लवकर आल्या. त्यामुळे सर्व काही व्यवस्थित चालू होते

श्रीधरपंताना चक्रपाणींनी उद्धवला लगेच पाठवून देण्यास सांगितल्यामुळे तोही आला. बाहेरची कामे सारी त्यालाच करावी लागत.

चक्रपाणींच्या घरातील हे कार्य अगदी ठरल्याप्रमाणे थाटामाटात, नव्या वाड्यात पार पडले. नव्या नवरी सौ. गिरिजाबाई ठसठशीत व उठून दिसत होत्या. पैठणमध्ये अलीकडच्या काळात इतक्या गाजावाजात दुसरे कार्य झालेले नव्हते. माहेरच्या व सासरच्या दागिन्यांनी सौ. गिरिजाबाई अगदी वाकून गेल्या! त्या काळात रूढ असलेले सर्व दागिने त्यांना घातले गेले होते. एकनाथांच्या सहचारिणी म्हणून त्यांना पाहून पैठणकरांना समाधान वाटले.

गिरीजाबाई या घराला अगदी योग्य ठरल्या. दुसऱ्याच दिवशी त्या पहाटेपासून कामाला लागल्या! सारे घर त्यांनी ताब्यात घेतले!

आजीबाईंना मात्र आता चुकल्यासारखं वाटले! फार वर्षांनी त्यांची जबाबदारी संपली होती.

नाथांची 'आई' व 'आजी' अशा दोन्ही जबाबदाऱ्या त्यांनी सांभाळल्या होत्या. आता त्या कमालीच्या थकल्या होत्या.

आपली सर्वगुणसंपन्न नातसून पाहून त्या तृप्त झाल्या.

गिरिजाबाईंनी अल्पावधीतच सर्वांची मने जिंकली. पाककलेत त्या निपुण होत्या.

नाथांच्या जीवनातील ही नवी पर्वणी होती.

त्यांचा गृहस्थाश्रम सुरू झाला!

❄❄❄

८४

॥ एका जनार्दनी ॥

नाथांचा विवाहसोहळा पैठणकरांच्या पारंपरिक पद्धतीपेक्षा वेगळा दिसून आला. त्याच्या वडिलांच्या म्हणजे नारायणाच्या विवाहावेळी असेच घडले होते. नारायणाची व नाथाची सर्व मित्रमंडळी त्यांच्या परिवारासह उपस्थित होती. त्यात बाबा पाटील उठून दिसत होते! सर्वसामान्यांचीही उपस्थिती उठून दिसत होती. नाथांच्या पुराणाला किंवा प्रवचनात हीच परिस्थिती होती. त्यामुळे दांभिकांचे डोळे विस्फारले जात होते! त्यांच्या दृष्टीने हे धर्मबाह्य आहे.

विवाहनंतरही गावात कुजबूज चालूच होती. गावात मध्यभागी एक भला मोठा जुनाट पिंपळ वृक्ष होता. त्यांच्याखाली बसण्यासाठी चांगला ओटा बांधलेला होता. निरनिराळ्या वेळी तेथे भिन्न प्रकारचे लोक गप्पा मारीत बसत. त्यांच्या वेगवेगळ्या वेळा ठरलेल्या असत. रिकामटेकड्यांची तेथे वर्दळ अधिक होती. पैठणमध्ये एखादी घटना घडली की या ठिकाणी त्याची खमंग चर्चा चालू व्हायची. म्हणून त्याचे नाव 'कुटाळकट्टा' हे सार्थ असे पडले होते! नाथांच्या विवाहाचे येथे धिंडवडे चालू झाले होते!

विवाहानंतर नाथांचे घर सर्व कुलधर्म कुळाचार करण्यात मग्न झाले होते. रोज काहीतरी धार्मिक कार्य चालू असायचे. सवाष्ण ब्राह्मणभोजन रोज सुरू होते. विविध मंदिरात व इतरत्र नैवेद्यही जात होते. ठिकाण दूरवर असल्यास नवरानवरी बैलगाडीतून जात. बरोबर आजी, दुर्गाकाकू, किंवा काशीबाई असत. त्यामुळे रोजचा दिवस असाच जायचा. एक दिवस रात्री देवीचा गोंधळही झाला. गोंधळी लोकांनी निरनिराळी गाणी ठेक्यात व तालासुरात गाईली.

नाथांनी समाजजागृतीच्या दृष्टीने एका विशिष्ट नवीन दृष्टीकोनाचा विचार केला. नुसती प्रवचने किंवा पुराणे सांगून उपयोग नव्हता. दिवसभर कामे करून

दमलेल्या शेतकऱ्यांना किंवा गडीमाणसांना घटकाभर काहीतरी वेगळ्या वातावरणाची गरज होती. ज्यामुळे उबग आलेल्या विश्वाचा विसर पडे. थोडा वेळ का होईना, गंमत वाटेल, हसता फुलता येईल, चार घटका आनंदात जातील, या हेतूने त्यांनी भारुडे लिहिण्यास आरंभ केला. गोंधळी बनून गोंधळ घातला!

गोंधळा येई वो जगदंबे
मूळ पीठ तू अंबे।।

आईचा जोगवा मागितला....
आईचा जोगवा जोगवा मागेन
द्वैत सारुनि माळ मी घालीन।।

विविध ढंगांनी त्यांनी भारुडे लिहिण्यास आरंभ केला. समाजातील दारोदार हिंडून पैसे किंवा धान्य मागणारी जी मंडळी होती त्यांच्यासंबंधी रूपकाद्वारे नाथ भारुडे लिहीत गेले!

त्यात वासुदेव, पिंगळा, कोल्हाटीण, डोंबारी, बाळसंतोष, कुडमुडे जोशी, नंदीवाले, जोगी वगैरे नावाची भारुडे लिहिली. ती त्यांच्या पुराणानंतर म्हटली जाऊ लागली. नाट्यरूपात सादर केली जाऊ लागली. रात्रीच्या वेळी खेड्यापाड्यातून जी भजने चालत, त्यानंतर एकनाथांची भारुडे म्हटली जायची. कीर्तनकार त्यांचा अर्थ सांगू लागले! कालांतराने या कार्यक्रमांना विशेष महत्त्व प्राप्त झाले!

नाथ लिहीत गेले!
प्रसार वाढू लागला!
गर्दी जमू लागली!
समाजप्रबोधन होऊ लागले!!

❄❄❄

८५

॥ एका जनार्दनी ॥

एकच कुळाचार राहिला होता. नवरानवरीबरोबर त्या दिवशी दुर्गाकाकू गेल्या होत्या. आजी-आजोबा घरीच होते. जेवणानंतर नेहमीप्रमाणे आजोबा ओसरीवर बसले. आजी स्वयंपाकघर आवरीत होत्या. त्यांना आता फारसे काम व्हायचे नाही. हातपाय दुखायचे. विशेषत: हात अधिक दुखायचे. काही वेळा कंपही सुटायचा!

एखादेवेळी हातातील वस्तू खाली पडायची. अशावेळी नातसून योग्यवेळी घरी आल्यामुळे आजींना विश्रांती मिळू लागली. पण आज ती नसल्याने आजींनाच सारे करावे लागत होते. शेतातील गड्याची मुलगीही आज आली नाही. बाकीची सर्व कामे ती करायची.

चुलीवरील दुधाचे मोठे पातेले उचलून ठेवताना ते एकदम निसटून खाली पडले! मोठा आवाज होताच आजोबा पटकन आत आले. सुदैवाने दूध गार असल्याने पायावर पडले तरी भाजले नव्हते!

"अहो!" आजोबा म्हणाले, "मला का नाही सांगितले? एवढे मोठे पातेले एकदम उचलण्याचा प्रयत्न कशासाठी केला? पातेलेच पायावर पडले असते तर?"

"गडबडीत मला एवढे सुचले नाही."

आजोबांनी मग पाणी ओतून ते दूध मोरीकडे नेले. ते दोघेही बाहेर आले.

"बसा आता थोडा वेळ इथे," आजोबा म्हणाले, "सूनबाई आल्या म्हणजे ते सारे धुवून घेतील. आता स्वत:ची जरा काळजी घ्यावी. पहिल्यासारखे काही राहिलेले नाही.

"पण त्या सवयी जात नाहीत." आजी म्हणाली, "निवांत बसण्याची पद्धतच नव्हती. पांडुरंगा...आता लवकर बोलाव बाबा! फार कष्ट झाले."

"हे आत्ताच बोलू नका," आजोबा म्हणाले, "अजून पणतू पहायचा आहे!

एवढ्या लवकर पांडुरंगाच्या निरोपाची वाट पाहू नका!''

''त्याची पुन्हा मुंज पहावी लागणार!''

''काय हरकत आहे?'' आजोबा हसत म्हणाले, ''विठ्ठलाने मनात आणले तर तेही होईल. काही काळजी करू नका!''

तेवढ्यात सारी मंडळी परत आली. आजींची लगेच धावपळ सुरू झाली. नव्या नवरीवरून त्यांनी लगेच भाकरतुकडा उतरून टाकला!

''आजी,'' नाथांना हे समजल्यावर ते म्हणाले, ''एवढी कसली घाई झाली होती तुला? चुलीवर दूध तसेच राहिले असते तरी चालले असते. अलीकडे कुठले मांजरही येत नाही! पातेले पायाला लागले असते तर?''

आजींनी काहींच उत्तर दिले नाही. दुर्गाकाकूही त्यांना बोलल्या. पण त्यांनी सारे हसण्यावारी नेले!

विवाहानंतर सोळा दिवस झाल्यावर सारा देवदेव संपला. जे जे म्हणून करावे लागत होते ते सारे व्यवस्थित केले गेले. नाथांच्या नित्यकर्मात खंड पडायचा नाही.

एकदा केशवरावांच्याकडे आजोबा सहज गेले. आजीही काशीताईंच्याकडे गेल्या. बरोबर उद्धव होता. स्वयंपाक पूर्ण झाल्याने गिरिजाबाई तांदूळ निवडित बसल्या. तेवढ्यात नाथ तेथे आले. त्यांना एक जुनी पोथी हवी होती. ती लवकर सापडेना!

''मला सांगा कसली आहे ती?'' गिरिजाबाई म्हणाल्या, ''मी शोधून पाहते.''

''तुम्हाला कशी सापडणार?'' नाथ म्हणाले, ''कोठे ठेवली आहे ते मलाच आठवत नाही.''

तरी पण त्या हुडकू लागल्या. एका मोठ्या पोथीखाली ती पोथी होती!

''वा!'' नाथ म्हणाले, ''शेवटी तुम्हालाच सापडली!''

''एक विचारू का?''

''अवश्य.''

''तुम्ही स्वत: जी कामे करता त्यातील काही मी केली तर तुम्हाला चालेल का?'' गिरिजाबाई म्हणाल्या, ''त्याशिवाय मला ते कसे कळणार? आता सारा स्वयंपाक मीच करीत आहे. आपणाला विशेष काय आवडते हे मला कळेल का? म्हणजे मला अधिक काळजीने सारे करता येईल.''

''आपण जे काही करीत आहात ते सारेच मला आवडत आहे,'' नाथ हसून म्हणाले, ''आजीच्या व तुमच्या स्वयंपाकात मला तरी काही वेगळे वाटत नाही. माझी कामे मलाच करण्याची सवय आहे!''

“पण त्यातील मी काही तुमच्यासारखीच केली, ठेवली तर आपणास राग तर नाही ना येणार?” गिरिजाबाई म्हणाल्या, “मला करता येईल सहज तेवढे मी करून ठेवीत जाईन.”

“पण कारण काय?”

“आपण जे लिहिण्याचे कार्य करीत आहात त्यासाठी अधिक वेळ मिळत जाईल.” गिरिजाबाई म्हणाल्या, “म्हणजे रात्रीची जागरणे टाळता येतील. त्यामुळे प्रकृतीवर परिणाम होते. मानेचे दुखणे सुरू होईल.”

“बरं का, वैद्यमाई,” नाथच म्हणाले, “हे आमच्या ध्यानात आलेच नाही. आता आम्हाला काळजीपूर्वक वागावे लागणार आहे.”

“माझ्या आई-वडिलांनी काही गोष्टी मला बजावून सांगितल्या आहेत.”

“कोणत्या?”

“आजी-आजोबांची अधिक काळजी घेणे हे पहिले काम.” गिरिजाबाई म्हणाल्या, “त्यांच्या सेवेत काहीही कमी पडता कामा नये. आपण तीर्थयात्रा करून आल्याने आपणाला खडतर जीवन कंठावे लागले आहे. त्यामुळे तुम्हाला आवश्यक तेवढी विश्रांती मिळणे भाग आहे. आपणा सर्वांसाठी आईने मला उडदाचे व डिंकाचे लाडू शिकविले आहेत. मघाशी मी उडदाचे लाडू करून ठेवलेत. आजी-आजोबा आले म्हणजे नैवेद्य दाखवून घ्या म्हणजे मग सर्वांना देता येतील. शिवाय रोज रात्री झोपताना केशर-बदाम घातलेले दूधही तुम्हाला घ्यावे लागेल.”

“तुमच्या आई-वडिलांपासून सावध रहावे लागेल,” नाथ म्हणाले, “आणखी काही नवीन शिकविले तर?”

कुणी आल्याची चाहूल लागल्याने गिरिजाबाई बाहेर आल्या.

नाथांना पराकोटीचे समाधन वाटले. पत्नीविषयी त्यांच्या ज्या अपेक्षा होत्या त्या सर्व पूर्ण होण्याची त्यांना खात्री वाटू लागली. कामे करण्याची त्यांची क्षमता चांगलीच होती. त्यांच्या घराण्याला, वाड्याला, त्यांनी हाती घेतलेल्या समाजप्रबोधानाच्या कार्याला गिरिजाबाईंची निश्चित साथ मिळणार होती. उद्धवही सर्व कामात पारंगत होता.

काही महिन्यानंतर गिरिजाबाई पूर्ण स्त्री झाल्या. जे काही कोडकौतुक त्या काळी असायचे ते पार पडले. श्रीधरपंतांनी गर्भादान विधीही मोठ्या थाटामाटात साजरा केला.

नाथांच्या घराची नवी ओळख अतिथींना घडू लागली. एकदा काही साधूमंडळी भोजनास आली. तो जथा दक्षिणेकडे निघाला होता. रोज पुरणपोळीचा बेत असायचाच.

पण त्यांच्या प्रामुखाने बुंदीचे लाडू नाथांना मागितले! थोडा वेळ थांबावे लागेल असे सांगून ती तयारी सुरू झाली. गिरिजाबाई पाक करू लागल्या. उद्धव बुंदी पाडू लागला! सर्व मंडळी तृप्त होऊन बाहेर पडली. साऱ्या पैठणात ही वार्ता पसरली. नाथांना पराकोटीचे समाधान वाटू लागले. चक्रपाणींनाही या गोष्टीचे कौतुक वाटले.

एकनाथ खऱ्या अर्थाने गृहस्थाश्रमी बनले. त्यांच्या नव्या जीवनाला आरंभ झाला. गिरिजाबाई मनमिळावू व अगदी अगत्यशील असल्याचे जाणवू लागले.

लहानपणी नाथांना आजीचा सहवास लाभला. त्यानंतर त्यांच्या जीवनात कोणत्याच रूपात स्त्री आली नव्हती. आता मात्र स्त्री जीवनाची विविध रूपे त्यांना पाहण्यास मिळू लागली. ती सारी सुखदच होती. एका नव्या विश्वात ते रमू लागले. त्यांच्या मनात नव्या जीवनाचे घुमारे फुलू लागले.

त्यांचा परिणाम त्यांच्या लिखाणावर दिसू लागला. एक अमाप प्रेरणा त्यांना मिळू लागली. त्यांच्या प्रतिभेचे ते दुसरे रूप होते. एका विलक्षण पर्वातून ते जात होते. नवरसात ते भिजून चिंब होत होते, त्यांच्या 'गौळणीत.' एकाहून एक सरस गौळणी ते रोज लिहू लागले. त्या अधिक रंगू लागल्या...!

सोड नंदलाला, जाऊ दे मला ।।
जरी का माझ्या पदराशी झोंबसी
जाऊन सांगेन यशोदेशी ।।
हरी म्हणे माझा चेंडू घेऊनी
कुठे ठेविलासी लपवूनी ।।

आल्या आल्या पाच गौळणी
पाच रंगांचे शृंगार करीनी ।।

दुसरी गौळण भाळी भोळी
रंग हळदीहून पिवळी
अंगी बुट्टेदार चोळी
एक लहान तनु उमर कवळी
जशी चाफ्याची कळी।।

...या गौळणी रंगू लागल्या!
मोहवू लागल्या!!

❄❄❄

८६

|| एका जनार्दनी ||

गिरिजाबाईंवर माहेरी जे संस्कार झाले होते ते सारे त्या काळानुसार धार्मिकच होते. त्यांच्या आईने हे सारे त्यांना समजावून सांगितले होते. प्रात: स्नानानंतर प्रथम त्या तुळशीपूजा करीत असत. येथेही त्यांनी हे व्रत चालू ठेविले. नाथांनी सुंदर तुळशी-वृंदावन बांधून घेतलेले होते. त्यात कृष्णतुळस डौलदारपणे डुलत असायची. गिरिजाबाई तुळशीला पाणी घालून हळदी-कुंकू-फुले वाहत. प्रदक्षिणा घालताना...

तुलसी श्रीसखी शिवे पापहरिणी पुण्य दे
नमस्ते नारद सुते नमो नारायणाप्रिये ।।

हे स्तोत्र म्हणत. उद्धव त्या वेळी गाईच्या धारा काढीत असायचा.

विवाहावेळी प्रत्येक नवरीला माहेराकडून बाळकृष्ण, गणपती व अन्नपूर्णादेवीच्या मूर्ती दिल्या जातात. त्या सासरच्या देव्हाऱ्यात ठेवाव्या लागतात. त्यांची नित्यपूजाही होत राहते. गिरिजाबाई माहेरापासून अन्नपूर्णेची उपासना करीत. येथेही त्यांनी ती चालू ठेविली. अन्नपूर्णादेवीचे माहात्म्य खरोखरच अलौकिक आहे. अन्नपूर्णेचा वास घरात असल्याने कधी काहीही कमी पडत नाही अशी कल्पना आहे.

नववधूच्या रूपात अन्नपूर्णादेवी सासरी येत असते! त्यामुळे धनधान्याला कधी कमी पडत नाही. देवीच्या उजव्या हातात स्वयंपाकाची पळी असते! त्यामुळे स्वयंपाक परिपूर्ण तर होतोच पण कमीही पडत नाही. नाथांच्या अतिथीव्रताला त्यामुळे देवीचा विशेष आशीर्वाद उपलब्ध होता. अतिथी कितीही येऊन गेले तरी कुणाला कमी पडायचे नाही!

स्वयंपाकाला सुरुवात करण्यापूर्वी अन्नपूर्णेची पूजा करून चुलीला व स्वयंपाकाच्या साहित्याला नमस्कार करून अन्नपूर्णा स्तोत्र म्हणीत. आद्यशंकराचार्यांनी हे स्तोत्र लिहिले आहे. त्यातील हा श्लोक म्हणावा लागतो—

अन्नपूर्णे सदापूर्णे शंकरप्राण वल्लभे
ज्ञानवैराग्य सिद्ध्यर्थ
—भिक्षांदेहीच पार्वती।

त्यामुळे गिरिजाबाईंच्या स्वयंपाकाचे वेगळेपण उठून दिसायचे. घरात आनंद, सुख, समाधान व शांती मिळू लागली.

नाथांच्या ध्यानात ही गोष्ट आली होती. गिरिजाबाईंच्यामुळे घराचे सारे स्वरूप बदलले होते. एकनाथांना त्याची प्रचिती येत होती. त्यांची पूजा आटोपून ते बाहेर आले की विविध स्तोत्रे म्हणत. नंतर आजोबांबरोबर फराळ व्हायचा. केशरी दूध असायचे!

काही वेळाने ते झोपाळ्यावर बसायचे. ते बसले की काहीतरी विचार चालू आहे असे गिरिजाबाई ओळखत. हळुवारपणे झोका घेताना त्यांना पहाटेचे स्वप्न आठवले! त्यांनी ते अजून कुणाला सांगितले नव्हते.

त्यादिवशी बुधवार होता. त्यांच्या स्वप्नात विठ्ठल-रखुमाईच्या सुंदरमूर्ती आल्या. समोर देखणा रंगीत पाळणा होता. त्यात बालगोपाळकृष्ण होते! पानाफुलांनी पाळणा सजविला होता...तो हलत होता! त्यांच्या डोळ्यासमोर द्वारकेचा राणा आला...! त्यांनी हात जोडले!

त्याचवेळी गिरिजाबाई तेथून जात होत्या. त्यांना आश्चर्य वाटले.

"वंदन कुणाला केले?"

नाथांनी मग पहाटेच्या स्वप्नाची हकीकत सांगितली.

"अजून गोकुळ अष्टमीला पुष्कळ अवकाश आहे," नाथ म्हणाले, "पण स्वप्न मात्र लवकर पडले आहे. मला अजूनही त्याचे आश्चर्य वाटत आहे. काल दिवसभर मला सारखे द्वारकेचे मंदिर डोळ्यासमोर येत होते. मी जेव्हा द्वारकाधीशाच्या दर्शनाला गेलो तेव्हा मूर्तीसमोरून हलावे असे मला वाटतच नव्हते."

"म्हणूनच स्वप्न पडले," गिरिजाबाई म्हणाल्या

"गोकुळअष्टमीचा उत्सव आता यावर्षी साजरा करावा लागणार आहे. एवढेच नव्हे तर दरवर्षी पुढे तो चालू ठेवावा लागणार आहे. तयारीला आत्तापासूनच लागावे."

"पण..."

"पण काय?"

"उत्सवासाठी विठ्ठल-रखुमाईच्या मूर्ती लागतील" नाथ म्हणाले, "त्याचे

काय करायचे?''

"ती काळजीच नको,'' गिरिजाबाई म्हणाल्या, "त्यांची व्यवस्था होईल. त्या मिळतील. पांडुरंगानीच हे साक्षात सांगितले आहे. तेव्हा आता विचार करण्याचे कारणच नाही. लगेच तयारीला लागावे.''

चुलीवर काहीतरी ठेवले असल्याने त्या स्वयंपाकघरात गेल्या.

थोडावेळ नाथ तेथेच बसले. हा प्रश्न महत्त्वाचा होता. ते पलीकडील खोलीत गेले. तेथे आजोबा-आजी होते. नाथांनी त्यांना स्वप्नाची हकीकत सांगितली.

"एकोबा,'' आजोबा म्हणाले. "हे स्वप्न म्हणजे आपल्या घराण्याचे भाग्यच आहे. याचा अर्थ अगदी स्पष्ट आहे. आता पंढरीनाथांना आपल्या घरी यावयाचे आहे. विजयनगरहून मूर्ती परत आणल्यावर ते जेव्हा पांडुरंगाचा निरोप घेण्यास मंदिरात गेले होते तेव्हाच त्याने हा आशीर्वाद दिला होता! बाबांनी मला अनेकवेळा सांगितले होते. ते आता साकारत आहे. तेव्हा श्रावणास जरी अजून अवकाश असला तरी तयारी चालू करावी असे मला वाटते. मूर्तीचा प्रश्न सोडवला जाईल.''

त्यांची व नाथांची बराच वेळ चर्चा चालू होती. आजींनीही उत्सवाचे बोलून दाखविले.

नाथांनी उत्सावाचे निश्चित केले. केशवशास्त्रींनाही विचारावे म्हणूनी ते त्यांच्या घरी गेले. त्यांनीही संमती दिली! नाथ आता गोकुळी रंगले!

चला चला म्हणती लोक
पाहू नंदाचे बालक
नरनारी अलंकर
शृंगारिले हो नगर !!

❄❄❄

८७

|| एका जनार्दनी ||

मध्यरात्र उलटली होती. कृष्णाप्पा व राधाक्का झोपले होते. "पांडुरंगाऽ पांडुरंऽगाऽ" कृष्णाप्पा ओरडत उठले!

राधाक्का एकदम जाग्या झाल्या. त्यांनी समई मोठी करून त्यांना उठविले. ते इकडे तिकडे पाहू लागले. "कुठाय तो प्रकाश? कुठे गेला पांडुरंग?"

"कसला प्रकाश?" काहीही न समजून राधाक्का म्हणाल्या.

कृष्णाप्पांना पहाटे एक स्वप्न पडले... "कृष्णाप्पा, तू इथे माझे मंदिर बांधू नकोस. गोदातरी पैठणला माझा एकनाथ म्हणून एक भक्त आहे. त्याच्या घरी जाऊन या मूर्ती लगेच त्याला नेऊन दे... मी तिकडे राहणार आहे...!!" एकदम जो पांढराशुभ्र प्रकाश पडला होता तो हळूहळू धूसर होत गेला व त्यात उभा असलेला पंढरीनाथही नाहीसा झाला...!

"काय चुकले माझे?" कृष्णाप्पा म्हणाले,

"पांडुरंगाला आपल्या घरात का रहायाचे नाही? काय कमी आहे इथे?"

"असे काय म्हणता? काय झाले हे तरी सांगा."

कृष्णाप्पांनी मग राधाक्कांना त्यांना पडलेले स्वप्न सांगितले. त्यांना घाम फुटला होता. तो राधाक्कांनी पुसला.

"असे कसे म्हणता देवाला?" राधाक्का म्हणाल्या, "ते एकनाथ देवाची अधिक भक्ति करीत असतील. आपल्याला त्यांची माहिती नाही. पण विठ्ठलाने प्रत्यक्ष जे सांगितले त्याला महत्त्व आहे. शिवाय स्वप्नात का होईना, तुम्हाला साक्षात त्याचे दर्शनही घडलेले आहे. हे तुमचे कल्याणच झाले आहे. तेव्हा त्या मूर्ती ताबडतोब पैठणला जाऊन त्यांच्या घरी त्यांना नेऊन द्या. ही पंढरीनाथाची इच्छा पूर्ण करा. तो आपले नक्की चांगले करील." कर्नाटकातील जमखिंडी जवळचे कृष्णाप्पा

विठ्ठलभक्त म्हणून प्रसिद्ध होते. त्यांचे घराणेच वारकऱ्यांचे. ते सावकार म्हणून जरी व्यवसाय करीत होते, तरी पण त्यांची वृत्ती दानशूर होती. एखाद्या गरिबाला ते कमी व्याजाने पैसे देत. प्रसंगी व्याज घेतही नसत.

नुकतेच ते पंढरीला जाऊन आले होते. तेव्हापासून आपल्या घरीही विठ्ठल-रखुमाईंच्या सुंदर मूर्ती असाव्यात असे त्यांना वाटू लागले होते. शेजारच्या गावच्या यात्रेत त्यांना सुदैवाने सुंदर मूर्ती मिळाल्या.

त्यांचा वाडा अगदी प्रशस्त होता. पुढील अंगण मोठे होते. तेथील एका कोपऱ्यात छोटे मंदिर बांधून तेथे त्या मूर्तीची स्थापना करण्याचे ठरविले. त्या गावात पंढरीचे वारकरी पुष्कळ होते. त्यांच्याही दर्शनाची सोय होईल हा विचार त्यांनी केला.

त्यांच्या पत्नी राधाक्कांना त्यांनी ही कल्पना सांगितली. त्यांचीही खूप दिवसांची इच्छा होती. त्यांच्याही माहेरी पंढरीची वारी होती. वडिलांबरोबर लहानपणी त्या पंढरीला जाऊन आलेल्या होत्या. त्यांनी लगेच संमती दिली.

कृष्णाप्पांच्या स्वप्नाची वार्ता सर्वत्र पसरली. विठ्ठलरखुमाईंच्या दर्शनासाठी भाविकांची गर्दी होऊ लागली. या मूर्ती येथून जाणार याचे प्रत्येकाला वाईट वाटू लागले होते. देवाचा आदेश कसा मोडायचा?

"कृष्णाप्पा," त्यांचे मित्र देवाप्पा म्हणाले, "तू मोठा भाग्यवान आहेस. तुला साक्षात पंढरीनाथांचे दर्शन झाले आहे. त्यात तुझे कल्याणच होणार आहे. तीर्थयात्रेत मी असताना मला पैठण पाहण्यास मिळाले. फार धार्मिक गाव आहे. तू काही काळजी करू नकोस. मला जवळची वाट माहिती आहे. मी तुझ्याबरोबर येतो. आपण त्या मूर्ती पैठणला नेऊ."

देवाप्पाही बरोबर आहेत हे समजल्याने गावातील आणखी काही भाविक मंडळी पैठणला निघण्यास तयार झाली. हे विठ्ठलाचे महान भक्त एकनाथ कोण आहेत हे पाहण्याची व त्यांचे दर्शन घेण्याची त्यांची इच्छा होती.

अखेर त्या गावातून सारे वारकरी पालखीतून त्या मूर्ती घेऊन निघाले. पंढरीनाथांचा जयजयकार चालू होता. टाळमृदंगाच्या जोडीने भजनेही सुरू झाली. गावोगाव लोक दर्शनाला थांबू लागले. एकनाथांची माहिती सर्वांना होऊ लागली. पंढरीनाथ महाराऽज की जय...!

वाटेत काही मुक्काम करीत सारी मंडळी पैठणला आली. लोकांची उत्सुकता वाढू लागली होती. गोदास्नान करीत ही दिंडी नाथांच्या वाड्याची चौकशी करीत येऊ लागली. नाथांच्या काही भक्तांनी ही वार्ता नाथांना जाऊन सांगताच त्यांचीही उत्सुकता वाढली. त्यांनी उद्धवला तिकडे पाठविले. ते दारात येऊन थांबले!

पंढरीनाथांच्या जयजयकार ऐकू येऊ लागला! नाथांची उत्सुकता वाढू लागली. पंढरीनाथ महाराऽज की जय! "याऽ याऽ मंडळी, आत या!" नाथ हात जोडत म्हणाले, "बसा." उद्धवाने सर्वांना लगेच पाणी दिले.

"विठ्ठल भक्तांनोऽ" हात जोडीत एकनाथ म्हणाले, "आपणा साऱ्या पंढरी-भक्तांना पाहून मला अतिशय आनंद वाटत आहे. आपणा सर्वांचे चरण माझ्यासारख्या सामान्य माणसाच्या घराला लागल्यामुळे ते पवित्र झाले आहे. माझे भाग्यच उदयाला आले आहे."

नाथांचे स्वरूप व त्यांची भाषा ऐकून सारे भाविक भारावून गेले! त्यांच्या चरणस्पर्शासाठी सारे येऊ लागले!

देवाप्पांनी कृष्णाप्पांची माहिती सांगून त्यांना पडलेल्या पंढरीनाथांच्या स्वप्नाची माहिती सांगताच नाथ पालखीकडे गेले. मनोभावे दर्शन घेतले. मूर्ती फारच लोभसवाण्या होत्या.

"कृष्णाप्पा," भागवतधर्माप्रमाणे कृष्णाप्पांच्या चरणाना वंदन करून हात जोडून नाथ म्हणाले, "आपण महान विठ्ठलभक्त आहात, त्यामुळेच आपणाला पंढरीनाथांचे दर्शन घडले. मी एक सामान्य विठ्ठलभक्त आहे. आपल्या येण्याने माझे भाग्यच उदयाला आले आहे. या मूर्तींची सेवा मी आयुष्यभर करीन. आपण काहीही चिंता करू नये. आपण सारे फार दुरून आला आहात. आता थोड्या वेळातच भोजन करून जरूर विश्रांती घ्यावी."

उद्धवाने त्या मूर्ती देवघरात नेल्या. गिरिजाबाईंनी अगोदरच दोन रंगीत पाट मांडून ठेविले होते. नाथांची इच्छा साक्षात पांडुरंगानेच पूर्ण केली होती. गिरिजाबाईंनी म्हटल्याप्रमाणे खरोखरच मूर्ती आपणहून घरी आल्या होत्या.

आलेल्या मंडळींना एकनाथांनी काही दिवस आग्रहाने ठेवून घेतले. नाथांची पुराणे, प्रवचने व त्यांचा एकूण जीवनधर्म पाहून कृष्णाप्पा भारावून गेले. रोजच्या अतिथी भोजनाचेही त्याना कौतुक वाटले! आपल्या मनातही हा विचार कसा आला नाही याचेही त्यांना आश्चर्य वाटले! आपल्या मूर्ती खरोखरच योग्य ठिकाणी आल्याचे त्यांना समाधान वाटले.

जाताना एकनाथांनी कृष्णप्पांना पोशाख व राधाक्कांना भरजरी लुगडे प्रेमाने दिले. सर्व भाविकांनाही पोषाख दिले.

"नाथ महाराज," देवाप्पा म्हणाले, "मूर्ती जाणार म्हणून कृष्णाप्पांना फार वाईट वाटत होते. प्रवासातदेखील त्यांचे मन उदास होते. पण आपली भावभक्ती व आपले पैठणामधील सर्व कार्य पाहून आम्हीही दिपून गेलो आहोत. कृष्णाप्पांचा

आनंद गगनात मावेनासा झाला आहे. आपले संत भानुदासांचे थोर घराणे व आपली कीर्ती आम्हास नवी स्फूर्ती देत आहे. आता लवकरच कृष्णाप्पादेखील रोज अतिथी भोजन चालू करणार आहेत!''

''देवाप्पा,'' नाथ नम्रतेने म्हणाले, ''ही सारी त्या पंढरीनाथाची किमया आहे. केवळ योगायोगाने आपला परिचय झाला आहे. या मूर्ती पाहिल्या की आपणा सर्वांची रोज आम्हास आठवण होत राहणार आहे.''

नाथांनी सर्वांना आलिंगने दिल्यावर पंढरीनाथांच्या जयजयकार करीत सारी मंडळी समाधानाने परतली.

त्यांची आठवण म्हणून ती पालखी त्यांनी येथेच ठेविली!

मूर्ती विलक्षण योगायोगाने घरी आल्या होत्या. आता नाथांच्या मनात गोकुळ-अष्टमीच्या उत्सवाचेच विचार चालू झाले! नेहमीप्रमाणे ते झोपाळ्यावर बसले होते. गिरिजाबाईंची गडबड चालू होती. नाथांनी त्यांना बोलविले.

''अहो! थांबा जरा.'' नाथ म्हणाले, ''मूर्तींचा प्रश्न आता संपलेला आहे. आता उत्सवाचे सारे ठरवावे लागणार आहे. काही उणीव राहू नये. उत्सव चांगला व्हावा.''

''निश्चित होईल.'' गिरिजाबाई म्हणाल्या, ''एवढेच नव्हे तर प्रत्येक वर्षी आपण करीत राहू. पंढरीनाथांच्या आशीर्वादाचेच हे घर आहे. आणि आता आपण होऊन पांडुरंग रुक्मिणी आपल्या घरी आले आहेत. याशिवाय वेगळे काय श्रेष्ठ आहे? साक्षात देवाला आपणांकडून सेवा करून घ्यावयाची आहे. ह्या कसोटीला आपल्याला उतरावे लागेल. आपण जसे ठरवाल त्यानुसार सारे पार पाडले जाईल.''

''उत्सवाच्या तयारीची आपणाला माहिती आहेच.'' नाथ म्हणाले, ''माझ्या मनात एक कल्पना आलेली आहे.''

''सांगावी.''

''या उत्सवाला स्वामींना बोलवावे असे मला वाटत आहे.''

''फार चांगली कल्पना आहे ही.'' गिरिजाबाई म्हणाल्या, ''आपण येथे आल्यापासून स्वामी आलेले नाहीत. त्यांच्या आज्ञेनुसार येथे नवे घरही बांधून झालेले आहे. तेव्हा स्वामी येण्यासाठी अगदी योग्य वेळ व प्रसंग आहे हा.''

''ते अवश्य येतील,'' नाथ म्हणाले,''त्यांच्या हस्तेच या मूर्तींची प्राणप्रतिष्ठा केली तर एक वेगळीच पवित्रता येईल.''

''माझ्याही मनात हीच गोष्ट येत होती.'' गिरिजाबाई म्हणाल्या, ''हे त्यांचे येणे कायम लक्षात राहील. मी व उद्धव आता उत्सवाच्या तयारीला लागतो. बाकी

इतर सर्व आपण ठरवावे."

"उद्धवला लगेचच देवगिरीला पाठवावे लागेल," एकनाथ म्हणलो, "इकडे यावायचे म्हणजे स्वामींना तशी अगोदर तयारी करावी लागेल. व्यवस्था ठेवावी लागेल. आपले प्रवेशद्वार व घरामधील मोकळ्या जागेत मोठा मंडप टाकावा लागेल. म्हणजे चांगली व्यवस्था करता येईल."

अजून बरीच चर्चा झाली.

नाथांना नवा उत्साह प्राप्त झाला.

स्वामींचे दर्शन लवकर व्हावे!

आजोबा आजींना उत्सावाची संपूर्ण माहिती दिली.

त्यांना परमानंद जाहला!

ही सारी गोपाळकृष्णाची कृपा!
परम ब्रह्म लिंगं भजे पांडुरंगं!

❄❄❄

८८

॥ एका जनार्दनी ॥

जनार्दनस्वामी नाथांच्या वाड्यासमोर येताच त्यांनी एकदम दोन्ही हात जोडले...! त्यांनी मंदस्मितही केले! स्वामींना एकोबाच्या जीवनाचे सार्थक झाल्यासारखे वाटले. हा चमत्कार ते प्रथमच पाहत होते! एकोबांची सेवा सद्‌गुरूंच्या चरणी रुजू झाली होती. आता उत्सवाची कसलीच काळजी त्यांना नव्हती!

नाथांना काहीच समजेना...! ते पाहतच राहिले!

जनार्दनस्वामींना आज जरा विश्रांती मिळत होती. सर्व महत्त्वाची कामे संपली होती. झोपाळ्यावर बसून ते फराळाचे खात होते. सकाळपासून त्यांना एकोबाची आठवण येत होती. कालच ते शूळभंजनवर सदगुरूंच्या दर्शनासाठी गेले होते. एकोबाला घेऊन ते एकदा गेले होते.

ते त्यांना आठवले. त्याचीच पुन्हा आज सकाळी आठवण झाली. तीर्थयात्रा संपवून एकोबा पैठणला आल्यापासून त्यांची गाठभेट झाली नव्हती. त्याचे उत्तम चालल्याची वार्ता त्यांना समजली होती. गुरुवारी येणाऱ्या काही भाविकांकडून पैठणकडील काही माहिती देवीदासला समजायची. तो स्वामीना सांगायचा. पैठणला पुराणे व प्रवचने तो प्राकृतातून रोज सांगत असल्याचे समजल्याने त्यांना समाधान वाटले होते.

त्याचा नवा वाडाही पूर्ण झाला होता. त्याच वाड्यात त्याचा विवाहही पार पडला होता. गोकुळअष्टमीचा उत्सव एकोबा निश्चित करणार असे त्यांना वाटले. ह्या निमित्ताने पैठणला जाण्याचे त्यांच्या मनात येऊ लागले. एकोबाचे नवे जीवन व उत्सवही पाहता येईल हाच हेतू होता.

"स्वामी," देवीदास आत येत म्हणाला,

"हे उद्धवराव पैठणहून, एकोबाकडून आले आहेत."

"काय म्हणतोस?

"होय, खरेच आहे हे."

उद्धवने स्वामींच्या चरणावर मस्तक ठेवून स्वामींचा आशीर्वाद घेतला.

"या, बसा," स्वामी म्हणाले, "काय विशेष? तुम्हाला गडावर कसे येता आले?"

"एकनाथ महाराजांनी चिठ्ठी दिली होती," उद्धव म्हणाला, "मगच पहारेकऱ्याने मला वर सोडले."

उद्धवाने तो कशासाठी आलाय याची कल्पना दिली. स्वामींना सारे सविस्तर सांगितले, आग्रहाने आमंत्रण देऊन पुन्हा पुन्हा विनंती केली.

"आम्ही अवश्य येऊ," स्वामी आनंदाने म्हणाले, "त्याला आमचा हा निरोप सांगा की आमच्याही मनात हीच गोष्ट वारंवार येत होती. विशेषत: कालपासून. या वर्षीची गोकुळअष्टमी पैठणला साजरी होण्याचा योग मात्र विलक्षण आहे. गोपाळकृष्णाचीच ही इच्छा आहे."

उद्धवाला त्यांनी ठेवून घेतले. रात्री जेवणे झाल्यावर देवीदास त्याच्याशी बराच वेळ बोलत बसला होता. एकोबाची प्रगती ऐकून त्यालाही समाधान वाटले. सकाळी लवकर उठून स्वामींना वंदन करून उद्धव निघाला. गोकुळअष्टमीच्या अगोदरच स्वामी येत असल्याची वार्ता ऐकून एकनाथ सुखावले! अधिक उत्साहाने ते कार्यरत जाहले.

आजी आजोबांना स्वामी उत्सवाला येत असल्याची वार्ता सांगताच त्यांनाही समाधान वाटले. दोघेही अलीकडे आजारी असल्याने झोपूनच होते. उत्सवाच्या कोणत्याही कार्यात त्यांना सहभागी होता येत नव्हते याचे त्यांना वाईट वाटत होते. जनार्दनस्वामींच्या दर्शनाची ओढ मात्र त्याना लागली.

श्रावण लागताच सयाजी मंडपाच्या कार्याला लागला. सर्व साहित्य गोळा केले. उत्सवाची तयारी पैठणकरांना तर समजलीच पण जनार्दनस्वामी येणार असल्याचे ही सर्वांना समजले. कुटाळ कुट्ट्यावर मात्र निराशा पसरली. नाथांचे महत्त्व स्वामींच्यामुळे वाढणार हे त्यांना सहन होत नव्हते. शिवाय जनार्दनस्वामींसारख्या महान दत्तभक्तास ते विरोधही करू शकणार नव्हते! ते किल्लेदार असल्याने उलट त्यांची भीती वाटू लागली!

उत्सवाची तयारी पाहता पाहता पूर्ण होत आली. पुन्हा पुन्हा सारे तपासून पाहिले जात होते. नाथांचे सारे मित्र उत्सवाच्या कार्यात सहभागी होते. प्रत्येकावर एकेक जबाबदारी सोपविली होती. एक वेगळेच वातावरण नाथांच्या वाड्यात निर्माण

झाले होते.

नारळी पौर्णिमा होताच उत्सवाला आरंभ झाला. नाथांचे दररोज कीर्तन व पुराण सुरू झाले. भाविकांची गर्दी वाढू लागली. अशा तऱ्हेची गोकुळअष्टमी पैठणात प्रथमच साजरी होत होती.

गोकुळ अष्टमीच्या अगोदरच जनार्दनस्वामी आपल्या लव्याजम्यासह पैठणात दाखल झाले. ही वार्ता कळताच नाथांनी उद्धवाला तिकडे पाठविले. नाथ प्रवेशद्वारी थांबले. त्यांच्या दर्शनासाठी वाटेत भाविक ठिकठिकाणी थांबले होते. त्यामुळे त्यांना येण्यास वेळ लागत होता.

अखेर ते वाड्याच्या प्रवेशद्वारी आले. त्यांनी देवडीकडे पाहताच हात जोडोन नमस्कार व मंदस्मितही केले! नाथ पाहतच राहिले...!

जनार्दनस्वामींना वाड्याच्या देवडीवर हातात त्रिशूळ घेतलेले सदगुरू श्रीदत्तात्रेय उभे असल्याचे दिसले! हा चमत्कार स्वामी प्रथमच पाहत होते!

एकनाथांनी लगेचच स्वामींचे चरण धरिले. आशीर्वाद देत स्वामींनी त्यांना उठविले! बरोबर आलेल्या साऱ्या मंडळीचेही नाथांनी स्वागत केले. येताना स्वामींनी उत्सवासाठी भरपूर साहित्य आणले होते! आता कसलीच काळजी नव्हती! काहीही कमी पडणार नव्हते!

दुसऱ्याच दिवशीच्या चांगल्या मुहूर्तावर विठ्ठल रखुमाईंच्या मूर्तीची मंत्रघोषात स्थापना करण्यात आली. प्राणप्रतिष्ठा झाली. केशवशास्त्री, रामशास्त्री वगैरे शास्त्री मंडळी मंत्रघोष करीत होती. अतिशय धार्मिक वातावरणात स्थापना झाली.

अष्टमीलाच ज्ञानेश्वरांचा जन्म झालेला आहे. तोही मध्यान्हरात्री. ज्ञानेश्वर व ज्ञानेश्वरी म्हणजे स्वामींचे आराध्यदैवत. एका भाविकाने एकनाथांना त्याने नुकतेच काढलेले ज्ञानेश्वरांचे चित्र अर्पण केले होते. ते मूर्तीपलीकडेच ठेवले होते. स्वामींच्या हस्ते त्याचीही पूजा करून सुंदर पुष्पहार घातला. स्वामीही धन्य झाले.

मंडपात स्वामींच्यासाठी एक देखणे उंच आसन तयार केले होते. त्यावर जनार्दनस्वामींना बसवून चक्रपाणींनी त्यांची पूजा केली. गुरूला शोभेल असा भरजरी पोषाख त्यांना अर्पण करण्यात आला. स्वामींना अशा गोष्टींची आवड नव्हती. पण चक्रपाणींनी त्यांना त्या आसनावर बसविल्याने त्यांचा नाईलाज झाला.

नंतर मूर्तीच्या व स्वामींच्या दर्शनाला भाविकांची रीघ लागली.

मध्यान्हरात्री कृष्णजन्माचा उत्सव सुरू झाला. रंगीत पाळण्यात बाळकृष्णाची मूर्ती सुंदर अंगे-टोपडे घालून ठेविली होती. गिरिजाबाईंनी पानाफुलांनी पाळणा सजविला होता. स्वामींनीं बाळकृष्णाची पूजा केली. शास्त्रीमंडळी मंत्रघोष करीत होती.

नाथांनी गोपाळकृष्णाची आरती नुकतीच केली होती. ती त्यांनीच म्हटली....

ओवाळू आरती मदनगोपाळा
शामसुंदर गळा वैजयंतीमाळा ।।

एकाजनार्दनी देखियेले रूप
रूप पाहो जाता झाले तद्रूप ।।

ओवाळू आरती मदनगोपाळा
शामसुंदर गळा वैजयंती माळा ।।

स्वामींना आरती अतिशय आवडली! ज्ञानदेवांच्या प्रतिमेचेही पुन्हा पूजन झाले. नंतर प्रसाद वाटप झाले.

स्वामींच्या उपस्थितीत नाथांचे कीर्तन झाले. टाळ मृदंगामुळे ते रंगले गेले. कीर्तन चालू असताना जनार्दन स्वामींना आणखी एक चमत्कार दिसला. नाथांच्या मागे साक्षात पंढरीनाथ वीणा हाती घेऊन सूर धरीत होते...! स्वामी सारखे का हात जोडीत आहेत हे कोडे मात्र कुणालाच उलगडले नाही...!

स्वामी धन्य झाले. एकोबांच्या उपासनेवर ते अतिशय समाधानी झाले. त्यांना त्याची प्रत्यक्ष प्रचीती आली होती. वाड्यात साक्षात भगवतांचा वास होता! दारात श्री सदगुरू दत्तात्रेय उभे होते. एकोबाच्या हातून निश्चित महान ग्रंथ निर्माण होणार याची त्यांना खात्री पटली!

पुराणाला येणाऱ्या काही भाविकांनी नाथांची भारुडे म्हटली. ती तालासुरात म्हटल्याने प्रभावी वाटली. स्वामींना अतिशय आवडली. भारुडानंतर पुन्हा प्रसाद वाटण्यात आला!

जनार्दनस्वामी नाथांच्या झोपाळ्यावर बसून मंद झोके घेत होते. त्यांची ती जुनी सवय होती. देवगिरीसारखाच झोपाळा नाथांनी करून घेतला होता. स्वामींच्या मनात एकोबांचेच विचार चालू होते. लहानगा एकोबा गडावर आल्यापासून आजपर्यंत त्यांची झालेली प्रगती लक्षणीय होती. स्वामींना विलक्षण आंतरिक समाधान वाटत होते. ज्या आपुलकीने त्यांनी एकोबास सारे शिकविले त्याच्या कितीतरी पट आता त्याची विचारधारा झाली होती.

पैठणसारख्या अतिपुराणमतवादी गावात नाथांना कार्य करावयाचे होते. त्यांना सर्वत्र विरोध चालू होता. परंतु स्वामींना ही गोष्ट त्या काळाअनुरूपच वाटत होती.

समाजप्रबोधन आवश्यकच होते. सगुण-निर्गुण ह्या विषयावरील एकोबांचे प्रवचन त्यांना अतिशय आवडले होते. धर्माची सखोलता नसताना सामान्य माणसांनी सगुण उपासनाच करावी हे त्यांनी सुंदर समजावून दिले होते.

कृष्णजन्म झाल्यानंतरही उत्सव चालूच होता. रोज प्रवचने-पुराणे सुरू असायची. स्वामींनी एक दिवस आजी-आजोबांशी बोलणी केली. चक्रपाणी त्यांचे वारंवार उतराई असल्याचे बोलून दाखवीत होते. एकोबाला स्वामींनी सांभाळले तर होतेच पण त्याचे सदगुरूत्व पत्करून त्याला जगावेगळे ज्ञानही दिले. चक्रपाणी फार भारावून गेले.

काही दिवसातच उत्सवाची समाप्ती झाली. भाविकांच्या आग्रहानुसार एकदा स्वामींनी प्रवचन करून पैठणकरांची तृष्णा भागविली. गिरिजाबाईंचेही कौतुक करून स्वामींनी त्यांना आशीर्वाद दिला होता.

स्वामींना लवकर निघणे आता भाग होते. त्या मानाने ते बरेच दिवस राहिले.

''एकोबा,'' देवगिरीला जाताना स्वामी म्हणाले, ''तू हे जे सत्कार्य अवलंबिले आहेस ते कितीही विरोध झाला तरी चालूच ठेव. मला येथील सारे वातावरण समजले आहे. तू त्या लोकांचा विचार करू देखील नकोस. केशवशास्त्री, रामशास्त्रीसारखी मंडळी तुझ्या पाठीशी आहेत. मी त्यांच्याशी बोललो आहे. तुमचा हा लढा धर्मविरुद्ध नसून त्या पुराणमतवाद्यांच्या वृत्तीबरोबर आहे. काळानुसार त्यांची मते बदलत जातील, यात काहीही शंका नाही. पण जनसामान्यातील सामान्यांना धर्म समजला पाहिजे. सगुण उपासनेशिवाय हे शक्य नाही. तुझा हा महायज्ञ चालू ठेव. माझा आशीर्वाद तर आहेच पण भगवंतही तुझ्या पाठीशी आहेत.'' नाथांनी स्वामींच्या चरणी लोटांगण घातले! त्यांना हवा तो आशीर्वाद मिळाला होता.

दुसरे दिवशी पहाटे जनार्दन स्वामीनी देवगिरीकडे प्रस्थान केले. एकनाथ काही वेळ त्यांच्याबरोबर गेले. स्वामी दूर जाईपर्यंत ते पाहत होते.

नाथांचे दैनंदिन कार्यक्रम पुन्हा सुरू झाले
गोकुळअष्टमीच्या उत्सवातच अजून नाथ वावरत होते!
सद्‌गुरूंचे वास्तव्य अपूर्व होते!!

❄❄❄

८९
॥ एका जनार्दनी ॥

उत्सवानंतर आजी-आजोबांची तब्येत अधिकच बिघडली. त्यांना फारशी हालचाल करीता येत नव्हती. नाथ अधूनमधून त्यांच्या खोलीत येऊन जात. चौकशी करीत. औषधे देत. वामनभट सकाळ संध्याकाळ येऊन जात. तब्येत तपासत. उद्धव सारखा आसपास असायचा. गिरिजाबाई त्यांना तेथेच जेवणास वाढीत. अगदी चार घास देखील त्यांना जात नसत.

"काय हो," चक्रपाणी एकदा म्हणाले, "स्वामींचे दर्शन आपणास कधी काळी होईल असे वाटलेही नव्हते. तो योग तर आलाच व एकोबाचा गोकुळ अष्टमीचा उत्सव पाहण्यास मिळाला."

"आपले नशीबच थोर म्हणून हा योग आला." आजी म्हणाल्या, "इतकी माणसे रोज जेवीत होती, पण कधीही काही कमी पडले नाही."

"कसे कमी पडणार?" आजोबा म्हणाले, "स्वामींनी पोत्यांनी सारे सामान आणले होते. त्यावर त्यांचा हात फिरला होता. मग ते संपणार कसे? यालाच सद्‌गुरूंची कृपा म्हणावी लागेल."

"खरे आहे हे," आजी म्हणाल्या, "शिवाय पंढरीनाथाचा घरात वास आहे."

"ते एक नवलच आहे," आजोबा म्हणाले, "कुठे ते कर्नाटकी गाव व कुठे पैठण! पण त्या भाविकाने पांडुरंगाच्या दृष्टांतानुसार त्या मूर्ती एकोबाला आणून दिल्या!"

"आता घरात कधीच काही कमी पडणार नाही." आजी म्हणाल्या, "एकोबाचे भाग्यच उदयाला आले आहे!"

आजोबा आजींची अशीच काही बोलणी चालू रहायची. एक दिवस पाणी

पिताना आजीला जोरदार ठसका लागला. गिरिजाबाई तेथे होत्याच. त्यांनी लगेच त्यांना पाणी पाजण्याचा प्रयत्न केला. पण सारेच पाणी बाहेर आले! त्या चरकल्या....! त्यांनी आजींना अंथरुणावर झोपविले... त्या आता उठणार नव्हत्या.

नाथांना बोलावण्यास उद्धव पळतच गेला होता. नाथ लगेचच आले. त्यांना खरेच वाटेना. चक्रपाणीही गप्प झाले. ते काय बोलणार...!

नाथांच्या डोळियांचे पाणी हलेना. कितीतरी वेळ ते आजींच्या चेहऱ्याकडे पाहत होते.

ती त्यांची आजी तर होतीच, पण काही काळ आईही होती.

आई आठवणे त्यांना शक्यच नव्हते. ते फार लहान होते.

पण ह्या प्रेमपुतळीने आईची उणीव जाणवू दिली नव्हती.

रात्रीचा दिवस करून त्याला वाढविले, न्हाऊ माखू घातले, ते हात आता कायमचे विसावले होते.

ह्या सुरकतलेल्या हातांनी त्यांच्या तोंडावरून मायेचा हात फिरविला होता. घास भरविले होते.

त्या माऊलीने काय केले नव्हते? अखेर उद्धवने त्यांना तेथून बाहेर नेले. पुष्कळ मंडळी जमली होती. सारी तयारी झाली होती.

आजी सकाळी होती....

आत्ता नव्हती!

आजोबांना हा विरह सहन होण्यासारखा मुळीच नव्हता. ते अबोल झाले होते. बोलण्यासारखे आता काहीच राहिले नव्हते. त्या 'सवाष्ण' गेल्या होत्या. त्यांच्या दर्शनाला स्त्रियांनी गर्दी केली होती. गिरिजाबाईंना त्यांचा सहवास फार थोडा लाभला होता. पण त्या एवढ्याशा काळात आजींचे वागणे त्यांच्या मनावर कोरले गेले होते. जवळीक संपली होती. उरल्या होत्या फक्त आठवणी...केवळ आठवणी!

आजोबा दिवस कंठत होते. नाथ रोज त्यांच्याशी बोलत बसू लागले होते. पण जिव्हारी बसलेला घाव कमी कसा होणार? आजोबा त्यांचे जीवनविश्व हरवून बसले होते. इतक्या दिवसांची साथ संपली होती. उरले होते फक्त एकटेपण....!

काही महिन्यांनी एका रात्रीतच आजोबा भगवंताकडे गेले. आजोबा अजून कसे उठत नाहीत हे पाहण्यासाठी नाथ आले तर निष्प्राण देह तेथे पडलेला होता!

आऽ जोबाऽऽ!!!

नाथ जोरात ओरडला.

गिरिजाबाई-उद्धव लगेचच आले.

पण आता सारे संपले होते.

ऐन तारुण्यात मुलगा व सून गेलेले अपार दु:ख त्यांनी सहन केले.

आपला नातू हेच विश्व समजले. ते एकोबामये झाले. स्वत:चे विश्व ते विसरले. एकोबा न सांगता गेला ही मनीची व्यथा त्यांनी मनीच ठेविली.

उरलेले आयुष्य एकोबाला शोधण्यातच गेले. उन्हात-थंडी-वाऱ्यात वणवण करणारे त्यांचे चरण आत्ता विसावले.

''एकोऽबा! एकोबाऽ'' ही हाक आता घरात घुमणार नव्हती.

आपल्या जीवनाची कुरवंडी करून एकोबाला ज्यांनी सांभाळले ते आता पंचमहाभूतात विलीन झाले होते.

एकोबा... एकटे राहिले.

नाथ-अनाथ झाले !!!

❄❄❄

९०

॥ एका जनार्दनी ॥

दुपारचे प्रवचन संपल्यावर नाथांनी उद्धवला हाक मारली.

"काय हवंय?" गिरिजाबाईनी आतून येत असताना विचारले.

"उद्धव कुठाय?"

"वै...वैजापूरचा एकजण त्याला भेटला," गिरिजाबाई अडखळत म्हणाल्या, "त्याने निरोप दिल्यामुळे तो लगेच वैजापूरला गेला आहे. आपण प्रवचनात असल्याने काही विचारता आले नाही. येईल लवकरच. काही हवंय काय?"

"तसे काही नको आहे," नाथ म्हणाले.

"सहज हाक मारिली होती, पण बोलताना आपली अशी गडबड का झाली? तब्येत बरी नाही का?"

"मला काय झालंय!" गिरिजाबाई म्हणाल्या, "आतून गडबडीने आल्याने आपल्याला तसे वाटले असेल."

सायंस्नानाला जाण्यास नाथांना तसा अवकाश होता. पण ते जरा लवकरच निघाले. आणि ते झालेही चांगले. गोदाकाठी प्रल्हाद व गुणाजी बसले होते.

"याऽ एकोबा," गुणाजी म्हणाला, "संपले का प्रवचन? रोज काही मला येता येत नाही. शेजारच्या गावी कामाला जायचे असते."

"माहिती आहे मला" नाथ म्हणाले, "अगोदर काम. मग बाकीचे. तू सारे शिकून घेतलेस हे चांगले झाले."

"किस्ना, रामजी सारेच आता कामाला लागलेत." प्रल्हाद म्हणाला, "त्यामुळे गाठी लवकर पडत नाहीत. आपल्या आजी-आजोबा गेल्यामुळे तूही दुःखात होतास. त्यामुळे कुटाळांची तोंडे तूर्त बंद होती. बाबांना गुंडोशास्त्री भेटले होते. नेहमीच्या जागेऐवजी ती मंडळी अन्यत्र जमत होती. काहीतरी नवीन भानगड ते शोधीत आहेत.

तू आपला सावध रहा. बरे झाले तू भेटला ते. नाहीतरी मी घरीच येणार होतो.''

''प्रल्हाद,'' नाथ शांतपणे म्हणाले, ''साऱ्या कारवाया गुंडोशास्त्री करीत आहेत हे मला माहिती आहे. पण आता या लोकांचा विचार करणे मी सोडून दिले आहे. ते त्यांच्या मार्गाने जातील. माझे कार्य चालूच आहे. मी काही त्यांना कसले प्रत्युत्तर देणार नाही. त्यांना घाबरणारही नाही. ते कोणत्याही टोकाला गेले तरी मी जाणार नाही.''

''एकोबाचे बरोबर आहे,'' गुणाजी म्हणाला, ''दुष्टांचे कार्य अधिक काळ चालत नाही. त्याला शेवट असतोच. स्वामींनी त्यांच्या प्रवचनात हेच सांगितले होते.''

काहीवेळ याच विषयावर चर्चा चालू होती. नाथांची वेळ झाल्याने ते स्नानाला गेले. ते दोघे तेथेच बसले.

सकाळी नाथांची पूजा वगैरे आटोपून ते झोपाळ्यावर बसणार एवढ्यात त्यांचे सासरे श्रीधरपंत, सासूबाई मालतीबाई, उद्धव व दोन गडी आले.

दुपारी 'चोर चोळीचा' कार्यक्रम पार पडला. पुष्कळ स्त्रिया उपस्थित होत्या. मालतीबाईंनी त्या काळानुसार सारे पार पाडले. फराळाचे पुष्कळ आणले होते. आहेर झाले. गिरिजाबाईंना तिसरा महिना पूर्ण होत आला होता.

श्रीधरपंत रामशास्त्रींच्याकडे उतरले होते. निरोप देण्यास गिरिजाबाई व उद्धव गेले होते.

''गेली का मंडळी?''

''आत्ताच गेली.''

''गंगायुमना गोळा झाल्या वाटते?'' नाथ म्हणाले, ''चेहराच सांगतोय.''

''कुठे काय?'' चेहरा पुशीत गिरिजाबाई म्हणाल्या, ''तसे काही झाले नाही.''

''थोडे वाईट वाटणारच,'' नाथ म्हणाले, ''लवकर भेटणार नाहीत पुन्हा. वैजापूरला उद्धवचे काय काम होते हे त्याला सांगता आले नाही. तो गडबडला.''

''तो तुम्हाला घाबरला असेल.''

''असेल, असेल,'' नाथ हसत म्हणाले, ''पण मला मात्र ते अगोदरच माहिती झाले होते!''

''कुणी सांगितले तुम्हाला.''

''मला ते समजले.''

''कसे काय?''

“एक माणूस खारावलेली चिंचच गुपचूपपणे खात असतांना मला दिसले होते.”

“पण आपण काही म्हणाला नाहीत?”

“आपण तरी कुठे ते सांगितले?”

“मी कशी सांगणार?” गिरिजाबाई लाजत म्हणाल्या.

“पण एका माणसाची गंमत झाली की नाही?”

नाथ म्हणाले, “आजी असती तर तिने यापूर्वीच मला सांगितले असते.”

“त्या असताना हे घडले असते तर मला विशेष आनंद वाटला असता.” गिरिजाबाई म्हणाल्या, “त्या सारखे बोलून दाखवीत होत्या मला. आजोबा देखील. त्यामुळे मला अपराधी असल्यासारखे वाटत आहे.”

“त्यांच्या नशिबी फक्त कर्तव्येच होती.” नाथ म्हणाले, “ती त्यांनी कसलीही अपेक्षा न बाळगता पूर्ण केली. आपल्यालाही खंत वाटत राहणारच. आपण त्याला काय करणार?”

“एक विचारू का?”

“विचारा.”

“काय होईल आपणाला?”

“ते आत्ता कसे सांगता येणार?” नाथ म्हणाले, “पण काहीतरी निश्चित होणार. पुत्र झाला तर चांगलेच. कोणतेही एक झाले तर दुसरे नंतर होईल.”

गिरिजाबाई एकदम आत गेल्या! कुणी तरी आल्याची चाहूल लागल्याने नाथही बाहेर आले.

पहिले बाळंतपण वैजापूरला असल्याने गिरिजाबाई तिकडे गेल्या. श्रीधरपंतानी चांगली बैलगाडी पाठविली होती. गिरिजाबाईंचे काका त्यांना नेण्यासाठी आले होते. दोन गडीही बरोबर होते.

त्या गेल्याने नाथांना एकलेपणाची जाणीव सतावू लागली होती. घरात दुसरे कोणी नसल्याने एकदम शुकशुकाट झाला. उद्धव सारी व्यवस्था पाहत होता. स्वयंपाकासाठी व अतिथीसाठी केशवशास्त्रींच्या दूरच्या एक आत्याबाई येऊ लागल्या. त्यामुळे कसलीही अडचण येत नव्हती. नाथांना लिखाणासाठी अधिक वेळ मिळू लागला. भारुडे-गौळणी काव्याबरोबर ते अभंगही लिहू लागले. त्यात त्यांना विशेष गोडी वाटू लागली.

माझ्या वडिलांचे दैवत कृपाळू हा पंढरीनाथ
पंढरीसी जाऊ चला भेटू रुक्माई विठ्ठला ।

पुंडलिके बरवे केले कैसे भक्तिने गोविले
एका जनार्दनी नीट पायी जडलीले वीट ।।

एके दिवशी नाथांचे प्रवचन चालू असताना नागेश जोशी आला. तो सरळ प्रवचनालाच बसला. पुष्कळ गर्दी असल्याने नाथांना तो आल्याचे समजले नाही. प्रवचन त्याला फार आवडले. त्याने पाहिलेला एकोबा व आत्ताचे एकनाथ यात प्रचंड फरक पडलेला होता. त्याला अत्यंत समाधान वाटले. प्रवचन संपताच तो एकदम नाथांसमोरच उभा राहिला.

''याऽ याऽ नागेशराव.'' आलिंगन देत नाथ म्हणाले, ''फार आनंद वाटला. चला, आतच जाऊ या.''

''एकोबा,'' नागेश म्हणाला, ''देवीदासांनी मला उत्सवाची व तुझी सारी माहिती सांगितली. कधी एकदा तुला भेटतोय असे होऊन गेले मला, म्हणूनच आलो!''

''हे उत्तम झाले,'' नाथ म्हणाले, ''मलाही आपली आठवण नेहमी येत होती. आपल्या घरातील अगत्य मी अजून विसरलेलो नाही. नुकतेच स्वामी येऊन गेल्याने सारे काही डोळ्यासमोर उभे राहते.''

''सर्वात सांगण्यासारखी एकच गोष्ट आहे.''

''कोणती?''

''अतिशय समाधानात स्वामी गडावर परत आले,'' नागेश म्हणाला, ''देवीदासला त्यांनी वारंवार बोलून दाखविले. केवळ हेच सांगण्यासाठी मी आलो आहे. स्वामींचे हे मत तुला लवकर कळणार नाही. त्यांनी तुला काही बोलून दाखविले असेलही, पण त्यांनी देवीदासापुढे अंत:करण मोकळे केले.''

नाथांनी त्याला काही दिवस ठेवून घेतले. त्यांची सारी दिनचर्या नागेशच्या लक्षात आली. खरे म्हणजे तो चकितच झाला! नाथांची प्रगती विलक्षण झाली आहे हे कळून चुकले.

जाताना नाथांनी नागेशला पोषाख दिला. अत्यंत समाधानात नागेश निघाला. त्याला निरोप देण्यासाठी एकनाथ बरेच दूर गेले...!

पैठणमध्ये एक दिवस परगांवाहून एक बिऱ्हाड आले. देवळातील एका ओवरीत त्यांना तूर्त जागा मिळाली. ते कृष्णराव लोळे होते. ते चांगल्यापैकी पुराणिक होते. त्या देवळात ते प्रवचने करू लागले. बऱ्यापैकी गर्दी जमू लागली.

त्या देवळावरून गुंडोशास्त्री चालले होते. ते सहज थांबले. थोडे प्रवचन

ऐकले! त्यांच्या मनात एक कल्पनाच चमकली. दुसऱ्या दिवशी आणखी दोघांना घेऊन ते पुराणाला बसले. पुराण संपताच त्यांनी बुवांची भरपूर स्तुती केली.

"कृष्णदास," गुंडोशास्त्री म्हणाले, "आम्ही तुम्हाला दुसरी चांगली जागा दाखवितो. तेथे भरपूर लोक येतील. पैसेही मिळतील. कमी मिळाले तर आम्ही तुम्हाला देत जाऊ."

दुसरे दिवशीपासून नाथांच्या वाड्याच्या समोर ते प्रवचन करू लागले. काही लोक बसले. त्यांचे प्रवचन चांगले रंगले. पण पुन्हा हळूहळू गर्दी कमी होत चालली. तेच ते रोज ऐकून कंटाळल्याने त्याने गर्दी कमी होत चालली. त्यांना जरा अहंकार होता. त्यांना गुरुकृपा नव्हती. गर्दी का कमी झाली याची त्यांनी चौकशी केली असताना समोरच एकनाथांची प्रवचने चालू असल्याचे त्यांना समजले. त्यांचे नाव व कीर्ती त्यांनी ऐकली होती. त्यांना सारे कारस्थान समजले. पश्चात्ताप होऊन ते तेथे येण्याचे बंद झाले.

कृष्णदास रामायण लिहीत होते. त्यांना स्वप्नात असे समजले की दुसऱ्याच दिवशी हे जग त्यांना सोडावे लागणार आहे! रामायण पूर्ण करण्याची त्यांची इच्छा अपूर्ण राहणार होती. ते एकनाथांकडे गेले. त्यांची क्षमा मागितली. रामायणाचे त्यांनी बोलून दाखविले.

नाथांनी त्यांना अभय दिले! ग्रंथ पूर्ण होईल म्हणून सांगितले. कृष्णदासांनी अकराव्या दिवशी रामायण पूर्ण करताच त्यांना मृत्यूने गाठले! नाथांची योग्यता त्यांना समजल्याने त्यांची इच्छा पूर्ण झाली!

गुंडोशास्त्रीचा डाव उधळला गेला!

नाथांना दैवीशक्ती असल्याची वार्ता सर्वत्र पसरली.

कुटाळांची फजिती झाली!

❄❄❄

९१

॥ एका जनार्दनी ॥

नाथ घरात अस्वस्थपणे फेऱ्या मारत होते. कसल्यातरी विचारत ते गर्क होते. उद्धवाची कामे चालू होती. त्याच्याही ध्यानात ही गोष्ट आली. घरात दोघेच असल्याने त्यांची बोलणी वाढली होती.

"महाराज," उद्धव म्हणाला, "एक विचारू का?"

"विचार."

"एवढ्या कसल्या विचारात मग्न आहांत?"

"तसे विशेष काहीही नाही." नाथ म्हणाले, "पण थोडी काळजी वाटत आहे!"

"कशाची?"

"वैजापूरकडील काहीच निरोप नाही." नाथ म्हणाले, "आत्तापर्यंत काहीतरी कळण्यास हवे होते."

"तसे होणार नाही." उद्धव म्हणालो, "येईल निरोप लवकर. वहिनींनी तसे मला सांगितले आहे."

"उद्धवराव आहेत काय?"

"याऽ याऽ" उद्धव बाहेर येत म्हणाला, "म्हादा, आत ये."

म्हादाने श्रीधरपंतांचा निरोप व चिठ्ठी दिली. नाथांना कन्यारत्न झाले होते. चिठ्ठी वाचून त्यांना समाधान वाटले. काळजी एकदम दूर झाली. लगेच त्यांनी उद्धवला नेहमीच्या लोकांच्या घरी ही वार्ता सांगण्यास पाठविले.

यथावकाश गिरिजाबाई पैठणला आल्या. बारसे होऊन 'गोदावरी' नाव ठेवले गेले. इकडून जाण्यासारखे कोणी नसल्याने बारसे उरकून घेतले होते.

गिरिजाबाई आल्याने पुन्हा घराला घरपण आले. घरातील त्यांची नेहमीची

कामे चालू झाली. अतिथींची व्यवस्था मात्र आत्याबाई पाहत होत्या. 'गोदा'मुळे त्यांना अधिक वेळ नसायचा. गोदा अधिक चपळ होती. नाथ तिला घेऊन झोपाळ्यावर बसायचे. त्यांच्याजवळच ती रहायची.

बाळबाळंतिणीला पाहण्यास व आहेर करण्यास विठ्ठलबुवा व राधाक्का आल्या. तिला पाहताच दोघानांही पराकोटीचे आश्चर्य वाटले!

"एकोबा," बुवा म्हणाले, "तुझी आई अगदी अशीच दिसायची तान्ही असताना. ही गोदा म्हणजे अगदी रुक्मिणीच!"

हे ऐकून नाथांना आश्चर्यच वाटले! त्यांनी आई पाहिलेली त्यांना मुळीच आठवत नव्हते. आई म्हणून त्यांनी कधी हाक मारली नव्हती! त्यांची ही भूक अपूर्ण राहिली होती. हे त्यांच्या मनीचे शल्य होते. ते कुणाला सांगणार! आता गोदाकडे पाहून त्यांना हे अंतरीचे समाधान लाभणार होते. परमेश्वरी 'लीला' अगाध असते हे त्यांना माहिती होते. यामुळे ते हळवे बनले. नकळत त्यांचे डोळे भरून आले...! ते एकदम म्हणून गेले..."आईऽ!" पण जवळ कुणीच नसल्याने हे कुणाला समजले नाही!

गोदाला जवळ घेण्यात त्यांना आता थोडा वेळ द्यावा लागणार होता. त्यांच्याजवळ ती लगेच यायची! हसायची! नाथ भारावून जायचे! रांगू लागल्यावर ती साऱ्या घरात फिरू लागली. हाती लागेल ते घेऊ लागली! फेकू लागली! ती चालू-बोलू लागल्यावर तिच्या बाळलीला आणखी वाढल्या. तिचा आवाज तर गोड होताच पण विशिष्ट लकबीत ती नाथांशी बोलायची. त्यांना नाना प्रश्न विचारून भंडावून सोडायची! त्यांना लुटूपुटूचे खाण्यास द्यायची! प्रवचनाजागी येण्याचा प्रयत्न करायची. अशा वेळी उद्धवाला तिला बाहेर न्यावे लागायचे! या व असल्या अनेक बाळलीलांमुळे नाथ तिला 'लीला' म्हणून हाक मारू लागले! हेच नाव रूढ होऊ लागले...!

नाथांचे घर अक्षरश: 'लीलामय' झाले. नाथांनी तिला नाना प्रकारची खेळणी आणली. ती घरभर पसरलेली असत. शिवाय घरातील एकही वस्तू ठिकाणावर नसायची! देवघरातील देवांवरदेखील तिची नजर जायची! नाथांची धावपळ वाढली!

"बरं का," एकदा नाथ म्हणाले, "या लीलेने मला भंडावून सोडलंय, बुवा! कुठेही काहीही खाली ठेवायची सोय राहिली नाही."

"तुम्हाला सवय कुठाय लहान मुलांची?" गिरिजाबाई म्हणाल्या, "त्यांच्याकडे पाहतच रोजचा दिवस संपून जातो. घर कसे अगदी गोकुळासारखे वाटते भरलेले!"

"अजून भरले तर?" नाथ हसत म्हणाले, "मग काय करणार?"

"घरोघर काय करतात?" गिरिजाबाई म्हणाल्या, "बहिणीला भाऊ व

भावाला बहीण ही लागतेच. त्याशिवाय सण कसे साजरे होणार?

आणि झालेही तसेच. नाथांना मुलगा झाला. 'हरी' नाव ठेवले गेले. घरात अजून गडबड वाढली. हरी रांगू लागला. पण त्याचे एक वैशिष्ट्य दिसू लागले. तो आईशिवाय दुसऱ्या कोणाकडे जात नसे. लगेच रडायला लागायचा. उद्धवदेखील प्रयत्न करून थकला. गिरिजाबाईंची पंचाईत पडू लागली. जोपर्यंत तो झोपलेला आहे तोपर्यंतच सारी कामे उरकून घ्यावी लागायची."

"बरं का!" नाथ एकदा म्हणाले, "चिरंजीव आमच्याकडे येत तर नाहीतच, पण नुसते पाहण्यासदेखील ते तयार नाहीत. हे प्रकरण जरा वेगळेच दिसत आहे!"

"तसे काही नाही हो," गिरिजाबाई म्हणाल्या, "त्याला काय समजतंय? तुमच्याजवळ लीला असते सारखी, त्यामुळे तो येत नसावा. त्याला दुसरे काय कळणार?"

"तसे नसावे," नाथ म्हणाले, "लीलाला मी खाली ठेवून त्याला घेण्याचा प्रयत्न केला पण तरीही तो मान वळवितो!"

"अहो!" गिरिजाबाई म्हणाल्या, "आता घ्या ह्याला!"

गिरिजिाबाईंनी प्रयत्न केला पण तो नाथांच्याकडे जाईना. त्यांनाही आश्चर्य वाटले. लीलाबरोबरही तो फारसा खेळायचा नाही. उलट तिला मारायचा!

दिवसामागे दिवस जात होते. हरी मोठा होत होता. परंतु त्याच्यात कोणताही फरक पडला नव्हता! नाथांशी अधूनमधून तो काही बोलायचा. पण मोजकेच. त्याला शिकविण्याचीही व्यवस्था नाथांनी केली. त्याचा विद्याभ्यास सुरू झाला. तोही एकपाठी होता. त्यामुळे त्याचे पाठांतर चांगले होऊ लागले. त्याच्या वयाच्या इतर मुलांहून तो तल्लख होता.

वाढत्या वयाबरोबर गिरिजाबाई गोदेला घरातील कामात घेऊ लागल्या. स्वयंपाकाचे शिकवू लागल्या. ती भाजी निवडून, चिरून द्यावयाची. नाथांच्या प्रवचनात बसून नंतर त्यांना काही प्रश्नही विचारायची.

नाथांची तिसरी कन्या 'गंगा' ही आता चालूबोलू लागली होती. तिन्ही मुलांचे सारे व्यवस्थित करण्यातच गिरिजाबाईंचा वेळ जायचा. रात्री झोपताना त्या रामायण-महाभारतातील कथाही सांगायच्या. तिन्ही मुले ऐकत बसायची. त्याचा परिणाम व्हायचा.

हरीमध्ये एकच फरक पडला होता, की तो गोदेशी नीट वागू लागला. ती त्याला सांभाळून घ्यावयाची. गंगा त्या मानाने लहान होती. पण स्वभावातील हरीचा अहंकार कमी होत नव्हता. मुलगा म्हणून त्याच्याकडे गिरिजाबाई दुर्लक्ष करीत.

अधूनमधून नाथ हरीचा अभ्यास घेऊ लागले. त्यांना हरीच्यात काही बदल होतोय का हे पहायाचे होते. तो त्यांना घाबरत नसे. पण आपणहून जवळ येण्याच्या प्रयत्न तो कधी करीत नसे. नाथांना त्याला वेळीच सुधारायचे होते.

तो ज्या शास्त्रीबुवांकडे शिकण्यास जात असायचा तेथे बरीच मुले सर्वसाधारण होती. पण हरी मात्र एकदम त्यात उठून दिसायचा. विचारलेल्या प्रश्नांची उत्तरे तो व्यवस्थित देत असे. संस्कृत त्याला चांगले येऊ लागले.

अभ्यास संपल्यानंतर तो त्या भागातच त्या मुलांशी खेळत बसायचा. नाथांच्या विरुद्ध असणारी जी शास्त्रीमंडळी होती. त्यांचीही मुले येथे शिकण्यास येत. त्यांच्या घरातून जे नाथांच्या विरुद्ध बोलणी होत. त्यांचा परिणाम त्या मुलांवरही होत राहायचा. नाथांच्या विरुद्ध काहीतरी बडबड ही मुलेही करायची. हरीला याचे आश्चर्य वाटायचे! कुटाळांपैकी काही जण हरीला बोलते करण्याचा प्रयत्न करायचे. पण वयाने लहान असल्याने त्याला एवढे काही कळायचे नाही!

गोदाही पुष्कळ घरी खेळण्यास जायची. तिच्या मैत्रिणीही चांगल्या होत्या. शरयू तिच्याकडे सारखी यायची. ती स्वभावानेही चांगली होती. सहसा भांडायची नाही. त्यामुळे दोघींचे चांगले जमायचे.

नाथ एकदा फुटाणे खात सहज ओसरीवरच बसले होते. ताजे फुटाणे असल्याने ते त्यांना विशेष आवडत. अजून स्वयंपाकास अवकाश होता.

''अजून हवेत का फुटाणे?'' आतून येत गिरिजाबाईंनी विचारले, ''शरयूच्या आईने पाठविले आहेत.''

''चांगले आहेत,'' नाथ म्हणाले, ''पण यावेळी किती खायचे! सकाळी खाणे झालेच आहे. गंगालाही दिले वाटते!''

''तिलाही आवडतात.'' गिरिजाबाई म्हणाल्या, ''नाहीतर धडपड करीत ती पळवून नेतेच.''

''बसा की खाली.'' नाथ म्हणाले, ''उभे राहून किती बोलणार? पोरेही घरात नाहीत.''

''मी बसणारच होते.'' गिरिजाबाई बसत म्हणाल्या, ''पण विसरून गेले. एक बोलायचे होते.''

''म्हणून तर बसण्यास सांगितले!''

''हरीच्या बरोबरच्या पुष्कळ मुलांच्या मुंजी झाल्यात,'' गिरिजाबाई म्हणाल्या, ''त्याचीही करून टाकावी.''

''अगदी योग्यवेळी आपण बोलत आहोत.'' नाथ म्हणाले, ''माझ्याही मनात

तेच येत होते. मुहूर्त पाहून करून टाकू या म्हणजे त्याचे पुढील सारे व्यवस्थित होईल. आपण तयारीला लागावे.''

मुंजीच्यासंबंधी आणखी काही वेळ दोघेही बोलत बसले.

लवकरच हरीची मुंज मोठ्या थाटामाटात पार पडली. दोन्ही घरची पाहुणे मंडळी भरपूर आली होती. मुंजा मुलगा अगदी उठून दिसत होता. योग्य वयात त्याची मुंज झाली. पैठणमध्ये अलीकडे इतक्या मोठ्या प्रमाणात कुणाची मुंज झालेली नव्हती.

वैशाखवणवा चालू होता. उन्हाला काही सीमा राहिली नव्हती. गोदेचे वाळवंट तर भाजून निघाले होते. माध्यान्हस्नान करून नाथ घाईघाईने परत होते. पायाला चटके बसत होते!

एवढ्यात एका बाजूला त्याना एका लहान मुलाचा रडण्याचा आवाज आला. त्यांना आश्चर्यच वाटले. त्यांनी सहज पाहिले तर एक उघडे नागडे लहान मूल वाळवंटात ओरडत पडले होते! आसपास पुष्कळ माणसे चालली होती. पण अंत्यजाच्या मुलाकडे कोण पाहणार? त्याच्या ओरडण्याकडे लक्ष द्यावयाचे कारण तरी काय? त्याची आई कुठे गेली होती? तिला काही समजत नव्हते काय?

जाणाऱ्या येणाऱ्या लोकांत नुसती कोरडी चर्चाच चालू होती. त्याच्याजवळ तरी कसे जायचे?

नाथांनी कसलाही विचार न करता अगोदर त्या मुलाला उचलून कडेवर घेतले. गोदेत भरून घेतलेल्या पाण्याने त्याची तहान भागविली. त्याच्या हाता-पायाला, पाठीला पाणी लावून आग शमविण्याचा प्रयत्न केला. ते महारवाड्याकडे निघाले! लोक पाहतच राहिले! अंत्यजाचे मूल चक्क कडेवर घेऊन नाथ निघाले? घरातील एकाही मुलाला कधी कडेवर घेऊन गावात आल्याचे कुणी पाहिलेले नव्हते!

''अहो! नाथ...हे काय करीत आहात? ते मूल अंत्यजाचे आहे!''

''शिव! शिव! नाथांनी धर्म बुडविला!''

''चक्क महारवाड्यात नाथ निघाले!''

''काय हा भ्रष्टाचार! केवढे पाप!''

''अरे रे, नाथांचा अध:पात झाला!''

''काय, करावे, आता ह्या एकनाथांना!''

''अहो! सोडा ते मूल खाली! जाईल आपल्या घरी ते!''

नाथ कुणाकडेही न पाहता तसेच सरळ पुढे निघाले होते. त्यांचा धर्म मानवतेचा होता! माणुसकीला जागणारा होता! जातिभेदाच्या भ्रामक कल्पनांच्या पुढे

नाथ गेलेले होते. ते असल्या लोकांना काय दाद देणार!

महारवाड्यातील पुष्कळ लोक त्यांच्या प्रवचनाला येत असत. त्यांनी सर्वांनी नाथांचे चरण धरले! त्या मुलाच्या आईने पटकन आपल्या मुलाला घेतले. ती काय बोलणार? विपरीत घटना घडलेली होती. तिने नाथांत देव पाहिला होता.

साऱ्या पैठणमध्ये ही वार्ता लगेच पसरली! कुटाळांची चर्चा चालू झाली. एकनाथांनी पैठणात हा माजविलेला अधर्म बंद करायला हवा! गुंडोशास्त्री संधी पाहू लागले!

"आई!," हरी म्हणाला, "बाबांनी आज काय केले आहे हे कळले का?"

"कळले!'

"साऱ्या पैठणातील लोक नावे ठेवीत आहेत."

"असतील," गिरिजाबाई म्हणाल्या, "तुला काय करायचे आहे?"

"आई, हे धर्मविरुद्ध आहे!"

"बडबड बंद कर." गिरिजाबाई रागाने म्हणाल्या, "धर्म म्हणजे काय हे अगोदर समजून घे! जा इथून. जातो की नाही?"

आईचा अवतार पाहून हरी पळाला. पण गिरिजाबाई विचारात पडल्या. वयाच्या मानाने हरी जादा बोलून गेला होता! वडिलांची बाजू तो घेत नव्हता...! त्याला वेळीच आवरायला हवे...!

आदिअंती अवघा विटाळ संचला
सोवळा तो झाला कोण न कळे
चोखा म्हणे मज नवल वाटते
विटाळापरते आहे कोण?

❄❄❄

१२
॥ एका जनार्दनी ॥

"आई," एकदा गोदा म्हणाली, "यंदा आपण भोंडला करायचा का? माझ्या सगळ्या मैत्रिणी करणार आहेत. नाही केला तर मला उगाच त्या बोलतील!"

"काही हरकत नाही, करू या." गिरिजाबाई म्हणाल्या, "माझ्याही मनात परवा हे आले होते. पण तुला विचारायचे राहून गेले."

हस्त नक्षत्रावर भोंडला सुरू झाला. एका पाटावर गिरिजाबाईंनी रांगोळीने एक सुंदर हत्ती काढला! कितीतरी वर्षांनी हा योग आला होता. त्यांच्या लहानपणीच त्या हत्ती काढण्यास शिकल्या होत्या. त्यांच्या आईने त्यांना शिकविले होते.

सायंकाळच्या अगोदर साऱ्या मुली लीलाच्या घरी आल्या. हत्तीचा पाट मध्यभागी ठेवून मुलींनी फेर धरला. भोंडल्याची गाणी सुरू झाली...

ऐलमा पैलमा गणेश देवा...
माझा खेळ मांडून दे
करीन तुझी सेवा...!

पुष्कळ गाणी म्हटली गेली. खिरापत ओळखली जायची. पण आज मात्र मुली हरल्या. त्यांना ओळखता आले नाही!

नाथांच्या लिखाणात आता खंड पडत नव्हता. दिवसा फारसा वेळ मिळायचा नाही . त्यामुळे त्यांना रात्री बसावे लागे. स्फुट ग्रंथ बरेचसे लिहून पूर्ण झाले होते. शिवाय काही ग्रंथांचे त्यांना वाचनही करावे लागत असे.

गिरिजाबाईंच्या मनात हल्ली एक विचार सारखा येत रहायचा. भोंडल्याच्या वेळी सगळ्या मुलीत लीला अगदी उठून दिसायची. गोरापान रंग, काळ्या भोर केसांचा खोपा, त्यात केवड्याची वेणी, खुलून दिसायची. परकर चोळी घातलेल्या

लीलाकडे एकदम लक्ष जावयाचे.

हसऱ्या चेहऱ्याच्या लीलाच्या विवाहाचे विचार अलीकडे त्यांच्या मनात येऊ लागले होते. ती आता योग्य वयाची झाली होती. तिच्याबरोबरीच्या काही मुलींची लग्ने झालेली होती. तिच्यासाठीही आत्तापासूनच प्रयत्न सुरू करायला हवा होता. म्हणजे एखादे योग्य स्थळ मिळेल. तिचे वडील याविषयी काहीही म्हणाले नव्हते. त्यांच्या ध्यानातही ही गोष्ट येणार नाही! बायकांचे प्रश्न बायकाच जाणोत! हा विषय केव्हा व कसा काढायचा हाच प्रश्न होता.

गोदा-गंगा शेजारच्या घरात सायंकाळी अंगत पंगत करण्यास गेल्या होत्या. हरी पाठांतर करीत होता. आज कधी नव्हे ते नाथ सायं स्नानसंध्या करून लवकर घरी परतले होते. मुलींसाठी आज स्वैपाक लवकर केला गेला होता. भाजणीची थालीपीठे, दही व पापड असा बेत मुलींना हवा होता.

नाथ ओसरीवर बसले होते. एका नव्या ग्रंथांचे विचार त्यांच्या मनात येत होते. तेवढ्यात भोंडल्याची खिरापत घेऊन गिरिजाबाई आल्या.

"काय खिरापत आहे, ओळखा पाहू!"

"फोडणीच्या लाह्या."

"तुम्हाला कसे ओळखता आले?"

"माझ्या जवळ ही विद्या आहे." नाथ हसत म्हणाले, "तुम्हीच सांगा मी कसे ओळखले हे."

"गंगीने सांगितले असेल"

"बरोबर आहे." नाथ म्हणाले, "स्वंयपाकघरात काय चालू आहे हे त्यामुळेच आम्हाला अगोदर समजते."

"माझ्या मनात काय चालू आहे हे सांगा पाहू."

"लीलाचे लग्न."

"आश्चर्य आहे." गिरिजाबाई एकदम म्हणाल्या,

"हेही तुम्ही ओळखले!"

"कुणाकुणाची लग्ने ठरली हे शरयू परवा तुम्हाला सांगत होती." नाथ म्हणाले, "ते जाता जाता सहज मला ऐकू आले, एवढेच."

"मी त्यासाठीच आले आहे." गिरिजाबाई जरा गंभीरतेने म्हणाल्या, "ती आता योग्य वयात आहे. स्थळे पाहण्यास सुरुवात केली तर वर्षा-सहा महिन्यात जमून जाईल."

"काही हरकत नाही." नाथ म्हणाले, "आपल्या माहितीच्या लोकांना सांगून

ठेवा म्हणजे एखादे स्थळ हाती येईल. मात्र माणसे चांगली हवीत.''

''हेच हवे असते.'' गिरिजाबाई म्हणाल्या, ''एकदा लग्न झाले म्हणजे सुटलो आपण एक लग्नातून.''

पैठणमध्ये नानाशास्त्री मुदगल प्रसिद्ध होते. त्यांच्या मुलगा विश्वंभरदेखील निपुण होता. गावातील ते प्रतिष्ठित घराणे होते.

लीलाचा विवाह त्याकाळाप्रमाणे अगदी धूमधडाक्यात पार पडला. नवरा-नवरी उठून दिसत होते. पंगतीवर पंगती उठत होत्या. नाथांनी लाडक्या लेकीच्या लग्नाला काहीही कमी पडू दिले नव्हते. नाथांची लीला आता दुसऱ्या घरी जाणार होती. नाथांना याचे राहूनराहून वाईट वाटत होते. पण ते दाखवीत नव्हते.

उन्हें कलल्यावर लीला सासरी निघाली. नको ती वेळ आली होती. जिच्यावर इतकी वर्षे माया जडली होती ती आता निघाली. तिच्या डोळ्यातील अश्रू थांबत नव्हते. भरजरी पैठणी सावरीत ती डोळे पुसत होती. गिरिजाबाईंचीही हीच अवस्था झाली. गंगाने तर गळाच काढला. ''ताऽई'' म्हणून तिने तिला मिठी मारली. अश्रू आवरून नाथ कसेतरी उभे होते... लीला पुन्हा पुन्हा मागे वळोनिया पाहत होती... माझे घर, माझी माणसे...! ती पुरती बावरली होती...! पाय पुढे जात होते...पण मन मागेमागे धावत होते...! त्या साऱ्या आठवणी बाजूला ठेवून आता सासुऱ्यास जाणे भाग होते...!

लीलाच्या जाण्याचा साऱ्या घरावरच परिणाम झाला होता...! कुणालाच काही दिवस काही सुचत नव्हते.'' बाऽ बाऽ' म्हणून विशिष्ट आवाजात ती हाक मारीत आहे असा भास नाथांना होत होता...!

प्रवचन झाल्यावर सायंस्नानासाठी नाथ लगेचच बाहेर पडले. गोदाकाठावर जरा दूरवर एक प्रशस्त विहीर होती. तिला कायम पाणी असायचे. आत बांधीव ओटा व त्याच्या आत एक मोठा कोनाडा होता. त्यात नाथ केव्हातरी बसून उपासना करीत असत. आज सकाळपासून त्यांना त्या ठिकाणी जावे असे वाटत होते. म्हणून ते लवकर बाहेर पडले.

त्या कोनाड्यात बसून त्यांनी काही स्तोत्रे म्हटली. बुधवार असल्याने त्यांनी शंकराचार्यांचे पांडुरंगाष्टक म्हटले. शेजारच्या मुरलीधराच्या मंदिराकडे ते निघाले. तेथे मुरलीधराची सुंदर मूर्ती होती. त्याना आश्चर्यच वाटले! देवळाच्या ओट्यावर मुरली एकटाच बसला होता.

दर्शन घेऊन ते त्याच्याजवळ आले तरी त्याचे लक्ष नव्हते.

''एवढा कसल्या विचारात आहेस?''

"अ-अरे! तू केव्हा आलास!''

"कितीतरी वेळ झाला!'' नाथ हसत म्हणाले,

"तू नदीकडे पाहत होतास...! काही विशेष?''

"तुझ्याबद्दलच विशेष आहे.'' मुरली म्हणाला, "तू भेटलास ते बरे झाले!''

"त्या अंत्याजाच्या मुलाबद्दल असेल.'' नाथ म्हणाले, "सारे कुटाळ बिथरले आहेत, हेच ना!''

"होय हे खरे आहे.'' मुरली म्हणाला, "तू हे कृत्य केले हे चांगले झाले. पण त्याचा परिणाम तुझ्या लक्षात आला का?''

"परिणाम काय होणार हे माहीतच होते.'' नाथ म्हणाले, "पण त्यांच्या विरोधाला घाबरून माझा मार्ग मी सोडणार नाही. आणि मी वाईट काय केलेय? माणुसकी नसणाऱ्यांचा मी विचारदेखील करणार नाही! तू काहीही काळजी करू नकोस. उलट परवा आणखी एक प्रकार घडलाय!''

"कोणता?''

"भोजनाची तयारी झाल्यावर अतिथी कोणी बाहेर आला आहे का हे पाहण्यासाठी मी आलो तर एक कुष्टरोगी ब्राह्मण उभा होता. त्याला मी भोजनास बोलावले तर तो नाही म्हणाला. मग त्याला मी काय हवंय असे विचारले तेव्हा त्याने मला सांगितले!''

"काय म्हणाला तो?''

"मी त्र्यंबकेश्वराचा नागोभट्ट आहे.'' तो म्हणाला, "गेली कित्येक वर्षे या कुष्ठरोगामुळे मी बहिष्कृत आहे. घरातून देखील मला हाकलून दिले आहे. मरणाचे विचार मनात येत होते. पण माझ्या काही पुण्यकर्मामुळे त्र्यंबकेश्वराने मला स्वप्नात दृष्टांत दिला.''

"काय दिला?''

"तू पैठणला जा.'' तो म्हणाला, "तेथे एकनाथ राहतात. त्यांनी नुकतेच एका अंत्यजाच्या मुलाला तापल्या वाळवंटातून उचलून महारवाड्यात नेऊन दिले आहे. त्यामुळे जे पुण्य त्यांना मिळाले आहे ते तू मागून घे, म्हणजे तुला रोग नष्ट होईल.''

"आश्चर्य आहे'' मुरली म्हणाला, "मग तू काय म्हणालास?

"नागोभट्ट,'' मी म्हणालो, "पुण्याकरिता मी काहीच केलेले नाही! तर मग मला पुण्य कसे मिळणार? शिवाय मी पाप कधीच करीत नाही, त्यामुळे पुण्याचा विचार करण्याचे मला काय कारण आहे? मी सकाम कर्म करीतच नाही. तुम्ही म्हणत

आहात म्हणून मी माझे सर्व पुण्य तुम्हाला देण्यास तयार आहे.''

''मला ते सारे नको आहे.'' नागोभट्ट म्हणाला, ''भगवंतानी जेवढे सांगितले आहे तेवढेच द्या. माझ्यावर उपकार करा. मला जीवदान द्या.''

''मग अधिक काही न बोलता मी हातावर पाणी सोडले व त्याला पुण्य अर्पण करून लगेच गोदास्नान करून येण्यास सांगितले. थोड्याच वेळात नागोभट्ट येऊन माझ्या चरणाला त्याने मिठी मारली. तो संपूर्णपणे रोगमुक्त झाला होता!''

''आश्चर्य आहे,'' मुरली म्हणाला.

''मुरली,'' नाथ म्हणाले, ''यात माझे काही चुकले आहे का? अंत्यजाचे उघडेवाघडे पोर त्या तापलेल्या वाळवंटात ओरडत असताना कुणाला काहीच कसे वाटले नाही? मग मला दया आली त्याची, तर धर्ममार्तंडांचे काय बिघडले? मूठभर लोकांच्यासाठी मी माणुसकी सोडावी काय?''

''नाही,'' मुरली समाधानाने म्हणाला, ''तू त्यावेळी जे केले ते अगदी योग्यच होते. तू त्याच मार्गाने जा. भगवंत निश्चित तुझ्या पाठीशी आहे. म्हणून तर आम्हाला तुझा अभिमान वाटतो.''

नागोभट्ट भोजन करूनच गेला.

मुरली मात्र दिवसभर याचाच विचार करत होता.

त्याला एकच कोडे सुटले नव्हते!

कोण होता नागोभट्ट?

नाथांची ही परीक्षा तर नव्हती?

❄❄❄

१३

॥ एका जनार्दनी ॥

"वा! गणेशभट्ट," गुंडोशास्त्री आनंदाने म्हणाले, "झकास कामगिरी केलीत तुम्ही! चांगली जिरली त्या धर्मभ्रष्ट एक्याची! स्वत:ला फार शहाणा समजत होता! आता भोग फळं याची! गणेशभट्ट, तुम्ही अचूक डाव साधला."

"मी वागतोच तसा सावधपणे. त्याच्या भाविकाचा मी आव आणलेला आहे. त्याच्या प्रत्येक कार्यक्रमाला मी हजर असतो! रोज त्याच्या दर्शनाला मी असतोच. त्याचे चरण धरितो. त्यामुळे अगदी विश्वासात घेऊन त्याने मला कामगिरी सांगितली. मी अत्यंत आपुलकीचे नाटक करीत त्याला सारे खोटे सांगितले! त्यात तो फसला! माझ्यावर विश्वास ठेवला म्हणून फसला! मी अगदी सहजतेने त्याचा कायमचा काटा काढला!" गणेशभट्ट म्हणाला.

अखेर गोदेच्या विवाहाचा सोहाळा संपला. नाथांना पराकोटीचे समाधान लाभले. त्यांच्या अपेक्षेप्रमाणे गावातच तिला चांगले स्थळ मिळाले. तिला दूर जावेच लागले नाही! ती केव्हाही घरी येऊ शकते किंवा आपणही जाऊ शकतो.

पण खरे म्हणजे नाथांना आता अजिबात चैन पडेनासे झाले होते. ते घरात असताना लीला सारखी त्यांच्या भोवतीच असायची. पूजेची सारी तयारी तीच करायची. त्यांना खाण्यापिण्यास तीच द्यावयाची, त्यात आता एकदम खंड पडला.

प्रवचने-पुराणे वगैरे दैनंदिन कार्यक्रम नियमित चालू होते. पण नाथांचे चित्त नसायचे. क्षणाक्षणाला तिची आठवण व्हायची. ती डोळ्यासमोर यायची!

"किती दिवस तुम्ही आता लीलाच्यावर विचार करीत राहणार?" एकदा गिरिजाबाई म्हणाल्या, "मुलीची जात. केव्हातरी सासरी जायचीच. लग्न झाले की ती दुसऱ्याची झाली! तुम्हाला तिचा विलक्षण लळा होता हे खरे आहे. पण त्याला आता काय करणार? किती तरी काळ लोटला. अनेकवेळा ती येथे येऊनही गेली. अजूनही

येतच असते. पण तुमच्यात अजून बदल नाही!''

"असे झाले आहे हे खरे आहे'' नाथ दूरवर पाहत म्हणाले, "पण माझ्या डोळ्यासमोरून ती हलतच नाही. तिचे काही प्रसंग आठविले की मी तोच विचार करीत राहतो.''

"आता गंगा आहे घरात,'' गिरिजाबाई म्हणाल्या, "ती करत जाईल तुमचे सारे. तिच्यात लीलाला पहा.''

"उद्या केव्हातरी तीही जाणार आहेच की,'' नाथ म्हणाले, "तिला गावातील स्थळ न मिळता कुठे दूर ती गेली तर? पुन्हा असेच होत राहणार.''

अशी बोलणी वारंवार होत राहायची. लीला आनंदात आहे एवढ्यावरच नाथांचे जीवन चालले होते. तीही सासरचे कौतुक सांगत बसायची. नाथ समाधानात राहत!

लीलाकडील गोड वार्ता अजून समजली नव्हती! तिच्या बरोबरीच्या पुष्कळ मुली लेकुरवाळ्या झाल्या होत्या. त्यामुळे ओळखीच्या बायका गिरिजाबाईंना विचारू लागल्या.

अखेर एकदा गिरिजाबाईंनी लीलाला खडसावून विचारले! तेव्हा लीलाने सारी सत्य परिस्थिती सांगून टाकली! तिचा नवरा तिच्याशी नीट वागत नसायचा. बोलायचाही नाही! तो व्यसनी होता. रात्री-बेरात्री तो परत यायचा. तो चक्क बाहेरख्याली होता!

"मग इतके दिवस तू का नाही सांगितले?'' गिरिजाबाई आवाज वाढवून म्हणाल्या, "आता सारे प्रकरण हाताबाहेर गेल्यावर सांगून काय उपयोग होणार? यांना काय वाटेल याचा विचार केला आहेस का तू कधी? तुझ्यावर त्यांचा विलक्षण जीव.''

"आई,'' लीला रडत म्हणाली, "म्हणूनच मी खोटे बोलत होते. बाबांचा आनंद मला हिरावून घ्यावयाचा नव्हता. त्यांना आहे त्या सुखात ठेवण्याचीच धडपड असायची माझी. म्हणूनच मी घरी येत होते. सारे खोटे सांगत होते. शिवाय असल्या गोष्टी कशा सांगणार मी? माहेरी काही सांगितलेस तर हाकलून देऊ घरातून असे मामंजी बोलत असत! दुसऱ्या मुलींना काय तोटा आहे?''

तेवढ्यात नाथ तेथे आले! लीला रडत आहे हे पाहताच ते चरकले! त्यांनी काही विचारण्यापूर्वीच गिरिजाबाईंनी काहीही न लपविता सारे सांगून टाकले!

"आता काय उपयोग आहे.'' नाथ हताशपणे म्हणाले, "सारे संपले आहे! यातील आपल्याला काहीच समजले नव्हते. तरी मी चौकशी केली होती.''

"त्याचा काही उपयोग नव्हता!'' गिरिजाबाई म्हणाल्या, "ज्यांना तुम्ही विचारले तोच दुष्ट असला पाहिजे. त्याने जाणूनबुजून सारे खोटे सांगितले असेल.

सत्य लपविले! म्हणून त्याचे लग्न होत नसावे!''

''कुणाला विचारले होते तुम्ही?''

''गणेशभटाला,'' नाथ म्हणाले, ''त्यावेळी तो प्रत्येक कार्यक्रमाला हजर असायचा. गोड बोलायचा. आपुलकी दाखवायचा. पण तो इतका खोटारडा असेल याची कल्पना नाही आली मला. मी स्वत:च चौकशी करायला हवी होती. तेव्हापासून तो म्हणूनच येण्याचा बंद झालाय. तो कां येईनासा झाला हे आज समजले.''

''बाबा,'' लीला म्हणाली, ''तो गणेशभट्ट व तो गुंडोशास्त्री नेहमी घरी येतात. आमचे लग्न झाल्यावर लगेच ते आले होते. हे मला आठवत आहे. त्यावेळी मामंजी पूजा करीत बसले होते म्हणून ते ओसरीवर बोलत बसले होते. मी पाणी आणत असताना थोडे थांबून त्यांचे बोलणे सहज ऐकले. गुंडोशास्त्रीला तो गणेशभट्ट सांगत होता की त्याने तुम्हाला सारे खोटे सांगून तुमचा कायमचा काटा काढला! त्याचा अर्थ मला आत्ता समजला आहे. तो गणेशभटच याला जबाबदार आहे!''

''आता अत्यंत सावधतेने त्यांच्यावर काहीतरी कुरघोडी केली पाहिजे.'' गिरिजाबाई म्हणाल्या, ''म्हणजे त्याला चांगला धक्का बसेल.''

नाथांनी उद्धवकडून या गोष्टीची सखोल चौकशी केली. विश्वंभर त्या बाईच्या पुरता नादाला लागला होता! अगदी वेडा झाला होता. ती आपल्याशी अगदी एकनिष्ठ आहे अशा थाटात तो वागायचा.

नाथांनी दुसऱ्या एका खात्रीच्या माणसाकडून एक कामगिरी करून घेतली. तो त्या बाईच्या जवळच रहायचा. तिची व त्याची चांगली ओळख होती. ''तुला उद्या पळवून नेणार आहेत, तू आजच इथून पळून जा, मला हे खात्रीपूर्वक समजले आहे म्हणून तुला सांगण्यास मी आलोय.''

आणि खरोखरच त्यादिवशी, विश्वंभर येण्याअगोदरच ती बाई सामानसुमान घेऊन गाव सोडून गेली!

याचा विश्वंभराला चांगलाच धक्का बसला. तो एकांतात राहू लागला. गप्प बसला. त्याच्या मनावर जबरदस्त परिणाम झाला होता.

गिरिजाबाईंनी सूचना दिल्याप्रमाणे लीलाने अतिशय सावधतेने त्याला वेळीच ताळ्यावर आणले! मुद्‌गल शास्त्रींनाही आश्चर्य वाटले! वाया गेलेला पोरगा सुधारला. लीलाच्या विस्कटलेला संसार सुरळीत चालू झाला!

नाथांना आता मात्र खरोखरचे समाधान प्राप्त झाले. विश्वंभर कसा सुधारला हे मात्र गुंडोशास्त्रींना समजले नाही! गणेशभटही आता त्यांच्याकडे येत नसायचा!

नाथ नेहमीच्याच वाटेने गोदास्नानाला जात. त्या वाटेवर एका घरात एक

अहंकारी मुसलमान नव्याने राहण्यास आला. तो जाणाऱ्या येणाऱ्या हिंदूना त्रास देऊ लागला. यवन असल्याने त्याच्या वाटेला कोण जाणार! नाथ हे जाता येता पाहत, पण ते लक्ष देत नसत.

एक दिवस नाथ स्नान करून येताना तो त्यांच्या अंगावर माडीवरून पान खाऊन थुंकला! नाथ काहीही बोलले नाहीत. ते पुन्हा स्नान करून आले. असे दोनतीन वेळा झाले. ते पुन्हा स्नान करून येत. असे रोजच चालू झाले! गोदास्नान पुन्हा पुन्हा घडत आहे याचा त्यांना आनंद होत होता. मात्र वाटेवरील लोकांना आश्चर्य वाटायचे व वाईटही वाटायचे. नाथ काहीही बोलायचे नाहीत!

त्या घरावरून एक दिवस जाताना तो यवन माडीवर उभा नव्हता. त्यामुळे नाथ तेथे वाट पाहत थांबले!

रस्त्याने जाणारा एकजण म्हणाला, ''हा यवन रोज तुमच्या अंगावर पिंक थुंकतो. तुम्ही पुन्हा स्नान करून येता. आज तो नाही तरी तो थुंकण्याची वाट पाहत तुम्ही कसे काय थांबला!''

''अरे, त्याच्यामुळे मला वारंवार गोदास्नान घडते आहे याचा आनंद मला मिळतो.'' नाथ म्हणाले, ''उलट तो माझ्यावर उपकारच करीत आहे!''

एक दिवस तो यवन नाथांच्या अंगावर १०८ वेळा थुंकला! नाथ पुन्हा स्नान करून यायचे हा पुन्हा थुंकायचा! रस्त्यावर हा प्रकार पाहण्यासाठी गर्दी झाली. नाथ काही बोलत नव्हते! तो थुंकत राहिला होता. अखेर तो लाजला व खाली येऊन त्याने नाथांचे चरण धरून क्षमा मागितली. नाथांनी त्याला क्षमा केली! नाथांची शांतवृत्ती अगदी एका टोकाचीच होती. सहनशक्तीला सीमा नव्हती! अखेर तो क्रोधी यवनच लाजला. एकदम बदलत गेला. नाथांनी त्याला उपदेश केला. तो यवनही सर्वांना शांतीचे महत्त्व समजावून सांगू लागला. नंतर बंदगीबुवा म्हणून तो ओळखू जाऊ लागला!

हा होता नाथांचा चमत्कार!
त्यांच्या सहनशक्तीचा विजय!!
त्यांच्या भावभक्तीचे दर्शन!!!

क्रोधयुक्त अंतःकरण
तेणे नासे स्वमर्धाचरण ।
स्वभाव बाधी सत्य जाण
शरण एका जनार्दनी ॥

❄❄❄

१४

॥ एका जनार्दनी ॥

माध्यान्हस्नानासाठी नाथ गोदाकाठी आले. फारशी गर्दी नव्हतीच. पलीकडे काहीजण कावडी भरून नेत होते. स्नानासाठी ते गोदेत उतरताच एकजण प्रवाहात आला. हातापाय धुवू लागला. त्याच्या चेहऱ्यावरून व पेहरावामुळे तो परमुलुखातील असावा असे वाटले.

वर्ण सावळा व उठावदार. पांढरे शुभ्र तलम धोतर व तसलाच अंगरखा. कपाळी केशरी गंध. डोक्यावर मध्यभागी मागे काळ्या केसांचा गोल व त्यात मोठी गाठ मारलेली शेंडी! त्याला पाहताच नाथांना उगाचच काही वेगळे वाटले!

ते काठावर येताच तोही नदीतून बाहेर आला व नाथांना नमस्कार केला. ‘‘काय हवंय आपणाला?’’ प्रति नमस्कार करीत नाथ म्हणाले, ‘‘कुठून आलात आपण?’’

‘‘मी फार दुरून म्हणजे काठेवाडातून आलोय,’’ तो म्हणाला, ‘‘मला एकनाथ महाराजांकडे जावयाचे आहे. त्यांचे घर कोठे आहे?’’

‘‘चला माझ्याबरोबर, मलाही तिकडेच जायाचे आहे!’’

नाथांना आश्चर्य वाटू लागले होते. इतक्या लांबून आलेल्याचे माझ्याकडे काय काम असावे? तो मला ओळखतो कसा? त्यांना फार उत्सुकता वाटू लागली. तो त्यांच्या थोडेसे मागून येत होता. जाणारे-येणारे लोकही त्याच्या पोषाखामुळे त्याच्याकडे पाहत होते!...हा नाथांकडे तर निघाला नसावा?...!

नाथ घरात येऊन झोपाळ्यावर बसले. तो समोर उभा राहिला!

‘‘मीच एकनाथ आहे.’’ नाथ हसत म्हणाले,

‘‘मी भगवंताचा एक साधासुधा भक्त आहे. जमेल तशी त्याची सेवा करतो! आपला परिचय?’’

“महाराज,” तो म्हणाला, “मी एक गरीब ब्राह्मण आहे. आपली कीर्ती ऐकून आपल्या चरणाशी आलोय. आपली काहीतरी अल्प सेवा माझ्या हातून घडावी, अशी इच्छा आहे. त्यासाठी मला कशाचीही अपेक्षा नाही. आपल्या सारख्यांच्या पदरी राहणे हाच माझा धर्म आहे.”

“आपले नाव?”

“माझे खरे नाव श्रीकृष्ण आहे. पण मला लहानपणापासून श्रीखंड्या म्हणतात. मला घरचे असे आता कुणीही नाही. मला आठवते तसे मी एकटाच आहे.”

“श्रीकृष्णबुवा,” नाथ म्हणाले, “आमच्याकडे तुमच्यासाठी खास असे काहीही काम नाही. तुम्हाला तसे काही करण्याची गरजही नाही. तुम्ही येथे खुशाल रहा. परमार्थ करा.”

“मी अवश्य राहीन. त्यासाठी तर मी आलो आहे,” श्रीखंड्या म्हणाला, “पण मी निवांत मात्र अजिबात बसणार नाही. तेवढी कृपा व्हावी.”

गिरिजाबाई व उद्धवाच्या मदतीला हा योग्य आहे असा विचार त्यांच्या मनात येत असतानाच गिरिजाबाई आतून आल्या.

“अहो,” नाथ म्हणाले, “हा श्रीखंड्या आपणाकडे राहणार आहे. याची सारी व्यवस्था करावी.”

“माताजी,” श्रीखंड्या म्हणाला, “मी राहणार आहे म्हणजे आपल्याघरीच मला जमतील तेवढी सारे कामे मी केली तर चालेल का? मला सर्व येते. काही काळजी करू नका.”

“उगाच सारखी कामेच करू नका.” नाथ म्हणाले, “यांना व उद्धवाला मदत अवश्य करावी.”

“माताजी,” श्रीखंड्या म्हणाला, “मी आपणाला काय म्हणू?”

“आई म्हटले तरी चालेल” गिरिजाबाई जरा विचार करून म्हणाल्या, “माझी मुले मला याच नावाने हाका मारतात!”

“आई,” पलीकडे पडलेली कावड पाहून तो म्हणाला, “नदीवरून कावड भरून आणू का?”

“अरे, ही काही वेळ नाही पाणी आणण्याची.” गिरिजाबाई म्हणाल्या, “शिवाय पाणी शिल्लक आहे. आता भोजनाची वेळ झालीय. मी त्यासाठी बोलविण्यास आले होते. चलावे आत.”

नाथांच्या घरी श्रीखंड्या चांगलाच रुळला. नाथांची काम करण्यात रंगून गेला. गिरिजाबाईंना विशेष करून त्याचे काम आवडले. तो हरकामी होता. कोणतेही काम

तो पटकन करायचा. मागे पुढे पाहत नसे. नाथांची पूजेची वेळ झाली की तो सारी फुले गोळा करून आणून ठेवायचा. चंदन उगाळून ठेवायचे! सोवळ्यात पाणी भरणे. कावडीने मोठा रांजण भरून ठेवणे. आतापर्यंत ब्राह्मणाची पुष्कळ मुले कामाला येऊन गेली. पण त्यांना जे जमले नाही ते श्रीखंड्याने करून दाखविले. त्यामुळे उद्धवाचे काम कमी होत गेले. तो बाहेरचे व्यवहार पाहू लागला. शेतीकडे जाऊ लागला.

श्रीखंड्यावाचून नाथांचे घरचे एकही पान हलेना. सारे पैठण त्याला ओळखू लागले. सकाळ संध्याकाळ तो कावड आणीत असे. साऱ्यांशी तो गोड बोलत राहायचा. जाता येता गावातील सर्वांशी बोलायचा, हसायचा.

गंगाशी त्याचे चांगले जमायचे. ती सारखी त्याच्या मागे असायची. तो गोष्टी चांगल्या रंगवून सांगायचा. गोकुळ, मथुरा, वृंदावनातील गोष्टीत तो चांगलाच रमायचा. गंगाच्या मैत्रिणीही गोळा व्हायच्या. त्या सर्वांना तो सायंकाळी तुळशीवृंदावनाजवळ बसवून घ्यायचा. ''शुभंकरोती' म्हणून घेऊ लागला. गंगा त्याला गोकुळातील पुष्कळ कथा विचारून घ्याची. गंगाच्या एका मैत्रिणीच्या भावाची मुरली त्याने एकदा वाजवून ही दाखविली! नाथांच्या घरची गाई-वासरे एकदम का हंबरू लागली हे मात्र कुणालाच समजले नाही!

हरी मात्र त्याच्याशी फारसे कधी बोलायचा नाही. तो त्याच्याकडे सेवक ह्या तऱ्हेने पाहत असे!

नाथांना काही सांगावे लागायचेच नाही! त्यांचे सारे तयार असायचे. नीट-नेटके ठेवलेले असायचे.

एकदा पैठणमध्ये चोऱ्यांचे प्रमाण वाढले. चोर सापडत नव्हता व चोऱ्या तर रोज होत होत्या. कोतवाल हैराण झाला. रोजच्या तक्रारी वाढलेल्या पाहून तो स्वत: व आणखी काही शिपायांनी रात्री गस्त ठेवली. हे सारे वेषांतर करून चालले असल्याने तो चोर सापडला! शेजारच्या गावचा तो एक अंत्यज होता. त्याला हातापायात शृंखला बांधून कारागृहात ठेवले गेले!

तेथे कितीतरी वर्षे तो खितपत पडला होता. अन्नपाणी व्यवस्थित नसल्याने तो अगदी कृश होऊन आसन्नमरण होऊन निपचित पडायचा! तो आता मरणाच्या वाटेवर आहे असे समजून त्याच्या शृंखला काढून त्याला बाहेर पटांगणात टाकले! त्याला हालचाल अजिबात करता येत नव्हती.

त्याला अखेर परमेश्वराची आठवण झाली! आत्तापर्यंत त्याने काहीच सेवा केलेली नव्हती.

"भगवंता," अखेर त्यानं हात जोडून म्हटले, "मी महान पापी आहे. एकही चांगली गोष्ट मी केलेली नाही. माझे हे सारे अपराध सहन करून कसल्याही प्रकारे माझी इथून सुटका कर."

रात्रीची वेळ होती. कुठून तरी त्याला टाळमृदंगाचा आवाज ऐकू येऊ लागला! कोठेतरी कीर्तन चालू असावे असे त्याला वाटले. त्याने मनाचा निश्चय केला! तो कसातरी बाहेर पडला. खरडत, सरपटत तो आवाजाच्या दिशेने येऊ लागला.

नाथांचेच कीर्तन चालू होते! तेथे सर्वांना प्रवेश असल्याने तो सहज आत आला. एका कोपऱ्यात पडून राहिला! हरीनामाचा गजर तो प्रथमच ऐकत होता! परमेश्वराने आपल्याला योग्य ठिकाणी आणले असे वाटू लागले.

कीर्तन संपल्यावर सारे भाविक निघून गेले. कुणाचेही लक्ष त्याच्याकडे गेले नाही. घरातील सारे जण झोपले! नाथ मात्र तेथेच आसनावर विचार करीत बसले होते. उठू लागताच त्यांचे लक्ष त्या माणसाकडे गेले. कोणीतरी येथे झोपले आहे असे वाटून ते जवळ आले!

त्यांनी त्याला उठविण्याचा प्रयत्न केला. पण तो काहीच बोलत नव्हता. त्याने खुणेने तोंडाकडे हात नेऊन भूक लागल्याचे सूचित केले! त्याची आसन्नमरण परिस्थिती पाहून याला बरेच दिवस अन्न न मिळाल्याचे त्यांच्या ध्यानात आले!

नाथांनी गिरिजाबाईंना उठविले. त्यांनीही तातडीने स्वैपाक करून दोघांनी त्या आसन्नमरण चोराला खाऊ घातले. पोटात अन्न गेल्याने सकाळपर्यंत त्याच्यात थोडा फरक पडला.

तो एक चोर आहे हे समजातच त्यांनी प्रथम कारागृहाकडे ही वार्ता कळविली! त्याला नेण्यास कोणीही आले नाही!

नाथांनी त्याला त्याची तब्येत चांगली होईपर्यंत ठेवून घेतले.

"महाराज," तो माणूस म्हणाला, "मरणाच्या दारातून मला आपण परत आणलेत. हे आपले उपकार मी विसरू शकत नाही! मी एक महार असूनही मला घरच्याप्रमाणे सांभाळलेत. आपण कोण आहोत हे मला आता कळून चुकले आहे. आता माझी तब्येत चांगली आहे. मी माझ्या गावाकडे जातो. पण यापुढे मी चोरी मात्र करणार नाही! कष्ट करीन. मला आशीर्वाद द्या!"

नाथांनी त्याला आशीर्वाद तर दिलाच पण उपदेशही केला. त्याला पोषाख करून निरोप दिला!

❄❄❄

९५

॥ एका जनार्दनी ॥

“काय ग गोदे,” शरयू म्हणाली, “मला तू काहीच सांगितले नाहीस. इतक्या वेळा मी येऊन गेले माहेरी, पण तू आपली गप्प!”

“अगं! आईबाबांना देखील मी सांगितले नव्हते,” गोदा म्हणाली, “आईने अगदी ताणून धरल्याने मला सांगावे लागले. ती बाई निघून गेल्यावरच मला सारे सावरून घ्यावे लागले. नवरा म्हणणारा गप्प पडलेला असायचा. संध्याकाळ झाली की तिकडे जायचा. मी ते दिवस कसे काढले हे माझे मलाच माहिती.”

“पण आता कसे आहे?”

“सारे बदलले आहे.” गोदा म्हणाली, “त्यांना आता पश्चात्ताप वाटत असावा. वामनदेव म्हणून यांचे एक मित्र नेवाशाला असतात. ते परवा घरी आले होते. त्यांनी चांगली हजेरी काढली यांची! यांना काय बजावले आहे, हे त्यांच्या देखत त्यांनी मला सांगितले. त्यामुळे तूर्त तरी मी सुखात आहे. तुझे कसे काय चालले आहे?”

“माझे सारे पहिल्यापासूनच व्यवस्थित आहे.” शरयू म्हणाली, “मला सासू नाही हे तुला माहिती आहेच. त्यामुळे काहीच प्रश्न नाही. मी पुन्हा येईपर्यंत तुझ्याकडची गोड वार्ता मला समजली पाहिजे.”

काही महिन्यातच लीलाची गोड वार्ता गिरिजाबाईंना समजली. नाथांनाही पराकोटीचे समाधान वाटले. त्यांच्या लाडक्या लेकीचा संसार मार्गी लागला होता. ‘चोर चोळी’, ‘डोहाळेजेवण’ वगैरे समारंभ थाटामाटात पार पडले.

लीला बाळंतपणाला आल्यामुळे नाथांना पूर्वीसारखे वाटू लागले. घरात नवचैतन्य निर्माण झाले. लीला प्रसूत होऊन तिला मुलगा झाला. दोन्ही घरात आनंदी-आनंद जाहला.

बारसेही पार पडले. 'मुक्तेश्वर' नांव ठेविले गेले! सासरची सारी मंडळी आली होती.

जेवणे झाल्यावर विश्वंभर व हरी बोलत बसले. नाथ व नानाशास्त्री पान खात बसले होते.

"नाथ," नानाशास्त्री म्हणाले, "मला जरा बोलायचे आहे!"

"अवश्य," नाथ म्हणाले, "आमचे काही चुकले असल्यास क्षमा असावी."

"छे! छे!" नानाशास्त्री म्हणाले, "असले काही मनातही आणू नका. मलाच क्षमा मागायची आहे आपली."

"हे काय बोलत आहात, शास्त्रीबुवा?" नाथ म्हणाले, "आपले काहीही चुकलेले नाही."

"निश्चित आहे," नानाशास्त्री म्हणाले, "त्या गुंडोशास्त्री व वामनभटांनी मला भरवून दिल्यामुळे आपणाला अंधारात ठेवले गेले व आपणावर अन्याय केला गेला. मला खोटे बोलावे लागले. आपली दिशाभूल झाली. आपल्या कन्येची फसगत झाली. आपल्यासारख्या थोर भगवत् भक्ताला ज्या यातना सहन कराव्या लागल्या त्याची खंत मला लाजविते आहे."

"जे झाले ते झाले," नाथ म्हणाले, "आता आपण हे विसरून जाऊ या."

नाथ आणखी काही वेळ बोलत होते. त्यांच्या बोलण्याने समाधानी झालेले शास्त्रीबुवा त्याच आनंदात घरी परतले.

गिरिजाबाईंना व लीलाला हे सारे नाथांनी सांगितले.

"बाबा," लीला म्हणाली, "झाले हे चांगले झाले. मामंजी अलीकडे मला अस्वस्थ दिसायचे."

"आता काहीच प्रश्न राहिला नाही" गिरिजाबाई म्हणाल्या, "पण तू मात्र सावधतेने वाग."

"बाबा," लीला म्हणाली, "आता गंगाच्यावेळी विशेष खबरदारी घ्यावी लागेल. पसंत असलेल्या स्थळाची संपूर्ण चौकशी स्वत: करा. हरीची मला खात्री वाटत नाही. मी गावात असले तरी मी काय करणार?"

"खरे आहे," गिरिजाबाई म्हणाल्या, "गंगाच्या बाबतीत मलाही असेच वाटू लागले होते. तेच तू बोलून दाखविले."

कुणीतरी आल्याने श्रीखंड्या नाथांना बोलविण्यास आला. त्यांना जावे लागले!

पैठणमध्ये नरसोभट रहायचा. दारिद्र्यामुळे तो गांजून गेलेला होता. त्याच्या वडिलांच्या काळात परिस्थिती बरी होती. पण याची बिघडत गेली. भिक्षा मागूनच

त्याचा उदरनिर्वाह होत होता. त्याची पत्नी विविध कामे करून काही पैसे घरी आणायची. सुमनबाई धार्मिक होती. निरनिराळी व्रते करीत रहायची.

"तुझ्या नवऱ्याला माझी उपासना करण्यास सांग." तिला स्वप्नात देवीने सांगितले. एकवीरा त्यांची कुळदेवता होती!

नरसोभटाने एकवीरेच्या मंदिरात रोज जाऊन तिची आराधना चालू केली. तो जवळजवळ सारखाच मंदिरात असायचा. कडक उपास त्याने चालू केले! अन्नपाणी वर्ज्य केले! अखेर एक दिवस देवी प्रसन्न झाली. रात्री देवळात कुणीही नसताना एकदम प्रकाशवलय निर्माण होऊन तिने त्याला दर्शन दिले!

"आई माझे दारिद्र्य दूर होऊ दे."

"तथास्तु" असे म्हणून देवीनं त्याला परीस दिला!

प्रकाश धूसर होत गेला! नरसोभटाने पुन्हा एकदा वंदन केले. तो घरी आला!

सुमनबाईने लगेच स्वैपाक केला. घरच्या देवीसमोर तो परीस ठेवून त्याची पूजा करून नैवेद्य दाखविला!

लोखंडाच्या एका तुकड्याला परीसाचा स्पर्श करताच त्याचे सोने झाले!

नरसोभटाच्या आयुष्याचेही सोने झाले! त्याची परिस्थिती एकदम सुधारली. त्याला आता काही कमी नव्हते! दोघेजण आनंदात राहू लागले! पैठणात त्याला मान मिळू लागला!

"नाथ," एकदा सुमनबाई म्हणाली, "आपण कधी कुठे तीर्थयात्रेच्या गेलो नाही. आता देवीच्या कृपेने आपले चांगले चालले आहे. तेव्हा तीर्थयात्रेला जायचे का?"

"अवश्य जाऊ या," नरसोभट म्हणाला, "माझ्याही मनात असे येऊ लागले होते."

"परीस कोठे ठेवायचा!"

"एकनाथ महाराजांशिवाय दुसरे कोण आहे पैठणमध्ये?" नरसोभट म्हणाला, "ते निश्चित परत देतील."

तो दुसरे दिवशी नाथांच्या घरी गेला. ते पूजा करीत होते. त्याला त्यांनी आत बोलविले. त्याने येण्याचे कारण सांगून तो परीस ठेवून घेण्याची विनंती केली!

"मी परत आलो म्हणजे घेऊन जाईन."

"नरसोभट," नाथ म्हणाले, "तीर्थयात्रेत गोरगरिबांना भरपूर अन्नदान करा. दानधर्म करा."

तो गेल्यावर त्यांनी तो दगड देव्हाऱ्याखाली ठेविला! निर्माल्य तेथेच ठेवले जाई. उद्धव किंवा श्रीखंड्या ते गोळा करून नदीत टाकीत असत! श्रीखंड्याने केव्हातरी तो दगड निर्माल्याबरोबर नदीत टाकून दिला! नाथ तर तो दगड ठेवल्याचे विसरून गेले होते!

काही वर्षांनी नरसोभट तीर्थयात्रेहून परत येऊन त्याने तो परीस मागितला! नाथांनी श्रीखंड्याला तो आणण्यास सांगितले!

"महाराज," श्रीखंड्या म्हणाला, "मला त्या दगडाचे काही वाटले नाही. शिवाय आपण मला काहीही सांगितले नव्हते. म्हणून मी तो नदीत फेकून दिला!

नरसोभट बिथरला! त्याने नाथांवर चोरीचा आरोप घेतला! कुटाळांना नवीन विषय मिळाला. गुंडोशास्त्रीने ही वार्ता सर्वत्र केली.

नाथ अस्वस्थ झाले. त्यांना काही सुचेना. त्या दगडाबद्दल ते संपूर्ण विसरून गेल्याने ही वेळ आली होती.

"महाराज," एक दिवस श्रीखंड्या म्हणाला, "त्या दगडाचे इतके वाईट वाटून घेऊ नका. नदीतील कोणताही एक दगड आपण त्या ब्राह्मणास द्यावा म्हणजे हा प्रश्न सुटेल. मी त्याला तसा निरोप देतो!"

सकाळी नाथ, नरसोभट व श्रीखंड्या नदीवर गेले. नाथांनी ओंजळभर दगड घेतले व त्यातील एक त्या नरसोभटाला उचलण्यास सांगितले!

त्याने त्यातील प्रत्येक दगड लोहाला लावून पाहिला. प्रत्येकाचे सोने झाले! नदीवर जमलेल्या सर्वांनी ही गोष्ट पाहिली!

नरसोभटाला नाथांचा महिमा कळून चुकला! त्याला पश्चात्ताप झाला. अशा साधुपुरुषाला दोष दिल्याबद्दल त्याला वाईट वाटले!

त्याने नाथांचे चरण धरून क्षमा मागितले! जमलेले काही कुटाळ खाली माना घालून पळून गेले!

"नरसोभट," नाथ म्हणाले, "नामस्मरण हा खरा परीस आहे व सत्कर्म हे सोने आहे! या सोन्याचा आनंद मिळवा."

त्याने तो दगड नदीत फेकून दिला!

नाथांच्या प्रवचनाला व पुराणांना तो नेमाने येऊ लागला!

एकाजनार्दनी जमा हे नाम
पुरवील काम जो जो हेतु ।।

❄❄❄

९६

|| एका जनार्दनी ||

मुरली शेतातून परत येत होता. वाटेतच प्रल्हाद भेटला.

"फार दिवसांनी गाठ पडते आहे." मुरली म्हणाला, "चल, जरा पलीकडे बसू या." तेथील देवळाच्या मागील बाजूला एका ओट्यावर ते बसले.

"तू तरी कुठे भेटलास मला?" प्रल्हाद म्हणाला, "मी तसा सायंकाळी निवांतच असतो."

"अरे," मुरली म्हणाला, "मळ्यातील सारी कामे एकदमच निघाल्याने मला जमलेच नाही. सायंकाळी येण्यास दिवेलागणच व्हायची. एकोबाही गडबडीतच असतो."

"मलाही तो भेटलेला नाही" प्रल्हाद म्हणाला, "पण आत्ताच समजलेली एक वार्ता आहे."

"कोणती?"

"हरीची. अखेर हरी संस्कृतमध्ये पंडित झाला."

"छान. चांगले झाले!" मुरली म्हणाला,

"एकोबाची काळजी मिटली."

"मिटली नव्हे, वाढली म्हण." प्रल्हाद म्हणाला, "एकोबाचे आता काही खरे नाही. तुला माहिती आहेच, की हरीचे संस्कृतचे वर्चस्व आहे. प्राकृताच्या तो विरोधात आहे. गावातील कुटाळ मंडळी त्याला भडकावीत असतात. त्यामुळे एकोबाचे वागणे त्याला आवडत नाही. बापलेकातील दुरावा कसा वाढत जाईल हा कुटाळांचा प्रयत्न आहे."

"मला हे माहिती आहे," मुरली म्हणाला, "पण हरी इतक्या एका टोकाला जात आहे हे आश्चर्यच आहे."

"याला एकोबाचा शांत स्वभावच कारणीभूत आहे," प्रल्हाद म्हणाला, "एकोबाला पहिल्यापासून कठोरता धारण करता आली नाही. तो लहान असतानाच त्याला धाकात ठेवणे भाग होते. म्हणजे त्याची ही वृत्ती वाढली नसती."

त्यांचे बोलणे बराच वेळ चालू होते. पण त्यांनाही काही निश्चित निर्णय घेता आला नाही.

नाथांचेही असेच होत होते. त्यांना आता हाच प्रश्न भेडसावीत होता. त्यांच्या मनातील सारे विचार हरीचेच होते. ही समस्या नवी नव्हती. शिवाय तो गिरिजाबाईंशीही वाद घालीत बसायचा. नाथांच्या मुक्तद्वार धोरणावरही त्याचा डोळा होता. हे वागणे धर्मविरुद्ध आहे अशी त्याची ठाम कल्पना झाली होती.

एकदा रात्री नाथ लिखणाचे साहित्य जमवीत असताना सारी कामे आटोपून गिरिजाबाई आल्या.

"मला थोडे बोलायाचे आहे!"

"अवश्य."

"हरीचे वागणे आता अगदी आपल्याविरुद्ध जाऊ लागले आहे." गिरिजाबाई गंभीरतेने म्हणाल्या, "आपण प्रवचनात असताना तो माझ्याशी वाद घालीत असतो. तो पंडित झाल्यावर तुम्ही प्रवचन संपल्यावर सर्वांदेखत त्याचे कौतुकही केले होते. पण त्याचा काहीही परिणाम झालेला नाही. प्रत्येक गोष्टीत त्याचा विरोध चालूच आहे!"

"हा प्रश्न बहुतेक न सुटणारा आहे." नाथ म्हणाले, "त्याच्या मतावर तो ठाम आहे. तो सतत बाहेरच असतो. कुटाळातच त्याचे उठणे बसणे चालू आहे. हे श्रीखंड्यानेही पाहिले आहे. आपला मार्गही ठरलेलाच आहे."

"याला आता एकच उपाय आहे," गिरिजाबाई म्हणाल्या.

"कोणता?"

"त्याचे लग्न करून त्याला गुंतवून पहावे," गिरिजाबाई म्हणाल्या, "कदाचित तो घरात थांबेल. त्याची मनमानी कमी होईल."

"प्रयत्न करून पाहण्यास काहीच हरकत नाही" नाथ म्हणाले, "त्याचे लग्नाचे वयही झाले आहे. आपले कर्तव्य आपणास पार पाडावे लागणार आहेच"

"गंगाचेही पाठोपाठ उरकावे लागणार आहे." गिरिजाबाई म्हणाल्या, "लीला परवाच म्हणाली. मलाही तसेच वाटते. म्हणजे आपल्या एकेक जबाबदाऱ्या कमी होत जातील."

"ते ही खरेच आहे." नाथ म्हणाले, "मीही ग्रंथलेखनास मोकळा होईन.

अजून पुष्कळ लिहायाचे आहे मला.''

योगायोगाने त्याच सुमारास पारेगावचे दिगंबरपंत पत्की एका विवाहासाठी पैठणला आले होते. त्यांच्या पत्नी कलावतीही बरोबर होत्या. त्या लग्नाला हरीपंडितही होता. सर्व मंडळीत तो उठून दिसत होता. दिगंबरपंतानी सहज चौकशी केली. त्यांना खूप आनंद झाला. नाथांची कीर्ती साऱ्या पारेगावला माहिती होती. अशा घरी आपली कमळा पडली तर हा दुग्धशर्करा योगच समजावा लागेल, असे त्यांना वाटले!

ते नाथांच्या घरी आले. नाथ दुपारच्या प्रवचनाला जाण्याच्या तयारीत होते. त्यांनी त्यांची माहिती व येण्याचा हेतू नाथांना सांगितला. लवकरच त्यांची कन्या पाहिली गेली! विवाह ठरला.

नाथांना समाधान वाटले. दिगंबरपंत वामनभटांचे दूरचे नातेवाईक होते. घराणे धार्मिक होते. त्यामुळे चांगले संस्कार असण्याची शक्यता होती.

पारेगावला विवाहसोहळा व्यवस्थित पार पडला. दिगंबरपंतानी सालंकृत कन्यादान तर केलेच पण कशातही कमी पडू दिले नाही. गावकऱ्यांच्या आग्रहाखातर अशा गडबडीत नाथांनी तेथे प्रवचन केले! विवाहाच्या मेजवानीपेक्षा ही मेजवानी पारेगावकरांना अधिक आवडली!

गिरिजाबाईंच्या हाताखाली कमळाबाई राबू लागली. तिला कामाची सवय असावी. सून म्हणून जी कर्तव्ये असतात ती सारी व्यवस्थित पार पाडीत होती. ती हरकामी होती. सर्व प्रकारची तिला माहिती होती. स्वयंपाकातही पटाईत होती. त्यामुळे गिरिजाबाई, श्रीखंड्या व उद्धवला जरा मोकळीक मिळू लागली. गंगाशीही तिचे चांगले जमू लागले.

परंतु हरीत मात्र फारसा फरक पडू शकला नाही. उलट नाथांमधील व त्याच्यातील दरी वाढू लागली. नाथांना हा प्रश्न चांगलाच भेडसावू लागला. प्रत्येक गोष्टीत तो स्वत:चा वेगळा पंथ दाखवू लागला.

प्रपंचाकडे पाहण्याचे त्याला काहीएक कारण नव्हते. त्यामुळे काळजी अशी कशाचीही त्याला नव्हती. घरी थांबण्याचे काही प्रयोजनच नसायचे. कमळा या कोणत्याच प्रकारात लक्ष घालायची नाही. जेवढी म्हणून सासू-सासऱ्यांची सेवा करायाची असते ते सारे ती करीत होती. दिगंबरपंतानी नाथांसंबंधी तिला सारे सांगितले होते! केवळ नशीब म्हणून आपल्याला हे घर मिळाले अशी तिचीही भावना होती!

रात्री नाथांचे कीर्तन चांगलेच रंगले. भागवतधर्माचा जयजयकार करतांना त्यांनी अनेक संतांचे अभंग गाईले. त्या अभंगाद्वारे त्यानी धर्माची चिकित्सा केली.

सामान्य माणसाला अज्ञानातून बाहेर काढण्याची गरज होती. अंधश्रद्धेच्या नावाखाली समाज लुटला जात होता. भक्ती कशी करावी हेही कुणाला समजत नसायचे. समाजातील भोंदूगिरी वाढून गैरप्रकार चालू होते. अठरापगड जातीतील संतांनी अभंगद्वारे पंढरीची वारी फुलविली होती. त्या पंढरीनाथाची उपासना त्यांनी समजावून सांगितली.

बरीच रात्र झाली. कीर्तनाला आलेली मंडळी उठून गेली. नाथ घरात येऊ लागले. घरातही सामसूम झाली होती! एका कोपऱ्यात त्यांना कुणी मंडळी बसल्याचे दिसल्याने ते तिकडे गेले. चारपाच जण गाठोडी घेऊन बसलेले होते!

"काय हवंय आपणाला? आपण कोण आहात?"

काहीही उत्तर आले नाही!

नाथांनी पुन्हा विचारले!

"आम्ही चोर आहोत!"

"मग पळून का नाही गेला?" नाथांनी विचारले, "आणखी काही हवंय का? काय पाहिजे ते सांगा म्हणजे तुम्हाला देतो! घर तुमचंच आहे!"

"आपल्या घरात चोरी करून बाहेर जाताना आम्ही आंधळे झालो आहोत." एकजण म्हणाला, "म्हणून आम्हाला इथे बसून रहावे लागले आहे."

"माझ्यामागे चला, मी तुम्हाला वाट दाखवितो, चला."

"महाराज," दुसरा म्हणाला, "आम्हाला आता लाजवू नका. आम्ही अपराधी आहोत. आम्हाला कोतवालाकडे नेण्याऐवजी आपण आम्हाला बाहेरची वाट दाखवीत आहात. आपली थोरवी आम्हाला समजली नाही."

"आम्हाला दृष्टी द्या," तिसरा म्हणाला, "दुसरे काहीही नको आहे. केवळ उपासमारीमुळे आम्ही हे कृत्य केले आहे. आम्ही खरे चोर नाहीत."

पलीकडील रांजणतील पाणी त्यांनी त्यांच्या चेहऱ्यावर शिंपडले! रांजण श्रीखंड्या भरीत असायच्या! लगेचच त्या सर्वांना दिसू लागले!

ते उठले व नाथांच्या पाया पडले!

"महाराज," चौथा म्हणाला, "आता हे नवे डोळे आम्हाला मिळालेत. यांचा गैरवापर आम्ही करणार नाही. आपले हे सामान आम्ही येथेच ठेवतो. संताघरची चोरी आम्हाला पचली नाही. आम्हाला अद्दल घडली. आता आम्हाला आशीर्वाद द्या."

"तो मिळेलच," नाथ म्हणाले, "पण आता तुम्ही आमचे पाहुणे आहात. जेवण करून जावे."

नाथांनी गिरिजाबाईंना उठविले. गडबड ऐकून उद्धवही उठला. थोड्याच

वेळात स्वयंपाक करून त्यांना जेवणास दिले.''

''महाराज,'' एकजण म्हणाला, ''आता आपला हा प्रसाद आम्हाला मिळाला आहे. आम्ही चुकीच्या मार्गाला लागलो होतो. आता आम्ही कष्ट करूनच प्रपंच चालवू. आम्हाला तसा आशीर्वाद मिळावा.''

''मंडळी,'' नाथ म्हणाले, ''आता तुम्हाला खरोखरच पश्चात्ताप झाला आहे. तुम्हाला यापुढे चांगले विचार सुचतील. नेहमी देवदर्शनाला जात जा. गावात भजनी मंडळ असेल तर त्यात सामील व्हा. नसेल तर ते स्थापन करा. ज्याला जमेल त्यांनी पंढरीची वारी धरा. यातच तुमचे कल्याण आहे.''

पुन्हा एकदा नाथांचे चरण धरून सारी मंडळी गेली.

बहुत काळ गेले बहु अन्याय केले
बहु नाही जोडिले नाम तुझे,
ऐसा मी अपराधी पावे कृपानिधी
बहुसंतांसन्निधी ठेवी नामा ।।

❄❄❄

१७

॥ एका जनार्दनी ॥

मुक्तेश्वराच्या जन्मापासून विश्वंभर जरी सुधारला असे वाटू लागले होते तरी त्याच्या उलट परिस्थिती निर्माण झाली होती. त्याला पराकोटीची विरक्ती निर्माण होऊ लागली होती. दाढी केस वाढवून तो बाहेर असायचा. जवळपासच्या तीर्थयात्रा करू लागला. जवळजवळ तो घरी नसायचाच. त्याला आता कशातच काही वाटत नसायचे. आकर्षण काहीही राहिले नव्हते. त्याचा परिणाम लीलावर होऊ लागला होता. मुक्तेश्वराकडे पाहूनच ती दिवस काढीत असायची. मुक्तेश्वराला विश्वंभराने कधीही जवळ घेण्याचा प्रयत्न केलेला नव्हता!

हे सारे लीलाने एकदा आईला सांगून टाकले. त्यांना आश्चर्य तर वाटले, पण वाईटही वाटले. गोदेवर ही कसली परिस्थिती कोसळली होती? आता काय बोलायचे हाच प्रश्न त्यांना पडला.

"आई," लीला म्हणाली, "आता हे सारे इतक्यात बाबांना सांगायला नको ते पुन्हा विचार करू लागतील. त्यांना भास होईल. हरीचा उपद्रव त्यांना होतो आहे हेच पुष्कळ आहे!"

"अगदी माझ्या मनातील बोललीस." गिरिजाबाई म्हणाल्या, "मलाही तसेच वाटते. त्यांना गैर काहीही खपत नाही. आणि तुझ्या बाबतीत तर फार हळवे आहेत गं! जेव्हा कळेल तेव्हा कळेल त्यांना."

लीला काहीच बोलली नाही. तसे काहीच उरले नव्हते. तिच्या वाट्याला विपरीत जीवन आले होते. त्याला इलाजच नव्हता.

हळुहळू मुक्तेश्वर रांगू लागला. त्याच्या मागे मागे कुणीतरी असावे लागायचे. लीला माहेरी आली म्हणजे त्याला कोणी सोडायचे नाही. गंगाजवळच तो रहायचा. शिवाय श्रीखंड्याही त्याला बाहेर घेऊन फिरायचा. तो जसा मोठा होऊ लागला तशा

त्याच्या खोड्याही वाढत राहिल्या.

कमळाबाईचीही प्रगती सुरू झाली होती. डोहाळेजेवण झाल्यावर ती माहेरी गेली. योग्यवेळी तिला मुलगा झाला. दिगंबरपंतानी बारसेही धूमधडाक्यात केले. 'राघव' नाव ठेवले गेले! पैठणहून सारी मंडळी गेली. येताना कमळा त्यांच्याबरोबर आली. राघवमुळे घरात पुन्हा चैतन्य निर्माण झाले. नाथांच्या मागे आता दोन्ही नातवंडे असायची. नाथांचे लिखाणाचे साहित्य चुकून खाली राहिले की मुक्तेश्वर कागदावर रेघोट्या मारीत बसायचा!

"आजोबासारखे ग्रंथ लिहिणारा हा," गिरिजाबाई म्हणायच्या, "आत्तापासूनच हातात लेखणी घेतोय!"

"तो महाकवी होईल हो." नाथ हसत म्हणायचे, "इकडे आला की त्याला फक्त हेच दिसते. कागद नाही दिला की रडू येते!"

"तेवढे कळते." गिरिजाबाई म्हणाल्या, "पण एखादा शब्द काही बोलता येत नाही! राघव प्रयत्न करू लागलाय! याच्या चेहऱ्यावर काहीही परिणाम दिसत नाही. काय करायचे आता?"

"प्रयत्न चालू ठेवायचा." नाथ म्हणाले, "ही गोष्ट माझ्याही लक्षात आलीय्, पण मी बोलून दाखविले नव्हते. लीलादेखत काहीच बोलता येत नाही. तिला वाईट वाटते."

"सारखी तिला हीच काळजी वाटतीय" गिरिजाबाई म्हणाल्या, "तो मुका तर आहेच पण बहिराही असावा असे तिला वाटू लागले आहे!"

"नाही त्या शंका निर्माण होणारच." नाथ म्हणाले, "शिवाय लोकांनाही विषय व्हायचा. आपणच गप्प राहिले पाहिजे. त्याची पत्रिका बारकाईने पहायला हवी."

अशा चर्चेतच दिवस जात होते. उपाय सापडत नव्हता. हरीला आणखी दोन मुले झाली. 'प्रल्हाद' व 'मेघशाम.' राघव केव्हाच बोलू लागला होता. मुक्तेश्वरात काहीच फरक नव्हता!

लीला माहेरी आली की गिरिजाबाईंशी ती याच विषयावर बोलत रहायची! त्या अशाच एकदा बोलत असताना श्रीखंड्या तेथे होता.

"आई," श्रीखंड्या म्हणाला, "माझ्या मनात ही गोष्ट नेहमीच येते. पण मी कधी बोलून दाखविली नाही. मी जेव्हा त्याला जेव्हा बाहेर घेऊन जातो तेव्हा मी त्याच्याशी बोलण्याचा पुष्कळ प्रयत्न करतो. पण तो पाहतही नाही."

"मग आता काय करावे लागेल?"

गिरिजाबाई म्हणाल्या, ''तो मुकाच राहणार की काय?''

''मुळीच नाही'' श्रीखंड्या म्हणाला, ''महाराजांनी मनावर घेतले तर तो निश्चित बोलू लागेल. याची मला खात्री आहे.''

''तुला कसे समजले?''

''मला चेहऱ्यावरून थोडे कळते,'' श्रीखंड्या म्हणाला, ''म्हणून तर सांगितले मी.''

त्याच दिवशी रात्री गिरिजाबाईनी नाथांना ही गोष्टी सांगितली. बराच वेळ त्यांचे बोलणेही चालू होते.

''बरं का,'' नाथ म्हणाले, ''मी एक गोष्ट तुम्हाला सांगितली नव्हती. त्याच्या कुंडलीतील द्वितीय स्थानी असलेल्या बुधावर शुभ ग्रहांची दृष्टी पडली की हा दोष निश्चित जाणार आहे. हा पालट झाला की मी प्रयत्न करणार आहे.''

ती वेळ आल्यावर नाथांनी त्याला इकडे ठेवून घेतले. मुक्तेश्वराशी निरनिराळ्या तऱ्हांनी बोलण्याचा प्रयत्न करू लागले. पूजा झाल्यावर पंचामृतयुक्त पूजेचे तीर्थ ते त्याला पाजू लागले. प्रत्येक बुधवारी पांडुरंगाला अभिषेक ते करायचे. ते तीर्थ त्याला पाजू लागले.

एक बुधवारी पूजा झाल्यावर श्रीखंड्या आवराआवरी करीत असताना मुक्तेश्वराने एकदम आवाज केला!

''अहोऽ अहोऽ'' नाथ लगेचच ओरडले,

''इकडे या लवकर!''

गिरिजाबाई धावतपळत येताच नाथांनी मुक्तेश्वर बोलल्याचे सांगितले!

गिरिजाबाई श्रीखंड्याकडे पाहताना तोही त्यांच्याकडेच पाहत असल्याचे त्यांना दिसले! त्याचे शब्द खरे झाले होते!

मुक्तेश्वर बोलू लागला!

सारे आटोपून नाथ ओसरीवर एक ग्रंथ वाचीत बसले होते. तेवढ्यात विठ्ठलबुवा आले. ते आता चांगलेच थकलेले होते. त्यांच्याबरोबर एक गृहस्थ होते.

''याऽ आजोबा,'' त्याना नमस्कार करीत नाथ म्हणाले, ''बसावे, प्रकृती बरीच खालावली आहे. तब्येत बरी आहे ना?''

''वयोमानानुसार हे आता असेच चालायचे.'' बुवा म्हणाले, ''पांडुरंगाची आज्ञा झाली की जायचे. या पाहुण्यांना घेऊन आलोय. हे आमचे आतेभाऊ माधवराव याळगी. कर्नाटकात हुबळीला असतात. फार वर्षांनी इकडे सहकुटुंब आलेत. त्यांनी गाडी आणलीय.''

“बरे झाले गाठभेट झाली ते,” त्यांना नमस्कार करीत नाथ म्हणाले.

“एकोबा,” बुवा म्हणाले, “यांचे चिरंजीव श्रीरंग लग्नाचे आहेत. शेतीवाडी भरपूर आहे. तिकडचे इनामदारच आहेत. मोठा वाडा आहे. आपल्या गंगासाठी त्यांना घेऊन आलोय. रामशास्त्रींकडे सारी मंडळी थांबलीत.”

घाईगडबडीत गंगाचे लग्न ठरले. आठ दिवसानंतरचा मुहूर्त ठरला गेला. विवाहाची तयारी श्रीखंड्यामुळे फार झपाट्याने झाली. फराळाचेदेखील तो करू लागला.

लग्नसोहळा वाड्यातच पार पडला. नाथांनी व गिरिजाबाईंनी सालंकृत कन्यादान केले. काहीही कमी केले नाही. जेवणावळी उठत होत्या.

माणसे फारच सज्जन होती. गंगाचे कल्याण झाले. गंगा त्यांच्याबरोबरच गेली. आता तिची गाठभेट लवकर होणार नव्हती. नाथांची कुठलीही जबाबदारी आता राहिली नाही!

विठ्ठलबुवांच्यामुळे दूरचे पण चांगले स्थळ गंगाला मिळाले!

❄❄❄

१८

॥ एका जनार्दनी ॥

नाथ प्रवचनाला जाण्याच्या तयारीत होते. तोच चार पाच मंडळी घरात आली. नेहमी प्रवचनाला येणारे उत्तमराव मसलेकरही त्यात होते.

"या... उत्तमराव... या मंडळी... बसा!"

उद्धवाने लगेच पाणी आणले.

"काय आज्ञा आहे?"

"महाराज," उत्तमराव नम्रतेने म्हणाले,

"आपल्याला आज्ञा देणारे आम्ही कोण? आपल्या अमृतवाणीचा प्रसाद घेणारे आम्ही भाविक आहोत. जनार्दनस्वामी उत्सवासाठी आले होते. तेव्हा त्यांनी आपण नाशकात श्रीमद्‌भागवत मराठीत सांगितल्याचे म्हणाले होते. तरी आता आम्हासही ते मराठीत सांगण्याची कृपा व्हावी हीच आमची इच्छा आहे. तेवढी पुरवावी. म्हणजे आम्ही त्यापासून वंचित राहणार नाही!"

"उत्तमराव," नाथ म्हणाले, "स्वामींच्या आज्ञेवरूनच व त्यांच्या उपस्थितीत त्यावेळी नाशकात भागवत मी मराठीत सांगितलेले होते, हे खरे आहे. माझ्याही मनात अलीकडे हे विचार पुन्हा येऊ लागले होते. तेव्हा आपल्या मुखातून स्वामींनीच मला पुन्हा आज्ञा दिली आहे असे मला वाटू लागले आहे. लवकरच आपली ही इच्छा मी पूर्ण करीन."

"महाराज," उत्तमराव म्हणाले, "आमच्यासारख्या सामान्यांचे या पैठणमध्ये फक्त आपणच कैवारी आहात. आपणामुळे आम्हाला धर्म समजू लागला आहे. आपल्या या महान कार्यात विरोध असूनही आपण हे व्रत चालू ठेवीत आहात, हे उपकार आम्ही कधीही विसरणार नाही."

"मंडळी," नाथ म्हणाले, "आपण उगाच मला मोठेपणा देत आहात. मीही

आपणासारखाच एक सामान्य माणूस आहे. आपल्या सहकार्यामुळे मला या कार्याला उत्तेजन मिळत आहे.''

सर्व भाविक नाथांना वंदन करून प्रवचनाला जाऊन बसले. त्यांच्या पाठोपाठ नाथही तिकडेच गेले.

गेले कित्येक महिने ज्ञानेश्वरीवर नाथांची प्रवचने चालू होती. संस्कृत भाषेच्या कुलुपात बंदिस्त असलेल्या गीतेवर, म्हणजे ज्ञानेश्वरीवर, नाथ सांगत होते. गीतेचे हे भांडार ज्ञानदेवांनी मराठीतून सामान्यासाठी सांगितले होते. ज्ञानदेवांनी इथे मराठीचिये नगरी घरोघर ब्रह्मविद्येचा सुकाळ केला होता. साहित्यसोनियाचिया खाणी देशीचिया अक्षोणी उघडावयाच्या होत्या. अमृताते पैजा जिंकणाऱ्या मऱ्हाटाचि बोलांची त्यांना महती पटलेली होती. म्हणूनच ज्ञानेश्वरीसारखे देशीकार लेणे त्यांनी गीतेवर सजविले. त्यांच्या या अमृतमधुर वाणीमुळे महाराष्ट्रात भागवतधर्माचे दिव्य मंदिर उभे राहिले.

सतरा अध्यायांचे विवेचन पूर्ण करून अठराव्या अध्यायाच्या शेवटास ते आलेले होते. ''मोहामुळे माणसाने कर्तव्य-कर्माचा त्याग केला तरी प्रकृती त्याच्याकडून कर्म करवून घेतेच. म्हणून फळांची अपेक्षा न ठेवता कर्तव्य कर्म पार करावे लागते,'' नाथ म्हणाले, ''या अध्यायात ज्ञानेदवांनी हेच सांगितले आहे.''

''लोक हो,'' नाथ पुढे म्हणाले, ''कर्मबंधनातून सुटण्याचा एकच मार्ग म्हणजे फलाशा सोडून कर्तव्यबुद्धीने आचरण करणे. हाच योग्य मार्ग आहे. आकाशात अनेक मेघ येतात व जातात. आकाश मात्र त्यापासून दूर असते. तसे देहाने जरी नाना कर्मे केली आत्मज्ञानी भक्त त्यापासून दूर असतो, अलिप्त राहतो. अर्जुनाचे निमित्त करून सामान्यजनांच्या उद्धारासाठीच भगवंतानी गीता ही ज्ञानाची पाणपोईच उघडली आहे. कर्म, उपासना व ज्ञान यांचे अप्रतीम उदाहरण म्हणजे ही ज्ञानेश्वरी.''

''सज्जनहो''

गुरुभक्तीचा व कृष्णार्जून प्रीतीचा अगाधमहिमा गाऊन...

दुरितांचे तिमिर जावो ।
विश्व स्वधर्म सूर्ये पाहो ।
जो जे वांछील तो ते लाहो ।
प्राणिजात !!

असे पसायदान ज्ञानेश्वरांनी शेवटी मागितले आहे. ते केवळ जगालाही आश्चर्यचकित करून सोडणारे आहे. संतांचे अंत:करण उदार, निर्मळ व प्रेमळ आहे, संत हे देवाहूनही श्रेष्ठ आहेत. त्यांच्या वास्तव्याने जगाला मांगल्य प्राप्त होत असते. हे जरी नित्य वाचले तरी सर्व संकटांचा नाश होतो!''

नाथांनी शेवटी अतिशय सुंदर आवाजात पसायदान स्वत: अगोदर म्हटले व नंतर सर्व श्रोते म्हणत होते!

रात्रीच्या कीर्तनाला श्रोत्यांची गर्दी व्हायची. दिवसभर कामे करून दमलेले लोक व भाविकही फार मोठ्या प्रमाणात गोळा होत होते. त्यातले त्यात कीर्तन असले म्हणजे लोकांना बसण्यास जागाही मिळायची नाही. काही भाविक तर नाथांच्या सर्व प्रकारच्या उपासने वेळी उपस्थित असायचे.

पैठणबाहेर दगडांच्या खाणी होत्या. त्यातील दगड काढून त्यांना योग्य तो आकार देऊन बांधकामासाठी वापरीत किंवा दगडी विहिरी बांधण्यासही हे दगड लागत. त्यामुळे वडारलोकांची वसती त्या खाणीजवळ असायची.

त्या वडाऱ्यांपैकी काही स्त्री पुरुष कीर्तनाला आले. त्यांना जागा कुठेच मिळाली नाही. ते सगळीकडे हिंडले पण अजिबात जागा नव्हती. जागा शोधण्यासाठी ते नाथांच्या घरात शिरले! त्यांना जागा मिळाली पण तेथून काही दिसत नव्हते! ऐकू येत नव्हते!

ते होते नाथांचे शयनगृह. त्यामुळे ती मंडळी तेथील गाद्यावर बसलेली होती! दिवसभर विश्रांती न मिळालेल्या लोकांना गादीवर बसल्याने आडवे व्हावे वाटले! त्यांना गाढ झोपाही लागल्या!

कीर्तन संपल्यावर स्वच्छता करण्यासाठी उद्धव शयनगृहात येताच तेथे त्याला काही मंडळी झोपलेली दिसली! त्याला कमालीचा राग आला! त्याने आरडा-ओरडा करून त्या लोकांना उठविण्यास आरंभ करताच त्या गोंधळाने नाथ तेथे आले! त्यांच्या लक्षात सारी परिस्थिती आली. त्यांनी उद्धवाला बाजूला होण्यास सांगितले!

"बांधवानो," नाथ म्हणाले, "आपण उठू नका. आता येथेच झोपा. मध्यरात्र उलटली आहे. शिवाय ही बाहेर जाण्याची वेळी नाही!"

"महाराज," एकजण म्हणाला, "आमी वडर हाये. लई अंदार व्हता. आमास्नी काई बी दिसलं नाय. आमी चुकलं. आमी जातो."

"नको," नाथ म्हणाले, "तुम्हाला जर येथे झोपायचे नसेल तर बाहेर व्यवस्था करतो."

"म्हाराज," दुसरा म्हणाला, "आमी बाहेरच पडतु"

"आपले जेवण झाले नसेल तर स्वैपाक करून जेवणाची व्यवस्था करु?

"नगं, म्हाराज," तिसरा म्हणाला, "आमाला लाजवू नका. आमी जेवूनशान आलुया!"

नाथांनी सकाळी त्यांना लवकर जाऊ दिले नाही. त्यांना स्वयंपाक करून जेवण दिले.

प्रत्येक स्त्रीला लुगडे व पुरुषाना धोतर-बंडी देऊन त्यांना निरोप दिला!

"म्हाराज," एक म्हणाला, "तुम्ही देव माणूस हाये. आमास्नी लाता घालून शान भायेर काडलं असतं लोकांनी. पर तुमी आमाला जेवान घालूनशान कापडं बी दिली हाये. लई उपकार जाल्याती. देव तुजं कल्यान करील..."

नाथांना साष्टांग नमस्कार करून सारी मंडळी गेली!

न पाहे उंचनीच याती कुळ
स्त्री शूद्र चांडाळ सरते पायी
चोखा म्हणे ऐसा भावाचा भुकेला
म्हणोनि स्थिरावला भीमातटी।।

❄❄❄

१९

॥ एका जनार्दनी ॥

श्राद्धाच्या तयारीसाठी लीला माहेरी आली होती. सगळ्यांची गडबड उडाली होती. नाथांनी भागवत मराठीत सांगण्यास सुरुवात केल्याने पैठणमधील शास्त्रीवर्ग नाराज झालेला होता. वातावरण गंभीर बनले होते. त्याला श्राद्धाला ब्राह्मण मिळणार की नाही अशी परिस्थिती निर्माण झाली होती. गुंडोशास्त्रीसारखी मंडळी सर्वांना नाथांविरुद्ध भडकावीत होती. उद्धवाने बराच प्रयत्न केल्यानंतर काहीजण तयार झाले होते. त्यामुळे श्राद्धाच्या तयारीला आरंभ झाला होता.

"आई," दुपारच्या वेळी थोडा वेळ मिळताच लीला म्हणाली, "हरीच्या पुन्हा अंगात आले वाटते? बाबांचे वय, त्यांनी आरंभलेले महान कार्य, त्यांचे वेगळेपण याबद्दल त्याला काहीच कसे वाटत नाही? त्यानी आरंभलेला हा उपक्रम त्याच्या डोळ्यात चांगलाच सलू लागलेला दिसतोय! बाबांचे कौतुक करण्याऐवजी हा त्यांच्या विरुद्ध उभा राहत आहे! गावांतील कुटाळांचे त्यामुळेच फावले आहे!"

"मलाही हे नाही सहन होत." गिरिजाबाई म्हणाल्या, "पण जाणत्या मुलाला मी काय समजावून सांगणार? तो कुणाचेच ऐकत नाही. गंगा होती तोपर्यंत ती त्याला बोलत होती. त्यामुळे तिच्यावर तो नाराज होता. पण त्याला न घाबरता त्याच्याहून लहान असूनही ती त्याची खरडपट्टी काढायची! आता त्याला चाप लावणार कोण? उद्धव व श्रीखंड्या त्याच्या जवळही जात नाहीत. तो त्यांना नोकरासारखी वागणूक देतो. तुझ्या बाबांचे धोरण तुला माहिती आहेच."

"वा!" लीला म्हणाली, "उद्धवमामाला काय वाटत असेल? श्रीखंड्याचा सल्ला बाबादेखील ऐकतात. मग याला का त्याची लाज वाटावी? हा त्याचा धर्म कोणता? हे विचारू त्याला? गंगा नाही म्हणून मला आता त्याच्याविरुद्ध उभे रहायला हवे, आई"

“नको.” गिरिजाबाई शांतपणे म्हणाल्या, “तू त्याच्यापासून दूर आहेस हेच चांगले. पाण्यात राहून माशाशी वैर करू नये. निदान तू तरी आम्हाला जवळ आहेस. गंगा फारच दूर पडलीय. तू फार तर त्याच्याशी बोलू नकोस, पण एका टोकाला जाऊ नकोस!”

“आई”, लीला म्हणाली “मी कधी तुला बोलून दाखविले नाही. पण मुक्तेश्वराला हा कधीही जवळ घेत नाही! त्या अजाण मुलाशी हा तुसडेपणाने वागतो! मामा म्हणणाऱ्याला हे शोभून दिसते का? त्याची मुले ‘आत्या’ ‘आत्या’ करीत माझेजवळ असतात! मी त्याच्यासारखे वागले तर? त्यांच्या आईला काय वाटेल?”

“ती व्यवहारी आहे,” गिरिजाबाई म्हणाल्या, “मुक्तेश्वरावरून ती त्याला परवा एकदा बोलत होती. मला सहज ऐकू आले. तिलाही त्याचे वागणे आवडत नाही. पण ती बिचारी काय करणार असल्या नवऱ्यापुढे?”

“आई,” लीला गंभीरतेने म्हणाले, “हे मला समजते. पण बाबांची फार काळजी वाटते मला. आम्ही दोघी बहिणी कुणीकडे, आणि हा दिवटा कुणीकडे? इतका कसा वाया गेला हा? त्या कुटाळांमध्ये किती मिसळायचे याला काही मर्यादा असतात. बाबांचे हे मोठेपण त्याला सहन होत नसावे! पण त्यासाठी त्यांना किती अथक परिश्रम करावे लागले याची काहीही जाणीव नाही त्याला. या साधनेसाठी किती वर्षे त्यांना लागली? हा कुलदीपक दिवसेंदिवस जादाच करू लागलाय! कालपरवा आलेली त्याची बायकोच चांगली म्हणायची. बाबांबद्दल आमच्याइतकाच आदर तिला आहे.”

“ती चांगलीच आहे.” गिरिजाबाई ठामपणे म्हणाल्या, “आल्या दिवसापासून ती गैर कधीच नाही वागली. तिच्या घरचे वळण चांगले आहे. तिच्या आईवडिलांनी तिच्यावर चांगले संस्कार केले आहेत. पण याला अजून उमज पडत नाही.”

“नाही तर काय?” लीला म्हणाली, “एखादा बाबांच्या मागे राहून त्या कुटाळांशी लढला असता! धडा शिकविला असता त्यांना. बाबांची बाजू भक्कम केली असती. पण ते लांबच राहिले. घरातील दुफळी गावाला कशाला दाखवीत बसलाय हा! त्या कुटाळांचा याला पुळका कशासाठी?”

त्यांचे बोलणे बराच वेळ चालू होते. पण पुन्हा कामे सुरू झाल्याने त्यांना ही चर्चा संपवावी लागली.

रात्री मुक्तेश्वर आजोबांना काही लिहू देईना. त्याला महाभारतातील गोष्टी ऐकायच्या होत्या. तो झोपल्यावर लीला त्याला घेऊन गेली.

नाथांना भागवताचा पुढील भाग लिहायचा होता. रोजच त्यांना लिहावे लागे.

काही भाविक नाथ सांगताना लिहून घेत. त्यांना हा नवा खजिना सापडला होता.

गिरिजाबाईंची आवरा-आवर रात्री उशीरापर्यंत चालूच होती. उद्याचा शिधा काढून ठेवल्यावरच त्या खोलीत आल्या.

"उशीर लागला आज." नाथ म्हणाले, "झाली का तयारी पूर्ण?"

"काही तरी राहत असतेच." गिरिजाबाई म्हणाल्या, "काय राहिले श्रीखंड्याला अगदी अचूक आठविते. त्यामुळे जवळजवळ सारे पूर्ण झाले आहे. स्वैपाकाला वेळवर सुरुवात व्हावयास हवी, म्हणजे सारे वेळेवर होईल. लीलाही आलीय. त्यामुळे ती मदतीला आहे. गंगाची उणीव भासत नाही. बिचारी फार लांब पडलीय. तिची मला सारखी काळजी वाटते. पोर कुणापाशी आपले मन मोकळे करणार? कोण आहे तिकडे आपले?"

"मला नाही तसे वाटत." नाथ म्हणाले, "माधवराव फार वेगळ्या विचाराचे वाटले मला. जाताना त्यांनी मला वारंवार सांगितले की 'गंगाची काळजी अजिबात करू नका. आम्ही तिला आपलीच कन्या समजू, तुम्ही अगदी निश्चित रहा. आमचेही दैवत पंढरीचा पांडुरंगच आहे. माझी आई बुवांच्या घरातीलच होती! म्हणजे आम्ही तुमचेच आहोत. परके मुळीच नाही!' "

"हे मात्र खरे आहे," गिरिजाबाई म्हणाल्या, "बुवांच्यामुळेच गंगाचे सारे चांगले झाले आहे. बिचारीला केव्हा येण्यास मिळेल कुणास ठाऊक? बाकी इथे येऊन तरी काय उपयोग म्हणा! इथे सारा उजेडच."

"असे का म्हणता?"

"नाही तर काय म्हणू?" गिरिजाबाई नैराश्यात म्हणाल्या, "घरात एकी राहिली आहे काय? सारा अंधारच आहे. एकाच पोरट्याने हैराण केले आहे आपल्याला! साऱ्या गावाचा विषय झालाय या घराचा."

"इतके वैतागू नका," नाथ शांतपणे म्हणाले,

"होईल चांगले सारे. अंधारातूनच नंतर प्रकाश पडतो! त्यामुळे जग देखील बदलते."

"तुम्हाला अजूनही हा प्रश्न गंभीर वाटत नाही?" गिरिजाबाई वैतागाने म्हणाल्या, "अजून आता कशाची वाट पाहता?"

"त्याला काय करायाचे आहे ते एकदा करू द्या!" नाथ म्हणाले, "त्याचा मार्ग त्याला मोकळा आहे. त्या मार्गानेच त्याने खुशाल जावे. समजावून सांगण्यास तो आता लहान नाही. हित, अहित त्याला निश्चितच समजते. त्याचा मार्ग जसा आनंदाचा आहे तसा मलाही माझ्या जीवनात आनंदी आनंद भासत आहे. यात खंड

पडणार नाही.''

"पण ही मनमानी किती दिवस करणार?'' गिरिजाबाई म्हणाल्या, "आता आपलाही काही वेगळा विचार करावा लागणार आहे. त्याचा अडथळा किती दिवस? मला तर त्याचा हा विचित्र स्वभावच नाही आवडत. प्रत्येक घटनेला त्याचा विरोध आहे. याचा पंथ वेगळा. आपल्याला त्याचा काय उपयोग?''

"तुम्ही फार कडवट बोलत आहात.''

नाथ म्हणाले, "शेवटी तो आपलाच मुलगा आहे तुम्ही त्याच्या आई आहात. त्याच्याबाजूने जरा विचार करून पहा. म्हणजे हा प्रश्न लवकर सुटेल.''

"आपण काय म्हणत आहात हे मला समजत नाही.'' गिरिजाबाई म्हणाल्या, "परंतु ही समस्या लवकर सुटणारी नाही एवढे मला माहिती आहे. शेवटी आपल्या भविष्याचा विचार आपणालाच करावा लागणार आहे.''

"मीही तेच म्हणीत आहे'' नाथ हसून म्हणाले, "आज ना उद्या त्याला सद्‌बुद्धी निश्चित होईल. त्याचे डोळे उघडतील. नाही म्हटले तरी आपल्या घराण्याचा प्रभाव त्याच्यावर पडणार आहे. आज नाही, तर उद्या पडेल! तोपर्यंत आपणाला वाट पाहावी लागेल. सगळेच वाईट घडत नसते. निराशा दूर करा. सूर्यनारायण आपले दैवत आहे. हा अंधकार ते दूर करून आनंदीआनंद करतील. फक्त त्याच्याकडे बघण्याची दृष्टी बदला. ती चांगली ठेवा. आता शांत झोपा. उशीर झालाय. मनातील काळोख फार काळ राहात नाही. उद्या सकाळी मित्र आला म्हणजे आपणाला हवा तसा अरुणोदय होईल...!''

दुसरे दिवशी भल्या पहाटेपासूनच नाथांच्या घरी श्राद्धाची गडबड चालू झाली. रोजचे जेवण व श्राद्धाचे भोजन यात कितीतरी बदल असतो. त्यामुळे घरातील स्त्री वर्गात कामाची वाटणी झाली. उद्धव श्रीखंड्याही कामाला लागले! विविध भाज्यांना फोडण्या दिल्याचे वास, तळणाचे वास, पुरणाचा वास, कटाच्या आमटीचा वास वगैरे सर्व सुवास घरात तर येतच होते. पण बाहेर रस्त्यावर देखील जाणाऱ्यांना ते जाणवत होते! नाथांच्या घरी काही तरी वेगळे चालू आहे हे समजत होते.

बोलाविलेल्या ब्राह्मणांची वाट पाहत नाथ रस्त्याजवळील खिडकीत उभे होते.

काही महार स्त्री पुरुष तेथून चालले होते. क्षणभर सारे थांबले! घरातून अन्नाचा सुवास त्यांना आला!

"लई ग्वाड वास येतुया.''

"ये, चल म्होरं...तुला काय आवताण हाये का?''

"पर म्या नुस्ता वास घेतुया... जेवान करायाचं कुठं म्हनतुया...''

"लई शाना हैस... घरची भाकर खाया चल बिगी, बिगी..."

हे सारे संभाषण नाथ ऐकीत होते! त्यांचे मन अस्वस्थ झाले. या लोकांना असले भोजन कोण देणार? त्यांना कोण आमंत्रण देणार?

...आपण त्यांना आत बोलावले तर...? त्यांची पहिली पंगत केली तर...? ब्राह्मणांसाठी पुन्हा स्वयंपाक करता येईल...त्यात काय अवघड आहे...होईल थोडा उशीर...झाला तर झाला...पण यांची भोजनाची इच्छा अपूर्ण राहू नये...त्यांच्या आत्म्यांना काय वाटेल...! या सुग्रास अन्नाची संधी यांना मिळू द्या...!

"अहोऽ... अहो," नाथ म्हणाले, "चला भोजनाला...आत या...सारे तयार आहे...!

"पर आमी..."

"मला माहिती आहे." नाथ म्हणाले, "घर तुमचंच आहे... या लवकर."

नाथांनी गिरिजाबाईंना सारे सांगितले.

"काही हरकत नाही," त्या म्हणाल्या "ही पंगत झाली, की आम्ही पुन्हा नवा स्वैपाक करू... बसू दे त्यांना."

नाथांच्या सहचारिणीने विरोध केला नाही.

भराभर पाने मांडली गेली. केळीच्या पानावर सुग्रास भोजन सुरू झाले. तोपर्यंत त्यांची मुलेबाळेही त्यांना शोधीत आली. तीही बसली.

गिरिजाबाईंच्या मदतीला आज नाथ स्वत: वाढण्यास उभे राहिले! आग्रह करून वाढले जात होते. खाल्ले जात होते!

ज्या ब्राह्मणांना श्राद्धासाठी बोलावले होते त्यांना हे सारे दृष्य दिसले. त्यांचा विश्वासच बसेना!

गावातील अंत्यज लोकांची पंगत नाथांच्या घरी बसलेली होती!

"अरेरे! काय हा नाथांचा अध:पात!"

"शिव! शिव! काय हा अनाचार."

"छे!छे! या पैठणात हे काय धर्मबाह्य कृत्य चालू आहे?"

"या वर्तनाचा जाब विचारलाच पाहिजे."

"नाथांना जातीबाहेर काढा!"

आरडाओरडा करीत सारे ब्राह्मण परत गेले!

नाथांनी त्यांना सारे स्पष्ट सांगूनही त्यांनी ऐकले नाही! हात जोडून विनंती केली!

"दुसऱ्या कोणालाही आता तुमच्या घरी आम्ही येऊ देणार नाही!"

“म्हाराज,” एकजण म्हणाला, “लई वंगाळ बोलून गेली समदी! आमच्यापाई तुमास्नी शिव्याशाप मिळाले. आमास्नी त्ये लोक जेवूनशान गेल्यावर मग आमाला वाढाय हवं होतं.”

“म्हाराज,” दुसरा म्हणाला, “तुमी मानूस नाय्, देव हाय देव! ह्ये असलं जेवान् कोन वाडनार आमास्नी..”

“मंडळी,” नाथ हात जोडून म्हणाले, “तुम्ही मी बोलाविले म्हणून आलात! मी धन्य झालो!”

गिरिजाबाईंनी उरलेले सारे त्यांना पुन्हा बांधून दिले!

हरी पंडित हातपाय आपटीत त्या ब्राह्मणांपाठोपाठ घराबाहेर पडला! त्याच्या पत्नीने त्याला आडविण्याचा प्रयत्न केला, पण त्याने तिला बाजूला सारले!

सारी स्वच्छता करून सारी मंडळी पुन्हा स्वयंपाकाला लागली!

भोजनाविना परत गेलेल्या ब्राह्मणांनी साऱ्या पैठणात ही वार्ता पसरवली! कुटाळ गोळा होऊ लागले! नाथांविरुद्ध सारे बोलू लागले. गुंडोशास्त्रीचा यात पुढाकार होता. त्यात हरीही सामील झाला! त्यालाही नाथांचे हे वागणे गैर वाटले होते!

अजून कोणी ब्राह्मण येत आहेत का याची चाचपणी करून श्रीखंड्या परत आला. लोक त्यालाही बोलू लागले!

दुसरा स्वैपाक तयार झाला. माध्यान्ह टळली. कुणी ब्राह्मण येण्याचे चिन्ह न दिसल्याने नाथ अस्वस्थ होऊ लागले! त्यांना चैन पडेना! तरी पण आपले काही चुकले आहे असे त्यांना वाटेना! त्यांनी योग्य तेच केले होते!

“महाराज,” श्रीखंड्या म्हणाला, “कुणीही ब्राह्मण येण्यास तयार नाहीत. उलट साऱ्या पैठणात चर्चा चालू झाली आहे. तुम्ही काही चिंता करू नका. मी सगळ्यांचे पितर गोळा करून आणतो. त्यांना भोजन देऊ.”

नाथांनी संमती देताच पुन्हा पाने मांडण्यात आली! पितरमंडळी भोजनास बसली. पंगत सुरू झाली!

न जेवता परत गेलेले काही ब्राह्मण नाथांची आणखी किती फजिती झाली हे पाहण्यास आले!

त्यांना जे दृष्य दिसले ते त्यांनी कधीही न पाहिलेले होते!

नाथांचे व त्यांचेही पूर्वज़ चक्क भोजन करीत होते!

त्यांना काही सुचेना. ते वाट्टेल ते बरळू लागले!

“भूत ऽ भूतऽ भुते जेवीत आहेत!”

“पळाऽ पळाऽ भुतांची पंगत! भुतांची पंगत!”

त्यांचा एकत्र गोंधळ सुरू झाला!

नाथांचे काम झाले!

पितर संतुष्ट झाले!!

परंतु पैठणकर कोड्यात पडले! काही लोकांनी आपले पितर सदेह भोजन करीत बसलेले पाहिले होते!

हा प्रकार अजब होता!

एकनाथांना हे कसे जमले?

धर्माधिकारी चक्रावले!!!

❄❄❄

१००

॥ एका जनार्दनी ॥

तिन्ही मुलांना रात्री कमळाने लवकरच झोपविले. शांतपणे ती विचार करीत बसली. तिला आज काहीतरी निर्णय निश्चित करायाचा होता. तिच्या मनात गोंधळ उठला होता. तिला काहीच सुचत नव्हते. श्राद्धादिवशी तिचा नवरा रागारागाने बाहेर गेला होता! तो जेवला नाही! हे वागणे तिला पटलेले नव्हते.

हरी पंडित अजून आलेला नव्हता. दिवसभर जवळजवळ तो बाहेरच असायचा. अस्वस्थपणे तो घरात वावरायचा. श्राद्धादिवशी नाथांनी ज्यांना भोजन दिले ती गोष्ट त्याच्या दृष्टीने अत्यंत धर्मबाह्य होती. अशी घटना पैठणात कधीही घडली नव्हती. त्यामुळे सारा ब्राह्मणवर्ग नाथांविरुद्ध झाला होता!

भागवत मराठीत सांगण्यास त्यांनी आरंभ केला होता. तेव्हापासूनच पैठणात नाथांविरुद्ध वातावरण तापू लागले होते. गुंडोशास्त्री त्यात तेल ओतीत होते. हरीला बापाविरुद्ध तयार करीत होते! हे सारे धर्माविरुद्ध चालू आहे असे सर्वांचे ठाम मत झाले होते.

पण नाथांना हे कोण सांगणार? त्याना कोण अडविणार? त्यांना धर्म व अधर्म माहिती नव्हते काय? प्रवाहाविरुद्ध ते जात होते! प्रत्यक्ष त्यांच्या मुलाला देखील हे मान्य नव्हते! जनार्दनस्वामींच्या नावाखाली हा गोंधळ ते किती दिवस घालणार? त्यांच्या बाजूला सारा बहुजनसमाज उभा होता!

"आई," नाथ एकदा भागवत सांगत असताना हरी पंडित म्हणाला, "हे बाहेर काय चालू आहे? बाबांनी धर्माविरुद्ध हे काय आरंभिले आहे? साऱ्या पैठणलाच काय, पण मलाही हे खपलेले नाही! हे चांगले तर नाहीच, पण रूढीविरुद्ध आहे."

"तुला आवडत नाही ना?" गिरिजाबाई अगदी शांतपणे म्हणाल्या, "तू

तिकडे लक्ष लक्ष देऊ नकोस! गप्प बैस. नाही तरी ते प्रवचन करीत असताना तू कोठे तेथे बसत होतास?''

"त्यात मला ऐकण्यासारखे काय होते?'' हरी पंडित तुच्छेतेने म्हणाला, "अडाणी लोकांना ते ठीक होते. माझ्यासारख्या पंडितांना सारेच माहिती असते!''

"कुणाबद्दल बोलत आहेस तू?'' अजूनही निर्विकारपणे गिरिजाबाई म्हणाल्या, "तुझे पांडित्य त्यांना दाखवितोस काय? इतका अहंकार तर चांगला नाहीच, पण वडिलांविषयी असे बोलणे कोणत्या धर्मात सांगितलेले आहे? लहान वयात घरदार सोडूनच हे ज्ञान त्यांना सद्‌गुरूकडून मिळाले आहे! पैठण बाहेरचे जग माहिती आहे का तुला? सारा देश त्यांनी वणवण करीत उन्हा-पावसात तीर्थयात्रा केली आहे.''

"मला काय त्याचे!'' जरा आवाज वाढवीत हरी पंडित म्हणाला, "शिवाय काय खोटे बोलत आहे मी? लोक काय चर्चा करीत आहेत हे जरा गावात जाऊन ऐक! शरमेने मला मान खाली घालावी लागत आहे! मला हे सहन होणार नाही!''

"मग काय करणार आहेस तू?'' आवाज वाढवून गिरिजाबाई म्हणाल्या, "त्यांच्यासमोर उभे राहून बोल की एकदा! मला काय सांगतोस! यातील मी त्यांना काहीच सांगणार नाही! जनार्दनस्वामींनी त्यांना सांगितल्याप्रमाणेच ते वागत आहेत व सांगत आहे. तुला पटत नसेल तर...''

"...तर काय?'' हरी पंडित जोराने ओरडून म्हणाला, "काय करणार आहेस तू!...''

हरी पंडित तावातावाने गिरिजाबाईंच्याकडे येऊ लागताच उद्धवाने त्याला बाजूला काढून त्याच्या खोलीकडे नेले! तो तेथे न थांबता लगेचच बाहेर निघून गेला!

कमळा सारे ऐकतच होती. त्याचे हे वागणे व बोलणे तिला आवडले नव्हतेच. पण ती काय करू शकणार? त्याची ही वृत्ती पहिल्यापासूनच होती. आता अधिक वाढत चालली होती. साऱ्या गावाला हे माहिती झाले होते!

नाथांविषयी तिला पराकोटीचा आदर होता. बाळंतपणासाठी ती माहेरी गेली असताना दिगंबरपंतांनी स्वामींच्या व नाथांच्याबद्दल सारे सांगितले होते.

"कमळे,'' एकदा दिगंबरपंत तिला म्हणाले, "केवळ नशीब म्हणून तू या अलौकिक घराण्यात पडली आहेस. या घराण्याला महान परंपरा आहे. भानुदासांसारखे पांडुरंग नाथांचे पणजोबा आहेत. ते महान संत आहेत. त्यांना विठ्ठलदर्शन तर झालेच, पण घराण्याला आशीर्वादही मिळाला! नाथांना तर साक्षात दत्तदर्शन झाले आहे. पंढरीनाथ भेटले आहेत. तुझ्या नवऱ्याबद्दल मला सारे समजले आहे. तो नाथांच्या विरुद्ध आहे. पण तू मात्र कधीही असल्या जावईबुवाच्या नादाने वागू

नकोस. या महात्म्याला मुळीच दुखवू नकोस. सुदैवाने तुझी सासूही समंतजस, व प्रेमळ आहे. उलट तू तुझ्या नवऱ्याला ताळ्यावर आणण्याचे प्रयत्न कर. त्यातच तुझे कल्याण आहे.''

वडिलांचे हे शब्द कमळाला सारखे आठवीत. सून म्हणून जी कर्तव्ये असतात ती सारी व्यवस्थित पार पाडीत होती. गिरिजाबाईंच्या शब्दाबाहेर ती कधीच जात नसायची. नवऱ्याला तिने वारंवार सांगून पाहिले होते. पण त्याच्यावर काहीही परिणाम होत नव्हता. आईंच्याबरोबर आज जे वर्तन त्याने केले होते ते अत्यंत गैर होते. म्हणूनच ती त्याची वाट पाहत थांबली होती. एरवी ती लवकर झोपून जायची.

''अरे वा!'' खोलीत येताच हरी पंडित म्हणाला, ''आज जागरण चालू आहे! मग काही खरे नाही.''

''हे मात्र अगदी बरोबर बोललात,'' कमळा म्हणाली, ''याबाबतीत आपण खरोखरच पंडित आहात!''

''म्हणजे''

''मला काही विचारायचे आहे.'' कमळा म्हणाली, ''चालेल का?''

''आईबाबांच्या बद्दल असेल तर काही न विचारलेले चांगले'' हरी पंडित म्हणाला, ''दुपारी तू सारे ऐकले आहेसच. पुन्हा वेगळे काय सांगणार आहेस?''

''मला तसा काहीच अधिकार नाही,'' कमळा सावधपणे म्हणाली, ''शिवाय माझी तशी पात्रताही नाही! तुम्ही पडला पंडित! मला धर्माचे काहीही कळत नाही! तो माझा विषयही नाही...पण...!''

''पण काय?''

''आज आईंना तुम्ही नको ते बोलला हे मान्य आहे का आपणाला?''

''नंतर मला तसे वाईट वाटले.'' हरी पंडित म्हणाला, ''पण तेव्हा काही उपयोग नव्हता. मला राग आवरत नाही!''

''पण हा राग घातक असतो असे मला वाटते.'' कमळा शांतपणे म्हणाली, ''आई वावगे असे काहीच बोलत नव्हत्या. तुम्हाला शिकविण्याचा काही प्रयत्नही करीत नव्हत्या. फक्त वडिलांविरुद्ध उभा राहू नको एवढेच सांगत होत्या. राग येण्यासारखे त्यात काहीच नव्हते. रागाला आवरावे लागते.''

''ते मुळीच जमणार नाही.'' हरी पंडित एकदम म्हणाला, ''माझा तो स्वभावच नाही, मग कुणी काहीही म्हणो.''

''गावातील चार विद्वान लोक श्रेष्ठ की वडील?'' कमळा जरा धाडसाने म्हणाली, ''त्यांचे ऐकून तुम्ही बाबांविरुद्ध का वागता, बोलता?''

"ते धर्मविरुद्ध वागत आहेत म्हणूनच." हरी पंडित म्हणाला, "बाकी माझा त्यांना कसलाच विरोध नाही! त्यांची विद्वत्ता मला मान्य आहे. पण संस्कृतचाही ते अनादर करीत आहेत."

"ज्ञानदेवांनी गीता मराठीत आणलीच ना?" कमळा त्याच्याकडे रोखून पाहत म्हणाली, "त्यांना तुम्ही काय म्हणाल?"

"तुला नक्की काय म्हणायचे आहे हे सांग," हरी पंडित म्हणाला, "उगाच फापटपसारा नको!"

"मला एवढेच सांगायचे आहे की यातून काहीतरी मार्ग काढा." कमळा शांतपणे म्हणाली, "नाही तर विनाकारण तेढ वाढत जाईल. तुम्ही एकटेच आहात. तुम्हाला भाऊ नाही. मग बाबांविरुद्ध भाऊबंदकी कशाला वाढवीत आहात? सुज्ञ लोक काय म्हणतील?"

"मग मी काय करावे?"

"तडजोड करा."

"ते जमायचे नाही!"

"दुसरा मार्ग काढा," कमळा म्हणाली, "ज्यामुळे हा वाद मिटेल."

"एक मार्ग आहे."

"कोणता?"

"आपण काशीला राहण्यास जाऊ." हरी पंडित म्हणाला, "म्हणजे वादच मिटला! त्यांनाही सारे व्यवस्थित करता येईल. आपल्यादेखत नको."

"पण आईबाबांना हे आवडेल का?" कमळा म्हणाली, "हा पर्याय होत नाही."

"भांडत बसण्यापेक्षा हे चांगले." हरी पंडित म्हणाला, "अधिक विद्याभ्यासासाठी काशीला जावयाचे आहे असे सांगितले म्हणजे त्यात काही गैर वाटणार नाही."

"हे चांगले झाले." कमळा समाधानाने म्हणाली.

"तू एक काम कर."

"कोणते?"

"आपला हा निर्णय तू अगोदर आईला सांग," हरी पंडित म्हणाला, "म्हणजे काय प्रतिक्रिया होते ते पाहता येईल."

दुसऱ्या दिवशी कमळाने बोलता बोलता गिरिजाबाईंच्या कानावर हे सारे घातले! त्यांनी ते ऐकून घेतले. काहीच बोलल्या नाहीत. परवाचा प्रसंग त्या विसरल्या नव्हत्या. हरी पंडिताने मर्यादा सोडली होती.

नाथ एकटे आहेत हे पाहून गिरिजाबाईंनी त्यांच्या कानावर कमळाचे बोलणे घातले!

"हे चांगले झाले," नाथ म्हणाले, "मी परवाच तुम्हाला सांगितले होते, की त्याचा मार्ग त्याला मोकळा आहे. त्याला खुशाल काशीला जाऊ दे. हा चांगला विचार त्याला सुचला आहे. नाहीतर तेढ विनाकारण वाढत गेली असती. तो आता लांब गेला म्हणजे त्याला हे सारे आठवेल. कुटाळांमुळे त्याची सारासार विचारसारणी थंडावली होती. त्याला काहीच सुचत नव्हते. आता त्याला जसजसे एकेक प्रसंग आठवत जातील तसे आपले काय चुकत गेले हे त्याला समजत राहील. शेवटी तो आपलाच मुलगा आहे. घराण्याची परंपरा त्याला राखावीच लागेल."

"शिवाय कमळा त्याला निश्चित टोचत राहील." गिरिजाबाई म्हणाल्या, "मी आज लीलाला बोलावून घेतले आहे. ती आली म्हणजे कमळाशी काय बोलायचे हे मी तिला सांगून ठेवीन. ती तिला निश्चित चांगल्या तऱ्हेने समजावून देईल. कमळाच्या मनात सारे चांगलेच विचार आहेत. त्याचा उपयोग होईल!"

"हे उत्तम झाले." नाथ म्हणाले, "हा पर्याय योग्यच आहे. लीला या गोष्टीस तयार आहे. आपल्यालाही आपला मार्ग मोकळा झाला. मला माझ्या ध्येयाचे शिखर निश्चित गाठता येईल. पंढरीनाथानेच त्याला ही सुबुद्धी दिली म्हणायची. नाहीतर इतका व्यवस्थित निर्णय त्याला घेता आला नसता."

"मलाही तसेच वाटत आहे." गिरिजाबाई म्हणाल्या, "त्याशिवाय ही घटना घडणार नाही. श्राद्धादिवशी तो न जेवता बाहेर गेला होता. सारे आवरल्यावर श्रीखंड्या पाणी आणण्यास गेला असताना नदीकाठी त्याला हरी दिसला. श्रीखंड्या कधी त्याच्याशी बोलायचा प्रयत्न करीत नाही. पण त्या दिवशी त्याला काय वाटले कुणास ठाऊक. तो त्याच्याजवळ बसला. त्याने हा काहीतरी कानमंत्र त्याला दिला असावा, असे मला वाटते. श्रीखंड्याने मला एवढेच सांगितले. प्रत्यक्षात काय बोलणे झाले हे नाही सांगितले."

"मग ह्यामुळेच हा विचार हरीने पक्का केला असावा," नाथ म्हणाले, "हे काही का असेना, आपला कार्यभाग आता पूर्ण होईल."

दुसऱ्या दिवशी नाथ झोपाळ्यावर बसले असताना हरी आला. समोर उभा राहिला. बोलण्याचे धाडस त्याला होईना...!

"हरी," नाथ अखेर म्हणाले, "तुझा मनोदय मला समजा. तू उच्चविद्याविभूषित व्हावेस अशीच आमची इच्छा होती. ती तू अवश्य पूर्ण कर. यानिमित्ताने काशीला जाण्याचा योग तुला येत आहे. त्याचा फायदा घे. तेथे विद्वानांचा तोटा नाही. चांगल्या

गुरूकडे शिक्षण घे. त्यामुळे आम्हाला अभिमान वाटेल. तू पंडित झालास हीच आपल्या घराण्याच्या दृष्टीने उत्तम घटना घडली. कुळाचे नाव तू उच्च केलेस. भानुदासांनी हेच केले. आमचा तुला आशीर्वाद आहे. प्रवास दूरचा आहे. काळजीपूर्वक जा. रात्री किंवा आडवाटेने प्रवास करू नका. सर्वांबरोबरीने चालत रहा. काळ वाईट आहे. काशीच्या परिसरातील सर्व तीर्थक्षेत्री जाऊन दर्शन घेऊन येत रहा.''

''लवकरच निघतो आम्ही.'' हरी पंडित म्हणाला, ''सारी तयारी होत आली आहे. गावातील काही लोकही येत आहेत. त्यामुळे आम्ही एकटे नाही. आपल्या सर्व इच्छा मी पूर्ण करूनच येईन.''

''अवश्य,'' नाथ म्हणाले, ''हीच अपेक्षा होती आमची.''

दोन-तीन दिवसातच पहाटे सारी मंडळी काशीच्या मार्गाला लागली! थोडा वेळ नाथ त्यांच्याबरोबर गेले!

❄❄❄

१०९

॥ एका जनार्दनी ॥

नाथांच्या भागवताला आज मुरली येऊन बसला. त्याला भागवत ऐकायचे होते. सामान्यांना धर्म समजावा हाच हेतू नाथांचा होता. त्याबरोबरच सर्वसामान्य ज्ञानही ते देत. त्यामुळे गर्दी वाढत होती.

भागवत संपताच मुरली नाथांजवळ येऊ लागला. भाविकांची गर्दी संपताच नाथांचे लक्ष त्याच्याकडे गेले.

"काय रे मुरली?" नाथ म्हणाले, "केव्हा आलास?"

"सुरुवातीपासूनच मी उपस्थित आहे," मुरली म्हणाला,"पण आज जागाच नव्हती! त्यामुळे तुला मी दिसलो नाही. तुझे विवेचन मला आवडले."

"चल, आत जाऊ या." नाथ म्हणाले, "म्हणजे निवांत बसून बोलता येईल. बऱ्याच दिवसांनी तुझी गाठ पडतीय."

"तुझा व्याप वाढत असल्याने मी आलो नाही." मुरली म्हणाला, "आज जरा सवड मिळाल्याने आलो."

"बरे झाले आलास ते," नाथ म्हणाले, "बऱ्याच घटना घडून गेल्या आहेत."

"त्या श्राद्धाच्या प्रकारामुळे गावात फार वादळ निर्माण झाले आहे." मुरली म्हणाला, "त्यात पुन्हा मराठीतून भागवत! काल हरीची वार्ता समजली."

"खरी आहे ती." नाथ म्हणाले, "तो काशीला सहकुटुंब गेलाय. फक्त थोरला राघव इथे राहिलाय. तो सारखा माझ्याकडेच असतो. त्यामुळे आम्हाला जरा आधार आहे. नाही तर घरात करमलेच नसते."

"साहजिकच आहे." मुरली म्हणाला, "हरी कशीला गेला हे तुझ्या दृष्टीने चांगले झाले. तुला मोकळीक मिळाली. त्याच्यामुळे तुला किती ताप होत होता, याची

मला कल्पना आहे. म्हणून गावातील घडामोडी तुला मी सांगत नव्हतो! त्यात हरीचा सहभाग होता. साऱ्या धर्ममार्तंडांनी तुला वाळीत टाकण्याचे प्रयत्न चालू केले होते. हरी आता नाही हे फार उत्तम झाले. त्यांचा आधार गेला!''

''हे खरे आहे.'' नाथ म्हणाले, '' पण मला कशाचीही भीती वाटत नाही. मी हे सारे चालू ठेवणारच. पुढेही चालू राहील.''

''तू माघार घेणार नाहीस हे मला माहिती आहे,'' मुरली म्हणाला, ''योग्यवेळी हरीने निर्णय घेतला.''

''एवढेच त्याने उत्तम केले.'' नाथ म्हणाले. ''नाहीतर काही विपरीत घडू शकले असते.''

''तुझ्यापाठीशी पांडुरंग आहे.'' मुरली म्हणाला, ''याशिवाय हे होणार नाही.''

बराच वेळ त्यांची बोलणी चालू होती. लीला आली होती. ती लाह्याचा चिवडा चांगला करायची. तो खाऊन मग मुरली गेला.

रात्री उशीरपर्यंत नाथ लिखाण करीत होते. ते पूर्ण करून ते झोपले.

...पंढरीनाथाचा जयजयकार चालू होता... टाळ मृदंग घुमत होते... चंद्रभागेच्या वाळवंटात वारकऱ्यांची गर्दी होती... नाथ पुंडलिकाच्या मंदिराजवळ स्नान करीत होते...

तेवढ्यात त्यांना जाग आली. त्यानी इकडे तिकडे पाहिले! ते खोलीतच होते!

स्वप्नात ते पंढरीला गेले होते. नाथांची झोप उडाली. ते पंढरीला अजून गेलेच नव्हते. मग हे स्वप्न कसे पडले? आपल्याला कधी जावेसे का नाही वाटले? त्यांची झोप उडाली. ते उठले. फेऱ्या मारू लागले खोलीत.

गिरिजाबाई सहज जाग्या झाल्या. त्यांनी शेजारी पाहिले. ते नव्हते. त्या घाबरून उठल्या. नाथ पलीकडे फेऱ्या मारीत होते!

''अहो,'' गिरिजाबाई म्हणाल्या, ''अजून उजाडलेले नाही. का उठलात?''

नाथांनी स्वप्नाची हकीकत सांगितली!

''पंढरीला जावे असे का नाही वाटले मला?'' नाथ म्हणाले, ''विसर कसा पडला?''

''एवढे मनाला लावून घेऊ नका.'' गिरिजाबाई म्हणाल्या, ''आपण लवकरच जाण्याची तयारी करू. येथे उद्धव व श्रीखंड्या राहतील. दैनंदिनचे सारे होत राहील. अधूनमधून लीला येईल. राघव येथेच राहील. श्रीखंड्याची सवय आहे त्याला.''

''ही कल्पना चांगली आहे.'' नाथ म्हणाले, ''म्हणजे काही काळजी नाही.

याचवेळी आपण कोल्हापूरला अंबाबाईलाही जाऊन येऊ. आपले ते कुलदैवत आहे. आपले पूर्वज मिरजेकडील म्हैसाळचे. त्यामुळे ही कुलस्वामींनी आपली आहे.''

''मीही तेच विचारणार होते.'' गिरिजाबाई म्हणाल्या, ''सारेच होऊन जाईल. देवीचा कुळधर्म पार पडेल. पुन्हा जमेल न जमेल.''

''हेही खरे आहे.'' नाथ म्हणाले, ''हे सारे या स्वप्नामुळे घडत आहे. पंढरीनाथाला आपल्याला जागे करावे लागले!''

''ह्या निमित्तानेच हे घडणार होते.'' गिरिजाबाई म्हणाल्या, ''मी आता तयारीला लागते.''

''अवश्य.'' नाथ समाधानाने म्हणाले, ''पंढरीनाथांच्या दर्शनाला उशीर नको.''

त्यांनी हात जोडले... खणखणीत आवाजात ते म्हणू लागले...

महायोगपीठे तटे भीमरथ्यां
वरं पुण्डरीकाय दातु मुनीन्द्रैः ।
समागत्य तिष्ठन्तमानन्दकंदं
परब्रह्मलिंगं भजे पांडुरंगम् ।।

❄❄❄

१०२
॥ एका जनार्दनी ॥

भागवत चालू असताना नाथांनी पंढरपूरला ते जाणार असल्याचे सांगून टाकले. चालू अध्याय संपला की भागवत, प्रवचन वगैरे बंद राहणार होते. दुसरे दिवशी काही मंडळी नाथांकडे आली.

"महाराज," नंदूभट म्हणाले, "आपणाबरोबर आम्हाला पंढरीला येण्यास मिळाले तर आम्हाला बरे होईल. त्या भागात व पंढरीला आम्ही कधी गेलो नाही."

"अवश्य चलावे." नाथ म्हणाले, "उलट आपली एक दिंडीच पंढरीला जाईल. फारच सुंदर योग आलाय हा. आपण लवकरच दिवस निश्चित करू. आपण तयारीला अवश्य लागावे."

"महाराज," देवजी लोळगे म्हणाला, "मी मागे एकदा दिंडीबरोबर पंढरीला जाऊन आलेलो आहे. मला सर्व वाटा व मुक्कामाची ठिकाणे वगैरे माहिती आहे. काही स्त्रियाही येत आहेत. त्यामुळे स्वैपाकाची सोय होईल."

"उत्तमच झाले," नाथ म्हणाले, "सर्वांना अवश्य घेऊन या."

"महाराज, माझा एक लांबचा नातेवाईक पंढरीत राहतो." नरसोभट कावळे म्हणाले, "त्याचा मोठा वाडा आहे देवळाजवळ. तेव्हा तेथे राहण्याची आपली चांगली सोय होईल."

"काही हरकत नाही," नाथ म्हणाले, "तो एक प्रश्न मिटला. पंढरीनाथाची कृपाच म्हणायची ही!"

गिरिजाबाईंनी श्रीखंड्याला व उद्धवला सारे सांगितले. त्या दोघांवर घराची व अतिथीची जबाबदारी पडणार होती.

"आई," श्रीखंड्या म्हणाला, "एक विचारू का?"

"विचार."

"पंढपूरला येण्याची उद्धवाची इच्छा आहे." श्रीखंड्या म्हणाला, "तो मला कालच म्हणत होता. तेव्हा त्याला तुमच्याबरोबर घेऊन जा. येथील सारी व्यवस्था मी व मावशीबाई पाहतो. सारे व्यवहार मला माहिती आहेत. इकडची काही काळजी नका करू. काय उद्धवराव, जाताय ना?"

"सारी जबाबदारी तुझ्यावर टाकून जाण्यास मला कसेतरी वाटत आहे," उद्धव म्हणाला, "पण तुझा आग्रह आहे म्हणून मी जाईन."

एके दिवशी नाथांची दिंडी पंढरीला निघाली.

टाळ, मृदंग घुमू लागले. पांडुरंगाचा जयजयकार सुरू झाला. पंढरीच्या वाटेला नवी जाग आली! आषाढी वारी नसताना ही दिंडी कुणाची निघाली? वाटेतील गावा-गावात, वस्त्यांवर गर्दी जमू लागली. भोजनासाठी वाटेत थांबल्यावर भाविक काही तरी आणून देऊ लागले. नाथांची दिंडी निघाली आहे हे समजताच त्यांच्या दर्शनाला गर्दी होऊ लागली. त्या परिसरात नाथांच्या कार्याची सर्वांना माहिती झाली होती.

रात्रीच्या मुक्कामात भोजनानंतर किंवा फलाहारानंतर भजन सुरू व्हायचे. गावची भजनी मंडळे तेथे गोळा होऊ लागली. रात्री उशीरापर्यंत कार्यक्रम चालू रहायचा!

नाथांची भारुडे हा नवा प्रकार लोकांना आवडू लागला! तालसुरात ती म्हटली जायची...रोज प्रवचनांना येणाऱ्यांची ती पाठ झाली होती.

आग गं गं गं विंचू चावला।।
मनुष्य इंगळी अति दारुण
मज नांगा मारिला तिनं
सर्वांगी वेदना जाण त्या इंगळीची!
...विंचू चावला!!

त्या त्या गावातील काही लोक भारुडे लिहून घेऊ लागले!

पाणी असलेल्या ठिकाणीच मुक्काम असायचा. सर्वांची सोय पहावी लागायची. शेततळे जवळ असायचे. तेथील फळे, भाजी-पाला-धान्य मिळायचे. ते पुढे उपयोगी यायचे. नाथांनीही गाड्या भरभरून साहित्य बरोबर घेतले होते. काही ठिकाणी गावपाटील सारी व्यवस्था करायचे. आषाढीवारीच्या वेळी जाणाऱ्या दिंड्यांसाठी जे व्हायचे त्या साऱ्या गोष्टी घडू लागल्या. त्यामुळे वाटचाल अगदी पद्धतशीर चालू होती.

नाथांची सारी तयारी उद्धवच पहायचा. तो त्यांच्याबरोबरच सतत असायचा

दिंडीतील स्त्रियांबरोबर गिरिजाबाई रमायच्या. या बायका लोकगीते म्हणायच्या. वाटेत फुगड्या वगैरे पारंपरिक खेळ चालू असायचे. गिरिजाबाईंची अनेक लोकगीते पाठ होती.

यशवदेबाई हरि तुजा पक्का चोर
ताक कशायात करू नेला माजा टवी दोन !
यशवदेबाई हरि तुजा बहुरंग
पुरंना हात शिंकीखाली मांडतो चौरंग ॥

वाटेतील काही गावकरी त्यांच्या वाडवडिलांनी सांगितलेल्या भानुदासांच्या गोष्टीही सांगत. त्यांनी ज्या ज्या ठिकाणी मुक्काम केला ती ठिकाणेही गावकरी दाखवीत! नाथ तेथील माती कपाळी लावीत!

नाथांना त्या ठिकाणी गावकरी कीर्तन करण्यास सांगत. नाथांना मात्र राहून राहून वाटायचे की आपण या अगोदरच पंढरीला जायला हवे होते! भानुदासांच्या आठवणी अजूनही येत आहेत. त्यांच्या मुक्कामाच्या अगोदर भारुडांची माहिती गावकऱ्यांना व्हायची. मग भारुडांचा आग्रह व्हायचा...

सत्वर पाव गे मला भवानी आई
रोगडा वाहीन तुला!
सासरा माझा गावी गेला
तिकडेच खपवी त्याला!
सासू माझी जाच करिती
लवकरच निर्दाळी तिला!
जावू माझी फडफड बोलती
बोडकी कर गं तिला!
नणदेचं कार्टं किरकिर करिते
खरुज होऊ दे त्याला!
दादला मारुन आहुती देईन
मोकळी कर ग मला!
एका जनार्दनी सगळेच जाऊ दे
एकटीच राहू दे मला!!

ह्या भारुडाचा ढंग फार वेगळा असायचा. म्हणणारे भाविक अशा काही तालासुरात अभिनयात म्हणीत की लोकांना ते पुन्हा पुन्हा ऐकावेसे वाटायचे!

पुष्कळ दिवस वाटचाल चालू होती. पण कुणालाही कंटाळा येत नव्हता

किंवा काही त्रासही होत नसायचा. चालून चालून पायदेखील दुखत नसत! पंढरी जवळ येऊ लागली तसा उलट लोकांचा उत्साह वाढू लागला! भाविक आनंदाने नाचू लागले! जवळच्या गावचे काही वारकरी या दिंडीत सामील होऊ लागले! विठ्ठलमंदिराचे शिखर दिसू लागताच, विठुनामाचा जयजयकार वाढला! शिखराच्या दर्शनाने सारे पावन झाले.

टाळ घोळ चिपळ्यानाद
दिंड्या पताका मकरंद
गाती विठ्ठलनाम आल्हाद
अट्टाहास करूनी ।।

हा संत भानुदासांचा अभंग सुरू झाला!

सारे जण तल्लीन होवोनिया नाचू लागले!

अखेर चंद्रभागा दिसू लागली!

पंढरी आली...! प्रत्येकाच्या चेहऱ्यावर एक आगळा आनंद दिसू लागला. दिंडीसमवेत येण्याचे सार्थक झाले. नाथांना त्यांना पडलेले स्वप्न आठविले. आता ते साकारू लागले होते. प्रत्यक्ष पंढरीत त्यांची पाऊले पडत होती.

पुंडलिका भेटी सारे जाऊ लागले. सभोरचे विस्तीर्ण वाळवंट नाथ प्रथमच पाहत होते. ...ह्याची परंपरा किती अलौकिक होती! किती साधुसंत इथे येऊन गेले! त्यांची महान पाऊले येथे उमटून गेलेली आहेत. ही पवित्र वाळू त्याची साक्षीदार आहे. नाथांनी ती कपाळी लाविली! नाथ भारावून गेले.

ते पाण्यात उतरले...ही ऊब त्यांना वेगळीच वाटली. त्यात विलक्षण आपुलकी असावी.

"करिता चंद्रभागे स्नान
मना तेथे समाधान
जाता पुंडलिका भेटी
न माय आनंद त्या पोटी!"

नाथांना नवा अभंग सुचला! केवळ या पुंडलिकामुळेच हा वैकुंठीचा सखा पंढरीत आला! या भूतलावर त्यानेच आणिला! या पुंडलिकाचिये द्वारी हा सावळा विठ्ठल गेली झाली युगे अठ्ठावीस उभाचि आहे. महामुनी पुंडलिकाची आईवडिलांची सेवा चालूच आहे...! त्यानी पुंडलिकस्वामींचे दर्शन घेतले.

संत भानुदासांचा पणतू दिंडी घेऊन पैठणहून आला आहे, ही वार्ता साऱ्या पंढरीत पसरली. जी मंडळी चंद्रभागेत स्नान करीत होती त्यांनी सर्वांना सांगितले!

पैठणचे एकनाथ पंढरीत आलेले आहेत! नाथ मंदिरी येण्यापूर्वीच पंढरीतील प्रमुख भाविकजन मंदिरात गोळा होऊ लागले होते. भानुदासांची सेवा अजून कुणी विसरले नव्हते. भानुदास ज्या बडव्यांच्या घरी उतरले होते, ते गोविंद बडवेही उपस्थित झाले. त्यांच्याच घरी ते नाथांनाही घेऊन जाणार होते!

नाथ मंदिरात येताच त्यांच्याच दर्शनाला रीघ लागली. नाथांना त्यामुळे दर्शनाला उशीर लागला. गोविंद बडव्यांनी त्यांना तेथून गाभाऱ्याकडे नेले.

नाथ प्रथमच दर्शन घेत होते. गिरिजाबाईही सोबत होत्या. यथासांग दर्शन होताच त्यांच्या डोळियात आनंदाश्रू उभे राहिले!

भानुदासांचा अभंग त्याना आठवू लागला...

चतुर्भुज मूर्ति लावण्य रुपडे
पाहता आवडे जीवा बहु
वैजयंती माला किरीटकुंडले
भूषण मिरविले मकराकार!
कासे सोनसळा पीतांबर पिवळा
कस्तुरीचा टिळा शोभे माथे
शंखचक्र हाती पद्म ते शोभले
भानुदासे वंदिले चरणकमळ!!

याच पांडुरंगाला पणजोबांनी पडशीतून आणले. विजयनगरहून पद्मतीर्थावर ते येताच ही मूर्ती मूळ रूपात आपोआप आली! नाथ मूर्तीकडे अत्यानंदाने पाहत असताना पांडुरंग स्मितहास्य करीत असल्याचे त्यांना दिसले...

...भानूदासांचा तू पणतू...! तुला शेवटी मलाच इथे आणावे लागले... नाही तर तू केव्हा आला असतास कुणास ठाऊक...तुझे तुलाही माहीत नाही हे...!

...का कुणास ठाऊक क्षणभर त्यांना तेथे श्रीखंड्याच दिसला...! नाथांच्या मनातून हे काही केल्या जाईना. त्यांनी नंतर हे गिरिजाबाईना सांगितले.

"भास झाला असेल तुम्हाला." गिरिजाबाई म्हणाल्या, "पैठण सोडून बरेच दिवस झालेत आपल्याला. त्याची आठवण येत असताना तुम्ही त्या मूर्तीकडे पाहिले असेल...!"

"मला काही आता आठवत नाही", नाथ म्हणाले, "पण तसे वाटले हे खरे आहे!"

"एक गोष्ट तुम्ही विसरला," गिरिजाबाई म्हणाल्या, "श्रीखंड्याला पंढरीला यायचे आहे का? हे त्याला आपण विचारले नाही! शिवाय त्याचे व उद्धवचे बोलणे

झाल्यामुळे त्याने उद्धवला जाण्यास सांगितले! त्यामुळे कदाचित तुम्हाला भास झाला असेल. येत्या आषाढीच्या वेळी त्याला आपण दिंडीबरोबर पाठवू!''

"ही चांगली कल्पना आहे.'' नाथ म्हणाले, "मला उगाचच कसेसेच वाटू लागले होते!''

तेवढ्यात गोविंद बडव्यांचे भाऊ रंगनाथ बडवे आले. त्यांच्याबरोबर ते त्यांच्या घरी गेले. नरसोभट कावळे त्यांच्या पाहुण्यांच्या घरात सर्वांना घेऊन गेले. गोविंदरावांचे घर तसे मोठे नव्हते. सर्वांची सोय व्यवस्थित झाली.

दुपारी रंगनाथ बडव्यांच्या बरोबर सर्वजण पद्मतीर्थावर गेले! जेथे भानुदासांनी पडशी ठेवली होती ती जागा त्यांनी सर्वांना दाखविली!

विजयनगरच्या राजाने अखेर भानुदासांना ती मूर्ती घेऊन जाण्यास सांगितले! राजा एकदम काळजीत पडला! येताना वाजत गाजत आणलेली ही मूर्ती हे कशी नेणार?

"देवा!'' भानुदास हात जोडोन म्हणाले, "मी तुला आता पंढरीत कसा नेऊ? काय आहे माझ्याबरोबर?''

राजाला आश्चर्य वाटले! ती मूर्ती एकदम लहान झाली! भानुदासांनी तिला वंदन करून ती पडशीत ठेविली! पंढरीनाथाचा जयजयकार करीत त्यांनी चालण्यास आरंभ केला!

पद्मतीर्थावर आल्यावर भानुदासांनी तेथे स्नान करून पडशीतून ती मूर्ती बाहेर काढून तिची पूजा केली! डोळे मिटून प्रार्थना केली. डोळे उघडल्यावर त्यांना ती मूर्ती मूळ आकारात झालेली दिसली!

मूर्ती परत आणल्याची वार्ता तेथे जमलेल्या लोकांनी गावभर केली. एकादशी असल्याने मंदिरात भरपूर गर्दी गोळा झालेली होती. मंगळवेढ्याहून संत दामाजीही आले होते. त्यांनीच भानुदासांना मूर्ती विजयनगरहून आणण्यास पाठविले होते!

संत दामाजी व इतर वारकऱ्यांनी वाजतगाजत पालखी पद्मतीर्थावर आणली!

"भानुदास,'' त्यांना मिठी मारून संत दामाजी म्हणाले, "धन्य आहे तुमची भावभक्ती! तुमच्याशिवाय अन्य कोणाला हे मुळीच जमले नसते. केवळ आपणच भागवतधर्माला जीवदान दिले आहे.''

"दामाजीपंत,'' भानुदास नम्रपणे म्हणाले, "यात मी काहीही केले नाही. ही त्याचीच अगाध लीला आहे. चला, या सोळखांबी मंदिरात एकदा मूळ जागेवर देवांना जाऊ द्या!''

आणि एकादशीच्या मुहूर्तावर पांडुरंग मूळ विटेवर उभे राहिले!

ज्या जागेवर लहान मूर्ती मोठी झाली त्या ठिकाणी त्या परिसरातील भाविकांनी एक लहान पण सुंदर मंदिर स्थापन केले. तेथे मंत्रजागरात लहान पण सुंदर मूर्ती दिसू लागली. ते भाविक दैनंदिन सेवा करू लागले.

एकनाथांनी त्या देखण्या मूर्तीचा मनोभावे पूजा केली! सर्वांनी विठ्ठलाचा जयजयकार चालू केला. रंगनाथ बडव्यांनी तीर्थप्रसाद सर्वांना दिला!

दुसरे दिवशी रंगनाथ बडव्यांनी त्यांना सकाळी नारायण चिंचोळीला नेले. पंढरपूरहून ते जवळच होते. तेथे प्राचीन सूर्यमंदिर होते. ते नाथांचे कुलदैवत भानुदासही तेथे जाऊन आल्याने नाथही तेथे गेले. मनोभावे त्यांनी पूजा केली. मूर्ती फारच आकर्षक होती. गिरिजाबाईही होत्या.

सायंकाळी मंदिरात नाथांचे प्रवचन झाले. सर्व संतांच्या अभंगातून त्यांनी विठ्ठलमहिमा सांगितला! नाथांनी स्वत: भारुड म्हटले.

अशी ही थट्टा ।
भल्याभल्याशी लाविला बट्टा ।।
ब्रह्मदेव त्रैलोक्याला शोधी
थट्टेने हारविली बुद्धी
केली नारदाची नारदी
अशी ही थट्टा ।।

काकड्यापासून शेजारतीपर्यंत पांडुरंगाचे सारे उपचार त्यांनी पाहिले. काकड्याच्या वेळी विठ्ठलाच्या चेहऱ्यावर कसा फरक पडत जातो याचा विलक्षण अनुभव त्यांनी घेतला. हा अलौकिक होता.

पंढरपूर लवकर सोडावे असे वाटेना.

तरी पण कोल्हापुरी जाणे गरजेचे होते

बरीच मंडळी पंढरपुराहून परत गेली! काही जणच पुढे येणार होते. अखेर एक दिवस ते कोल्हापुरी निघाले!

अंबाईची ओढ लागली होती!

उदो ग अंबे उदो !!

❄❄❄

१०३

॥ एका जनार्दनी ॥

कोल्हापूर प्रवास सुरू झाला. पूर्वा उजळत होती. नेहमीप्रमाणे नाथांना सूर्यनारायणाचे दर्शन घडले. ते नुकतेच सूर्यमंदिरी जाऊन आल्याने त्यांना विशेष वाटले. कोल्हापुरी कुणीही न गेल्याने रस्ता नीट माहिती होत नव्हता. प्रवासीही थोडेच होते. कुणालातरी विचारीत वाटचाल चालू झाली. शेतीवाडीही समृद्धीची नव्हती. कुठेतरी एखादा मळा दिसायचा. पाणी मिळायचे. तेथेच मुक्काम करावा लागे. रात्री भजन व्हायचे. गावकरी यायचे.

सांगोला हे गाव बऱ्यापैकी होते. तेथे श्रीराम देशपांड्यांच्या घरी सोय झाली. तेथे देशपांडे गल्लीच होती! वाडा चांगलाच प्रशस्त होता. रात्री नाथांचे कीर्तन झाले. सांगोलकरांनी चांगलीच गर्दी केली. तेथील भजनी मंडळही होते. नाथांनी येथे गोंधळ घातला. देवी दर्शनाला ते निघाले होते. त्याची सुरुवात होती.

अनादी सिद्ध पंढरपूर । नादे विठाई सुंदर ।
कर ठेवुनी करावर
उभी रहासी निरंतर वो ।।
गोंधळा येवो जगदंबे।
विठाबाई तू मूळरंभे।।...
शरण जनार्दनी एका
गोंधळ गाता उदो उदो देखा ।।

दुसरे दिवशी ते निघाले. वाटेत माणगंगेनंतर वाटंबरे लागले. तेथेच मुक्काम पडला. ते खंडोबाचे प्रसिद्ध स्थान होते. मल्हारी-म्हाळसाचे भव्य मंदिर होते. तेथे त्यांची सोय झाली. मूर्ती फारच लोभसवाण्या होत्या. तेथील भजनीमंडळासमवेत नाथांनी भजन केले. उद्धवाने काही अभंग म्हटले.

पुढील वाटचाल दुसरे दिवशी पहाटे सुरू झाली. वाटेत चिमणाजी देशपांडे नाझरेकर सहकुटुंब भेटले. ते गाडीतून कोल्हापुरीच चालले होते. राधाबाईंना चालण्याचा त्रास व्हायचा म्हणून त्या गाडीत होत्या.

गाठभेट झाल्यावर ओळख झाली. त्यांचे नाझरे गाव वाटेच्या आत जरा दूर होते. कोल्हापूरला ते एकदा जाऊन आल्याने त्यांना सारी माहिती होती. त्यांनी गिरिजाबाई व एका वयस्क स्त्रीला गाडीत बसवले. ते स्वत: नाथांबरोबर चालू लागले! नाथांचा वेळ चांगला जाऊ लागला. तेही धार्मिक प्रवृत्तीचे होते. पंढरीला नेहमी जाणे व्हायचे.

वाटेत एका गावात दुपारच्या जेवणासाठी थांबावे लागले. तेथे देवीचे मंदिर होते. दर्शनासाठी सारी मंडळी गेली. पंढरपूरच्या पद्मावतीप्रमाणेच येथे तांदळा होता. नाथांना पद्मतीर्थावरील देवीची आठवण झाली. देवीदर्शनाला जाताना देवीचे दर्शन झाल्याने ते सुखावले.

काही दिवसात मिरज आले. गाव जरा मोठे होते. जोशी गल्लीत त्यांची राहण्याची सोय झाली. जोशीबुवा धार्मिक वृत्तीचे होते. रात्री त्यांनी नाथांचे प्रवचन ठेवले. पुष्कळ गर्दी झाली. नाथांनी म्हैसाळची चौकशी केली. ते तसे जवळ नव्हते. त्यामुळे जाता आले नाही. पुढील प्रवासात नरसोबावाडी, औदुंबर ही दत्तस्थाने घडली. कृष्णास्नान व दत्तदर्शनाने नाथ सुखावले.

अखेर करवीर नगरी जवळ आली. अंबाबाईचा कळस दिसताच सर्वांनी वंदन केले. नाथांनी हात जोडले...

महालक्ष्मी नमस्तुभ्यं नमस्तुभ्यं सुरेश्वरी
हरिप्रिये नमस्तुभ्यं नमस्तुभ्यं दयानिधे ॥

सूर्यकिरणांचा वर्षाव होत असतानाच त्यांना पंचगंगा स्नान झाले. तिच्या स्नानात आईची माया भासत होती.

देवीचे मंदिर चांगलेच भव्य होते. महाद्वार रेखीव होते. शुक्रवार असल्याने थोडी गर्दी होती. मूर्ती अतिशय लोभसवाणी होती. हिरव्या वस्त्रात ती उठून दिसत होती. देवीदर्शनाने धन्य झालेल्या नाथांनी हात जोडले... म्हैसाळच्या कुलकर्णी कुळाची आई, तू कुलदेवता..तुझ्या दर्शनाला यापूर्वी पैठणहून कोण आले हे मला माहिती नाही... जे पूर्वज आले नसतील त्यांना तू क्षमा करावीस... मला तूच सुबुद्धी दिल्याने येथे येऊन पावन झालो आहे... उदो गं आई उदो...अंबे..उदो ...मी ज्ञानपोत पाजळीत...बोधाची परडी हाती धरीन...उदो गं आई उदो...तू स्वानंद सरोवर मराळिका...होती भाविका सुप्रसन्न...दुस्तर भवसिंधु उल्लंघुनी निवृत्ती तटा नेईजे...शिव

तुझे स्मणी साविचत्त...म्हणोनी तो नित्यमुक्त....स्वानंदपद हाता येत. तुझ्या कृपेने जननीये...भावानी हळदी कुंकुम अर्पितो...! उदो गं अंबे उदो...!

गिरिजाबाईनी अंबेची ओटी भरून तिचा आशीर्वाद मागितला!

चिमणाजींच्या ओळखीमुळे महानैवेद्याची व्यवस्था तेथील पुजाऱ्याच्या घरी केली होती. नैवेद्य दाखविल्यावर सर्वांना भोजनप्रसाद मिळाला.

रात्री नाथांनी मंदिरात गोंधळ घालून जोगवा मागितला! मनोविकारांची कुरवंडी करून अद्‌भुत रसाची दुरडी भरली! ऐसा जोगवा मागुनी ठेविला. जाऊनी महाद्वारी नवस फेडिला!

दुसरे दिवशी चिमणाजी ज्योतिबाच्या डोंगराकडे घेऊन गेले. अतिप्राचीन व महाभव्य मंदिर त्याना तेथे पाहण्यास मिळाले. ज्योतिबांचे दर्शन नाथांना विलक्षण समाधान देऊन गेले. त्यांनी साऱ्या देशाची तीर्थयात्रा केली, पण इतके प्रशस्त कोरीव दगडी मंदिर त्याना दिसले नव्हते!

देवीचे दुसरे दिवशी पुन्हा दर्शन घेऊन ते परतीच्या प्रवासाला निघाले. येताना चिमणाजींनी अतिआग्रह केल्याने ते नाझऱ्यात दोन दिवस राहिले. चिमणाजींचा वाडाही फार मोठा होता. सर्वत्र कोरीव लाकडी काम केले होते. खांबावर विविध नक्षीकाम होते. तेथे त्यांचे कीर्तन व प्रवचनही झाले. नाझरेकरांना अलीकडे अशी पर्वणी मिळाली नव्हती.

नाथांना नाझऱ्याच्या माणगंगेत स्नानही घडले. बेलवण व माणगंगेचा संगम नाझऱ्यात आहे. त्याच ठिकाणी चिमणाजींचा सुपीक मळा होता. फार मोठी विहीर होती. पाणी कधीही कमी व्हायचे नाही. मळ्यात आंब्यांची व चंदनाची झाडे होती. एक दिवस चिमणाजींनी तेथेच जेवणाचा बेत केला. गाडग्यातील खास वांग्याची भाजी केली होती. खिचडी व ज्वारीची भाकरी होती! हा बेत सर्वांना आवडला!

तेथूनच वेगळ्या वाटेने नाथांचा पैठणचा प्रवास सुरू झाला. ही वेगळी व जवळची वाट होती! पंढरपूर लागत नव्हते! एके सायंकाळी मंडळी पैठणात आली!

नाथांचे नित्यजीवन सुरू झाले. नव्या उत्साहात नाथ भागवत सांगू लागले. नाझऱ्याच्या चिमणाजी देशपांड्यानी त्यांच्या मळ्यातील चंदनाची पुष्कळ खोडे दिली होती. श्रीखंड्या तेच चंदन उगाळू लागला! सर्वत्र सुवास दरवळू लागला. लीलालाही हे चंदन वेगळे वाटले! तिनेही एक खोड घरी नेले!

नाथांनी नव्या घरात जसे कीर्तन, प्रवचन, भागवत चालू केले तेव्हापासून म्हादू महार व त्याची बायको धुरपा प्रत्येक वेळी हजर असत. तो नेहमी स्वच्छ रहायचा. त्यांचे वागणेही सुशील होते. वारकरीपंथाप्रमाणे त्याचे आचरण होते. नाथ

जेव्हा गोदास्नानला जात तेव्हा त्यांच्या पुढे जाऊन तो रस्ता झाडीत असायचा. नाथांनी त्याला वारंवार सांगून पाहिले, पण तो ऐकायचा नाही.

एकदा नाथांनी प्रवचनात भवगान श्रीकृष्णांच्या विश्वरूप दर्शनाचा प्रसंग सांगितला. त्याला आश्चर्य वाटले! सर्वाठायी भगवंत असतो!

"म्हाराज," म्हदू म्हणाला, "ततं आमीबी व्हतो का?"

"तुम्हीही होता," नाथ म्हणाले, "तुमच्याही अंतरी भगवंत आहेच."

म्हादू घरी जाताना सारखा हाच विचार करू लागला. 'आपले शरीर जरी महाराचे असले तर आपल्या हृदयात भगवंत आहेत.'

म्हादूने धुरपालाही हे समजावून सांगितले.

"म्या म्हनते," धुरपा म्हणाली, "म्हाराज आपल्या घरला जेवाया येत्याल का?"

"येतील बी." म्हादू म्हणाला, "त्येंच्या घरला आपन जातुया, तवा त्ये हतंबी येनारच."

या विषयावरच ते बराच वेळ बोलत होते. नाथांना जेवणास बोलविण्याचे निश्चित झाले. दुसरे दिवशी सकाळी गोदेच्या वाटेवर म्हादू उभा राहिला. रस्ता स्वच्छ केला होताच.

"म्हाराज," म्हादू म्हणाला,"योक इचारू का?"

"अवश्य."

"म्हाराज," म्हादू म्हणाला, "माज्या घरला आज जेवाय येनं व्हईल कां?"

"येईन की."

म्हादू आनंदाने घरी परतला. हे विचारताना नेमका तेथून गणेशभट चालला होता! त्याने हा संवाद ऐकला! लगेच त्याने गुंडोशास्त्रीना सांगून गावभर केले! ब्राह्मणवर्गात एकच खळबळ उठली!

"काय हा अध:पात!"

"अरेरे— किती वाया गेला हा."

"पैठणात हे काय घडतंय?"

"महारवाड्यात जेवणाला जाणार!"

"याचे डोकेच फिरले आहे!"

सगळीकडे हीच चर्चा चालू झाली!

गुंडोशास्त्रीनी काही कुटाळ गोळा करून एक योजना आखली. नाथांच्या घरापासून थेट महारवाड्यापर्यंत लोकांनी काही अंतरा अंतरावर थांबून पहारा करण्याचे

ठरविले. नाथ कसे जातात त्याच्याकडे हेच ते पाहणार होते! काय हिंमत आहे त्यांची! सारे घमेंडीत उभे होते.

म्हादूच्या घरी सारी तयारी पूर्ण होत आली होती. धुरपा स्वैपाक करीत होती. म्हादू सारा परिसर स्वच्छ करीत होता. महारवाड्यातील इतरांनीही स्वच्छता केली. आज नाथ म्हादूकडे जेवणार आहेत ही पर्वणीच होती त्यांना. आत्तापर्यंत अशी घटना पैठणात कधीच घडली नव्हती. सारे जण वाट पाहत होते!

अखेर नाथ म्हादूच्या दारात येताच सर्वांनी त्यांचा जयजयकार केला. दोघांनीही त्यांना वंदन करून घरात घेतले! आसनावर बसवून त्यांची पूजा केली. नाथ जेवणास बसले! आग्रहाने धुरपा वाढू लागली!

बाहेर कुटाळात एकच गोंधळ उठला. नाथ एकदम म्हादूच्या दारात कसे दिसले? वाटेत कसे कुणाला दिसले नाहीत? काही क्षणातच ही वार्ता सर्वत्र पसरली. नाथांच्या घराजवळ जे उभे होते. त्यांनाही हे समजले! ते तातडीने तिकडे गेले! नाथ म्हादूच्या घरात जेवत होते!

नाथांच्या वाड्यात नाथांचे प्रवचन चालू होते!

कुटाळ चक्रावले!

पळापळी करून काही जणांनी दोन्हीकडे पाहिले. नाथ घरीही होते! नाथ म्हादूच्या घरात जेवत होते!

हे कसे शक्य आहे?

एकाचवेळी दोन नाथ कसे?

ही किमया श्रीखंड्याची होती!

कुटाळांना हे कधीच समजले नाही!

म्हादूने नाथांना वस्त्रे अर्पण केली!

संध्याकाळी भागवत सांगताना नाथांनी तीच घातली होती!

म्हादू व धुरपांच्या डोळ्यात पाणी तरारले!

ते पाणी समाधानाचे होते !!

माणुसकीचे होते !!!

❄❄❄

१०४

॥ एका जनार्दनी ॥

नाथांच्या कीर्तनाला रात्री आलेले काही लोक त्या पांढरे शुभ्र लुगडे नेसलेल्या देखण्या स्त्रीकडे पाहतच राहिले! त्यांचा विश्वासच बसेना! कीर्तनात आज आपण हे काय पाहत आहोत? इतकी रूपवान स्त्री कीर्तनाला आलीच कशी? कोण असावी ही? पैठणातील ती निश्चित नाही. कधी कोठे दिसलीही नाही... ठसठशीत चेहऱ्याची, कपाळी मोठे कुंकू लावलेली व दागिन्यांनी मढलेली कोण असावी ही सौभाग्यवती?...

रोज ठरावीक वेळेला ती यायची. ठरावीक जागेवर बसायची. कुणाशी बोलायची नाही. इकडे तिकडे पहायचीदेखील नाही. किंवा हसायची तर नाहीच नाही...!

ती सुंदरी रोजच येऊ लागली. काहीजण तिच्याकडे रोखून पाहत आहेत हे नाथांच्या लक्षात आले. पण त्यांनी तिकडे फारसे पाहिले नाही.

"ए ऽऽ गोप्या," नाम्या म्हणाला, "या बाईने चांगलेच कोड्यात टाकले आहे आपल्याला!"

"नाही तर काय?" गोप्या म्हणाला, "माझी तर झोप उडालीय. दिवसभर तिचाच विचार करीत असतो मी!"

"माझेही तसेच झालंय," राजा म्हणाला,

"तिचा पाठलाग करायला हवा." नाम्या म्हणाला,

"राहते कुठे हे पहायला हवे."

"एऽ गप्प बसा." केशव म्हणाला, "महाराज पाहत आहेत...!"

"ए गप्प रे," गोट्या म्हणाला, "तू पुढे पहा. नाम्या, मग उशीर कशाला? आजच रात्री जाऊ."

कीर्तन संपेपर्यंत त्यांची कुजबूज चालू होती. कीर्तन संपल्यावर ती बाहेर

पडताच ते तिघेजण अंतर ठेवून तिच्यामागे जाऊ लागले. गावची वस्ती संपली तरी ती नदीकडे चालतच होती. नदीचा घाट येताच ती पायऱ्या उतरू लागली. नदीला पाणी पुष्कळ होते!

ते तिघे पाहतच होते. तिने एकदाही मागे वळून पाहिले नाही. तिघांच्या काळजाचे ठोके चुकू लागले!.... आता ही उडी तर मारणार नाही? आपला पाठलाग तिने पाहिला काय? तिने ओळखले तर? आपल्यावर उगाच आळ नको...!

आणि पाहता पाहता तिने खरोखरच खोल पाण्यात चक्क उडी मारली! क्षणार्धात ती पाण्यात गुप्त झाली...! आत्महत्त्या केली?...तिघांना बोलता येईना...त्यांची बोबडी वळाली... काय मिळाले आपणाला? आता या पातकाचे फळ? कोण भोगणार? त्यांना जबरदस्त भीती वाटू लागली. नाथांना हे सारे समजले तर...?

ते मुकाट्याने आपापल्या घरी गेले...! दुसऱ्या दिवशी ठरावीक वेळी ती नेहमीप्रमाणे आली! तिघांनी डोळे ताणून पाहिले... ती... तीच होती! ती आली कशी... बुडाली कशी नाही किंवा प्रवाहात वाहत कशी गेली नाही...ती पोहून वर मुळीच आली नाही... आपण तिथे थोडा वेळ होतोच की...!

"आईऽ," कीर्तन संपल्यावर नाथ म्हणाले, "काल काही उपद्रव नाही ना झाला? व्यवस्थित गेला ना? श्रीखंड्याला पाठवू का आज बरोबर?"

"नको, महाराज." ती म्हणाली, "आपली कृपा माझ्या पाठीशी असताना मला कसली आहे भीती? आणि गरज लागली तर श्रीखंड्या आहेच की."

ते तिघेही नेमके यावेळी तिथेच होते! त्यांनी हा संवाद ऐकला. इतरांना यातील काही समजले नाही. पण या तिघांनाच फक्त अर्थबोध समजला!

"महाऽराज," सारेजण गेल्यावर खाली मान घालून नाम्या म्हणाला, "आम्हाला क्षमा असावी. आमचे चुकले. आम्ही महापापी आहोत. गोदामाईच्या वाटेला आम्ही गेलो. आमच्या आईलाच आम्ही त्रास दिला...! हे अजाणतेपणाने का होईना, पण आम्ही अपराधी आहोत... आम्हाला या पापातून मुक्त करा...!"

नाथांनी क्षमा केल्यावर ते तिघे मुकाट्याने गेले.

त्यांना पुरता पश्चात्ताप झाला होता.

त्यांच्या डोळ्यातून अजूनही पाणी वाहत होते!

गोदामाईच्या साक्षात दर्शनाने त्यांचे पाप धुवून गेले!!

ते कीर्तनाला पुन्हा आले नाहीत!!!

"महाराज," एकदम देवघरात आलेला गृहस्थ म्हणाला, "मला द्वारकेच्या राण्याचे दर्शन हवंय."

"तो द्वारकेतच आहे" नाथ म्हणाले, "शिवाय, चराचरात तो सर्वत्र आहे. तुम्ही ओळखा त्याला."

"महाराज," तो म्हणाला, "हे तत्त्वज्ञान मला माहिती आहे. ते मला सांगू नका. मी ब्राह्मण आहे."

"ठीक आहे," नाथ नम्रतेने म्हणाले, "आपण कोण आहात? कुठून आलात?"

"मी गिरिधरदास, " तो नमस्कार करीत म्हणाला, "मी खुद्द द्वारकेहूनच आलोय! गेली कित्येक वर्षे मी भगवान श्रीकृष्णाची उपासना करीत आहे. त्यांच्याशिवाय मला दुसरे काही सुचत नाही."

"गिरिधरदास," नाथ म्हणाले, "मग आपणास दर्शनाची काळजीच नाही. आपण थोर तपस्वी आहात. त्या पाटावर बसा. आपण खूप लांबून आलात. गूळपाणी घ्या. मग आपण बोलू."

उद्धवने त्यांना गूळपाणी दिले.

गिरिधरांना नाथांचे घर लवकर सापडत नव्हते. त्यांना प्रथम श्रीखंड्याच भेटला. तो कावड घेऊन परत येत होता. त्यानं घर नेमके कुठे आहे त्यांना सांगून तो लवकर घरात शिरला. नंतर ते आले. बाहेर कुणी नसल्याने ते एकदम देवघरातच आले.

"गिरिधरदास," नाथ म्हणाले, "आपण इतक्या लांबून कसे आलात?"

"माझ्या स्वप्नात प्रत्यक्ष भगवान श्रीकृष्णच आले!"

"काय म्हणाले ते?"

"मी झोपेतच होतो." गिरिधरदास म्हणाले, "मला पहाटे....एकदम प्रखर प्रकाश दिसला...त्यात हळूहळू भगवान श्रीकृष्ण प्रकट झाले... ते म्हणाले... 'मी अलीकडे पैठणमध्ये एकनाथांच्या घरी राहत आहे...मी 'श्रीखंड्या' हे नाव धारण केलेले आहे...तू पैठणला ये म्हणजे तुला माझे सहज दर्शन होईल...' हळूहळू प्रकाश धूसर होत गेला...! मी प्रवाशाजवळ पैठणची चौकशी केली आणि इकडे आलो. आपल्या घरी मला श्रीखंड्याला भेटवा"

"तो कावड घेऊन पाणी आणण्यास गेलाय."

"मला वाटेत भेटला तो" गिरिधरदास म्हणाले, "त्यानेच मला घर कोठे आहे हे सांगितले! तो लगेचच माझ्या पुढे आलाय. त्याला बोलवा."

उद्धवाने साऱ्या घरात शोधले. पण श्रीखंड्या घरात कोठेच नव्हता. कावड मात्र नेहमीच्या ठिकाणी होती. तेथे तुळशीचा वास सुटला होता!

उद्धव त्याला शोधण्यास गावात गेला. गिरिधरदास अबोल झाले होते...!

नाथांना पराकोटीचे वाईट वाटू लागले... त्यांच्या घरी भगवंत बारा वर्षे राबत होता...पण ते त्याला ओळखू शकले नाहीत... ही घटना अत्यंत दुर्दैवी होती...घरातील कोणतेही काम करण्याचे त्याने शिल्लक ठेवले नव्हते...थोडी पुसट देखील शंका कशी नाही आली?... एक नाही दोन नाही, तब्बल बारा वर्षे त्याला राबविले गेले... पाण्याच्या कावडी आणून त्यांच्या खांद्याला घट्टे पडले असतील... पण कधीही त्याला विश्रांती मिळू दिली नाही... अरेरे... काय हा अध:पात ...परमेश्वर सर्वत्र आहे असे मी सगळ्यांना सांगतो...पण माझ्याच घरात तो असून त्याला मी ओळखू शकलो नाही... देवा... मी तुझा अनंत अपराधी आहे...मी क्षमा तरी कशी मागू?

गिरिजाबाईही रडू लागल्या...त्यांनाही हाच प्रश्न पडला होता...प्रत्यक्ष भगवंताला कष्ट करावे लागले आपल्या घरात...या पेक्षा वाईट घटना कोणती? त्याने उष्टी-खरकटी देखील काढली. देवा...कोणत्या तोंडाने मी क्षमा मागू...!

गिरिधरदासही गप्प झाले! भगवंताने स्वप्नात दिलेला शब्द पाळला होता. कावड आणताना त्यांना त्याने दर्शन दिलेच आहे...स्वप्न खरे ठरले होते!... नाथांनाच काय, पण आपणाला तरी भगवंताला कोठे ओळखता आले? काय उपयोग झाला ज्ञानाचा आपल्या...स्वप्नात सांगितल्यानुसारच सारे घडले होते... पैठणला आल्यामुळे हा योग आला...हे एकनाथांचे उपकारच समजावे लागतील... आता दर्शन त्यांच्याच हाती आहे... बारा वर्षे भगवंताने येथे कष्टात काढली, तेव्हा एकनाथांची पुण्याई किती असेल याची नुसती कल्पनाच करावी लागेल... आपल्या नशिबामुळेच आपण येथे आलो...!

"महाराज," गिरिधरदास हात जोडून म्हणाले, "बोलता बोलता माझ्या हातून जर एखादा शब्द जादा बोलला गेला असेल तर मला क्षमा करावी... मी आपल्याला ओळखू शकलो नाही यायचे मला वाईट वाटत आहे... आता माझी एकच आपणाला विनंती आहे की मला भगवंताचे दर्शन घडविणे केवळ आपणालाच शक्य आहे... कृपया माझ्यावर एवढे उपकार करावेत... मला समाधानाने व भक्तिभावाने द्वारकेला परत जाऊ द्यात...!"

"गिरिधरदास," नाथ नम्रतेने म्हणाले, "आपण काय किंवा मी काय, भगवंताची प्रार्थनाच करू शकतो... परमेश्वराला बारा वर्षे मी ओळखू शकलो नाही हे शल्य मला शेवटपर्यंत सलत राहणार आहे..."

"भगवंता," नाथ डोळे मिटून हात जोडून म्हणाले, "मी तुझी कशाप्रकारे क्षमा मागावी हेच मला कळेनासे झालेले आहे... माझ्या हातून घडलेल्या या पापाची

जाणीव मला राहू द्यावयाची नसेल तर आम्हाला आता तू दर्शन दे... ते दिलेस तरच मला तुझ्या सेवेत अखंड राहता येईल... एवढीच माझी इच्छा आहे... द्वारकाधीशा, याची पूर्तता व्हावी हीच प्रार्थना आहे...!'' गिरिजाबाई व गिरिधरदास हात जोडून बसले होते...!

क्षणार्धात तेथे तेजस्वी प्रकाशवलय निर्माण झाले... त्यात उभा होता द्वारकेचा राणा... आशीर्वादासाठी मंदस्मित करून हात उंचावला...!

तिघांनीही दर्शन घेतले... पुन्हा क्षमा मागितली... तो प्रकाश कमी कमी होत गेला...!

गिरिधरदास एकदम उठले व त्यांनी नाथांचे चरण धरले...!

''अहो,'' नाथ म्हणाले, ''हे काय करीत आहात... उठा...!''

ते उठताच नाथांनी त्यांना मिठी मारली!

दोघांच्याही डोळ्यातून आनंदाश्रू येत होते.

गिरिजाबाईंनाही ते आवरता आले नाहीत!

दोन भक्तांची पुण्याई फळाला आली होती!

❄❄❄

१०५

॥ एका जनार्दनी ॥

नाथांच्या कार्यक्रमांना नियमितपणे येणारा पैठणचा पुष्कळसा ब्राह्मणवर्ग होता. ते सर्व नाथांचे अनुयायी होते. गुंडोशास्त्रीच्या प्रलोभनाला बळी न पडणारे होते. माधोभट त्यापैकीच एक होते. बरेच दिवस त्यांचे काशीला जाण्याचे चालले होते. पण जमत नव्हते. जवळपासची त्यांची काही पाहुणेमंडळी काशीला निघणार असल्याचे त्यांना समजताच तेही त्यात सामील झाले. तोपर्यंत नाथांचे भागवताचे दोन अध्याय पूर्ण झाले होते. ते रोज सारे लिहून घेत असत. ते सारे लिखाण त्यांनी बरोबर घेतले. काशीत ते त्याची पारायणे करणार होते!

काशीला पोहोचल्यावर मनकर्णिका घाटावर सायंकाळी ते वाचत बसत. त्यांच्याबरोबर आलेली सारी मंडळी ते ऐकत बसत. हा कार्यक्रम रोज चालू असायचा.

काशी हे त्या काळातील श्रेष्ठ धर्मपीठ असल्याने तेथे अनेक धर्मपंडित व त्यांचे मोठे आश्रम होते. त्यांचा निर्णय हा देशातील अंतिम समजला जायचा. त्यामुळे अनेक वादविवादसभा तेथे नेहमी होत. देशातून चारी बाजूंनी येथे विद्वान येत. चर्चा करीत.

पुरुषोत्तमानंद व त्यांचा आश्रम काशीत प्रसिद्ध होता. त्यांचे शेकडो शिष्य तेथे राहत. त्यांना शिकविण्याची व्यवस्था तेथे होत असे. पिलंभटही तेथे राहत. त्यांचे शिक्षणही तेथेच झाले होते. आता ते शिकविण्याचे कार्य करीत. स्वामींचे ते निकटचे सहकारी होते. ते मूळ नाशिकाचे होते. पण ते आता येथेच राहत. त्यांची संस्कृतवर निष्ठा होती.

ते एकदा मनकर्णिका घाटाजवळून जात असताना त्यांना मराठीतून विवेचन ऐकू आले! काशीत मराठी? त्यांना आश्चर्य वाटून ते थोडा वेळ तेथे थांबले. माधोभट

नाथांचे भागवत वाचीत व नाथांप्रमाणे त्यावर विवेचन करण्याचा प्रयत्न करीत होते! हे पूर्ण झाल्यावर पिलंभट माधोभटाकडे गेले.

"आपण हे काय वाचून सांगत आहात?"

"हे मराठीत लिहिलेले भागवत आहे."

"मराठीत?"

"होय, मराठीत."

"कुणी लिहिले आहे हे?" जरा आवाज वाढवून पिलंभटानी विचारले! त्यांना थोडा रागही आला होता.

"पैठणच्या नाथमहाराजांनी हे लिहिले आहे."

माधोभटांनी एकनाथ महाराजांची सारी महती व हकीकत सांगितली. त्यांना साक्षात देवदर्शन झाल्याचेही सांगितले. देवगिरीच्या जनार्दनस्वामींचे ते शिष्य असल्याचे सांगितले. पिलंभटाना आश्चर्य तर वाटलेच, पण हे सारे मराठीत लिहिल्याने त्यांचा संताप झाला.

भागवतावर मराठीतून टीका? हे धाडस त्यांनी केले तरी कसे? आजतागायत असे घडलेले नाही!

पिलंभटानी ही सारी हकीकत दुसरे दिवशी पुरुषोत्तमानंदाना सांगितली!

"कोण आहे हा पाखंडी? त्याला कुणी विरोध कसा नाही केला? पैठणची ख्याती आम्हाला ठाऊक आहे. तेथील धर्मपंडित झोपले आहेत काय?"

"पिलंभट," पुरुषोत्तमानंद गरजले "उद्याच्या उद्या दोन जाणकार पैठणला पाठवा. त्या धर्मबुडव्याला आम्ही बोलावले आहे म्हणून सांगून बरोबरच आणावे. हा आमचा हुकूम आहे म्हणून सांगा!"

ते दोघे शिष्य यथावकाश पैठणात पोहोचले. नाथांचा पत्ता विचारताना हे नेमके कुटाळांच्या तावडीत सापडले. अगोदरच त्यांना येण्यास सायंकाळ टळली होती. त्यात हा उशीर! त्यानी त्या दोघांना गुंडोशास्त्रीकडे नेले. ते का आले आहेत हे ऐकून गुंडोशास्त्रीना परमानंद जाहला!

पुरुषोत्तमानंदानी त्या दोघांजवळ एक पत्र दिले होते. ते त्यांनी गुंडोशास्त्रीना दिले!... पैठणात संस्कृत विशारद पंडित पुष्कळ असताना, त्यांच्या गावात भागवतासारख्या ग्रंथावर मराठी टीका लिहिली जात असताना हे ब्राह्मण काय करीत होते? सदरहू घटना त्याना कमीपणा आणणारी आहे. तरी पैठणातील सर्व ब्राह्मणांनी या पाखंड्यास काशीस पाठवून द्यावे. तो येथे आल्यावर आम्ही त्यास योग्य ते शासन करून त्याचा बंदोबस्त करू. तो इकडे येण्यास तयार नसेल तर त्यास जातीतून

बहिष्कृत करावे... ही आज्ञा...!

हे पत्र वाचून शास्त्रीबुवा आनंदाने नाचू लागले! त्यांनी ते पत्र सर्वांना दाखविण्यास आरंभ केला!

"सज्जन हो," गुंडोशास्त्री त्या दोघांना म्हणाले, "या पाखंड्याचे प्रस्थ इतके माजले आहे की आम्ही त्याला आवरू शकत नाही. आम्ही त्याचा पुष्कळ छळ केला पण त्यावर काही परिणाम होत नाही! तेव्हा आपणच त्याला आपणाबरोबर काशीस न्यावे व त्याला योग्य ते प्रायश्चित्त द्यावे."

त्यांनी नाथांच्या घराजवळ त्यांना आणून सोडले! त्यावेळी बरीच रात्र झाली होती. नाथांचे कीर्तन चालू होते. नेहमीप्रमाणे प्रचंड गर्दी असल्याने त्यांना मागेच बसावे लागले. नाथांचे तेजस्वी व्यक्तिमत्त्व त्यांना फार आवडले. विवेचन करण्याची त्यांची शैली, अभंग म्हणण्याची पद्धत, समजावून देण्याची विद्वत्ता त्याना विशेष वाटली. त्यांना तसे काही समजत नव्हते. पण भावार्थ कळत होता.

प्रचंड संतापाने ते नाथांकडे आले होते. गुंडोशास्त्रींनी पुन्हा त्यात भर टाकली होती. त्यांना राग आवरत नव्हता. पण नाथांची शांतमूर्ती व नम्रता पाहून त्यांचा राग विरघळला. कठोर बोलण्याचे ते टाळणार होते!

कीर्तन संपताच ते नाथांकडे आले. ते काशीहून आल्याचे सांगताच त्यांनी भाविकपणे त्यांना वाकून नमस्कार केला. दारे बंद करण्यासाठी आलेल्या उद्धवला त्यांनी हाक मारली.

"उद्धवा," नाथ म्हणाले, "काशीविश्वेश्वराकडून हे पाहुणे फार दुरून आले आहेत. त्यांना स्नानाला अगोदर गरम पाणी दे व त्यांच्या भोजनाची तयारी लगेच करा. काही गोडधोड करावे."

स्नान करून ते दोघेजण नाथांकडे आले. नाथ देवघरात बसून पोथी वाचीत होते. नाथांचे देवघर, नक्षीदार देव्हारा व त्यातील देवांच्या मूर्ती पाहून दोघांचे हात नकळत जोडले गेले. पांडुरंगाची मूर्ती उठून दिसत होती. त्यासमोरच निरांजन तेवत होते.

"पाहुणे," नाथ नम्रतेने म्हणाले, "भोजनाचे होईपर्यंत आपण बाहेर थांबू या. माझी पोथी संपलेली आहे."

"महाराज," एकजण म्हणाला, "मी राधेकिशन व हा आहे प्यारेलाल. काशीचे श्रेष्ठ पंडित पुरुषोत्तमानंद यांच्या मठातील आहोत."

"महाराज," प्यारेलाल म्हणाला, "आमच्याबरोबर आपणाला काशीला यावयाचे आहे. आपण शक्य तितक्या लवकर निघू या."

"पण माझा व त्यांचा परिचयही नाही." नाथ म्हणाले, "किंवा त्यांच्याबद्दल मी कधी काही ऐकलेले नाही. फार वर्षापूर्वी मी काशीला आलो होतो. पण त्यांचे नावही माझ्या कानावर पडले नाही."

"महाराज," राधेकिशन म्हणाला, "काशीत त्यांचा जबरदस्त दबदबा आहे. काशीतील एकही पंडित त्यांच्या शब्दाबाहेर नाही. आम्ही शेकडो शिष्य त्यांच्या मठात आहोत."

"पाहुणे," नाथ नमस्कार करीत म्हणाले, "भोजनाचा निरोप आला आहे. आपण अगोदर भोजन करून संतुष्ट व्हावे. आपण प्रवासामुळे अतिशय दमलेले आहात. आता रात्रभर विश्रांती घ्यावी. सकाळी आपण बोलू."

...ते जाताच नाथ पुन्हा गोंधळले! त्या मठाधीपतीचे आपणाजवळ काय काम आहे? शिवाय काशीला कशासाठी जावयाचे? हरीने तेथे काही उपद्रवकारक कृत्य केले की काय?...

तेवढ्यात गिरिजाबाई तेथे आल्या. नाथांचे व त्यांचे बोलणेही झाले. त्यांनाही हरीची शंका आली होती. उद्धवने त्या दोघांना जेवताना हरीबद्दल विचारले होते. पण त्यांना त्याच्याबद्दल काहीही माहिती नव्हते. हरीची काही वार्ता कळेल अशी त्यांची अपेक्षा होती.

सकाळी पूजा झाल्यावर ते दोघे गोदास्नान करून आले.

"या," नाथ हात जोडून म्हणाले, "आपल्या येण्याचे प्रयोजन कळावे."

"महाराज," राधेकिशन म्हणाला, "आपण भागवतावर प्राकृतात लिहिले आहे व सांगतही असता हे स्वामींना समजले आहे!"

"आश्चर्य आहे," नाथ म्हणाले, "कुठे पैठण, कुठे काशी!"

"पैठणचा आपला एक शिष्य काशीला आलाय." प्यारेलाल म्हणाला, "घाटावर बसून त्याचे पारायण करिताना आमच्या प्रमुखांनी ते ऐकिले व स्वामींना सांगितले! त्यामुळे स्वामी अतिशय संतापलेले आहेत. याचा खुलासा मागण्यासाठी त्यांनी आपणास बोलाविले आहे. आपल्या या कृत्याबद्दल स्वामींनी येथील धर्मपंडितांना एक पत्रही दिले आहे. ते आम्ही कालच दिले आहे!"

"काही हरकत नाही," नाथ म्हणाले, "या निमित्ताने स्वामींचे दर्शन व आशीर्वादही मला मिळतील. माझे नशीबच फुलले आहे. माझा मुलगा हरी तेथे असतो. त्याचीही भेट होईल. आपण लवकरच निघू या. तोपर्यंत आपण आराम करा. पुन्हा आपणाला चालायचे आहे."

...स्वामींनी दिलेले पत्र या लोकांनी कुणला दिले असावे? कुणालाही दिले

तरी ते कुटाळांच्या हातात जाणारच याची खात्री होती! नाथ मात्र विनाकाकरण गोंधळले. कुटाळांना ते घाबरत नव्हते. पण त्यांच्या हातात आणखी एक कोलीत पडले. याचे वाईट वाटत होते त्यांना. ते आता काहीही करू शकणार नव्हते. ही एक चांगली घटना होती. नाथांना समाधान वाटले...!

दुसरे दिवशी भागवतात नाथांनी काशीला जाणार असल्याचे सांगून सर्व कार्यक्रम तूर्त बंद ठेवण्यात आल्याचे सांगितले. त्यांनी जाण्याची तयारी चालू केली. ही वार्ता मुरलीला समजली. तो लगेचच आला. नाथ नको म्हणीत असतानाही तो त्यांच्याबरोबर काशीला निघणार होता. त्यांना एकट्याला जाऊ देण्यास त्याचा विरोध होता. उद्धवाने त्याला सारे सांगितले होते. त्यामुळे तोही काळजीत होता. गिरिजाबाई व उद्धवाला आनंद झाला. ते दोघे माहीतगार बरोबर होतेच. गिरिजाबाईंनी निरोप पाठविल्यामुळे लीला व मुक्तेश्वर आले होते. मुक्तेश्वर एकटाही येत असायचा. नाथ मोकळे असले तर त्याला एखादी गोष्ट ते सांगायचे. पूजा करताना सकाळी आला की, देव्हाऱ्यातील सारे देव नाथांना काढून द्यावयाचा. अनेक मंत्र व श्लोकही त्याचे पाठ झाले होते. नाथ त्याला शिकवीतही असत. त्याची प्रगती चांगली चालू होती. त्याच्या घरीही त्याला शिकविले जाई.

दुसरे दिवशी सारी मंडळी काशीकडे निघाली. बरीचशी शिष्य मंडळी निरोप देण्यास गोळा झाली होती. चार पावले चालतही गेली! अनेक मुक्काम करीत अखेर काशीत प्रवेश झाला. मुरलीला सारे नवीनच होते. तो प्रथमच बाहेर पडला होता. एका मोठ्या धर्मशाळेत त्यांची व्यवस्था राधेकिशनने केली. ते दोघे मठाकडे गेले व हे दोघे गंगास्नानाला आले. काशी विश्वेश्वराचं दर्शन घेऊन त्याची प्रार्थना केली! मंदिरातून बाहेर पडताना माधोभट भेटले.

त्यांनी सारी हकीकत सविस्तर सांगितली. पुरुषोत्तमानंदांनी त्यांनाही बोलावून घेऊन त्यांची कानउघडणी केली होती. त्यामुळेच हे सारे रामायण घडले हे नाथांनी ओळखले. हरीपंडित काशीत असल्याचे माधोभटांना समजले होते. पण त्यांची भेट झाली नव्हती. हे ऐकून नाथांना समाधान वाटले. निदान तो काशीत आला होता!

दुसऱ्या दिवशी नाथांना बोलविण्यास प्यारेलाल आला. गंगास्नान व देवदर्शन करून ते नुकतेच आले होते. लगेचच ते तिकडे निघाले. मुरली बरोबर होताच. सारी शिष्य मंडळी व काशीतील पुष्कळ धर्मपंडित तेथे उपस्थित होते.

नाथांनी सर्वांना अत्यंत नम्रतेने वाकून नमस्कार केला! नाथांचे व्यक्तिमत्त्व व नम्रता पाहून सर्वजण चकित झाले. राधाकिशनने सर्वांना नाथांबद्दल चांगले सांगितले होते! नाथांना पाहून ते सर्वांना खरे वाटले.

पुरुषोत्तमानंदाना नाथांसारख्या धर्मबुडण्याचे मुख पहायाचे नव्हते! म्हणून एका पडद्याआड ते बसले होते! त्यांनी व इतर पंडितानी नाथांना काही प्रश्न विचारले. त्यांची सारी उत्तरे त्यांनी दिली. स्वामींची प्रार्थना करूनच ते उत्तरे देत होते. त्यामुळे काही अडचण आली नाही.

"मी एक प्रश्न विचारू का?" नाथ नम्रतेने म्हणाले.

आतून होकारर्थी उत्तर आले.

"भागवतावर प्राकृतातून टीका लिहू नये असा उल्लेख कोणत्या धर्मग्रंथात आहे हे मला सांगावे," नाथांनी विचारले, "म्हणजे मी केलेले पाप नष्ट करण्यासाठी आपण द्याल ती शिक्षा भोगण्यास मी तयार आहे! हे सर्वश्रेष्ठ स्वामी, मी आपल्या चरणांचा दास आहे. कृपा करून या अनाथाला दर्शन द्यावे. मी एक साधा देवभक्त आहे. माझे वेदाध्ययन झालेले नाही. आपल्या कृपेने मी काही काव्यलेखन केले आहे. भागवताच्या अकराव्या भागाचे मी आत्तापर्यंत पाच अध्याय लिहिले आहेत. आपण येथील विद्वानांकडून त्यांची छाननी अवश्य करावी. त्यात काही गैर आढळले तर हे पांची अध्याय मनकर्णिकत बुडवून नष्ट करावेत, अशी माझी आपल्या चरणी प्रार्थना आहे!"

नाथांनी विचारलेल्या प्रश्नांचे उत्तर कुणीच दिले नाही! काशीतील समग्र विद्ववान अबोल झाले.

पुरुषोत्तमानंदानी पडदा दूर करण्यास सांगितले. नाथांनी त्यांना अत्यंत नम्रतेने अभिवादन केले. नाथांचे विलोभनीय व्यक्तिमत्त्व व कमालीची नम्रता पाहून ते भारावून गेले. हा पाखंडी नाही याची त्यांना खात्री पटली. माधोभटांनी त्यांना नाथांची सारी महती सांगितली होती. त्यांना देवदर्शन झाल्याचेही विदीत केले होते.

"एकनाथबुवा," स्वामी पुरुषोत्तमानंद म्हणाले, "तुम्ही धर्मबाह्य असे काहीही कृत्य केलेले नाही. पैठणच्या धर्मपंडितांनी मला तुमच्या विरुद्ध पत्र दिले आहे ते मी आता नष्ट करून टाकीन. आपण जे पाच अध्याय लिहिले आहेत. त्याची तपासणी काशीतील काही विद्ववान करतील. त्यांचा अभिप्राय नंतर आपणास कळविण्यात येईल."

"आपली आज्ञा मला मान्य आहे." असे म्हणून नाथ त्यांच्याजवळ गेले. त्यांना वंदन करताच त्यांनी आशीर्वाद दिला.

"एकोबा," मुरली अत्यंत समाधानाने म्हणाला, "तू जिंकलेस! धन्य आहे तुझी. तुझ्या एकाच प्रश्नाला कुणालाही उत्तर देता आले नाही. तू नेहमीप्रमाणे अत्यंत शांततेने व निर्विकारपणे हा प्रश्न हाताळलास. देव तुझ्या पाठीशी आहे हे निश्चित.

मी येथे असल्यामुळे हा तुझा सन्मान मला प्रत्यक्ष पाहता आला. माझे येण्याचे चीज झाले.''

''मुरली,'' नाथ म्हणाले, ''ही आपल्या पूर्वजांची व जनार्दनस्वामींची कृपा आहे. मी फक्त निमित्तमात्र आहे. तुझ्यासारखा मित्र मला लाभला हे देखील माझे भाग्यच आहे. माझा मुलगा असणारा मात्र मी येणार म्हणून दूर निघून गेला हे दुर्दैव आहे!''

''काही काळजी करू नकोस.'' मुरली म्हणाला, ''त्यालाही पश्चात्ताप होईल. आता तो जेव्हा परत येईल तेव्हा हे सारे त्याला कळेलच. ही सुवार्ता पैठणच्या धर्मपंडिताना समजली पाहिजे लवकर, म्हणजे त्यांची तोंडे काळी होतील. तुझ्या विरुद्ध पत्र लिहिलेले आता नष्ट झाले असेल.''

''हे होणारच होते.'' नाथ म्हणाले, ''आता मात्र त्यांना काहीही कारता येणार नाही, हरीला देखील काही समस्या राहणार नाही. त्याचा तपास करण्यास माधोभटांना मी सांगितले आहे.''

तेवढ्यात त्यांची धर्मशाळा आली.

त्यांना लगेचच गंगास्नानाला जावयाचे होते.

काशीविश्वेश्वराने त्यांच्या बाजूने कौल दिला होता...!

❄❄❄

१०६

॥ एका जनार्दनी ॥

चारपाच दिवसांनी माधोभट जवळजवळ धावतच आले. धर्मशाळेत शिरले. नाथ नुकतेच गंगास्नान करून देवदर्शन करून आले होते.

"महाराज" माधोभट अत्यंत आनंदाने म्हणाले, "पिलंभट व इतर सर्व पंडितानी आपल्यासारखा निर्णय दिला आहे. मराठीत भागवत लिहिणे व सांगणे धर्मबाह्य मुळीच नाही! उलट अतिशय तर्कशुद्ध विवेचन मराठीत एकनाथांनी केले आहे. मठाधिपतींनी अतिशय आग्रहाने आपणाला त्यांच्या मठात राहण्यास बोलविले आहे. तेथे वेगळी व्यवस्था केली आहे. आश्रमात राहूनच भागवत पूर्ण करायाचे आहे. त्याशिवाय आपणाला पैठणला जाता येणार नाही! आता लगेचच आपणाला घेऊन येण्यास मला सांगितले आहे."

"माधोभट," मुरली कौतुकाने म्हणाले, "तुम्ही अगदी योग्य वेळी काशीत येऊन घाटावर बसून मराठी भागवताचे पारायण विवेचन केल्याने हा सुदिन उगविला आहे. नाहीतर पैठणच्या कुटाळांनी नाथांना सन्मानाने राहू दिले नसते. आता सोनारांनीच त्यांचे कान टोचले आहेत!"

"मला आत्तापर्यंत अपराधी असल्यासारखे वाटत होते, " माधोभट म्हणाले, "केवळ माझ्यामुळे महाराजांनी काशीला यावे लागले ही खंत मला जाळीत होती."

"नाही, माधोभट," नाथ म्हणाले, "आपण योग्य तेच केले. माझी सुवर्ण परीक्षाच झाली ही. तावून सुलाखून आता बाहेर पडलो आहोत."

"त्याशिवाय मोठेपण मिळत नाही." मुरली म्हणाला, "भयानक यातना सहन कराव्या लागतात. एकोबासारखे शांतीदूतच हे सहन करू जाणोत."

"मुरली," नाथ म्हणाले, "माझे उगाच कौतुक नका करू. स्वामींनी मला जे सांगितले तेच मी केले. स्वामींना हा दिवस उगवणार आहे हे निश्चितच समजले असणार."

“हे खरे आहे.” माधोभट म्हणाले, “पण हरीला हे समजले नाही! आपणास मठाधिपतींनी येथे संतापून बोलावून घेतले आहे; हे हरी पंडिताला समजल्यावर आपली उगाच गाठभेट व्हावयास नको, म्हणूनच तीर्थयात्रेचे निमित्त करून तो सहकुटुंब निघून गेला आहे.”

“हे अपेक्षितच होते.” नाथ म्हणाले, “तो कमालीचा अहंकारी आहे. मठाधिपतींनाही अहंकार बाधला होता. संन्यासी असूनही अहंकार त्यांना आवरत नव्हता!”

“आणि आपण संन्यासी नसून अहंकारमुक्त आहात.” मुरली म्हणाला, “करुणासागर आहात. समाजात जे रंगले गांजले आहेत त्यांना तुम्ही जवळ करीत आहात. त्यांचे अश्रू पुसत आहात. त्यासाठी वाटेल तितका विरोध तुम्ही सहन करीत आहात. हरीला हे जमले नाही.”

“मठाधिपतींनाही हा आवरला नसता.” माधोभट म्हणाले, “पण...!

“पण काय?” नाथ म्हणाले.

“मठाधिपतींना आपल्या ठिकाणी साक्षात भगवान श्रीकृष्ण दिसत होते.” माधोभट म्हणाले, “त्यामुळे त्यांचा अहंकार नष्ट झाला.”

“कुणी सांगितले हे?” मुरली म्हणाला.

“त्यांच्या शिष्यवर्गातील चर्चा मला ऐकू आल्याने हे रहस्य समजले.” माधोभट म्हणाले, “झाले हे उत्तमच घडले. हे विधिलिखितच आहे. माझ्याबरोबर आलेली सारी मंडळी आता परत जाणार आहेत. त्यांच्याबरोबर मुरलीधरांनी उद्धवास एक पत्र द्यावे. म्हणजे ही वार्ता साऱ्या पैठणात होईल. कुटाळांचे डोळे पांढरे होतील.”

“माधोभट,” मुरली म्हणाला, “ही कल्पना चांगली आहे. मी लगेचच पत्र तयार करतो.”

“एवढी कसली घाई आहे!” नाथ म्हणाले, “आपण गेल्यावर समजेल सर्वांना.”

“एकोबा,” मुरली ठामपणे म्हणाला, “मी हे पत्र लिहिणारच आहे. तुझे अजिबात ऐकणार नाही. तुझ्या या स्वभावामुळेच कुटाळ माजलेत.”

ते तिघेही मठात राहण्यास गेले. स्वामींनी नाथांसाठी विशेष व्यवस्था केली होती. नाथांना चांगलाच एकांत मिळू लागला. त्यांचे भागवत पूर्ण होत आले. फारा दिवसापासून त्याना ‘रुक्मिणी स्वयंवर’ लिहायचे होते. ते त्यांनी लिहिण्यास घेतले.

मठाधिपतींनी नाथांना भागवतावर निरूपणे करण्यास एक मंदिर दिले. तेथेही गर्दी सुरू झाली. भाविकांबरोबर काशीतील काही विद्वानही येऊ लागले. त्यांनाही ही पर्वणी वाटू लागली. काशीत त्यांच्या नावाचा जयजयकार चालू झाला.

भागवत पूर्ण होताच मठाधिपतींनी फार मोठा सोहळा आयोजित केला! हत्तीवरून नाथांची काशीत मिरवणूक काढण्याचे ठरविताच हत्तीवर बसण्यास त्यांनी नकार दिला. मग अंबारीत नाथांचा मराठी ग्रंथ ठेवून मिरवून आणला. साऱ्या काशीत नाथांचा जयजयकार झाला! अन्नदान चालूच होते.

मुरली व माधोभटांना हा सारा सोहळा पाहण्यास मिळाला. त्या दोघांनीही नाथांना वारंवार हे बोलून दाखविले. कोणत्या मानसिक अवस्थेत नाथ काशीत आले होते आणि अखेर काय घडत गेले! हे सारेच दैवी होते. ही कृपा होती त्या श्रीखंड्याची... पंढरीनाथांची! ही कृपा होती भानुदासांची! यामागे होते जनार्दनस्वामी!

त्या दिवशी काशीविश्वेश्वराच्या दर्शनाला ते गेले असताना नाथांना आजोबांसारखा एक भाविक दिसला! काहीही फरक नाही...! नाथ पाहतच राहिले...! रात्री त्यांना लवकर झोप येईना... आजोबा आजींचे अनेक प्रसंग त्यांच्या डोळ्यासमोर उभे राहिले... त्यांनाही काशीला यावयाचे होते...पण केवळ आपल्यामुळे ते त्यांना जमले नाही. कितीही विसरण्याचा प्रयत्न केला तरी एक शल्य टोचतच होते. त्यांनी त्या दोघांना अंधारात ठेवून घर सोडले...! त्यांना हुडकण्यातच त्यांचे सारे आयुष्य संपले...! काय मिळविले आपण?...या मानसन्मानाला काहीही किंमत नव्हती...! हा देखावा होता...! नाथ अस्वस्थ झाले... त्यांना पैठणची ओढ लागली... नाही म्हटले तरी त्यांना काशीला येऊन वर्षामागे वर्षे गेली होती... त्यांनाही थकल्यासारखे वाटत होते...गिरिजाबाईंचे काय झाले असेल... किती वाट पहायाची त्यांनी... त्यांची प्रकृती?... त्याही आता वृद्धत्वाकडे झुकल्या असतील... उद्धव तेथे असला म्हणून काय झाले?... एकट्याने किती दिवस कंठायाचे?... नाथ बाहेर आले. थंड वारा सुटला होता...चक्क चांदणे पडले होते... मठात सर्वत्र शांतता होती... मध्यरात्र उलटून गेली असावी... कुठून तरी सोनचाफ्याचा मंद सुवास दरवळत होता... त्यांना शूलभंजनची आठवण झाली... तेथेही असेच वातावरण रात्री असायचे...! मग त्यातच ते रमले...! तेथील सारे प्रसंग आठवीत गेले... तो कुशाबा...? ...कोण होता तो? कोण होता श्रीखंड्या?... हेही त्यांना त्या त्या वेळी समजले नव्हते...!...!

कितीतरी वेळ ते जांभळीच्या झाडाला टेकून बसले होते.... पहाट होत होती....!

"काय रे एकोबा," मुरली म्हणाला, "कितीवेळ झाला तुला शोधतोय! काय करीत आहेस येथे... केव्हा आलास... गंगास्नानाची वेळ झालीच..."

नाथांनी त्याला मग सारे सांगून टाकले. रात्रभर ते जागेच होते!

"एकोबा," मुरली म्हणाला, "तुझ्यासारखीच माझी स्थिती झालीय. घरची सारखी आठवण येत आहे..लवकर निघायला हवे... उगाच उशीर नको."

तेवढ्यात माधोभटही आले! तिघेही गंगास्नानाला गेले. काशीविश्वेश्वराचे दर्शन घेऊन नाथ व मुरली परत आले. माधोभटांना कुणीतरी भेटल्याने ते त्याच्याबरोबर गेले!

ते परत येत असताना त्यांना हरी भेटला! तो कालच आला होता. त्याला सारे समजले होते! त्यामुळे माधोभटाशी कसे बोलायचे हा प्रश्न त्याला पडला होता! त्याच्या अहंकाराला नाथांनी काशीत येऊन आव्हान दिले होते!

"हरी पंडित," माधोभट म्हणाले, "भागवताची हकीकत समजली का?"

"माधोभट," हरी नम्रतेने म्हणाला, "मला सारे समजले आहे. पण मला आता बाबांना कसे भेटायचे हा प्रश्न पडला आहे! माझे चुकले आहे. पण आता काय उपयोग?"

"चला माझ्याबरोबर." माधोभट म्हणाले, "मी आता मठातच चाललो आहे. महाराज पुढे गेले आहेत." मठात येताच हरीने नाथांचे चरण धरले! त्याच्या डोळ्यातून अश्रू वाहत होते. ते नाथांच्या पायावर पडले! हे पश्चात्तापाचे आहेत हे नाथांनी ओळखले.

"हरी," नाथ म्हणाले, "ऊठ, केव्हा आलास? सूनबाई व मुले कुठे आहेत?"

"घरी आहेत." हरी म्हणाला, "थोड्या वेळाने घेऊन येतो त्यांना. कालच आलो आम्ही. जरा घराची आवरा-आवरी चालू आहे. थोडे अगोदर आलो असतो तर आम्हालाही सारे पाहण्यास मिळाले असते. पण योग नव्हता. फार चांगले घडले."

थोडा वेळ हरी बोलत होता. पण सावधपणे. त्यांच्याबरोबर परत येण्यासंबंधी तो काहीच बोलला नाही. नाथांनीही काही विचारले नाही. दुपारी तो सर्वांना घेऊन आला. त्यावेळीही काही बोलणे झाले नाही. मुलेही गप्पच होती!

नाथ व मुरलीचे या विषयावर बोलणे झाले. आपली चूक कबूल करण्याची त्याची तयारी अजून झाली नसावी! मग आपणहून त्याला कशाला विचारायचे?

नाथांनी मठाधिपतींचा निरोप घेतला. त्यांनी नाथांना मानाचा पोषाख दिला! ते हसले! त्यात पश्चात्तापाची भावना होती!

हरी सहकुटुंब आला होता! मुले आजोबांपासून दूर होत नव्हती! ते निघताना हरीने त्याला जवळ घेतले!

पाहतां पाहतां ते तिघे दूर गेले! नाथांची पाऊले पुढे पडत होती. पण मनात मात्र विचारांचे काहूर माजले होते... हरी आपल्याबरोबर परत येणार असेच त्याच्या आईला वाटत असणार. आपल्याला एकटेच आलेले पाहून तिला काय वाटेल?... त्या माऊलीने पुष्कळ धीर धरला. कठोरता स्वीकारली..पण तो राग...ती चीड-कमी

होत गेली असेल... पण आता मात्र तिला दम निघणार नाही... तो भेटण्यास आला असताना आडबाजूने त्याला पुष्कळ सांगून पाहिले, पण तो निर्विकारतेने ऐकत होता... माघार घेण्याच्या तयारीत तो नव्हता. मठाधिपतीनी पैठणच्या धर्माधिकाऱ्यांना पत्र दिले होते. त्यात मराठी भागवताबद्दल स्पष्ट लिहिले होते...त्यामुळे कुटाळांना आता काहीही करता येणार नव्हते... पण हरीला उमज पडत नव्हता...!

परतीच्या प्रवास व्यवस्थित चालू होता. मुक्काम होत होते. भोजनाची किंवा फराळाची सोय होत होती...अडचण काही येत नव्हती...!

वाटेत एका गावात महादेवाची यात्रा भरलेली होती. एका ठिकाणी बरीच गर्दी दिसल्याने सारे थांबले. नंदीवाला सजविलेला नंदी घेऊन उभा होता. त्याला झूल घातली होती. ती मखमली होती. त्याची शिंगे रंगविली होती. गळ्यात पुष्कळ तऱ्हेच्या माळा घातल्या होत्या. नंदी पाहताच लोक हात जोडीत होते!

भाविक नंदीवाल्याला प्रश्न सांगत होते. नंदीवाला नंदीला ते विचारताच तो काही वेळा होकारार्थी मान हलवी. नाहीतर गप्प रहायचा! अपेक्षित उत्तर आले की लोक टाळ्या वाजवीत. नंदीवाल्याला पैसे मिळत.

नाथ नको म्हणत असतानाही मुरलीने हरीबद्दल प्रश्न विचारला! नंदीबैलाने होकारार्थी मान हलविली!

"पहा," मुरली म्हणाला, "केव्हातरी हरी निश्चित परत येणार. दैवी कौल मिळाला."

"तो येणारच आहे." नाथ हसत म्हणाले, "पण आपल्याबरोबर येण्यास त्याला तोंड नव्हते."

"ते होईलच." मुरली म्हणाला, "पण वहिनींना आपणास सांगता येईल हे. शिवाय आपणाला समाधान वाटावे म्हणूनच मी विचारले."

मुक्कामाचे ठिकाणी गेल्यावर नाथांनी नंदीवाल्याचे भारुड लिहिले!

नंदी आला! नंदी आला !
स्वर्गपाताळाहुनी नंदी आला ।
कैलासाहुनी नंदी आला। गुबु। गुबु। गुबु ।।

मजल दरमजल करीत पैठणजवळ येत चालले. वाटेत अंबेजोगाई लागले. तेथे मुक्काम पडला. मराठीतील आद्य कवी मुकुंदराज यांची समाधी तेथे आहे. 'विवेकसिंधु' हा त्यांचा प्रसिद्ध ग्रंथ. फार दिवसांपासूनची नाथांची इच्छा पूर्ण होणार होती. त्यांनी त्यांच्या समाधीचे दर्शन घेतले. जनार्दनस्वामींच्याकडे 'विवेकसिंधू' असल्याने नाथांनी वाचले होते.

तेथे दासोपंत हे दत्तभक्त कवी राहत असत. नाथांनी त्यांच्याबद्दल पुष्कळ जणाकडून ऐकिले होते. परंतु त्यांची संपूर्ण माहिती नव्हती.

मुकुंदराजांच्या समाधीजवळ नाथांना विठ्ठलपंत देशपांडे भेटले. ते दासोपंतांचे नातेवाईक होते. नाथांनी त्यांना दासोपंतांची माहिती विचारली. विठ्ठलपंतांनीही नाथांबद्दल खूप ऐकिले होते.

"महाराज," विठ्ठलपंत म्हणाले, "त्यांचे संपूर्ण नाव दासो दिगंबर देशपांडे असे आहे. लहानपणापासूनच त्यांची वृत्ती धार्मिक होती. त्यांनी बारा वर्षे कडक अनुष्ठान केल्याने त्यांना भगवान दत्तात्रयांचे दर्शन झाले. जमिनीवर पडलेला झाडपाला खाऊन त्यांनी ही तपश्चर्या केली. तेव्हापासून ते लिहू लागले. त्यांची ग्रंथसंपदा फार मोठी आहे!"

"आम्हाला इतके माहिती नव्हते." नाथ म्हणाले, "त्यांचे दर्शन अशा रात्रीच्या वेळी होईल का?"

"प्रयत्न करून पहा," विठ्ठलपंत म्हणाले, "ते अखंड लिहीत असतात. त्यांनी एक ग्रंथ पासोडीवर लिहिला आहे."

नाथ त्यांच्या दारात पुष्कळ वेळ थांबले पण दासोपंत बाहेर आले नाहीत! सकाळी जाताना आल्यावर त्यांची भेट झाली. पण ते विशेष बोलले नाहीत! त्यांनी विशेष लक्षही दिले नाही!

"एकोबा," पुढे वाटचाल करिताना मुरली म्हणाला, "हा दत्तभक्त म्हणजे दुसरा हरीच वाटला! दत्तदर्शनामुळे त्याचा अहंकार जागृत असावा. तुझ्याशी त्याने केलेले वर्तन मला अजिबात आवडले नाही!

"मुरली," नाथ म्हणाले, "त्यांचे दर्शन घेण्याची माझी जुनी इच्छा मी पूर्ण केली. एक श्रेष्ठ दत्तभक्त म्हणून त्यांची प्रसिद्धी सर्वत्र झालेली आहे. अनेक प्रवाशांनी मला त्यांच्याबद्दल सांगितले आहे. त्यांचे लिखाण अमर्याद आहे. वाटेत येता येता हे गाव सहज लागल्याने हा योग आला. ते अहंकारी असावेत असे मला तरी वाटले नाही. अबोल असावेत."

"एकोबा," मुरली म्हणाला, "तू झाकून घेऊ नकोस. मीच काय, कुणीही असेच म्हणेल."

आणखी काहीवेळ हा विषय चालू होता. पैठण जवळ येताच माधोभट नाथांना विचारून रात्री मुक्काम न करिता पुढे गेले!

त्यांचे काहीतरी महत्त्वाचे काम होते!!

❄❄❄

१०७

॥ एका जनार्दनी ॥

माधोभट विलक्षण गतीने पैठणला आले. इतके दिवस ते चालतच होते! पण त्यांचा उत्साह द्विगुणित झाला होता. त्यांच्या घरी जाऊन नंतर ते नाथांच्या घरी गेले. काय घडले हे सारे त्याने गिरिजाबाईंना सांगितले. हरी बरोबर आला नसल्याची वार्ता त्यांना सांगताच त्यांना फार वाईट वाटले. ते का पुढे आलेत हे त्यांनी उद्धवला सांगितले. त्यालाही काही कामे सांगितली. जाता जाता मुरलीच्या घरी कल्पना दिली.

भागवताच्या बाजूने काशीहून पत्र मिळाल्याचे त्यांनी धर्माधिकाऱ्यांना सांगितले. मराठीत लिहिणे धर्मबाह्य नव्हते! नाथ येण्याच्या वेळी ते दिंडी घेऊन सामोरे जाणार असल्याची त्यांना कल्पना व आमंत्रण दिले.

नाथांच्या सर्व चाहत्यांना व भाविकांना कल्पना दिल्यामुळे सारेजण वेळेवर जमले! उद्धवाने सारी जय्यत तयारी केली. पैठणच्या शिवेवर प्रचंड गर्दी झाली! नाथ व मुरली लांबून येताना दिसताच टाळ-मृदंग वाजू लागले. नाथांचा जयजयकार चालू झाला.

"एकोबा," दूरवर पाहत मुरली म्हणाला, "माधोभट लवकर का पैठणला आले हे समजले. समोर प्रचंड गर्दी दिसत आहे. स्वागताची तयारी त्यांनी केलीय."

"कमाल आहे," नाथ म्हणाले, "ते काहीच बोलले नव्हते."

"तू नको म्हणाला असता याची त्यांना कल्पना होती." मुरली म्हणाला, "कुणालाही अभिमान वाटावा अशीच घटना घडलेली आहे. माधोभटांनी योग्य तेच केले आहे. तू उगाच संकोचू नकोस. ते काय करणार आहेत ते त्यांना पार पाडू दे."

तेवढ्यात नाथांचा जयजयकार चालू झाला. टाळ-मृदंग घुमू लागले. पंढरीनाथांचा जयघोष गर्जू लागला!

सुवासिनींनी नाथांच्या पायावर गोदाजल ओतून कपाळी गंध लाविले. ओवाळिले. माधोभटांनी नाथांना मानाचा फेटा बांधून बुक्का लाविला. तुळशी-फुलांचा हार

घालताच लोकांनी टाळ्या वाजवून नाथांचा पुन्हा जयजयकार केला.

भागवत ग्रंथ पालखीत ठेवून नाथांनी त्याची पूजा करताच भाविकांनी नादघोषाने पालखी उचलली. नाथांच्या सभोवती भाविकांची गर्दी उसळली. त्यांच्या दर्शनासाठी धावपळ सुरू झाली. दिंडी हळूहळू पुढे सरकू लागली. काही कुटाळ खाली माना घालून चालत होते! वाटेत ठिकठिकाणी लोकांनी नाथांचे हार घालून दर्शन घेतले. सर्वत्र फिरून अखेर नाथवाड्यावर दिंडी आली.

एक बाईने नाथांवरून भाकर-तुकडा उतरून टाकला. तिलक लावून लीलाने ओवाळिले. गिरिजाबाई मागेच उभ्या होत्या. त्यांच्या डोळ्यात आनंदाश्रू आले. नाथांच्या ते लक्षात आले!

दिंडीबरोबर आलेल्यांना गूळपाणी दिले जात होते. नाथांची सारी मित्रमंडळी उपस्थित होती. कौतुकाने सारे पाहत होते.

''मुरली,'' प्रल्हाद म्हणाला, ''तू भाग्यवान ठरला. एकोबाबरोबर तर गेलासच, पण काशीतील सारा सोहळा तुला पाहण्यास मिळाला. माझीही फार इच्छा होती, पण जमले नाही मला.''

''आता माझ्या घरी एकोबाचा सत्कार करू.'' गुणाजी म्हणाला, ''म्हणजे नंतर बोलताही येईल व सारी हकीकत ऐकता येईल.''

''ही कल्पना चांगली आहे.'' किस्ना म्हणाला.

आणखीही काही भाविक येऊन नाथांचे दर्शन घेत होते. बराच वेळ गर्दी होती.

रात्री जेवणानंतर नाथांभोवती सर्वांचा गराडा पडला. नाथांनी अगोदर सगळ्यांची चौकशी करून मग काशीतील ठळक घटना सांगितल्या.

''बाबा,'' लीला आनंदाने म्हणाली, ''काशीवर विजयाचा झेंडा लावूनच तुम्ही परत आला. फार मोठं भाग्य आमचे! आपल्या घराण्याचे! हे ऐकूनच या घरात जन्माला आल्याचे सार्थक वाटले. आज गंगा हवी होती. बिचारीला हा योग आला नाही. फारच लांब तिचे गाव. नुसत्या आठवणीवरच समाधान मानायचे!''

भागवत ग्रंथाच्या सोहाळ्याबद्दल लीलाने पुष्कळ प्रश्न विचारले.

''बाबा,'' नंतर ती म्हणाली, ''तुम्हाला काशीला नेण्यासाठी लोक आले असताना कुटाळांनी आनंदोत्सव साजरा केला होता! त्यांची ती उन्मत्त तोंडे आज काळी ठिक्कर पडली! आता तुमचा मार्ग मोकळा झाला!''

''अगं लीले,'' नाथ हसून म्हणाले, ''मी माझ्या मार्गानेच चालत होतो. जे आडवे आले त्यांना अद्दल घडली. मी आहे तिथेच आहे.''

''पण त्यांना हे समजत नव्हते.'' लीला म्हणाली, ''त्यांच्या धुंदीत ते होते.''

“ती आज उतरली.” गिरिजाबाई म्हणाल्या. “तुझ्या बाबांना त्यांना ओळखता आले नाही. ते वाहवत गेले.”

“माझी बाजू सत्याची होती.” नाथ म्हणाले, “त्यांचा विरोध पोकळ होता. मी समाजविरोधी कार्य केले नाही. मला समाजाचे धार्मिक दरिद्रीपण दूर करायाचे होते. त्यामुळे मी वेगळे असे काहीच करीत नव्हतो.”

“तुमच्या भारुडातून व अभंगातून हे सारे आले आहे.” लीला म्हणाली, “पण कुटाळांना समाजाची प्रगती नको होती. धार्मिक अंधार वाढवून जातिभेदाच्या भिंती तशाच ठेवायाच्या होत्या.”

“आत्ता तुला सारे खरे समजत आहे.” नाथ कौतुकाने म्हणाले, “जे तुला समजले ते त्या लोकांना समजले नाही, असेच म्हणावे लागेल. झोपेचे सोंग घेणाऱ्यांना जागे कसे करता येईल?”

“बाबा,” लीला म्हणाली, “राघव आणि मुक्तेश्वराची प्रगती चांगली झाली आहे. मुक्तेश्वर तर काही लिहू लागला आहे. पौराणिक घटनावर तो ओळीच्या ओळी लिहीत आहे. राघवचे पाठांतर चांगले आहे. एकदा वाचले की त्याचे पाठ होते!

“वा! छान!” नाथ आनंदाने म्हणाले, “या घटना घराण्याला शोभतील अशाच आहेत. मुक्तेश्वराबद्दल मी मागेच ओळखले होते. मी सवडीने पाहीन सारे.”

“सगळे ठीक आहे ना? पण...!”

“पण काय?” लीला म्हणाली.

“आईकडे तू लक्ष दिलेले दिसत नाही,” नाथ गंभीरतेने म्हणाले, “तिची तब्येत किती सुधारली आहे?”

“अहोऽ” गिरिजाबाई म्हणाल्या, “मी सुधारणार कशी? माझे वय किती झाले आहे आता? दिवसेंदिवस हे असेच वाढत जाणार! तुम्हीच आता स्वत:कडे नीट पहा, काय अवस्था झालीय!”

“मलाही नवीन बाळसे येणार आहे काय?” नाथ हसत म्हणाले, “हे असेच चालायचे!”

“आजोबा,” इतक्या वेळ गप्प बसलेला राघव म्हणाला, “आईबाबा का आले नाहीत तुमच्याबरोबर!”

“अरे, राघवा,” नाथ म्हणाले, “त्याचे अध्ययन चालू आहे अजून. ते पूर्ण झाले की तो येणारच आहे! हे त्यानेच मला सांगितले आहे. त्यांना रोज तुझी आठवण येते.”

पोरे झोपेला आल्याने लीला त्यांना घेऊन गेली. उद्धवही गेला.

सर्व गेल्यावर गिरिजाबाईनी हरीबद्दल प्रश्नापाठोपाठ प्रश्न विचारले. जे घडत गेले तसे नाथांनी सारे सांगितले. नाथ काशीला येणार हे समजल्याने हरी यात्रेचे निमित्त करून निघून गेला हे गिरिजाबाईंना अजिबात आवडले नाही. त्याच्या मूळ स्वभावात अजून काहीही फरक पडलेला नाही हे त्यांना समजून चुकले.

"बरं का," नाथ म्हणाले, "योग्य वेळी त्याच्यात बदल निश्चित होईल. ती वेळ मात्र सांगता येणार नाही. पैठणला येण्याबद्दल चुकूनही एखादा शब्द त्याने काढला नाही! सूनबाईही तेवढे वगळून बोलत होती. मी नानाप्रकारे छेडून पाहिले, पण उपयोग झाला नाही.

"पण त्याला हे शोभते का?" गिरिजाबाई नाराजीने म्हणाल्या, "आपल्या वयाचा तरी त्याने विचार करण्यास हवा होता. हा आपला एकुलता एक मुलगा! आपली सारी कर्तव्ये सोयीस्करपणे विसरला. त्याच्या बरोबरीची मुले पहा. आईवडिलांना व घराला धरून आहेत आणि हा दिवटा?"

"बोलून काहीही उपयोग नाही." नाथ समजावणीच्या भाषेत म्हणाले, "आपले नशीबच! असे म्हणायचे व गप्प बसायचे!"

"पण किती दिवस?"

"आपणाला सारे जमते आहे तोपर्यंत."

"पण त्याला काही मर्यादा?" गिरिजाबाई म्हणाल्या, "त्याला बाकी सारे समजते, पण बापाविरुद्ध वागण्याचा पश्चात्ताप अजिबात होत नाही. काहीतरी उपाय हा शोधायला हवा."

"काय करावे असे वाटत आहे, तुम्हाला?"

"आज ना उद्या काहीतरी तडजोड करावीच लागेल." गिरिजाबाई म्हणाल्या, "लोक काय म्हणतील? कुठल्याही परिस्थितीत तो परत आला पाहिजे. गावातील लोक लीलाजवळ नाराजी व्यक्त करीत आहेत. ती किती जणांना गप्प बसविणार?"

पोटतिडिकेने गिरिजाबाई कितीतरी वेळ बोलत होत्या. शेवटी त्यांच्या डोळ्यात पाणी तरारले.

"अहो!" नाथ म्हणाले, "तुम्ही सतत काळजी करू नका. काही तरी मार्ग लवकरच सापडेल. आपण नंतर पाहू."

"हे खरे ना?"

"विश्वास आहे ना माझ्यावर?" नाथ म्हणाले, "मग आता शांत झोपा. पहाट होत आली."

गिरिजाबाई समाधानात झोपल्या. नाथ मात्र अस्वस्थ झाले. हरीने त्यांची झोप नष्ट केली!!

१०८

॥ एका जनार्दनी ॥

उद्धव घाईघाईने स्वैपाकघरात आला. गिरिजाबाई पीठ चाळत होत्या.

"ताई," उद्धव म्हणाला, "बाहेर एक मुलगा आलाय! तो तुम्हाला बाहेर बोलावीत आहे."

"अरे पण कोण आहे तो? माझ्याशी काय काम आहे त्याचे?"

"तो आतही येत नाही." उद्धव म्हणाला, "फक्त तुम्हालाच बोलावीत आहे!"

"काय रे?" गिरिजाबाई बाहेर येऊन म्हणाल्या, "काय हवंय तुला? कोण आहेस तू."

तो मुलगा हसू लागला!

"हसतोस कशाला?"

"मग काय करू?" तो हसतच म्हणाला, "तुमच्या तोंडाला पीठ लागलंय म्हणून हसू आले"

"बरं, बरं," गिरिजाबाई तोंडावरून हात फिरवीत म्हणाल्या, "अरे, बोल आता!"

"मला माझी आजी हवीय!"

"कोण तुझी आजी?"

"तूच"

आणि तो हसू लागला! त्याने आजीला मिठी मारली! तेवढ्यात समोरून गंगा व श्रीरंग आले.

"नाहीस ना ओळखले त्याला?" गंगा म्हणाली, "म्हणूनच त्याला एकट्याला पुढे पाठविले होते! अगं, तो पुंडाजी आहे आमचा. त्यामुळेच आम्ही लगेचच आलो!

सगळेच हसू लागले! नाथही तेवढ्यात आले!

ते पंढरपुराहून आले होते. आता इथूनच हुबळीला जाणार होते.

गंगा अवचित आल्याने नाथांच्या घरात पुन्हा नवचैतन्य निर्माण झाले! लग्नानंतर ती प्रथमच येत होती! वेळ मिळेल तेव्हा गप्पागोष्टी होऊ लागल्या. लीलाही राहण्यास आली. फक्त नाथांनाच फारसा वेळ मिळत नसायचा. रात्री मात्र ते सामील होत. श्रीरंग धार्मिक वृत्तीचे असल्याने नाथांशी बोलत, चर्चा करीत! त्यांच्या सर्व कार्यक्रमांना ते उपस्थित राहत. त्यांना ही अध्यात्मिक पर्वणीच वाटायची. बाकीच्यांना हरीचाच विषय ज्वलंत वाटत होता. काशीची सारी हकीकत तिला समजली. अतिशय समाधान व आनंद वाटला. नाथांना तिने हे सारे बोलूनही दाखविले.

"आई," गंगा म्हणाली, "या हरीला आता काय म्हणावे हेच मला कळेनासे झालंय. आपले वडील इतक्या लांबून येत असलेले पाहून एखादा आपल्याच घरी त्यांना घेऊन गेला असता. उलट तोंड काळे करून बायकोपोरांना घेऊन तीर्थयात्रेचे निमित्त करून पळाला! असला कुलदीपक कुठे कुणी पाहिला नसेल, किंवा ऐकलेही नसेल."

"यापुढेही असे अन्यत्र घडणार नाही." लीला म्हणाली, "आमच्याच वाटणीला असला भाऊ यावा हे आमचे दुर्दैवच! बाकीच्यांचे भाऊ पहा! प्रत्येक सणाला बहीण-भाऊ एकत्र येतात. इथे सारा उजेडच. मी गावातच आहे तरी माझ्याशी वागणे तेवढ्यापुरतेच! तू लांब आहेस हे फार चांगले झाले. वाईट उगाच वाटायला नको. चांगले तर कधीच घडणार नाही."

"माझेच भाऊ पहा," गिरिजाबाई म्हणाल्या,

"दरवर्षी भाऊबीजेला कुणीतरी येणारच! व्यवहाराला कधीही चुकणार नाहीत. लीलालाही ते भरजरीचे लुगडे आणतात."

"मामालोक चांगलेच आहेत." गंगा म्हणाली, "पण आमच्या मुलांचे मामा!"

सारखा हाच विषय असायचा. हरीबद्दल बोलता येईल तेवढे थोडेच!

"ताई," गिरिजाबाई स्वैपाकत असताना गंगा लीलाला बाहेर म्हणाली, "आई-बाबांच्या प्रकृतीवर हरीच्या जाण्याचा परिणाम जाणवू लागला आहे. मी काय, चार दिवसांची. मला लवकरच निघावे लागेल. ती सारी जबाबदारी तुझीच आहे."

"मी अनेक प्रयत्न करून म्हणत असते." लीला म्हणाली, "पण उपयोग कधीच झाला नाही. आई बोलून दाखविते, पण बाबा मनातल्या मनात विचार करून म्हातारे दिसू लागलेत. केसही पांढरे होऊ लागलेत. त्यांना जे कार्य करायाचे आहे

त्यात हरी हा मोठा अडसरच आहे!''

''काही तरी उपाय शोधून त्याला परत आणण्याचा विचार कर.'' गंगा म्हणाली, ''तरच माझा पाय इथून निघेल. माझ्या मनात सारखे विचार इकडचेच असतात.''

गंगा होती तोपर्यंत पुंडाजीचे लाड आजोबा-आजींनी भरपूर केले. राघव व मुक्तेश्वरात तो मिसळला होता. विशेषत: राघव अधिक खेळकर होता.

''आई,'' जाताना गंगा म्हणाली, ''मी ताईशी सारे बोलले आहे. हरी परत आलाच पाहिजे. तरच बाबांना काहीतरी सुख मिळेल. तो आला म्हणजे माझ्याकडे कुणाला तरी पाठवून मला कळवा म्हणजे मला चैन पडेल. नाहीतर सारे दिवस माझे काळजीत जातील.''

''निश्चित काहीतरी घडेल.'' गिरिजाबाई म्हणाल्या, ''तू कसलीही चिंता न करता रहा. पुंडाजीचे शिक्षण पूर्ण करा. तो अभ्यासू आहे.''

गंगा गेल्याने घरात काही दिवस पुन्हा कुणाला चैन पडले नाही!

नाथांचे दैनंदिन कार्यक्रम पुन्हा सुरू झालेच होते. काशीत भागवताचे जे भाग त्यांनी लिहिले होते त्यावर ते आता बोलत होते. काशीत गौरव झाल्यावर अधिक भाविक उपस्थित राहू लागले. कुटाळांना घाबरून जी मंडळी इकडे येत नव्हती ती सारी आता येऊ लागली.

दुपारच्या प्रवचनातून ते विविध अभंगाद्वारे निरूपण तर करीत असतच परंतु भक्तिमार्गाचा प्रसार हेच त्यांचे अंतिम ध्येय होते. वारकरी संप्रदाय त्यांना वाढवायचा होता. भगवंताच्या उपासनेचा भक्तिमार्ग हाच खरा मार्ग. निर्गुण निराकार उपासना तशी अवघड. सगुण भक्ती असेल तरच उपासना व्यवस्थित होते.

पुष्कळशा धार्मिक विधीत गणपती म्हणून सुपारीची यथासांग पूजा केली जाते. अक्षता टाकून विसर्जनही केले जाते! ती सुपारी म्हणजेच गणपती ही भावना त्या ठिकाणी निर्माण झालेली असते. ती सुपारी कातरली जात नाही. कारण ती गणपतीस्वरूप झालेली असते! ही सगुणभक्ती म्हणून सर्वश्रेष्ठ ठरते. एखाद्या शक्तीचा स्पर्श झाला की तेथे दिव्यत्व प्राप्त होते.

भगवंत चराचरात व्यापलेला आहे. तो सर्व प्राणीमात्रातही आहे. हे चराचर प्रसन्न झाले तर, तरच समृद्धी येते. ही लक्ष्मीची कृपा समजावी. यासाठी देहाला कष्ट देण्याची अजिबात गरज नाही. तो एक मोठा गैरसमज आहे. देह व्यवस्थित राहिला तरच पुढील मार्ग सुकर होतो. देहाभिमान मात्र नसावा. तेथे अहंकाराचा वास असतो. अहंकार गळावा लागतो.

नाथांनी हरिपाठही लिहिला होता. काहीवेळा त्यावरही ते विवेचन करीत. हरी सर्वत्रच भरलेला आहे. क्षणोक्षणी हरीच बोलावे. हसता खेळतानाही हरीच बोला. गाताना देखील हरीचेच गा! खातानाही हरीचे स्मरण ठेवा. एकांतात जी उपासना कराल ती हरीचीच करा. चार लोकांत गेले असतानाही हरीसंबंधीच बोला. अंतकाळीही हरीच आठवावा.

उठताबसता हरीशिवाय दुसरे काही बोलू नये. अरण्यात गेले तरीही हरी स्मरावा. जो हरीचा खरा दास आहे त्याला दाही दिशादिशांतून हरीच दिसतो. जसा भाव असेल तसाच हरी दिसेल. मुखाने हरी हरीच म्हणावे, म्हणजे चिंता हरली जाईल. एकदा हरीमय झाले की पुन्हा जन्म नाही. वासनेच्या पोटीच जन्म मिळतो. ती वासनाच जर हरीमय बनली तर जन्म कुठला! म्हणून ध्यानीमनी हरीच असावा. हरीच बोलावा, हरीच स्मरावा.

हरीरूप ध्यानी
हरीरूप मनी
एकाजनार्दनी
हरी बोला !

❄❄❄

१०९

॥ एका जनार्दनी ॥

"महाराज," दंडवत स्वामी हात जोडून म्हणाले,

"मग मी काय करू?"

"अण्णाशास्त्री" नाथ म्हणाले, "एखादी सिद्धी प्राप्त झाल्याने त्याला अहंकार निर्माण होतो. आणि तो त्याला खाऊन टाकतो. तुमचे असेच झाले आहे."

"म्हणूनच मला योग्य मार्ग दाखवावा."

"तुम्हाला जीवनाचे सार्थक करून घ्यावयाचे आहे काय?"

"होय," दंडवतस्वामी म्हणाले.

"मग आपण देहत्याग करावा, हे इष्ट."

"केव्हा?"

"आत्ता लगेचच "

दंडवतस्वामींनी लगेचच आसन करून ते ध्यानस्थ होताच, थोड्याच वेळात त्यांचे प्राण गेले!

नाथांचे काही शिष्य त्यावेळी तेथूनच चालले होते. नाथांनी त्यांच्याकडून गोदाकाठी खड्डा करून घेतला. त्यात स्वामींना बसवून वाळू टाकून तो भरून घेतला.

नाथ लगेचच गोदा स्नानाला गेले! काही कुटाळ ही सारी घटना पाहत तेथेच उभे होते!

"नाथांनी दंडवतस्वामींना गोदाकाठी जिवंत समाधी दिली." असे त्या लोकांनी साऱ्या पैठणात सांगण्यास आरंभ केला. सर्वत्र खळबळ उडाली! नाथांनी असे कसे केले? काहीतरी गूढ आहे...! नाथ असे कसे करतील?... लोकांचा विश्वास बसेना...!

कुटाळ अशा संधीची वाटच पाहत होते. काशीचे प्रमाणपत्र आणल्यापासून कुटाळांकडे गांवातील कुणीही लक्ष देत नव्हते. अनायासे ही संधी त्यांना मिळाली.

गुंडोशास्त्रीनी काही पंडितांना बोलावून त्यांचे कान भरले.

पैठणात अण्णाशास्त्री देवगावकर राहत. आपण बरे व आपला व्यवसाय बरा अशी त्यांची वृत्ती होती. अतिशय श्रद्धाळु विद्वान अशी त्यांची प्रसिद्धी होती. नाथांबद्दल त्यांच्या मनात पूज्य भावना होती. त्यांच्या सर्व उपक्रमांना ते हजर असत. ...अद्वैताचे विवेचन नाथ नेहमी करीत. ''मी सर्वत्र आहे असे भगवंतानी गीतेत सांगितलेले आहे. प्राणिमात्रादी सर्वांमध्ये मी अभिन्नरूपाने वावरत असतो. म्हणून मी सर्व चराचरात भरलेला आहे. हे जे अनुभवतात ते भेदातील असतात. दुजेपणा राहिलेला नसतो...! सर्व प्राणीमात्रात एकच आत्मतत्त्व आहे.'' हे सांगून नाथ अनेक उदाहरणे देत असत.

याचा परिणाम अण्णाशास्त्रींवर होत राहिला. त्यांची दृष्टी बदलली! ते भगवंताची उपासना करू लागले. दूर रानावनात जाऊन तपस्या करू लागले. त्यांनी संन्यास घेतला. कोणतीही इच्छा राहिली नाही. त्यांच्या मनात सर्व प्राणिमात्रांबद्दल विलक्षण प्रेमळ भाव निर्माण झाला. दिसेल त्या प्राण्याला ते दंडवत घालू लागले. नमस्कार करू लागले. त्यांच्या डोक्यावर परिणाम झाला आहे असे लोकांना वाटू लागले! कुटाळांनी त्यांना 'दंडवत स्वामी' हे नाव नव्याने दिले. ते त्यांची टिंगल करू लागले! तेच त्यांचे नाव पडले!

हा खरोखरच प्राण्यांना दंडवत करतो, की हे ढोंग आहे हे मात्र कुटाळांना समजेना! त्यांच्या त्यांच्यात चर्चा रंगू लागली. त्यांची परीक्षा घेण्याची एक संधी त्याना लाभली.

काही कुटाळ एकाठिकाणी बसून टवाळी करीत बसले होते. तेवढ्यात समोरून दंडवत स्वामी येताना दिसले. पलीकडे एक गाढव मरून पडले होते. त्यांच्याकडे व स्वामींकडे एका कुटाळांचे लक्ष एकाच वेळी गेले! स्वामी त्या मृत गाढवाला वंदन करीत होते.

''स्वामी'', दंडवत स्वामीजवळ येताच एक कुटाळ म्हणाला, ''या गाढवात जर आत्मतत्त्व आहे तर तुम्ही वंदन केल्यावर ते उठले का नाही? तुमचे तत्त्वज्ञान जर खरे असेल तर हे गाढव जिवंत झाले पाहिजे.''

''भगवंता,'' स्वामी म्हणाले, ''माझी उपासना जर खरी असेल या गाढवाला मी नमस्कार केल्यावर ते चालू लागू दे.'' स्वामींनी पुन्हा नमस्कार केला!

ते गाढव लगेच उठले व पुढे निघून गेले!

नुसते कुटाळच नव्हे तर तेथे जमलेले सारेच आश्चर्याने पाहू लागले.

''दंडवत महाराऽज ऽ की जऽयऽ''

लोक जयजयकार करू लागले. कुटाळ मात्र केव्हा पळाले हे कुणालाच

कळले नाही!

साऱ्या पैठणात ही वार्ता पसरली. दंडवतस्वामींनी मेलेले गाढव जिवंत केले! स्वामींच्या जवळ निश्चित सिद्धी आहे ही भावना दृढ झाली. लोक त्यांना नाना शंका विचारू लागले! त्यांची कीर्ती दूरवर पसरली. ते जातील तेथे गर्दी जमू लागली.

दंडवतस्वामी सामान्यांचे दैवत आले. स्वामींच्या जीवनातील शांतता संपली. एकांत सरला. त्यांना उपासनेलाही वेळ मिळेना. किरकोळ कामासाठीही लोक येऊ लागले!

दंडवतस्वामींची सारी स्थिती नाथांच्या कानी गेली. त्यांना वाईट वाटले. सिद्धी परमार्थाच्या बाबतीत अडथळा बनते, प्रगती साधू शकत नाही!

...एक चांगला सज्जन साधक वाया जाऊ लागला होता. त्याला वेळेवरच सावध करणे भाग होते. तो सामान्य माणसांचा बळी जाणार होता...!

स्वामींच्याबद्दल त्यांच्या मनात आपुलकी होती. त्यांचा उद्धार करणे आता आवश्यक होते. ती वेळ आलेली होती.

योगायोगाने एका सायंकाळी गोदाकाठी दंडवतस्वामी भेटले.

"महाराज," नाथांना वंदन करून स्वामी म्हणाले, "मला आता हा लोकसंग्रह नकोसा झालेला आहे. क्षणभरही मला उपासना करता येत नाही. मला योग्य मार्ग दाखवा."

"अण्णाशास्त्री," नाथ म्हणाले, "तुमच्याभोवती जो समाज आहे तो चांगला नाही. तुमची प्रगती यामुळे मुळीच होणार नाही. उलट तुमचा अहंकार जागृत होईल. आपण कुणीतरी वेगळे आहोत ही भावना वाढत जाईल. तुम्ही अहंकाराचे बळी ठराल. भगवंत दूरच राहील."

नाथांनी सांगितल्यानुसार दंडवत स्वामी ध्यानस्थ होताच त्यांचे प्राण गेले. नाथांनी त्यांना वाळूत समाधी दिली. कुटाळांनी मोठे कारस्थान करून नाथांना प्रायश्चित देण्याचे ठरविले!

नाथांनी पंडितांसमोर जाण्याचे ठरविले. कुटाळांना आणखी एक धडा त्यांना द्यावयाचा होता. दंडवतस्वामींप्रमाणे आणखी कुणाचा तरी बळी जाऊ नये अशी इच्छा होती त्यांची. नाथ येत आहेत हे ऐकून गुंडोशास्त्रीला अत्यानंद झाला.

"आपण नुकतेच कोणते पातक केले आहे?" पैठणच्या मुख्य धर्माधिकाऱ्यांनी विचारले.

"मी काहीच केलेले नाही." नाथ म्हणाले, "अण्णाशास्त्री ध्यानस्थ स्थितीतच पंचतत्त्वात गोदाकाठी विलीन झाले. तेथे पुष्कळ लोक गोळा झालेले होते. मी फक्त त्यानंतर त्यांची उत्तरक्रिया गोदाकाठी वाळूत केली. त्यांची चूक त्यांना उमजून

आल्याने त्यांनी अशातऱ्हेने स्वत:चा शेवट करून घेतला!''

''तुम्ही त्यांना असे करावयास लावले असे बोलले जात आहे!''

''हा विपर्यास आहे,'' नाथ म्हणाले, ''सिद्धीप्राप्ती हा भगवंताजवळ जाण्याचा मार्ग नाही एवढेच सांगितले. भक्तिमार्गानेच ईश्वराजवळ जाता येते.''

''यावर तुमचा विश्वास आहे?''

''होय.''

''हे तुम्हाला सिद्ध करून दाखवावे लागेल.''

''माझी तयारी आहे,'' नाथ म्हणाले.

तेथून जवळच पिंपळेश्वराचे मंदिर होते. सर्वजण तिकडे गेले. तेथे मंदिराजवळ एक दगडी नंदी होता.

''या नंदीला हिरवा चारा खाण्यास घाला व प्राणीमात्रातील आत्मतत्त्व दाखवा.'' नाथांना सांगण्यात आले. एका कुटाळाने लगेचच त्यांच्या हातात हिरवा चारा दिला!

नंदीच्या मुखाजवळ तो चारा नेऊन नाथ म्हणाले, ''हे नंदीराजा, ज्या ब्राह्मणांच्या वेदमंत्रानी दगडी मूर्तीत देवत्व येते त्या ब्राह्मणांची व माझी प्रार्थना आहे की तू हा चारा खावास.'' नाथांनी हात जोडले!

दगडी नंदीने जीभ लांब करून तो चारा खाल्ला व तो रवंथही करू लागला!

''हे महानंदी,'' नाथ पुन्हा हात जोडून म्हणाले, ''आत्ता तू चारा खाल्लास त्यामुळे आम्ही धन्य झालो आहोत. पण खरे खोटे करण्यासाठी तुला नेहमी या प्रसंगाला तोंड द्यावे लागेल! त्यासाठी तुला काय निर्णय घेता घेईल तो घे.''

नंदीने पाहता पाहता गोदामाईच्या खोल पाण्यात एकदम उडी मारून तो नाहीसा झाला!

''नाथ महाराज की जय!''

जमलेल्या भाविकांनी जयजयकार चालू केला. सारे कुटाळ केव्हा पसार झाले हे कुणाला समजलेच नाही! साऱ्या पैठणात ही वार्ता पसरली! गुंडोशास्त्री पैठणमधून गायब झाले!!!

जय बोले मनुष्य मरे
तया म्हणती सिद्धत्व खरे
एका जनार्दनी बोध
अथविकासी हाचि खेद!!

११०

॥ एका जनार्दनी ॥

"मेल्या," मैनाबाई मुलाला लाटण्याने मारीत म्हणाल्या, "तुला रोज कुठली पुरणपोळी घालायची? भाकरी तरी घालण्याची तुझ्या बापाची ऐपत आहे काय? आणि तुला पुरण खाण्याशिवाय जमतंय काय? हे नाथांचे घर नाही. जा, चालता हो, पैठणला जा! तेथे एकनाथांच्या घरी तुला रोज पुरणाची पोळी गिळण्यास मिळेल... कर काऽळेऽ इथून."

असे म्हणून त्यांनी त्या मुलाला बखोटीला धरून घरातून ढकलून दिले! दार लावून घेतले!

पैठणजवळ गोदाकाठी फारोळे हे गाव आहे. भगवानराव इनामदारांची शेती तेथे मोठ्या प्रमाणात होती. नदीकाठी चार तुडुंब भरलेल्या विहिरींमुळे भरपूर उत्पन्न मिळायचे. शेतीवाडीचा व्यवहार फार मोठा असल्याने कृष्णाजीपंत जोशी हिशेब लिहीत. त्यासाठी त्यांना धान्य व काही रोख पैसे मिळत. चार पाच मुलेबाळे असल्याने संसार तसा गरिबीचाच होता. मैनाबाई उन्हाळी कामे वगैरे करून पैसे मिळवीत.

सगळ्यात धाकटा मुलगा गावबा तसा मतिमंदच होता. त्याला धड बोलता देखील यायचे नाही. उनाडक्या करीत हिंडून घरी यायचा. खाण्याशिवाय त्याला दुसरे काहीच जमायचे नाही! त्याचे पोटही धड भरायचे नाही! काही मागितले की मार खायचा! त्याला केव्हातरी होणारे पुरण आवडायचे. ते तो रोज मागायचा! पुरणपोळीसाठी एकदा त्याने इतका गोंधळ घातला की मैनाबाईनी त्याला लाटण्याने बेदम मारून घरातून बाहेर हाकलून दिले. दार लावून घेतले!

थोड्या वेळातच गावबा पैठणकडे निघाला. तसे ते मधल्या वाटेने जवळच होते. वडिलांबरोबर तो एकदा नाथांच्या प्रवचनालाही बसला होता, त्यामुळे नाथांचे घर त्याला लगेच सापडले.

तो वाड्यात शिरला व नुसताच उभा राहिला. नाथांचे त्याच्याकडे सहज लक्ष गेले.

"बाळा, तुला काय हवंय?"

तो रडू लागला! त्याला तसे बोलता यायचे नाही. त्याच्या पाठोपाठ मैनाबाई होत्याच! त्यांनी नाथांना गावबाबद्दल सारे सांगून आपली परिस्थितीही सांगितली.

"बाळा," नाथ प्रेमळपणे म्हणाले, "तू खुशाल रहा. आपल्याकडे तुला रोज पुरणापोळी मिळेल. मात्र मी सांगेन तसे तुला वागावे लागेल."

"हो," तो कसेतरी म्हणाला.

"मातोश्री," नाथ म्हणाले, "आपणही आज आमच्या येथे पुरणाचे जेवण करूनच जावे." उद्धवाला हाक मारून नाथांनी त्याला त्या दोघांची पुरणाच्या जेवणाची व्यवस्था करण्यास सांगून, गावबा येथेच राहणार असल्याचे सांगितले. गावबा तेथे रमला.

नाथांनी पूजा झाल्यावर एकदा त्याला बोलावून घेऊन त्याला तीर्थ पिण्यास दिले. त्याच्या मस्तकी हात ठेवला.

नंतर रोज त्याच्याकडून काही शब्द म्हणून घेण्याचे प्रयत्न ते करू लागले. परंतु 'एकनाथ' या एका शब्दाशिवाय त्याला दुसरे काही बोलता आले नाही. नाथांनी त्याला त्या शब्दाचा जप करण्यास सांगितले. गावबा सारखा जपात रमला. लवकरच त्याच्या वागण्यात फरक तर पडलाच, पण काही शब्द तो बोलू लागला. उद्धवाला व गिरिजाबाईंना तो मदत करू लागला.

"बरं का," एकदा रात्री गिरिजाबाई म्हणाल्या, "आपल्या मुक्ताप्रमाणे हाही लवकर सुधारला. मला तर तो प्रत्येक गोष्टीत मदत करतो. चटण्या छान कुटतो."

"म्हणूनच त्याला ठेवून घेतले आहे." नाथ म्हणाले, "त्याचे कल्याण होईल. गरिबीमुळे त्याच्यात काहीही सुधारणा झाली नसती. वाया गेला असता."

नाथांना लिहायाचे असल्याने ते लिहीत बसले. गिरिजाबाईंना थकल्यामुळे लगेचच झोप लागली. त्या आता बऱ्याच थकल्या होत्या. पहिल्याप्रमाणे सर्व कामे त्यांना जमत नसत. गावबा योग्य वेळी त्यांच्या मदतीला आला! संधिवातासारखे त्यांना होत होते. गुडघे दुखत. वैद्यबुवांचे औषध चालू होते, पण फारसा उपयोग होत नव्हता.

नाथ झोपेत एकदम ओरडले, "स्वाऽमीऽ" गिरिजाबाई जाग्या झाल्या. नाथ उठून बसले होते. इकडे तिकडे पाहत होते!

"काय झाले? का ओरडलात?"

“मी ओरडलो?”

“होय”

“मला स्वप्न पडले असावे.” नाथ गोंधळून म्हणाले, “एऽकोऽबा...” अशी स्वामींची हाक ऐकू आली... कदाचित मग मी ‘स्वामी’ असे म्हटले असेल...”

“तुम्ही काय म्हणालात हे नीट समजले नाही मला,” गिरिजाबाई म्हणाल्या, “काहीतरी म्हटल्यानेच मला जाग आली.”

“अहो,” नाथ एकदम म्हणाले, “उद्या फाल्गुन वद्य षष्ठी आहे.”

“काय आहे मग?”

“फार गोष्टी आहेत” नाथ म्हणाले, “उद्या माझ्या सदगुरूंचा जन्मदिन आहे. स्वामींना भगवान श्रीदत्तगुरूंचे दर्शन घडले ते याच दिवशी. मला सद्गुरूंनी उपदेश दिला तो याच दिवशी!”

“वा!” गिरिजाबाई म्हणाल्या, “फारच भाग्याचा दिवस आहे हा. त्या सर्व आनंदी घटना याच तिथीला घडल्या हा योगायोग केवळ अद्वितीयच आहे.”

“हा योगायोग तर आहेच,” नाथ समाधानाने म्हणाले, “पण भगवंताची अलौकिक लीलाच आहे ही! आपण हा दिवस उत्सवाने साजरा करू या. जनार्दन स्वामींच्यासाठीच हा उत्सव. आपल्या सर्व भाविकांना जेवणास बोलावू. दुपारी मी स्वामींच्यावरच प्रवचन करीन.”

“चांगली कल्पाना आहे ही,” गिरिजाबाई म्हणाल्या, “पण सारीच तयारी करावी लागेल. साहित्य सर्व तयारच आहे. फक्त सारे वेळेवर झाले पाहिजे. मदतीला लीला व तिच्या काही शेजारणींना बोलावून घेते. मावशी आहेतच.”

“पहाट होऊ लागलीय.” नाथ म्हणाले, “आपण आता तयारीला लागू. मी सारे आवरून घेतो. तुम्हालाही कामाला लागता येईल. उद्धव उठला असेल. गावबाही आहेच.”

नाथांच्या इच्छेप्रमाणे भोजनाचा थाट व्यवस्थित झाला. प्रसादासाठी भाविकांनी गर्दी केली.

दुपारी प्रवचनात नाथांनी गुरुमहात्म्य सांगितले. या तिथीला कोणत्या घटना घडत गेल्या हे स्पष्ट केले. सदगुरूंच्या अनुग्रहामुळे चराचराकडे अद्वैत रूपाने पाहण्याची नवी दृष्टी लागली. त्यामुळे सदगुरू हाच भगवंत. परब्रह्म. गुरूचा शब्द ब्रम्हासमान. सद्गुरू हे केवळ नशिबानेच लाभतात. गुरू हीच माता. गुरू हाच पिता. गुरू हीच कुळदेवता. गुरूमूर्तीचे सदासर्वदा ध्यान हीच श्रेष्ठ व खरी गुरुभक्ति. जेथे गुरूचा वास असतो तेथेच सुखाची सुंदर सृष्टी असते. गुरुचरण दिसताच तहानभूक नष्ट होते!

नाथ पुढे म्हणाले, "मला ह्या गोष्टी केवळ जनार्दनस्वामींच्यामुळेच मिळाल्या. सदगुरूंमुळे चित्त भगवंतरूप झाले. शरीर ब्रह्मरुप झाले. एक तत्त्वाचा उदय झाला. सद्गुरू हेच खरे आनंदसागर. खरा स्वयंप्रकाश. त्यामुळे सारे जग श्रीरंगमय झाले. तसा मीही जनार्दनमय झालो आहे. एका-जनार्दनाशिवाय माझ्या जीवनात दुसऱ्या कशालाही स्थान नाही!

जनार्दन स्वामी की

...जय!!

भाविकांनी मोठा प्रतिसाद दिला!

"बाबा," रात्री जेवण झाल्यावर लीला म्हणाली, "फार घाईत आजचा कार्यक्रम झाला. आईला पूर्वीप्रमाणे आता जमत नाही. तरी पण सारे पार पडले."

"अगं, हे त्या स्वप्नामुळे झाले." नाथ म्हणाले, "तुला सकाळी सांगितल्याप्रमाणे साऱ्या घटना घडलेल्या आहेत. त्यात आणखी एक घटना आजच घडली."

"कोणती?"

"जनार्दनस्वामी सकाळी गेले." नाथ गंभीरतेने म्हणाले.

"तुम्हाला लगेच कसे समजले."

"त्यांनी दिलेल्या विद्येमुळेच." नाथ म्हणाले, "पण एक ध्यानात ठेव. सदगुरू कधी परलोकी जात नाही व खरा शिष्य कधी रडत नाही! कारण सदगुरू त्याच्या अंतरातच असतो. म्हणूनच हा दिवस असा साजरा केला. या तिथीची ही चौथी घटना. पुढे याच तिथीला आणखी एक घटना घडणार आहे. ती त्यावेळी तुम्हा सर्वांना समजेलच!"

"असे संदिग्ध का बोललात?"

"अजून अवकाश आहे म्हणून." नाथ म्हणाले, "नंतरची पाचवी घटना घडल्यावर हा दिवस पंचपर्वणी म्हणून प्रसिद्ध पावेल."

अजून काही वेळ ते बोलत होते. स्वामींच्या काही आठवणी त्यांनी सांगितल्या. गिरिजाबाई व उद्धवही होते.

नाथ संपूर्ण गुरुमय झाले होते.

त्यांच्या आयुष्यातील एक महत्त्वाचे पर्व संपले होते!

गुरुदेव परब्रह्म!!

❄❄❄

१११

॥ एका जनार्दनी ॥

"महाराजांच्या घशात काही रोग दिसत नाही," वैद्यराज म्हणाले, "नाडीही व्यवस्थित आहे. आता औषधे नकोत. हळूहळू कमी होत जाईल."

वैद्यबुवा निघून गेले.

पण गिरिजाबाईंची तगमग वाढली. नाथांच्या घशाच्या वेदना व सूज कमी होत नव्हती. त्यांना माहिती असलेली औषधे त्यांनी चालू केली. रात्री झोपताना दूध-हळद. सकाळी मधातून जेष्ठमध चूर्ण. भोजनानंतर औषधी विडा त्या देऊ लागल्या. त्यांना चैन पडेना.

"अहो," अखेर नाथ म्हणाले, "वैद्यराजांनी कंटाळून औषधे बंद केली. आणि आपण चालू केली. काय उपयोग? मी आता काही घेणार नाही. काहीही रोग नाही! तुम्ही चिंता नका करू. मलाच औषध सापडेल."

शेवटी तसेच घडले!

"...पांढऱ्या शुभ्र प्रकाशाचे एक वलय होत गेले... वज्रासन घातलेला एक तेजस्वी तरुण त्यात दिसू लागला.... एकनाथा! माझ्या घशाभोवती अजानवृक्षाच्या मुळ्यांचा वेढा पडलेला आहे... तो विळखा फक्त तुम्हीच सोडवू शकता... तुम्ही लवकर आळंदीला या... मी वाट पाहतो...!!"

स्वप्न चालू असतानाच महावैष्णव साक्षात ज्ञानेश्वर आपल्याशी बोलत आहेत हे त्यांना समजून चुकले होते...!

"अहोऽ" नाथांनी हाका मारून गिरिजाबाईंना उठविले.

"...क... काय झाले?" झोपेतून जागे होत गिरिजाबाई म्हणाल्या, "काय म्हणालात?"

"माझ्या घसादुखीचे कारण समजले."

"कसे काय?"

"साक्षात ज्ञानदेवांनी मला आत्ता स्वप्नात दर्शन दिले." नाथ अत्यानंदाने म्हणाले, "त्यांच्या गळ्याला अजानवृक्षाच्या मुळ्यांचा विळखा पडलेला आहे, तो तिढा मला सोडविण्यास त्यांनी आळंदीला लगेच बोलाविले आहे. मला जावे लागेल. तयारीला लागा."

"हा चमत्कारच म्हणायचा." गिरिजाबाई म्हणाल्या, "ज्ञानेश्वरांवर आपण नेहमी प्रवचने करता. ज्ञानेश्वरी समजून सांगता. त्यांच्यावर तुमची विलक्षण श्रद्धा. त्यामुळेच हा योग आलाय. तुम्ही लवकर जा. तेथे त्यांचे दर्शनही होईल. हा योग कुणालाही आलेला नाही!"

"वा!" नाथ म्हणाले, "तुम्हाला बरीच माहिती आहे की!

"तीनशे वर्षानंतर तो वृक्ष प्रचंड वाढला असेल. त्यांच्या गळ्याला निश्चित त्रास होत असेल. तसेच इथे तुम्हाला जाणवू लागले! हा योगायोग आहे!"

"नाही," नाथ म्हणाले, "ही आपुलकी आहे. जिव्हाळा आहे. पंढरीनाथांची कृपा आहे. जनार्दनस्वामींचा आशीर्वाद आहे. त्यांचीच आज्ञा आहे ही...! ती माऊली आहे माझी."

दुसऱ्या दिवशी प्रवचनात नाथांनी आळंदीला जाण्याचे सांगून टाकताच त्यांच्याबरोबर येण्याची पुष्कळ भाविकांनी तयारी दर्शविली. नाथांनी अखेर दिंडी काढून जाण्याची तयारी दर्शविली. एक दोन दिवसातच नाथांचा घसा मोकळा झाला! हा चमत्कार सर्वांना समजला. भाविकांच्या मनात नाथांविषयी आदर आणखी वाढला. साऱ्या पैठणात ही वार्ता पसरली.

लोक कुटाळांना टोचून बोलू लागले. त्यांना बाहेर पडण्याची सोय राहिली नाही. गुंडोशास्त्री तर पैठण सोडूनच गेले होते. गणेशभटाला पूर्ण पश्चात्तापच झाला. त्याने गुंडोशास्त्रीच्या सांगण्यावरूनच नाथांशी वैर पत्करले होते. सर्व कुटाळांना घेऊन तो आला व नाथांच्या पाया पडला!

"नाथ महाराज," गणेशभट खाली मान घालून म्हणाला, "आमचे चुकले. आपली थोरवी आम्हाला समजू शकली नाही. त्यामुळे नेहमी आपणाविरुद्ध वागून उपद्रव दिला. आता आम्हाला पश्चात्ताप होत आहे. आम्हाला क्षमा करावी...कृपा करावी."

"गणेशभट," नाथ म्हणाले, "मी कोण आहे हे अजूनही पुष्कळांना समजलेले नाही. मी एक अत्यंत साधा भगवंतभक्त आहे. आपणाला क्षमा करणारा मी कोण? तो पंढरीनाथच अवश्य क्षमा करील."

अखेर पैठणची दिंडी आळंदीला निघाली. नाथांबरोबर गिरिजाबाईंनी उद्धवाला

पाठविले. त्यांची त्यांना काळजी वाटत होती. त्यांनी लीलाला तेथे राहण्यास बोलाविले. गावबा होताच.

वाटेत ठिकठिकाणी पाहुणचार घेत व प्रवचने करीत दिंडी आळंदीला पोहोचली. तेथे गाव असे नव्हते. सर्वत्र जंगल माजलेले होते. काही जुने वाडे मोकळेच पडलेले होते. काही ठिकाणी हिरवी मळई होती तेथे वस्ती असायची. सर्वांनाच आश्चर्य वाटले. समाधीस्थानाची कुणालाही माहिती नव्हती. त्या रात्री भोजनाला काहीच मिळाले नाही.

सकाळी सारेजण उठण्यापूर्वीच नाथ समाधीच्या शोधात निघाले! सर्वांचे तेथे काही काम नव्हते. उद्धवालाही त्यांनी सांगितले नाही. सगळे उठताच नाथ कोठे दिसेनात! उद्धवही चक्रावला! कोठे गेले? एकच गोंधळ उठला. दुपारच्या भोजनाची व्यवस्था? अनेक प्रश्न?

स्नानासाठी सर्वजण इंद्रायणीकडे आले. तेथे जवळच एक दुकान दिसले. काल ते आले होते त्यावेळी नव्हते!

"मालक," उद्धव म्हणाला, "नाथमहाराज पैठणहून येथे दिंडी घेऊन आलेत. ते आत्ता ज्ञानदेवांच्या समाधीकडे गेले आहेत. आम्हाला काही माल हवा आहे. आपण द्याल का? ते आले म्हणजे पैसे देऊ."

"काही हरकत नाही." दुकानदार म्हणाला, "मी त्यांच्याविषयी ऐकले आहे. आपण खुशाल न्या. पैसे नंतर द्या. माझे नाव विठोबा वाणी!"

उद्धवाने सारे साहित्य घेतले. भोजनाची व्यवस्था झाली. पण नाथांचे काय? नाथांना शोधण्यास काही मंडळी निघाली. पण त्यांना दाट जंगलाशिवाय काहीच दिसेना. आत शिरावे तर सर्व काटे-सराटे-दगड-धोंडे-काटेरी रानवेली! त्यामुळे कपडे फाटत! जखमा होत. सारी मंडळी परत आली. जेवण झाल्यावर बहुतेक सारे विसावले. पण उद्धवाला चैन पडेना. त्याच्या ताईने त्याला खास नाथांसाठी पाठविले होते. त्यांना एकट्याने कुठेही जाऊ न देण्यास बजावले होते! शोधून शोधून तो दमला. एक दिवस तसाच गेला, नाथ परतले नाहीत...!

नाथांना एकाने एवढेच सांगितले होते की तेथे सिद्धेश्वराचे मंदिर आहे व त्या समोर समाधी आहे! समाधीजवळच मोठा अजानवृक्ष आहे. ते शोध घेत घेत दाट झाडीत शिरले. पण अडथळे पुष्कळ होते. त्रास होऊ लागला. साप-विंचवाची भीती होती. फार सावधतेने जावे लागायचे.

"एकटे कोठे जाऊ नका... उद्धवाला सोबत न्या...!" गिरिजाबाईंचे शब्द त्यांच्या कानात घुमत होते. पण नाईलाज होता. सर्वांच्या व्यवस्थेसाठी उद्धवाला तेथे थांबणे भाग होते. रात्रच होताच एक जागा स्वच्छ करून त्या झाडाखाली ते झोपले!

हरीवर हवाला...! माऊलीला काळजी...! त्यांना शूलभंजनची आठवण झाली. तहान भुकेचा प्रश्न नव्हताच. त्यांना स्वप्नातील माऊली डोळ्यांसमोर दिसत होती. तिची लवकर सुटका करणे गरजेचे होते.

सकाळी ते आणखी पुढे चालले... याच ठिकाणी तीनशे वर्षापूर्वी ती जगावेगळी अनाथ भावंडे चार घासासाठी वणवण हिंडत होती... विसोबासारखे कुटाळ त्यांना उपद्रव देत होते... त्या चारी भावंडांची सोनपाऊले येथे उमटली असतील!... ही माती अलैकिक आहे... दैवी आहे... यावरून चालण्याचादेखील विचार करण्यास हवा.. त्यांनी ती कपाळी लावली!... त्यांच्या शरिरात एकदम सळसळ झाली. ... नवचैतन्य आले... तहानभूक पुन्हा विसरली... नाथांना काही समजेना... ज्ञानोबांचा जयजयकार करीत ते पुढे निघाले...!

त्यांना एकदम मंदिराचे शिखर दिसताच त्यांनी मनोभावे नमस्कार केला.. आता पुन्हा नवा उत्साह त्यांना आला.. ते त्याच दिशेने निघाले. लवकरच ते त्या ठिकाणी आले... मंदिर व वृक्ष दोन्हीही दिसताच त्यांनी पुन्हा हात जोडले... त्यांना त्या स्वप्नातील अलैकिक मुखडा दिसला... तेथे श्रीखंड्या दिसला...! हरीचिया दासा हरी दाही दिशा... त्यांना एके ठिकाणी मातीचा भर दिसला. एका वाळक्या फांदीने त्यानी ती माती उकरली. खाली काळी शिळा दिसू लागली. निवृत्तीनाथांनी व नामदेवांनी झाकलेली हीच शिळा असावी... क्षणभर ते अस्वस्थ झाले... त्यांच्या डोळ्यासमोर नामदेव आले.... पाण्याने भरलेल्या डोळ्यांनी ते शिळा खाली ठेवीत होते... नुकतेच ज्ञानियानी त्याना दीर्घ प्रेमालिंगन देऊन ते खाली समाधी स्थानात गेले होते... नामया कासावीस झाले...

कासावीस प्राण मन तळमळी
जैसी का मासोळी जीवनाविण
दाहीदिशा वोस वाटती उदास
करिताती सोस मनामाजी
घातियेली घोण प्राण आला कंठी
ज्ञानदेवासाठी तळमळी
नामा म्हणे देवा वाटतसे खंती
चालली विभूती योगियांची।

...नामयांचे अश्रू सामावलेली ती शिळा त्यांनी सहज उचलली... आतून बुक्क्याचा अलौकिक सुगंध येऊ लागला... तेथे कोंदटपणा अजिबात नव्हता... अंधारही नव्हता... दुरितांचे तिमिर गेले होते... आत्मज्ञानरूपी प्रकाश पडला होता...

भारावून गेलेले नाथ हळूच खाली उतरू लागले... त्यांच्या डोळियांचे पारणे फिटले... तीनशे वर्षापूर्वीची योगियांची विभूती डोळ्यांसमोर प्रगटली होती... वज्रासन घातलेली माऊली प्रसन्नपणे मंदस्मित करीत होती... त्यांची माऊली त्यांना आठवीत नव्हती... परंतु ही माऊली मात्र ते डोळ्यात साठवीत होते... त्यांनी हात जोडियेले... नतमस्तक होऊन ते उभे होते... जगावेगळी भावार्थदीपिका लिहून मऱ्हाठिचिये नगरी ब्रह्मविद्येचा सुकाळू झाला होता... अमृताते पैजा जिंकणारे मऱ्हाठी बोल प्रकटले होते... अमृतमधुर भाषेमुळे महाराष्ट्रात भागवतधर्माचे महान पण दिव्य मंदिर उभे राहिले.... ती ही महाराष्ट्राची प्रेमळ माऊली... हरिमुखे म्हणा ...हरिमुखे म्हणा— असे विनविणारी ही अलौकिक जगज्जननी... साऱ्या विश्वासाठी, जगाच्या कल्याणा जगावेगळे पसायदान मागणारी हीच ती माऊली...! ज्ञानेश्वरीवर अखंड प्रवचने करणाऱ्या एकनाथांना आज खरे दर्शनरूप पसायदान मिळाले... हे सगुण ध्यान त्यांच्या अंतरी आता विसावले... ठसले... साताजन्मांचे सार्थक झाले... पंढरीचा राणा विजयनगरहून पुन्हा पंढरीस आणणाऱ्या भानुदासांची कुळी पावन झाली... अमृताचा महासागर त्यांना गवसला... त्या महावैष्णवाच्या गळ्याभोवती बिलगलेला मुळ्यांचा विळखा त्यांनी मुक्त केला.

त्यावेळी त्यांना झालेला माऊलींचा ईश्वरीस्पर्श या त्यांच्या जीवनाचे सार्थक झाल्याचे सांगून गेला.. तो कैवल्याचा पुतळा मुक्त झाला... चैतन्याचा महासागरू सुखिया जाला. नाथांच्या जीवनातील हा क्षण आता निरंतरीचा मोहरला.... त्यांना आगळी संवेदना झाली... भगवान गुरूदत्तांनी त्यांच्या मस्तकी हात ठेविला असताना जसे वाटले... तोचि हा क्षण... तीच साक्षात्कारी अनुभूती... श्रीखंड्या गेल्यावर साक्षात भगवंतानी दर्शन दिले त्यावेळेची हीच वेळा... त्यांनी पुन्हा हात जोडियेले... डोळे मिटले... साक्षात द्वारकेचा राणा त्यांच्या सामोरी उभा होता... गोकुळअष्टमीला मध्यरात्री जन्मलेला प्रेम पुतळा... त्या महासाक्षात्कारी स्थानी मधुर आवाजातील अजोड शब्द घुमू लागले...

"...एकनाथा...गळ्याभोवतीच्या मुळ्या सोडविण्याचे निमित्त आहे... खरे कार्य तुम्हाला वेगळेचि करायाचे आहे... माझ्या भावार्थदीपिकेची मूळ प्रत आता राहिलेली नाही... तिच्या प्रती तयार करून घेतल्या त्या लेखकांनी स्वत:च्या काही ओव्या त्यात मिसळल्या. ...ही सरमिसळ वाढत चाललीय... भाविक चुकीचे लिहून घेत आहेत... मग तेच रूढ होतंय...काही प्रती गोळा करून तुम्ही शुद्ध प्रत तयार करा.. म्हणजे तीच लिहून घेतली जाईल... हेच आता तुमचे जीवन कार्य समजावे...एवढीच माझी इच्छा... आ...हे..!"

घुमत असलेली दैवी वाणी मंद होत गेली... संपली...! पण ती नाथांच्या

अंतरी लिहिली गेली... नाथ क्षणभर पाहतच राहिले... तो त्रैलोक्यराणा त्यांच्याकडे समाधानाने पाहत होता... तोचि मदनाचा पुतळा-प्रकटला भूतळा... तयाचे 'मूळ' दुखणे संपले होते... ते केवळ निमित्तमात्रच होते...!

त्या अलौकिक तेजाला पुन्हा पुन्हा वंदन करून नाथ अत्यंत समाधानाने तेथून वर आले... ती शिळा त्यांनी पुन्हा मूळ ठिकाणी बसविली...! आता पुन्हा कोणी ती उघडणार नाही यांची खात्री नाथांना होती...!

भारावलेल्या अवस्थेतील तीन दिवसानंतर नाथ उद्धवाला वाटेत भेटले! तो जंगलातच शिरला होता. त्यांची ही अवस्था पाहून तो चक्रावला. त्यांचे सारे कपडे फाटलेले होते. ठिकठिकाणी ओरखडे निघून रक्ताळलेले होते. त्यांना त्याने इंद्रायणीकडे नेले. नाथांनी तेथे स्नान केले. तोपर्यंत सारी मंडळी नदीकडे आली. एकाने जाऊन कपडे आणले.

ज्ञानोबांचे दर्शन व बोलणे झाल्याचे सांगून मुळीही काढली गेल्याचे सांगताच सर्वांनी नाथांचा जयजयकार चालू केला! माऊलींचीही गर्जना सुरू झाली. इंद्रायणीचा परिसर दुमदुमन गेला!

भोजनाची वेळ झाल्याने सारे जण एकत्र बसले. नाथांनी सर्वांना सारी हकीकत सांगून टाकली.

पैठणला जाताना त्या दुकानदाराचे पैसे देण्यासाठी नाथ गेले तर तेथे दुकानही नव्हते! काहीच नव्हते!! खणाखुणाही काही उरलेल्या नव्हत्या. सर्वांना आश्चर्य वाटले...!

नाथांना मात्र खरे कारण उमजले... मनातल्या मनात ते म्हणाले... पंढरीनाथा...विठ्ठला.. पांडुरंगा...! किती काळजी घेणार माझी.. तुझ्या पाठराखणीचे हे ओझे मी पामर केव्हा रे फेडणाऽर ...तू अशा रूपात येतोस की मलाही समजत नाही... काही... चराचर तर तू व्यापूनच राहिला आहेस...!

त्या पवित्र ठिकाणाला वंदन करून दिंडी निघाली पैठणला!

गुरुसेवेलागी जाण
शरण एकाजनार्दन
त्रैलोक्याचे जीवन
ज्ञानोबा माझा!!

❋❋❋

११२

॥ एका जनार्दनी ॥

"आई," दुपारी जेवणापूर्वी लीला म्हणाली, "बाबांना फार वेळ लागलाय. कार्य लवकर झालेले दिसत नाही. तीनशे वर्षापूर्वीची घटना असल्याने तसा उशीर होणारच."

"मलाही तसंच वाटतंय." गिरिजाबाई म्हणाल्या, "पण आता ते निघाले असतील."

"कशावरुन?"

"सकाळपासून उगाचच मला ते आल्याचा भास होतोय." गिरिजाबाई म्हणाल्या, "दूरवर टाळ मृदंग दुमदुमत आहेत असे जाणवतेय."

"आले तर चांगलेच होईल." लीला म्हणाली, "आता पूर्वीसारखे राहिलेले नाही. त्यांनाही सारखा प्रवास सोसत नाही. तरी मुक्ताने एक काम करून ठेविले आहे."

"कोणते?"

"येथील काही भाविकांकडून ज्ञानेश्वरीच्या प्रती आणल्यात." लीला म्हणाली, "बाबांनी जाताना त्याला तसे सांगितले होते. आसपासच्या गावातून आणखी काही प्रती मिळाल्या आहेत. ते आल्यावर पुन्हा उशीर होणार नाही. अनायासे वेगवेगळ्या काळातील प्रती मिळाल्या आहेत."

"वा!" गिरिजाबाई म्हणाल्या, "तुलाही बरीच माहिती आहे. बाबांना मदत कर."

"मला काय कळतंय त्यातील?" लीला म्हणाली, "मला मुक्तानेच सांगितले आहे. प्रत केव्हा व कोठे उतरून घेतलीय याची त्याने नोंद ठेविली आहे. तसा क्रम लावलेला आहे. त्यामुळेच बाबांचे काम सोपे होईल."

तेवढ्यात गावबा बाहेरून आला व त्याने दिंडी जवळ आल्याची वार्ता दिली.

"ताई," गावबा म्हणाला, "ज्या भाविकाने हा निरोप आणलाय त्याने आळंदीचे कार्य उत्तम झाल्याचे सांगितले आहे. दिंडीच्या भोजनाची व्यवस्थाही करण्यास सांगितली आहे. मी मावशीला मदत करतो."

"आई," लीला म्हणाली, "तुझे बोलणे खरे ठरले! तुलाही बाबांसारखे समजू लागलेले दिसतयं."

"लीले," गिरिजाबाई म्हणाल्या, "त्यांच्याशी माझी तुलना करू नको! ती कधीच होणार नाही. त्यांचे सारे आयुष्य यातच गेले आहे व माझे प्रपंचात! आपणही भोजनाच्या तयारीला लागू या, चल. म्हणजे सारे लवकर व वेळेवर होईल."

आणि झालेही तसेच. ज्ञानोबांच्या व नाथांच्या जयजयकारात सारे भाविक तृप्त झाले.

"बाबा," लीला म्हणाली, "आपले कार्य उत्तम झाल्याचे समजल्याने आम्हा दोघींना अतिशय आनंद झालेला आहे. स्वप्नाप्रमाणे सारेच घडले. ही पंढरीनाथांचीच कृपा."

"त्यामुळेच सारे घडले." नाथ म्हणाले, "अगोदर आपण जेवण करू. नंतर मी सारी हकीकत सांगीन"

"बाबा," लीला म्हणाली, "अगोदर एक वेगळा कार्यक्रम आहे. मग भोजन."

"कोणता?"

"आम्ही दोघी तुमच्या सर्वांगाला औषधी तेल लावून मग स्नान घालणार आहोत गरम पाण्याने." लीला म्हणाली, " प्रवासाचा सारा शीण त्यामुळे जाईल. तुम्हाला एकदम बरे वाटेल."

"वा! दिवाळीच झाली म्हणायची," नाथ म्हणाले, "सुगंधी तेल व उटण्याऐवजी औषधी तेल होते. पण मला खरोखरच हलके वाटू लागले आहे."

"बाबा," लीला म्हणाली, "ही दिवाळीच आहे. ज्ञानाईच्या व तुमच्या भेटीची. गेल्या तीनशे वर्षात हा योग कुणालाही आला नाही. फक्त तुम्हालाच हे दैवी दर्शन घडलंय. बाबा, अशा पित्याच्या घरी आम्हाला जन्म मिळावा हे आमचेही भाग्यच समजावे लागेल. शिवाय ज्ञानेश्वरीसारख्या महान ग्रंथाच्या शुद्धीकरणाचे कार्यही करण्याची संधी फक्त तुम्हालाच मिळाली आहे. या योगायोगाचे वर्णन करण्यास माझ्याजवळ शब्दही नाहीत."

तिच्या डोळ्यात अश्रू तरारताच तिने ते पुसले, हे पाहून गिरिजाबाईंची स्थिती

तशीच झाली.

"बाबा," लीला म्हणाली, "हे आनंदाश्रू आहेत. पण फक्त एका डोळ्यातून!"

"म्हणजे काय?"

"दुसऱ्या डोळ्यात दु:खाश्रू आहेत."

"हे समजले नाही मला."

"ते भोजन झाल्यावर सांगीन." लीला म्हणाली, "आता अगोदरच उशीर झालाय. सारे तयार असल्याचे उद्धव आत्ताच सांगून गेलाय, चला."

नाथांच्या आवडीची शेवयांची खीर केशर घालून गिरिजाबाईनी केली होती! नंतर त्यांनी औषधी विडाही नाथांना दिला.

"आता हा विडा कशाला?"

"कार्यसिद्धीमुळे." गिरिजाबाई म्हणाल्या, "मी रोजच असा विडा देणार आहे. विविध उपक्रमामुळे तुम्हाला रोज सारखे बोलावे लागल्याने घसा बसतो. काही वेळा पानामुळे हे कमी होते."

"हे ठीक आहे," नाथ म्हणाले, "पण स्वत:ची स्थिती काय झालीय ते पहावे अगोदर. त्याची मलाच काळजी घ्यावी लागणार आहे. तब्येत खालावत चाललीय."

"मला काय झालंय?" गिरिजाबाई म्हणाल्या, "आपण फार दिवसांनी आल्याने तसे वाटत आहे आपणाला."

"तरीही मला हे पहावे लागणार आहे." नाथ म्हणाले, "आता लीलाबाईंचे कोडे ऐकू या."

"बाबा, हे खरोखरच जगावेगळे कोडे आहे," लीला गंभीरतेने म्हणाली, "काशीला एवढा सत्कार होऊन आपणाला गौरवाचे प्रमाणपत्र मिळाले तरी हरीचा अहंकार मावळला नाही. आत्ता ही दुसरी अलौकिक घटना घडली. अशावेळी तो इथे हवा होता. मग हे कोडे सुटणार कसे? कोण सांगणार त्याला? सांगून सांगून तुम्ही थकून गेलात. तरीही त्याचे डोळे उघडत नाहीत. बाबा, आईची प्रकृती त्यामुळेच खालावत आहे. तिचे खरे दुखणे हेच आहे. साऱ्या पैठणात हरीच्या वागण्याची चर्चा चालू आहे. मला हे सारे समजले. मुलगा परत का येत नाही? कोण कारणीभूत आहे? हे प्रश्न अनुत्तरीत आहेत. प्रश्न एकच आहे की या मुलाचे परिवर्तन कसे व केव्हा होणार? लोक काय, वाट्टेल ते बोलत राहतील. काहीही केले तरी त्यांची तोंडे बंद राहणार नाहीत. प्रश्न आहे त्याच्या या जगावेगळ्या हट्टीपणाचा. प्रश्न आहे त्याच्या या खोट्या अहंकाराचा! त्याच्या कर्तव्याचा!"

"अग, पण.....!"

“बाबा, मला बोलू द्या.” लीला म्हणाली, “मुलगा म्हणून जी कर्तव्ये असतात ती त्याने सारी गुंडाळून ठेवलीत. या कुलदीपकला न शोभणारे सारे तो पार पाडीत आहे. त्याच्यावाचून तुमचे काहीही अडत नाही, व अडणारही नाही. अजूनही उज्ज्वल काळ तुम्हाला लाभत राहणार आहे. तुम्ही जाल तेथे तुमच्या मागे तो पांडुरंग असतोच. सारे व्यवस्थित होत राहते. पण याचे घर सोडून जाणे काट्यासारखे आईला सलत आहे. तिची एवढी एकच चिंता आहे. ती तिला माहीत आहे. तिची झोप देखील त्यामुळे अस्वस्थ आहे ती अशक्त होत चालली आहे.”

लीला एकदम रडू लागली. तिला शांत करण्यास गिरिजाबाईंना जरा वेळ लागला.

“लीला,” नाथ गंभीरतेने म्हणाले, “तू जे सांगितले आहेस ते शंभर टक्के बरोबर आहे. मलाही हेच जाणवत आहे. माझ्याही मनीचे हेच शल्य आहे. पण ते मी दाखवीत नाही. सहन करीत राहतो. तुझ्या आईला हे जमणार नाही. ती हळवी आहे. तिचे मन आईचे आहे. यावर मी रात्रंदिवस उपाय शोधीत आहे. एवढे ज्ञानेश्वरीचे कार्य संपले की मी हरीचेच पाहणार आहे, हे लक्षात ठेव. तू आता विनाकारण काळजी करीत बसू नकोस. नाहीतर तुलाही ती पोखरीत राहील. वाट पहा.”

नाथांनी मग आळंदीची सारी हकीकत सांगितली. ते त्यात बराच वेळ रमले.

गिरिजाबाई व लीला एकदम उठल्या व नाथांच्या पाया पडल्या.

“हे काय?”

“ज्ञानदेवांचे दर्शन तुम्हाला घडले,” लीला म्हणाली, “म्हणून वारकरी पंथाप्रमाणे आम्ही तुमचे दर्शन घेतले. म्हणजे आम्हालाही ते घडले! बाबा, तुम्हाला जगाची माऊली फक्त एकट्याला दिसली. एवढेच नव्हे तर बोलणेही झाले. तुम्ही नेलेल्या दिंडीच्या भोजनाची काळजी त्या विठाईलाच. ती तेथे दुकान काढून बसली! सारा माल पुरविला. तुम्ही पैसे देण्यास गेलात तर तेथे काहीच नव्हते!”

“आपल्या घराण्याला मिळालेल्या आशीर्वादाचा हा परिणाम आहे.” गिरिजाबाई म्हणाल्या, “हे उपकार त्या पणजोबांमुळे झाले. आता सारे चांगले होत जाईल. माझे दुखणेही कमी होईल.”

“आई,” लीला म्हणाली, “आता ही जबाबदारी बाबांनी घेतली आहे. ती पूर्ण होणारच. तू हरीची चिंता करू नकोस. तो परत येईल.”

दिंडीतील भाविकांनी साऱ्या पैठणात ज्ञानियांच्या राजाने नाथांना दर्शन दिल्याचे व बोलणे झाल्याचे सांगितले. त्यामुळे निरनिराळ्या भाविकांची व विद्वानांची दर्शनासाठी

रीघ लागली. नाथांना प्रवचनाच्या ठिकाणी थांबावे लागले. काही कुटाळही खाली माना घालून येत होते. नाथांनी त्यांना गौरविले! हळूहळू गर्दी संपली.

नाथ आत जाणार तोच दत्तोशास्त्री येत असलेले दिसले. त्यांच्याबरोबर एक वृद्ध गृहस्थ होते! शास्त्रीबुवांनी वंदन केल्यावर ते वयस्क वाकू लागताच नाथ उठले व त्यांनी त्यांच्या चरणी मस्तक ठेविले! ते अंबेजोगाईचे दासोपंत होते! नाथांनी त्यांना लगेच ओळखले.

"अहो, हे काय करीत आहात?" दासोपंत आश्चर्याने म्हणाले, "आपला अधिकार मोठा आहे. आजच मी आलो तर साऱ्या पैठणात आपलाच जयजयकार चालू होता. दत्तोपंतानी आपली सारी हकीकत मला सांगितली. महापंडितांच्या काशीत आपला गौरव झाला. आळंदीची देदीप्यमान कहाणी समजली. ज्ञानदेवांनी फक्त तुमचीच निवड केली!

"दासोपंत," नाथ नम्रतेने म्हणाले, "ही माझ्या गुरूंची देणगी आहे. त्यांची ज्ञानदेवांवर अपार श्रद्धा होती. आयुष्यभर ते ज्ञानेश्वरीच सांगत आलेत. मलाही त्यामुळे ज्ञानेश्वरीची गोडी लागली. त्यांनी मराठीत सांगितलेली ही गीताच आहे! सर्व सामान्य जनांना तो एक अपूर्व ठेवा मिळाला."

"नाथ," दासोपंत म्हणाले, "म्हणून तर वारकरीपंथ वाढू लागला. त्यांच्या जिवीची आवडी ज्ञानियांनी पंढरीला गुढी नेली. अवघाचि संसार सुखाचा केला."

"तिन्ही लोक आनंदे भरिले." नाथ हात जोडोत म्हणाले, "पंढरीचा नाथ त्यांना भुलला!"

"नाथ," दासोपंत नम्रतेने म्हणाले, "पण मी तुमचा अपराधी आहे. मला क्षमा करावी. आपण मला भेटण्यासाठी आला असताना मी कसा वागलो हे मी विसरलो नाही. ते शल्य मला बोचत आहे. आपली थोरवी त्यावेळी मला माहिती नव्हती. आपण माझ्या दारी आलात हा मी माझा मोठेपणा समजत होतो. भगवान दत्तगुरूंच्या दर्शनाच्या खोट्या भ्रमात मी वागत होतो! पण आपल्या देवडीवर साक्षात दत्तगुरू पहारा देत आहेत! हे पाहून माझा अहंकार एकदम गळून गेलाय. माझे डोळे उघडले."

ते उठून नाथांच्या चरणी पुन्हा लीन होऊ लागले, पण नाथांनी त्यांना तसे करू दिले नाही. त्यांना पूर्ण पश्चात्ताप झाला आहे हे त्यांना कळून चुकले. त्यांचे डोळे अश्रूंनी डबडबलेले होते.

"दासोपंत," नाथ निर्विकारतेने म्हणाले, "मी आपणाकडे आलो असताना आपण अगदी योग्य असेच वागलात. मी आलो तेव्हा रात्र दाटलेली होती. ती

भेटण्याची वेळ मुळीच नव्हती. अशावेळी माझे येणे अत्यंत गैर होते. शिवाय मी कोण आहे ही आपणास माहिती नव्हते. केवळ आपली कीर्ती ऐकून दर्शनासाठीच मी आलो होतो.''

"नाही, नाथ, नाही.'' दासोपंत म्हणाले, "चूक माझीच होती. मी माणुसकीला सोडूनच वागलो. आपण माझ्या दारी काही मागण्यासाठी आला नव्हता. पण त्याकाळी हे मला समजत नव्हते. मी स्वत:च्याच विश्वात ताठरतेने वागत होतो. स्वत:ला अतिश्रेष्ठ समजत होतो. माझ्या लिखाणाचा मला जबरदस्त अभिमान वाटत होता.''

"तसे वाटणे साहजिकच आहे.'' नाथ म्हणाले, "आपल्या लिहिण्याचा वेग इतका होता की सर्वसामान्य माणसांना ती गौरवाची घटना वाटत होती. आपणाला रोज दोन ढब्बू पैशाची शाई लागत असायची. आपले कितीतरी ग्रंथ समाजप्रिय झाले होते. हे सारे ऐकूनच मी आपल्या केवळ दर्शनाला आलो होतो. ते माझे काम झाले आहे.''

"आता ते मला सतावीत आहे.'' दासोपंत म्हणाले, "आपण व आपली जीवनशैली ऐकल्यावर व पाहिल्यावर मला माझा संपूर्ण दांभिकपणा कळून चुकला. आपले कार्य पाहून मी चकित झालो आहे. इथल्या दुष्ट पंडितांनी आपल्याला किती उपद्रव दिलाय हे मला समजल्यावर मला तुमच्याबद्दल खरोखरच अभिमान वाटू लागला आहे.''

"पण मला तसे वाटत नाही,'' नाथ म्हणाले, "ही सारी माझ्या जनार्दनस्वामींची कृपा आहे. त्यांनी जसे सांगितले तसाच मी वागलो व वागत आहे. त्यांनी जे सांगितले तेच फक्त मी लिहीत आहे. प्राकृतातच लिहिण्याचा त्यांनी मला आदेश दिला होता. तो मी पाळला!''

"पण माझ्या सद्‌गुरूंचे मी ऐकले नाही.'' दासोपंत म्हणाले, "नम्रतेने वागणे मला कधीच जमले नाही. आपले स्थान इतक्या उंचावर आहे, की आपल्यासारखे दुसरे कोणी मी पाहिलेले नाही. असे असूनही आपले चरण अजून जमिनीवरच आहेत. अहंकाराचा वारा कधीही आपणाला शिवलेला नाही. हे आपले वैशिष्ट्य समजावे.''

"दासोपंत,'' नाथ म्हणाले, "आपण उगाचच मला मोठेपणा देत आहात. मी एक साधा उपासक आहे. जमेल तशी भगवंतभक्ती व जनसेवा करीत असतो.''

"हे खरे आहे'' दासोपंत म्हणाले, "पण श्रीखंड्याच्या रूपाने साक्षात गोपालकृष्ण आपल्या घरी राबत होते. एक नाही दोन नाही, तब्बल बारा वर्षे! मला

वाईट एवढेच वाटते, की पैठणच्या ब्रह्मवृंदाना तुम्हाला ओळखता आले नाही, काय दत्तोपंत?''

''आपण योग्य तेच बोलला आहात.'' दत्तोपंत नम्रतेने म्हणाले, ''मीही त्यापैकीच एक आहे. आम्हाला नाथांची थोरवी सहन होत नव्हती. आम्हीही पांडित्याच्या खोट्या थाटात वावरत होतो. परंतु नाथांच्या दैनंदिन कार्यक्रमावर त्याचा काहीही परिणाम होत नव्हता. त्यांचे आमच्यावाचून काहीही अडत नव्हते. हळुहळू आमचे डोळे उघडत गेले. आणि आता तर शरमेने खालीच मान झाली आहे. ही पैठणची परंपराच आहे. ज्ञानेश्वरादि भावंडांना आमच्या पूर्वजांनी किती त्रास दिला होता हे साऱ्या जगाला माहिती आहे. तीच परंपरा अजूनही चालू होती. पण आता साक्षात भगवंतानीच पुन्हा आम्हाला जागे गेले आहे! मला इथे येण्यास कमालीची लाज वाटत आहे.''

''तसे काही कारण नाही, दत्तोपंत.'' नाथ म्हणाले, ''आपली विद्वत्ता माझ्याहून श्रेष्ठच आहे. आपण वेदमूर्ती आहात. मी एक साधा भक्त आहे. जमेल तसे लिहितो व सांगतो एवढेच.''

''नाही, नाथ.'' दासोपंत म्हणाले, ''भागवत अत्यंत रसाळपणे मराठीत आणणे साधे काम नाही. काशीच्या महापंडितांनी आपला विनाकारण गौरव केला नसता. मला आपणाकडे येण्यास फार कालावधी लागला. दत्तोपंत आमचे पाहुणे. त्यांच्या भेटीला आल्यामुळे आपली थोरवी आम्हाला समजली, हे आमचे भाग्यच समजतो आम्ही.''

अजून बराच वेळ दासोपंत भारावलेल्या अवस्थेत बोलत होते. नाथांनी त्याना आत नेऊन फलाहार दिला. दुसऱ्या दिवशी त्यांना भोजनास बोलविले. त्यांच्या विनंतीवरून त्यांनी दुपारी प्रवचनाऐवजी भागवत सांगितले. निंदकांविषयी भागवतानुसार स्पष्ट केले.

नाथ म्हणाले...
या ग्रंथा आदर करिती
अथवा जे कां उपेक्षिती
केवळ जे कोणी निंदती
ते आम्हा ब्रह्ममूर्ती सदगुरू रूपे।।
हे ही शिकविले जनार्दनी
सर्वभूती मजचि पाहणे!!

म्हणून निंदक तो परमगुरू असून ही जनार्दनाची कृपाच समजावी. ह्याप्रमाणे

जो वागेल तोच यशस्वी होतो. जीवन सुखाचे ठरते. अपेक्षा नेहमी आपल्या आवाक्यात असाव्यात. निंदकांनी स्पष्ट केल्याशिवाय आपले दोष समजत नाहीत. म्हणून हे निंदक उपकारकर्तेच ठरतात.''

त्यांनी पुष्कळ उदाहरणे देऊन हा विस्तार केला. दासोपंताना हे विवेचन फार आवडले.

''नाथ,'' दासोपंत म्हणाले, ''तुम्ही देववाणीचा अजिबात उपमर्द केलेला नाही. स्वत:चे अवाजवी स्तोम माजविले नाही. सर्व निंदकांना उदार मनाने क्षमा केली. राहू केतू प्रमाणे अखंड छळणाराना न घाबरता शांतता पाळली. अखेर तुम्हालाच यशोमंदिर गाठता आले. म्हणूनच आपण मलाही पूजनीय आहात. अंबेजोगाईला मी आता परत जाताना आपल्या जीवनाची ही नवी शिदोरी घेऊनच जाणार आहे. त्यामुळे माझे उरलेले जीवन समृद्ध होईल.''

''दासोपंत,'' नाथ म्हणाले, ''मी वारंवार सांगत असतानाही आपण मला मोठेपण देत आहात! एक सामान्य भगवंतभक्त म्हणूनच माझ्याकडे पहा.''

त्यांना शाल, उपरणे देऊन नाथांनी त्यांचा गौरव केला. ते अत्यंत समाधानाने गेले!

कितीतरी वेळ नाथ त्यांचाच विचार करीत होते.

ते येऊन गेल्याने त्याना विलक्षण समाधान वाटले.

त्यांच्या ग्रंथसंपत्तीमुळे त्यांची कीर्ती वाढत होती!

❁❁❁

११३

॥ एका जनार्दनी ॥

नाथ गोदास्नानाला निघाले. वाटेत एका अवलियाचे दुकान होते. तो निरनिराळ्या वस्तू तयार करायचा, विकायचा. केव्हातरी नाथांशी तो बोलायचा. तेही त्याची चौकशी करीत.

"काय चाललंय?" नाथ म्हणाले, "हा काय प्रकार आज चालू आहे?"

"जुन्या शालीला नवीन त्याच रंगाची ठिगळे लावून पाहतोय." तो म्हणाला, "नव्या जुन्याचा मेळ बसतोय का?"

"काहीतरी विपरीत वाटतंय." नाथ म्हणाले व ते लगेच नदीकडे गेले!

दासोपंत परत गेल्यावर लगेचच नाथांनी ज्ञानेश्वरीचे कार्य हाती घेतले. ती एक फार महत्त्वाची जबाबदारी होती. ते आळंदीला गेले होते. तेव्हा मुक्तेश्वराने प्रती आणून ठेवलेल्या होत्या. मूळ ज्ञानेश्वरी लिहून तीनशे वर्षे झाली होती. ज्या लोकांनी प्रती करून घेतलेल्या होत्या त्यांनी त्यात स्वतःच्या काही ओव्या घुसडण्याची शक्यता होती. शब्दही बदलले गेले असावेत. काही वेळा एखादी ओवी विसरून पुढील लिहून घेण्याची शक्यताही होती. ह्या सर्व गोष्टी विचारात घेणे आवश्यक होते.

त्यामुळे नाथांना एक निश्चित योजना तयार करावी लागली. प्रत्येक प्रतीतील एकेक अध्याय वाचून काढणार होते. त्यांचा अनुक्रम पाहणार होते. शब्दांची चाळणी करावी लागणार होती. एखादा शब्द नवा आहे की जुना हे पहाणे आवश्यक होते. हे सारे किचकट असले तरी बारकाईने करावे लागणार होते. हे सारे ठरवीत असतानाच मुक्तेश्वर आला.

"आजोबा," मुक्तेश्वर म्हणाला, "झाली का पूर्वतयारी? संशोधनाची रूपरेषा ठरविली का?

"तेच पाहत आहे," नाथ म्हणाले, "तू ज्ञानेश्वरी वाचली आहेस का?"

''होय.'' तो म्हणाला, ''गीताही वाचली आहे. मी तुम्हाला काही मदत करू का? त्यामुळे तुमचे थोडसे कार्य सोपे होईल, लवकर होईल.''

''ही कल्पना चांगली आहे.'' नाथ एकदम म्हणाले, ''दोन प्रती एकाचवेळी समोर ठेवायच्या. दोन्हीतील तोच अध्याय पहायचा. ओव्यांचा अनुक्रम, शब्द, असेल तर फरक पहायचा. तसे वाटले तर दुसऱ्या कागदावर अध्यायाचा क्रमांक व ओळीतील तपशील लिहून ठेवायचा. प्रत कोणाची आहे हे नाव वर लिहायचे. म्हणजे शेवटी सारे निश्चित करताना मला सोपे जाईल. असे प्रत्येक प्रतीतील अध्यायाचे तू करून ठेव. प्रत्येक अध्यायाचा कागद वेगळा.''

''आजोबा,'' मुक्तेश्वर आनंदाने म्हणाला, ''मला सारे समजले आहे. मी ते अत्यंत बारकाईने व काटेकोरपणे करीन. तुम्ही काही चिंता करू नका.''

तो लगेचच कार्याला लागला. दिवसभर तो ते पाहणार होता. प्रवचनाची वेळ सोडून नाथही बसणार होते. शुद्धीकरणाचे कार्य सुरू झाले.

नाथांच्या मनात एकदा वेगळाच विचार आला! काही ओळी अर्धवट होत्या किंवा एखादा शब्द नसायचा. प्रत्येक प्रतीत असे होते असे नाही! बाकीच्या प्रतीतून ते सापडायचे. पण त्यांना एकदा सहजच वाटले की आपणच एखादा शब्द किंवा ओळ घातली तर...!... तर...!

त्याच दिवशी सकाळी स्नानाला जाताना त्या अवलियाशी जे बोलणे झाले होते त्याचा अर्थ त्याचवेळी त्यांच्या ध्यानात आला होता. आपले काय चुकले होते तेही समजले. त्यामुळे ते अधिक न बोलता तडक गंगास्नानाला गेले!

...आत्तापर्यंत ज्या चुका प्रती करून घेणाऱ्यांनी केल्या होत्या तीच चूक नाथ करणार होते...! जुन्या ज्ञानेश्वरीत नवीन शब्द कशाला...? हे त्या अवलियामुळे नाथांच्या लगेच लक्षात आले! केवढी मोठी चूक घडणार होती...! त्या अवलियाला नाथ स्नानाला जातात त्याच वेळी शालीची ढिगळे लावण्याची क्रिया का करावी वाटली...! ती देखील दुकानाबाहेर...! कोण आहे या मागे...? कुणी दिली त्याला ही प्रेरणा...? नाहीतरी आपल्याला आपली चूक सांगण्याचे धाडस कोण करणार? आपल्या हातून घडणारे पातक कोणी टाळले...! स्वामी...!... ज्ञानोबा...! भगवंत...!

नाथांना काही समजेना. ते दिवसभर बचैन होते!

अखेर त्यांनी देव्हाऱ्यासमोर जाऊन नमस्कार केला... क्षमा मागितली..! लगेचच ते कार्याला लागले.

दुपारच्या प्रवचनात त्यांनी आता ज्ञानेश्वरीवरच विवेचन करण्याचे ठरविले होते... माऊलींचा जयजयकार झाल्यावर ते सांगू लागले....

“भाविकहो...

ज्यावेळी ज्ञानदेवांनी मऱ्हाठीत ज्ञानेश्वरी नेवाशाला सांगण्यास सुरुवात केली, तो काळ जुलुमी यावनी सत्तेचा होता. उत्तरेकडे तर अतोनात अत्याचार होत होते. तीर्थयात्रा करून चुकून जिवंत परत आलेले गावोगावचे प्रवासी हे हत्याकांड सांगत होते. धर्मांतरही फार मोठ्या प्रमाणात सक्तीने केले जात होते. याचे प्रमुख कारण म्हणजे समाजाला धर्म कळत नव्हता. क्षणिक मोहाला बळी पडून काही लोक आपणहून धर्मांतर करू लागले होते. हिंदू धर्मावरील हे धर्मसंकट ज्ञानोबांनी वेळेवर ओळखले. संस्कृतमधील गीता मऱ्हाठीत सांगू लागले. तीच ही ज्ञानेश्वरी. कौरव-पांडव युद्धात मोहग्रस्त झालेल्या अर्जुनाला सत्‌धर्माचा स्पष्ट मार्ग भगवान श्रीकृष्णांनी दाखविला. संकटकाळी आपल्या रक्षणास साक्षात भगवंत उभा असल्याचा आत्मविश्वास लोकात निर्माण झाला. यातूनच वारकरी किंवा भागवत धर्म वाढीला लागला. सोळा वर्षाच्या ज्ञानेश्वरांनी लिहिलेली ही विलक्षण ज्ञानेश्वरी म्हणजे हिंदुधर्माचे देदीप्यमान वैभवच आहे. हे दैवी आहे. ज्ञानेश्वरांचा जन्म गोकुळ अष्टमीला मध्यरात्री झालेला आहे! हा योगायोग नाही! हे घडणारच होते. त्यामुळे लोक सर्व विश्वाचा विचार करू लागले. या उदात्त विचारांचे गौरीशंकर म्हणजे ज्ञानदेवांनी मागितलेले असामान्य पसायदान होय. श्रद्धेशिवाय जीवन व्यर्थ आहे. सुख, शांती व विलक्षण समाधान ज्ञानेश्वरीमुळे प्रत्येकाला लाभते.

“भाविकहो...

“प्रपंच प्रत्येकाला असतो. त्यात यश व ऐश्वर्य शाश्वत मार्गानेच मिळते. याच देही याच डोळा शांत तृप्त व समाधानी जीवन ज्ञानेश्वरीमुळे लाभले. दुबळेपणा विसरून ताठ मानेने राहता येते. जीवनातील प्रत्येक आव्हानास धैर्याने सामोरे जाता येते. कर्तेपणाचा अहंकार राहत नाही. प्रत्येक कार्य विश्वात्मक सर्वेश्वराची पूजाच बनते. फळाची आशा राहत नाही. कोणतेच कार्य मोठे व हलकेही नसते. प्रत्येकाची प्रकृती सत्त्व, रज व तम यातील गुणांनी युक्त असते. त्या गुणांच्या कमी-अधिक प्रमाणावर त्या व्यक्तीचे कार्य घडते. हे कर्म कोणत्या भावनेने केले जाते हे महत्त्वाचे आहे. कर्म हीच पूजा- हीच शिकवण ज्ञानेश्वरी देते. आपला विकास आपणच करायला हवा. विश्वात एकता व समता हीच आवश्यक असते. म्हणूनच गीतेला योगशास्त्र म्हणतात. योग म्हणजे युक्ती. सम व संतुलित अवस्थेत मन आनंदात ठेवणे हीच युक्ती लाभते. कर्मकुशलता यामुळेच येते. हे साध्य होताना कमलपत्राप्रमाणे अलिप्त राहता येते.”

नंतर पसायदान झाले. अगोदर नाथ म्हणत व त्यांच्या पाठोपाठ सारे भाविक

म्हणत!

"आजोबा," प्रवचनानंतर मुक्तेश्वर म्हणाला, "आजचे प्रवचन फारच उपयुक्त झाले. समाजाला नेमके काय हवे आहे हे समजले. ज्ञानेश्वरीत ते अचूकपणे स्पष्ट केले आहे."

"त्यासाठीच सांगितले," नाथ म्हणाले, "सगळे एकदम कधी सांगता येत नाही. त्यामुळे आज एकत्रपणे कथन केले. जनार्दनस्वामींची हीच पद्धती होती. बोजड भाषादेखील सर्वांना समजत नाही. ती टाळावी लागते."

"आजोबा," मुक्तेश्वर म्हणाला, "खरे सांगू का?"

"सांग."

"आजोबा," मुक्तेश्वर म्हणाला, "मी सारी ज्ञानेश्वरी वाचून काढलीय. पण तत्त्वज्ञान मला आजच समजले. इतक्या सोप्या भाषेत प्रथमच ऐकले. पुन्हा एकदा असेच सांगा."

"ज्ञानेश्वरी न वाचता आज मला त्यातील सार समजले." तेथे एकदम येऊन राघव म्हणाला, "मुक्ताबरोबर मी आज सहज बसलो होतो. आता नेहमी येत जाईन."

दोन तीन दिवसांनी नाथांनी पुन्हा एकदा ज्ञानेश्वरीसंबंधी सांगितले.

"भाविकहो...

"ज्ञानेश्वर महाराज सांगतात की विश्वात सर्वजण समान आहेत. उच्च-नीच कुणीही नाही. कुणालाही तुच्छ लेखू नका. कुणाचा बुद्धिभेद करू नका. त्यांना त्यांची कामे करू द्या. लोकसंग्रह वाढवा. त्यामुळे दुराचारीही सदाचारी बनू शकतो. भगवंत कधी कुणाचा भूतकाळ पाहत नाही. त्याला दूर घालवीत नाही. हीच गीतेची शिकवण आहे. विषण्णतेकडून प्रसन्नतेकडे नेणारी. व काय वाट्टेल ते झाले तरी रडू नका हा संदेश देणारी गीताच आहे. भगवंतानी खुद्द सांगितलेला कानमंत्र आहे. त्यामुळे आनंदाची कला लाभते. माणूस म्हणून जगता येते. पसायदानात ज्ञानदेवांनी हेच मागितले आहे. म्हणून गीता, म्हणजे ज्ञानेश्वरी, मानवी जीवनाचा अमोल ठेवा आहे. या विश्वातील प्रत्येक प्राणीमात्र स्वत:ला सौख्य प्राप्त व्हावे म्हणूनच जगत असतो. सतत राबत असतो. त्याला कधी न कमी होणारे सुख हवे असते. हे भगवंताकडूनच लाभते. आरशामुळे आपले मुख दिसते त्याप्रमाणे ज्ञानेश्वरीमुळे परमेश्वराचे खरे स्वरूप समजते. ते समजले म्हणजे भगवंताच्या प्राप्तीसाठी सोप्या अशा भक्तिमार्गानेच जाता येते. भगवंताचे भजन सगुण रूपानेच सहज होते. जे कुणी कोणत्याही प्राण्याचा द्वेष करीत नाहीत, द्वैत भाव नसतो, उच्च नीच भाव नसतो तेच भक्त भगवंताला

आवडतात. त्याच भक्तांचा उद्धार होतो.''

पसायदान झाल्यावर भाविकांनी ज्ञानोबांचा व नाथांचा जयजयकार केला.

ज्ञानेश्वरीच्या कार्यात रात्री नाथ दंग झाले. चाळणी अवघड असल्याने तसा उशीर लागत असायचा. गिरिजाबाई व लीला तोपर्यंत पलीकडे बोलत बसत.

सकाळी पूजा झाल्यावर नाथ ओसरीवर बसले असताना गावबा आला. कुणीतरी पाहुणा आल्याचे त्याने सांगताच नाथांनी त्याला आत आणण्यास सांगितले.

''काय देवीदास?'' नाथ जवळजवळ ओरडलेच, ''केव्हा आलात?''

''हे काय, आत्ताच येतोय.'' तो म्हणाला, ''मला आपण ओळखणार नाही असे वाटत होते. पण लगेच ओळखल्यामुळे फार समाधान वाटले.''

''वयानुसार बाकीचा फरक पडलाय,'' नाथ म्हणाले, ''परंतु चेहरा होता तसाच आहे. बरे झाले. आलात ते एकटेच आलात?''

''स्वामींच्या नंतर तीही गेली.'' देवीदास म्हणाला, ''आईही परवा गेल्या. त्यामुळे आता गडावर कशासाठी रहायचे? मीही आलो. तुम्हाला भेटून गावाकडे जाईन.''

''गावात आता कोण आहे?''

''तसे कोणी राहिलेले नाही.'' देवीदास म्हणाला, ''पण घर असेल अजून चांगले.''

''ते असो वा नसो,'' नाथ म्हणाले, ''आता कुठेही जावयाचे नाही. येथेच रहायचे. आपले घर हेच आहे असे समजा.''

''पण...!''

''पण काय?''

''मी निवांत बसणार नाही.'' देवीदास म्हणाला, ''मला कामाची सवय आहे, हे तुम्हाला माहिती आहेच. अजून माझी प्रकृती चांगली आहे.''

''हे तर चांगलेच आहे.'' नाथ म्हणाले, ''तूर्त विश्रांती घ्या.''

गावबाने गूळपाणी आणून दिले. गडावरचे सारे देवीदास सांगत बसला होता.

''एकोबा,'' देवीदास म्हणाला, ''स्वामींनी जाण्यापूर्वी तुमची आठवण काढली होती.''

''मला तसे वाटलेच होते.'' नाथ भारावून म्हणाले, ''मला त्याचवेळी इथे समजले. देवीदास... एक विनंती आहे.''

''सांगावी.''

''तुम्ही मला एकोबाच म्हणा.'' नाथ म्हणाले, ''आता फार बरे वाटले. या

नावाने मला हाक मारणारे कुणीही उरले नाही. तो अधिकार फक्त तुम्हालाच आहे.''

''माझ्या तोंडून चुकून आले ते.'' देवीदास ओशाळून म्हणाला, ''आता तसे म्हणणे गैर आहे.''

''मुळीच नाही,'' नाथ म्हणाले, ''मी सांगत आहे म्हणून म्हणावे.''

''नेहमी म्हणणार नाही,'' देवीदास म्हणाला, ''केव्हा तरी अवश्य म्हणेन. आपला अधिकार थोर आहे.''

गिरिजाबाईंना बोलावून घेऊन नाथांनी देवीदासबद्दल सारे सांगितले.

''दादा,'' गिरिजाबाई वंदन करीत म्हणाल्या, ''आपल्याबद्दल हे नेहमी सांगतात. गडावरचा विषय निघाला की आपली व पुष्पावहिनींची आठवण निघतेच. हे म्हणाल्याप्रमाणे आपण आता इथेच रहायचे. कुठेही जायचे नाही व कामही काही करायचे नाही.''

''ताई,'' देवीदास म्हणाला, ''हे ठीक आहे, पण मी काहीतरी करीत राहणारच.''

गडावरचा विषय अजूनही चालूच होता. स्वामींच्या आठवणी संपत नव्हत्या. देवीदास लवकरच घरात मिसळून गेला. त्याचा कामसू स्वभाव त्याला गप्प बसू देत नव्हता. उद्धवाला व प्रसंगी गिरिजाबाईंनाही तो मदत करू लागला. नाथांची विशेष काळजी तो घ्यायचा. लीलालाही त्याचे आगमन योग्य वेळी झाले असे वाटले.

नाथांचे बरेच महिने चालू असलेले कार्य संपत आले. ज्ञानेश्वरीची शुद्ध प्रत लवकरच पूर्ण होणार होती.

अखेर भादव्यात ती पूर्ण झाली!

नाथांना अत्यंत समाधान वाटले. ज्ञानोबांची इच्छा अखेर पूर्ण केली होती. शेवटच्या पानावर त्यांनी लिहिले...

श्रीशके पंधराशे साहोत्तरी
तारणनाम संवत्सरी
एकाजनार्दने अत्यादरी
गीता ज्ञानेश्वरी प्रती शुद्ध केली
ग्रंथ पूर्वीच अतिशुद्ध
परी पाठांतरी शुद्ध अबद्ध
तो शोधूनिया एवंविध
प्रतिशुद्ध सिद्ध ज्ञानेश्वरी॥
नमो ज्ञानेश्वरा निष्कलंका

जयाची गीतेचा वाचिता टीका
ज्ञान होय लोका
अतिथाविकाग्रंथार्थि या ॥
बहुकाळ पर्वणी गोमटी
भाद्रपद मास कपिलाषष्ठी
प्रतिष्ठानी गोदातरी
लेखन कामाठी संपूर्ण जाहली ॥

नाथानी शेवटी आवर्जून लिहिले...
ज्ञानेश्वरीपाठी
जो ओवी करिल मऱ्हाठी
तेणे अमृताचे ताटी
जाण तरोटी ठेविली !!

''एकोबा,'' देवीदास म्हणाला, ''ज्ञानेश्वरीसारख्या महान ग्रंथाचे शुद्धीकरण करण्यासाठी ज्ञानोबांनी आपली निवड अचूकपणे केली आणि ते दैवी कार्य आज पूर्ण झाले. स्वामींना ज्ञानेश्वरी दैवतासमानच होती. अशा सुवर्णवेळी इकडे येण्याची सुबुद्धी स्वामींनीच मला दिली असावी. आपल्या पाठीशी ते होते म्हणूनच हे सारे पार पडले. ते पाहण्याचे महत्‌भाग्य मला लाभवे हाही योगायोगच असावा!''

''देवीदास,'' नाथ भारावून म्हणाले, ''तुम्ही म्हणता त्यात अतिशयोक्ती काहीही नाही. माझ्या मनातीलच आपण बोललात. आता काय बोलावे हेच मला सुचेनासे झालेय.''

''ते मी सुचवू का?'' गिरिजाबाई तेथे येत म्हणाल्या, ''ज्ञानेश्वरीला आज आपण महानैवेद्य दाखवू. मी व लीलाने ज्ञानोबांच्या आवडीचे मांडे केले आहेत.''

''वा!'' नाथ आश्चर्याने म्हणाले, ''आत्तापर्यंत आपण ते कधी केले नव्हते. आज कसे काय जमले?''

''ते मी सांगणारच होते आत्ता''

''सांगा!''

''आज पहाटे मला मी मांडे करीत असल्याचे स्वप्न पडले,'' गिरिजाबाई हात जोडोन म्हणाल्या, ''ते कसे करावेत हे मला कुणीतरी सांगत होते. आवाज मुलीचाच होता.''

"भगवंता," नाथही हात जोडून म्हणाल्या, "ही मुक्ताईच आली त्यासाठी इथे. मांडे करताना तिला खेचराने फार त्रास दिला होता. ज्ञानाला ते फार आवडतात म्हणूनच तिने हे सुचविले आहे."

"एकोबा," देवीदास म्हणाला, "तुमच्या जीवनाचे आज खरोखरच सार्थक झाले. जे घडत आहे ते सारे अलौकिकच आहे. आज इथे ज्ञानोबाबरोबर मुक्ताईही आलीय. म्हणजे निवृत्ती व सोपानही उपस्थित आहेत. हा अपूर्व योगायोग आहे. हा नैवेद्य त्यामुळेच घडत आहे. या महान यज्ञाची समाप्ती दैवी प्रसादानेच होत आहे."

"आणखीही एक प्रसाद आहे." गिरिजाबाई म्हणाल्या, "तो कोणता?" नाथ आश्चर्याने म्हणाले, "दुपारच्या प्रवचनाचे पसायदान झाल्यावर भाविकांसाठी," गिरिजाबाई म्हणाल्या, "साखरभात केला आहे."

"हेही उत्तमच झाले," नाथ म्हणाले, "म्हणजे सर्वांनाच प्रसादाचा लाभ होईल."

लीलाने तोपर्यंत देवघरात चौरंगावर रेशमी वस्त्र टाकून त्यावर ज्ञानेश्वरीची शुद्ध केलेली प्रत ठेविली. पूजेची सारी तयारीही तिने केली.

ज्ञानेश्वरीची यथासांग पूजा करून मांड्यांचा व साखरभाताच्या महानैवेद्य मनोभावे दाखविला! नाथांच्या घरात आज दिवाळीच साजरी होत होती. आळंदीची भावंडे चांगल्या कार्यासाठी पैठणात उपस्थित होती!

मांड्यांना दैवी स्पर्श झाल्याने त्यांची चव अमृताहुनी गोड वाटली!

या अपूर्व योगायोगावर नाथ विचार करीत होते!!

या मागे मांगल्य होते!!!

११४

॥ एका जनार्दनी ॥

ज्ञानोबा महाराजऽ की... जय!

नाथ महाराज ऽ की...जय!

पंढरीनाथ महाराजऽ की...जय...

पैठणात जयजयकार दुमदुमू लागला. ही दिंडी कुठे निघाली? लोक आश्चर्याने पाहू लागले. प्रवचनाला येणाऱ्या भाविकांनाच फक्त माहिती होते. त्यामुळे उत्सुकता वाढली. लोक पालखीच्या दर्शनाची गडबड करू लागले. टाळ मृदंग चिपळ्यांच्या साथीवर जयघोष दुमदुमत होता.

संन्याशाच्या मुलांना आळंदीतील ब्रह्मवृंदाने शुद्ध करून घेण्याचे नाकारले! त्यांच्या मुंजी होत नव्हत्या. त्यांनी या मुलांना पैठणला पाठविले. पैठणकर शास्त्रीमंडळींनीही त्यांना शुद्ध करून घेतले नाही! त्याच पैठणच्या नाथांना ज्ञानोबांनी ज्ञानेश्वरी शुद्ध करण्याचे आदेश दिले! हा खरे म्हणजे पैठणचाही गौरव होता. पैठणवरचा कलंक पुसला गेला होता! ही दिंडी म्हणजे आनंदोत्सव होता. हे सारे एकनाथ महाराजांमुळे घडले होते. सारे पैठण दुमदुमत होते. अणुरेणूतून ज्ञानोबांचा जयघोष गर्जत होता.

नाथांनी अखेर ज्ञानेश्वरीची शुद्ध प्रत तयार केली हे समजल्यावर मुरलीला अत्यानंद झाला. लहानपणापासूनच्या आपल्या मित्राची ही नेत्रदीपक कामगिरी त्याला गौरवाची वाटली. या निमित्ताने काहीतरी उपक्रम करण्याचे विचार त्यांच्या मनात घोळू लागले. आत्तापर्यंत नाथांना विरोध करणाऱ्या मंडळींना आणखी एक धक्का देण्याचा त्याचा विचार होता. अखेर त्याला एक कल्पना सुचली!

त्याने लगेच प्रल्हाद, गुणाजी, किस्ना, रामजी वगैरे मित्रांना सायंकाळपूर्वी गोदाकाठी बोलावले. सर्वजण वेळेवर आले.

''एका महत्त्वाच्या कार्यासाठी मी तुम्हाला इथे बोलाविले आहे,'' मुरली

म्हणाला, "गेल्या तीनशे-चारशे वर्षात ज्ञानदेवांनी फक्त आपल्या एकोबाला दर्शन तर दिलेच पण ज्ञानेश्वरीची शुद्ध प्रत तयार करण्याची अलौकिक जबाबदारी टाकली. हा आदेश एकोबांनी पूर्ण केला आहे. ही लहानसहान घटना नाही. आपल्या मित्राच्या बाबतीतच हे अलौकिक घडलेले आहे. पैठणच्या शास्त्रीमंडळींनी आत्तापर्यंत त्याला भरपूर उपद्रव तर दिला आहेच, पण त्याच्याविरुद्ध कारवायाही केल्या आहेत. त्यांना या गोष्टीचे कौतुक अजिबात वाटणार नाही.

"उलट काशीच्या पंडितांकडे तक्रार केली," गुणाजी म्हणाला, "पण तिथेही एकोबाचा गौरव झाला."

"आणखी एक योगायोग म्हणजे," मुरली म्हणाला, "पैठणजवळील नेवाशातच ज्ञानोबांनी ज्ञानेश्वरी सांगितली व सच्चिदानंदबाबांनी ती लिहून घेतली. म्हणून आपण इथून शुद्ध प्रत पालखीतून नेवाशाला दिंडीतून नेऊ. प्रवरेकाठच्या महादेवाच्या मंदिरातील एका खांबाला टेकून ज्ञानदेवांनी ही ज्ञानेश्वरी सांगितली, आणि मऱ्हाठीचे भाग्य उजळले. त्या खांबाची पूजा करून तेथे ही प्रत ठेवून आणू. एकोबा आला तर चांगलेच. पण त्याला जमले नाहीतर आपणच जाऊ, असे मला वाटते."

"मुरली," गुणाजी म्हणाला, "तुला ही अप्रतिम कल्पना सुचली आहे हे आश्चर्यच आहे. एकोबाचा गौरव आपण नाही तर कुणी करायचा? हे आपले कर्तव्यच आहे. ते आपण अवश्य पार पाडू."

"गुणाजीने जे सांगितले ते अगदी खरेच आहे," प्रल्हाद म्हणाला, "पैठणच्या शास्त्री मंडळींना धडा शिकविण्यासाठीच ज्ञानदेवांनी रेड्यामुखी वेद वदविले! याच पैठणमधील त्या शास्त्री मंडळींचे वंशज नाथांना विरोध करीत होते. त्यामुळे एकोबाचा गौरव आपणच केला पाहिजे. ही संधी पुन्हा येणार नाही!"

आता तयारी कशातऱ्हेने करायची हेही ठरविले गेले. प्रत्येकाला कामे वाटून दिली. सायंगोदास्नानाला नाथ येताच त्यांना ही सारी मित्रमंडळी दिसली. गुणाजीने एकोबाला दिंडीची कल्पना सांगितली!

"मुरली," नाथ म्हणाले, "तुझे खरोखरच कोतुक केले पाहिजे. माझ्या मनात देखील ही गोष्ट आली नाही. ते तुला सुचले. वास्तविक नेवासे अत्यंत जवळ. सारी ज्ञानेश्वरी इथेच सांगितली गेली. अवश्य दिंडी काढावी. नेवासेकरांना अत्यानंद होईल. जुन्या स्मृतींना नवा उजाळा मिळेल."

"एकोबा," प्रल्हाद म्हणाला, "तुझे येण्याचे कसे काय? तू आलास तर अधिक चांगले होईल. शिवाय नेवासेकरांनाही समाधान वाटेल. तू तिकडे कधी गेलेला नाहीस."

“मी जरा वेगळ्या व्यापात आहे.” नाथ गंभीरतेने म्हणाले, “ज्ञानेश्वरीमुळे एक महत्त्वाचे कार्य मागे पडले आहे. मला तिकडे लक्ष दिले पाहिजे. नाहीतर विनाकारण उशीर होईल. पण तुम्हाला अडचण येणार नाही अशी एक सोय करतो.”

“कोणती?” गुणाजी म्हणाला,

“देवीदास तुमच्याबरोबर येईल.” नाथ म्हणाले, “तो अलीकडे इथेच आहे. शिवाय त्याचा अनुभव मोठा आहे. त्याची सारी माहिती तुम्हाला मी मागे सांगितलेली आहेच. त्याचा तुम्हाला निश्चित अधिक उपयोग होईल.”

“हे चांगले होईल.” मुरली म्हणाला, “त्यांच्यासारखा वयोवृद्ध व जाणकार बरोबर असलेले बरे.”

नाथांना स्नानाला जावयाचे होते त्यामुळे चर्चा लवकर संपली. ते तातडीने गेले. थोड्या वेळातच सारे उठले.

दुसरे दिवशी नाथांनी प्रवचनात नेवासे दिंडीचे सांगितले. पुष्कळ भाविकांना आनंद झाला. इतके जवळ असूनही बहुतेकांना तेथे जाणे जमले नव्हते. त्यामुळे बरेच जण दिंडीत सामील झाले.

सारी तयारी पूर्ण होताच ज्ञानोबांचा व नाथांचा टाळ मृदंगांच्या तालावर जयजयकार करीत दिंडी नेवाशाला निघाली. दिंडी नेवाशाकडे जात आहे हे ऐकून आश्चर्य वाटले. पालख़ीत ज्ञानेश्वरीची नाथांनी शुद्ध केलेली नवी प्रत आहे, समजल्यावर पालखीचे दर्शन घेण्यासाठी एकच गर्दी झाली.

वाटेतही ठिकठिकाणी पालखीच्या दर्शनाला भाविक येत होते. गावोगाव स्वागत होत होते. दिंडीतील वारकऱ्यांना फलाहार किंवा भोजनाचे साहित्य देत होते. मुक्कामाचे ठिकाणी त्या गावातील भजनी मंडळाचे भजन होऊ लागले. नाथांच्या अभंगांची व भारुडांची प्रसिद्धी सर्वत्र झाली होती. त्यामुळे तेही म्हटले जात. नेवाशाकडे जाणाऱ्या प्रवाशांनी पैठणच्या या दिंडीची माहिती नेवासेकरांना मिळताच तेथील भाविकांनी दिंडीच्या स्वागतासाठी जय्यत तयारी चालू केली. अशातऱ्हेची दिंडी नेवाशात प्रथमच येत होती. पंढरीला जाणाऱ्या दिंड्या तेथून जात, पण ज्ञानेश्वरीला मिरवीत आणणारी ही दिंडी पहिलीच होती! एकनाथ महाराजांच्या आळंदीयात्रेची सारी माहिती त्या परिसरापर्यंत पोहोचली होती. नव्या प्रतीच्या पूजनाचा पहिला मान नेवासेकरांना मिळाल्यामुळे तेथील वारकरी आनंदात होते.

नेवाशात दिंडीचे स्वागत वारकरी पंथाच्या पद्धतीप्रमाणे झाले. फुलांचा वर्षाव झाला. सुवासिनींनी पालखीला पंचारतीने ओवाळले. कुंकुमतिलक लावले गेले. वाटेत

ठिकठिकाणी सडा-रांगोळ्या घातलेल्या होत्या. ज्ञानोबांचा व नाथांचा जयजयकार चालू होता! सारे नेवासे दुमदुमून गेले! गावाला जत्रेचे स्वरूप आले.

प्रवराकाठी महादेवाच्या मंदिरातील ज्या खांबाला टेकून ज्ञानेदवांनी ही अलौकिक ज्ञानेश्वरी सांगितली तेथे रेशमी वस्त्र ठेवलेल्या चौरंगावर ही प्रत ठेविली गेली. तेथील शास्त्रीमंडळींनी व पुजाऱ्यांनी मंत्रांना आरंभ केला. ज्यावेळी ज्ञानदेवांनी ज्ञानेश्वरी सांगितली त्यावेळी नेवाशाच्या सच्चिदानंदबाबांनी ती लिहून घेतली होती. त्यांचे वंशज अजून तेथेच होते. त्यांनी त्या प्रतीची मनोभावे पूजा केली. हा बहुमान केवळ त्यांचाच होता! सर्वांनी फुले उधळली.

दिंडीच्या भोजनाची व गावकऱ्यांच्या प्रसादाची सोय झाली होती. तीनशे वर्षांनी नेवासे दुमदुमून गेले! तेथील भाविकांनी देवीदासाला प्रवचन करण्यास भाग पाडले! त्याला हा अनुभव नव्हता. पण स्वामींची ज्ञानेश्वरीवरील सर्व प्रवचने त्याने ऐकिली होती. नाथांचीही अलीकडे ऐकिली होती. स्वामींची व नाथांची मनोभावे प्रार्थना करून देवीदासाने प्रवचनाला आरंभ केला! ते अतिशय रंगले! त्यालाही आश्चर्य वाटले!

रात्री गावकऱ्यांचे वारकरी भजन पार पडले. त्यांनी ज्ञानोबांचे अभंग तर म्हटलेच पण नाथांची भारुडेही म्हटली. ती त्यांना पाठ होती. पहाटेपर्यंत हा कार्यक्रम रंगला! नेवाश्यात हेही प्रथमच घडत होते!

प्रवरास्नानानंतर सर्वांनी मोहिनीराजांचे मंदिरात जाऊन दर्शन घेतले. मोहिनीराज म्हणजे महामाया. अमृताबद्दल देवादैत्यात भांडण चालू असताना भगवान विष्णूंनी आदिमायेचे रूप घेतले. ती ही आदिमाया म्हणजे भगवान विष्णू. पुष्कळांची ती कुलदेवता आहे.

नंतर लगेच दिंडी पैठणला मार्गस्थ झाली.

नेवासेकरांना हा सोनियाचा दिनु भासला.

माझा मऱ्हाटाचि बोल कवतिके जाले!
अमृता तेही पैजा जिंकून गेले!
ऐसी अक्षरे रसिके मेळविली!!

❁❁❁

११५

॥ एका जनार्दनी ॥

पूजा झाल्यावर नाथांनी पोथी काढली. पहिले पान उघडले तर आत मुरारीशेठ सावकाराची पैसे मिळाल्याची पावती होती. नाथांना एकदम आश्चर्य वाटले. त्यांनी पैसे पाठविले नव्हते! मग पावती कशी मिळाली? आणि इथे पोथीत कुणी ठेविली? त्यांनी उद्धवाला हाक मारली व पावतीबद्दल विचारले.

"आपण पैसे दिल्याशिवाय मी कसे पैसे भरणार?" उद्धव काही न समजून म्हणाला, "पण इथे पैसे भरल्याची पावती कशी आली? कुणी ठेविली?"

"त्याचा मुनीम काल पैसे मागण्यास आला होता." उद्धव म्हणाला, "तो जरा जादाच बोलत होता. आपण प्रवचनात होता म्हणून सांगितले नव्हते. त्याचे बोलणे मला आवडले नाही."

नाथांना हे कोडे काही केल्या सुटेना. आजपर्यंत सावकाराने जेव्हा पाठविले जात होते, तेव्हाच पैसे घेतले होते. पण पैसे मागण्यासाठी कुणाला दारात पाठविले. नव्हते! निरनिराळ्या खर्चामुळे त्याचे पैसे वेळेवर जमा करता आले नव्हते. मग पैसे कसे भरले गेले!

त्याच रात्री सावकार झोपल्यावर उशीराने दार वाजवून कुणातरी त्याला हाका मारीत होते. सावकाराने भीत भीत हळूच दार उघडले तर दारात उद्धव उभा!

"काय हो उद्धवराव? अशा अवेळी आलात?"

"तुमच्या मुनीमाने आजच्या आज पैसे भरण्यास सांगितले होते." उद्धव म्हणाला, "म्हणून नाथ महाराजांनी हे पैसे लगेच पाठविले आहेत. ते जमा करा व पावती द्या."

"पण मी मुनीमाला सांगितले नव्हते." काही न समजल्याने सावकार म्हणाला, "नाथांच्या घरी जाऊन त्याने का मांगितले?"

“ते नंतर त्याला विचारा.” उद्धव म्हणाला, “हे पैसे जमा करून पावती द्या.” त्याने पावती दिली!

बेचैन झालेल्या नाथांनी उद्धवाला त्या सावकाराकडे चौकशीला पाठविले. त्याच्या घरी जाऊन उद्धवाने पावतीबद्दल विचारले!

“वा! उद्धवराव,” सावकार गोंधळून म्हणाला, “माझी चेष्टा करता की काय!”

“काय झालं?”

“काल मध्यरात्रीनंतर तुम्ही स्वत: पैसे भरून पावती घेऊन गेला आणि आता सकाळी मला परत पावतीचे विचारीत आहात? रात्री झोपेत पैसे भरले की काय तुम्ही?”

गोंधळलेल्या उद्धवाने हे नाथांना सांगितले. नाथांना हे कोडे उलगटले! पंढरी व आळंदी दिंडीसाठी हे पैसे घेतलेले होते, म्हणून भगवंतांनी उद्धवाचे स्वरूप घेऊन पैसे भरले! नाथांना कमालीचे वाईट वाटले. येथे काही समस्या आहे हे समजताच तिचे निराकारण लगेचच पंढरीनाथांनी केले! श्रीखंड्याऐवजी तो आता उद्धव बनला! सावरकाराचे पैसे भरून रात्रीच पोथीत पावती ठेविली!

“...पंढरीनाथा... विठ्ठला... पांडुरंगा... हे उपकाराचे ओझे तू का वाढवीत आहेस... जमेल तेव्हा पैसे मी भरले असते की... पणजोबांच्या वेळेपासून तू या घराण्यावर कृपेचा वर्षाव करीत आहेस...! मी काय बोलणार तुला?...!”

नाथांच्या मनातून हा विषय काही केल्या जाईना.

सकाळचे लिखाण संपवून नाथ ओसरीवर येऊन बसतात तोच लीला आली. तिच्याबरोबर तिचे चुलत सासरे हरिहरशास्त्री मुद्‍गल होते.

“या शास्त्रीबुवा, या, ” नाथ म्हणाले, “बऱ्याच दिवसांनी गाठभेट होते आहे.”

“मी नव्हतोच इथे.” ते म्हणाले, “काशीयात्रेला गेलो होतो. लीलाने मला आळंदीची सारी हकीकत सांगितली. त्यामुळे आपल्या दर्शनाला आलोय. ज्ञानोबांचे दर्शन व संभाषण ही साधीसुधी घटना नव्हे. शिवाय ज्ञानेश्वरीचे शुद्धीकरण. हे सारे अलौकिक आहे.”

नाथांनी त्यांना वाकून नमस्कार करू दिला नाही. त्यांनीच उलट प्रेमाने आलिंगन दिले.

“नाथ,” भारावलेले शास्त्रीबुवा म्हणाले, “हे आपले वागणेच जगावेगळे आहे. ते फक्त आपणालाच जमते. त्यामुळेच हे सारे साक्षात्कार घडत आहेत. या

पैठणनगरीचा हा बहुमान आहे.''

''शास्त्रीबुवा,'' नाथ म्हणाले, ''आपण उगाचच ही भाषा वापरून मला लाजवीत आहात. कशी काय झाली यात्रा?''

''आम्ही बरेच जण गेलो होतो.'' हरिहरशास्त्री म्हणाले, ''त्यामुळे अडचण काहीही आली नाही. सारे व्यवस्थित व ठरविल्यानुसार झाले. जाताना आम्ही गुर्जर भागातून गेलो. तिकडे रमणीय तीर्थस्नाने आहेत. येताना पंजाबाहून आलो. तिकडे नामदेवमहाराजांचा जयजयकार अजूनही चालू आहे. पंढरीचा 'बीठलू' शिखांचा आवडता बनला आहे. त्यांची मंदिरेही तिकडे आहेत. फार समाधान वाटले.''

''आम्हाला हे जमले नाही.'' नाथ म्हणाले, ''दोन्ही वेळा त्याच मार्गाने जावे लागले.''

''काशीत हरी भेटला,'' शास्त्रीबुवा म्हणाले, ''एका मंदिरात तो सहकुटुंब आला होता. मग त्याने घरीही बोलविले. बराच वेळ तेथे बोलत बसलो होतो.''

''इकडे येण्याचे काही म्हणाला का?'' गिरिजाबाईंनी उत्सुकतेने विचारले.

''त्याने पैठणचे नावही काढले नाही.'' शास्त्रीबुवा म्हणाले, ''मीच त्याला वारंवार इकडे येण्याचे सुचवीत होतो. आपल्याबरोबर येणे तुला सोयीचे होईल हेही सांगून पाहिले. पण तो काहीच बोलत नव्हता. विषय बदलीत होता.''

''बाबांनाही त्याने असेच केले होते.'' लीला म्हणाली, ''बाबा सांगून सांगून थकले व परत आले.''

''मला असे वाटते की, '' हरीहर मुद्गल म्हणाले, ''स्वत:च्या निर्णयाला तो ठाम आहे. आपले काही चुकले आहे असे त्याला वाटत असावे, असे मला वाटते. तो काहीतरी लपवीत आहे. बोलण्याचे टाळत आहे. खरे म्हणजे, मी येतो असे म्हणण्यास तो कचरत आहे. त्याला यावेसे निश्चित वाटत आहे. पण त्याचे धाडस होत नाही. अपराधीपणाची भावना आहे.''

''मलाही त्यावेळी असेच वाटले,'' नाथ म्हणाले, ''पण मी आता हाच विचार करीत आहे की त्याला आणण्यास आपण पुन्हा काशीला गेलो तर?''

''गेलो तर असे नका म्हणू. नाथ,'' हरिहर शास्त्री म्हणाले, ''तुम्ही खरोखरच जा. त्याला आणण्यासच खास तुम्ही आला आहोत हे समजून त्याला नाही, तर त्याच्या बायकोला निश्चित लाज वाटेल. तिला थोडातरी सारासार विचार सुचेल. तो फक्त कमीपणा घेण्यास तयार नाही. खरे म्हणजे तो कंटाळला आहे काशीला. याचा फायदा घ्या. आपण सुज्ञ आहात. त्याचे काय म्हणणे आहे हे समजून घ्या. तुम्हाला प्रवास जर होत असेल तर अवश्य जा. हे सांगण्यासाठीच मी खरे म्हणजे आलोय.''

"अगदी वेळेवर आलात तुम्ही शास्त्रीबुवा." नाथ म्हणाले, "मला एकट्याला सर्वांनी जाऊ दिले नसते. पण त्यांच्यासमोरच सारी चर्चा झाल्याने आता काही प्रश्न नाही. तुम्ही हरीच्या मनातील गोष्ट अचूक ओळखली, काय लीला?"

"मलाही तसेच वाटते," लीला म्हणाली, "म्हणूनच मी त्यांना घेऊन आलेय. त्यांनाही यावयाचे होते. पण आता निर्णय बाबांनीच घ्यावयाचा आहे. बाबांचे मन विशाल आहे. मानापमानाच्या कल्पना त्यांना शिवीत नाहीत. हरीला समजावून सांगण्यात त्याना कमीपणा वाटणार नाही. पण प्रवास झेपेल असे वाटले तरच जा, काय गं, आई, तुझी काही हरकत नाही, ना?"

"त्यांनी यावेळी उद्धवाला घेऊन जावे," गिरिजाबाई म्हणाल्या, "एकट्याने प्रवास करू नये. उद्धव त्यांची काळजी घेईल. त्याचीही यात्रा होईल. येथे देवीदास दादा आहेत. लीलाही येत राहील. कामाला गावबा आहेच."

"मीही आहेच की," राघव म्हणाला, "मी आता लहान नाही! आणि आजोबा, कुठल्याही परिस्थितीत आईबाबांना घेऊन या"

"तू काळजी करू नकोस, मी त्यासाठीच जाणार आहे."

"वा! राघव," लीला म्हणाली, "आता बाबा निश्चित जातील."

"आपली प्रकृती मात्र आता सुधारेल." नाथ गिरिजाबाईंना म्हणाले, "कुलदीपक येणार आहेत."

"त्याला मी कधीच क्षमा करणार नाही." गिरिजाबाई म्हणाल्या, "त्याच्या बुद्धीचे दिवाळे वाजले आहे. आपले आईवडील थकत चालले आहेत हे समजूनही त्याचा अहंकार अजूनही आडवा येत आहे. बापाने तेथे येऊन याच्यापुढे पंचारत्या ओवाळून त्याला विनवावे असे वाटतेय त्याला! वाऽ रे दिवटा! आणि हे पहा, आपण येईपर्यंत माझ्या जिवात जीव राहणार नाही. तुम्ही लवकर जा व पटकन या!"

नाथ लवकरच उद्धवाला घेऊन काशीला रवाना झाले.

ऐनवेळी प्रल्हादही निघाला! तो आल्याने नाथांना समाधान वाटले.

देवीदासवर नाथांनी प्रवचनाची जबाबदारी टाकली!

तरुण मुलाला आणण्यासाठी म्हातारा बाप काशीला निघाला.

❃❃❃

११६

॥ एका जनार्दनी ॥

प्रल्हाद बिडकर बरोबर असल्याने नाथांचा प्रवास गप्पागोष्टीत चालला होता. त्याला व उद्धवला सारे वातावरण एकदम वेगवेगळे वाटत होते. दोघेही इतक्या दूरवर प्रथमच निघालेले होते. भाषा-भूभाग-निसर्ग सारेच बदलत जात होते. अखंड वाटचाल व मुक्काम करीत मंडळी काशीला पोहोचली. काशी जवळ येत चालली तेव्हा सर्व बाजूनी गर्दीच गर्दी चालली होती. हर हर महादेवाचा जयजयकार सुरू झाला होता.

लगेचच सारे गंगास्नानाला निघाले. गंगेकडे जाणारे सारेच रस्ते भाविकांनी फुलले होते. गंगामैय्याचे पवित्र स्नान आपल्याला कधी घडेल असे दोघांनाही वाटले नव्हते. नाथांना मात्र हा योग तिसऱ्यांदा आला होता.

स्नानानंतर लगेचच काशीविश्वेश्वराच्या दर्शनाला ते निघाले. भाविकांची दाटी झालेली होती. दर्शन होताच प्रत्येकाला धन्यता वाटत होती. नाथ पुन्हा पुन्हा महादेवांना आळवीत होते... हात जोडलेले होते... "ज्या हेतूने मी येथे आलो आहे ते माझे कार्य पूर्ण होऊ दे... माझ्या मुलाला ...हरीला सुबुद्धी दे... त्याच्या आईसाठी त्याला माझ्याबरोबर येऊ दे... हा गुंता लवकर सुटू दे... महादेवा... महादेवा...मला यश दे...!"

मंदिरातून ते बाहेर पडत असतानाच योगयोगाने हरी मंदिराकडे येत होता. त्याची ही रोजचीच वेळ होती. हरीचे लक्ष एकदम त्या तिघांकडे गेले. आश्चर्याने तो लगेचच जवळ आला... "बाबाऽऽ, बाऽ बा.." असे ऐकू येताच सारे चक्रावले! तोच हरी जवळ आला व त्याने वडिलांना वंदन करून मिठी मारली... त्याच्या चेहऱ्यावर पराकोटीचा आनंद दिसत होता. नाथ भारावून गेले... त्यांना हा सुखद स्पर्श जाणवला... काशी विश्वेश्वरा तू लगेच त्याला भेटीला आणलेस...!...! आता पुढील

कार्य पूर्ण होऊ दे...!

प्रल्हादला व उद्धवालाही त्याने वंदन केले!

"केव्हा आलात?"

"हे काय! दर्शन घेऊन आत्ताच बाहेर पडतोय."

"बरे झाले," हरी म्हणाला, "मी अगदी वेळेवर आलो. नाहीतर चुकामूक होऊन तुम्हाला घर लवकर सापडले नसते."

"महादेवांची कृपा," प्रल्हाद म्हणाला, "आम्ही नुसते भटकतच राहिलो असतो."

वाटेत हरीचा मुलगा शाम भेटला. त्याने आजोबांना ओळखले. तो लगेच जवळ जवळ पळतच घराकडे गेला.

कमळाबाई दारातच उभी होती. तिने तिघांवरून तुकडा ओवाळून टाकला व गरम पाणी पायावर ओतले. पंचारतीने ओवाळून ते घरात येताच सर्वांना तिने व मुलांनी नमस्कार केला. भोजनास अवकाश असल्याने तिने सर्वांना फलाहार दिला.

प्रवासाबद्दल संवाद झाल्यावर प्रल्हादने आळंदीची व ज्ञानेश्वरीची हकीकत सविस्तर सांगितली.

"बाबा," वडिलांना साष्टांग नमस्कार करून हरी म्हणाला, "काकांनी ही जी अलौकिक घटना सांगितली ते ऐकून मी भारावून गेलो आहे. काशीच्या सत्काराहून ज्ञानेश्वरांचे दर्शन व ज्ञानेश्वरीची कामगिरी केवळ दैवी प्रसादच आहे. ज्ञानदेवांच्या समाधीनंतर तीनशे वर्षात त्यांनी तुमच्याशिवाय कुणालाच दर्शन दिलेले नाही. हा योगायोग मुळीच नाही. हा ईश्वरी चमत्कार आहे. ज्ञानेश्वरीसारख्या महान ग्रंथाचे शुद्धीकरण म्हणजे हा विलक्षण गौरव आहे. मला तुमचा अभिमान वाटत आहे. यासर्वच प्रसंगावेळी माझी उपस्थिती असायला हवी होती. त्याचे शल्य मला बोचू लागले आहे."

"हरी," प्रल्हाद म्हणाला, "हा एकट्या तुझ्या वडिलांचा गौरव नसून साऱ्या पैठणचा आहे. हा बहुमान यांना मिळावा ही घटनाच केवळ अलौकिक आहे. आम्हा सर्वांना तुझी आठवण होत होती. पैठणच्या ज्या धर्मभास्करांनी त्यांच्यावर बहिष्कार टाकला होता ते सारे नतमस्तक होऊन क्षमा मागून गेले. त्यांचा अहंकार गळून पडला. आपली महाभयंकर चूक त्याना समजली."

"काका," काय समजायचे ते समजून हरी म्हणाला, "त्या लोकांचा विरोध बिनबुडाचा व तकलादू स्वरूपाचा होता. बाबांचे मोठेपण त्याना सहन होत नव्हते. श्रीखंड्या बनून साक्षात भगवंत घरात राबत होते! मऱ्हाठी भागवताला काशीत

मान्यता मिळाली, तेव्हाच त्यांनी जागे होण्यास हवे होते.''

हरी बराच वेळ नाथांविषयी बोलत होता. प्रल्हादने वेगळी भाषा वापरल्यामुळे हरीलाही त्याची चूक उमजली हे समजून नाथांना समाधान वाटले. नाथांचे निम्मे काम आत्ताच झाले होते. हरी स्पष्ट काही बोलला नाही पण त्याच्या चेहऱ्यावर पश्चात्तापाचा भाव दिसत होता.

कमळाबाईने स्वैपाक चांगला केला होता. बऱ्याच वर्षानी नाथ तिच्या हातचे जेवीत होते.

''सूनबाई,'' नाथ मोकळेपणाने म्हणाले, ''सासूच्या हाताखाली तू काही काळच होतीस. पण स्वयंपाक मात्र अगदी तिच्यासारखाच झालाय. मला तर मी पैठणात घरी जेवीत आहे असे वाटले.''

नाथांनी हा डाव मुद्दामच टाकला होता. त्यामुळे कमळा हवेत होती!

''मामंजी,'' कमळा म्हणाली, ''किती वर्षांनी आपली भेट झाली. स्वयंपाक करीत असताना बाहेरील सारे बोलणे मला ऐकू येत होते. ज्या काही घटना घडल्या त्यामुळे मला आपला अभिमान वाटू लागला आहे. आपली व सासूबाईंची सेवा करण्याची माझी अपुरी इच्छा लवकरच पूर्ण व्हावी अशी प्रार्थना मी काशी विश्वेश्वरांना करते.''

''हरी,'' एकदा रात्री भोजनानंतर प्रल्हाद बिडकर म्हणाला, ''या वयात नाथ इथे का आलेत हे तू ओळखण्याइतका चतुर निश्चित आहेस. त्यांच्या सोबतीला म्हणून आम्ही आलोत. इतक्या लांबचा प्रवास होत नसतानाही केवळ तुझ्यासाठीच त्यांनी केलाय. तेव्हा तू आता काय निणर्य घेतला आहेस? आईवडिलांच्या वयाचा व घराचा विचार तुझ्याशिवाय दुसरे कोण करणार आहे?''

''काका,'' हरी नम्रतेने म्हणाला, ''तुम्हाला काय हवे आहे हे तुम्ही आल्याबरोबर मी ओळखले आहे. आपण आल्यामुळे माझा प्रश्न सोपा झालेला आहे. आपले म्हणणे मला मान्य आहे.

...पण...!''

''पण काय? स्पष्ट सांग''

''काका,'' हरी म्हणाला, ''तुम्ही काही मला परके नाहीत. मी घर का सोडले हे तुम्हाला माहिती आहेच. माझ्या मनात नसतानाही मला हा काठोर निर्णय घ्यावा लागला. यावेळी मात्र मी घरी असणे अत्यंत गरजेचे आहे. पण दोन प्रश्न अजून अनुत्तरित आहेत...''

''कोणते?''

हरी म्हणाला, ''माझे मागणे तुम्हाला रास्त वाटेल असे वाटते. बाबांचे वय झालेले असताना त्यांनी दिवसभर कार्यक्रम करण्याचे बंद करावे. आता त्यांना परान्न सोसणार नाही, त्यामुळे ते बंद करावे. या दोन्ही गोष्टी जमल्या तर पैठणला राहण्यास मला आनंद वाटेल. तेथे मी येणे आवश्यक आहे.''

'एकोबा,'' प्रल्हाद म्हणाला, ''तू काय सांगणार हे मला समजलेले आहे. तुझ्याऐवजी मी उत्तर देऊ का?''

''अवश्य''

''हरी'' प्रल्हाद म्हणाला, ''या गोष्टी तुझे बाबा सहज पाळतील अशी मी खात्री देतो. त्यांची एकच इच्छा आहे की तू आमच्याबरोबर पैठणला यावे. तुझी आई आता कमालीची थकलेली आहे. ती प्रामुख्याने सूनबाईंची व तुझीही वाट पाहत आहे. नातवंडांचे प्रेम त्यांना केव्हा मिळणार? काय सूनबाई?''

''मी त्यांच्या शब्दाबाहेर नाही.'' कमळा म्हणाली, ''ते सांगतील त्याला माझी तयारी आहे.''

अखेर हरीने संमती दिली!

''हरी,'' नाथ समाधानाने म्हणाले, ''तू हा योग्य निर्णय घेतल्याने आम्ही धन्य झालो आहोत. प्रल्हाद बरोबर आल्याने हे कार्य सोपे व सुरळीत पार पडले आहे. तू कुळाचा योग्य तोच विचार केला. आपण लवकरच निघू या. तुझी आई वाटेला डोळे लावून बसली असेल!''

सारी आवराआवर व तयारीत दोन-तीन दिवस गेले.

गंगास्नान व काशीविश्वेश्वराचे दर्शन घेऊन सर्वांनाच धन्यता वाटली...... नाथ मनातल्या मनात भगवंताची प्रार्थना करीत होते.... त्यांचे मागणे अखेर मान्य झाले होते... काशी विश्वेश्वर पावला होता... त्यांच्या डोळ्यात पाणी तरारले... 'देवा...! आता पुन्हा तुझ्या दर्शनाचा योग येईल असे वाटत नाही. काही चुकले असेल तर मला क्षमा कर... मला समजून घे... कृपा असो द्यावी...! ...!'

परतीचा प्रवास सुरू झाला... मागे वळून पुन्हा शिखर दर्शन झाले...!

थोडेसे सामान व मुले असल्याने चालणे थोडेसे हळूहळू होत होते. नाथ एका वेगळ्या आनंदात परत निघाले होते.

उन्हाळा चांगलाच जाणवत होता. वाटेत पाण्याचीही टंचाई होती. फिरकीचे तांबेदेखील पुरत नसत. नदी नाले कोरडे पडत चालले होते.

वाटेत एका ठिकाणी एक गाढव मरणोन्मुख अवस्थेत तडफडत होते. कुणाला त्याची दखल घेण्याचे काहीही कारण नव्हते. पण नाथांना चैन पडेना. ते

पाहवेना. जवळचे पाणी संपले होते. पण हरीने आणलेली काशीची गंगा रामेश्वरला न्यावयाची होती. नाथांनी ती गंगा त्या गाढवाच्या मुखात व अंगावर शिंपडली! सारे प्रवासी अवाक् झाले!

''एकोबा,'' प्रल्हाद म्हणाला, ''हे काय केलेत?''

''जे करावयास हवे होते तेच केले.''

हरीला कमालीचे वाईट वाटले. पण तो गप्प बसला. कमळाबाईने तशी खूण केली. उद्धवाने पाहिले! हरीने खरोखरच संयम राखला. पण तो बेचैन झाला. त्याला रात्री झोप देखील येईना. पहाटे त्याला एक स्वप्न पडले... एकदम पांढरा शुभ्र प्रकाश पडला... त्यात एक वलय निर्माण झाले... मधोमध एक तेजस्वी पुरुष उभा होता... ''तू रागाने संतप्त झाला आहेस... तुझी कावड त्या गाढवाला पाजली गेली... पण तुझ्या वडिलांनी योग्य तेच केले... तू अजून तुझ्या पिताजींना ओळखले नाहीस... मी तुझ्यापुढे रामेश्वरच उभा आहे. अशा कितीही कावडी तू मला घातल्या असत्या तरी जेवढे पुण्य तुला मिळाले असते त्याच्या कितीतरी पट पुण्य तुझ्या पदरात पडलेले आहे. तू चिंता मुळीच करू नकोस... तुझी यात्रा पूर्ण झाली... आहे...!''

हरीची झोप पुन्हा उडाली. तो उठून बसला. सर्वजण गाढ झोपले होते... वडिलांची थोरवी अजूनही त्याला समजली नव्हती. भूतदया हाच त्यांचा खरा धर्म होता.

सकाळी स्नान झाल्यावर हरी नाथांच्या पाया पडला! रात्रीचे स्वप्न सांगितले!

''हरी,'' प्रल्हाद म्हणाला, ''काल तुला आलेला राग मी ओळखला होता. पण तू कौशल्याने तो गिळला. या स्वप्नामुळे हे सिद्ध झाले की पुण्य तुला मिळून तुझी यात्राही पूर्ण झाली आहे. एकोबांनी योग्य तेच केले होते.''

वाटचाल पुढे चालू झाली...पैठण जवळ येऊ लागले होते...!

एकदा मुक्तेश्वर आजीला म्हणाला, ''आज सकाळपासून काऊ ओरडत आहे दारात. बहुतेक आजोबा येऊ लागले आहेत जवळ.''

''तुझ्या तोंडात साखर पडो.'' गिरिजाबाई उत्साहाने म्हणाल्या, ''मलाही तसेच वाटू लागले आहे.''

आणि झालेही तसेच! काशी यात्रा सफळ झाली! सारी मंडळी पाहून गिरिजाबाईंचा आनंद गगनात मावेना. एकदम घर भरल्यासारखे झाले. त्यांचे दुखणे तूर्त तरी पळाले!

दिवसभर घरात गप्पागोष्टीच चालू राहिल्या. त्यात खंड नव्हता.

नाथां घरी जणू दिवाळीच सुरू होती!

११७
॥ एका जनार्दनी ॥

गजबजलेल्या घरात उजाडले केव्हा व मावळले कधी हेच कळेनासे झाले. नवा उत्साह दिसू लागला. उद्धव, देवीदास व गावबांना बाहेरची कामे पाहता येऊ लागली. देवीदासला शेतीची आवड होती. गडावर त्याला हे काही करीता आले नाही. येथे मात्र त्याने चांगलेच लक्ष घातले. नारायणाने मळ्यात चांगला जम बसविला होता. नाथांना कधी वेळच मिळायचा नाही. दूध व भाजीपाला यासाठी फक्त गडीमाणसे येत. देवीदास मात्र नारायणाप्रमाणे गडी माणसात मिसळून सारे करवून घेऊ लागला!

नाथांचे दैनंदिन जीवन बदलले. रोजची प्रवचने व कीर्तने बंद झाली. नियमित येणारी मंडळी नाराज झाली होती. त्यांची ज्ञानगंगा आटली. नाथ आता रामायणाच्या तयारीला लागले. ते अजून लिहायचे होते. हरी पंडिताच्या मित्रमंडळींनी त्याची चांगलीच खरडपट्टी काढली होती. त्याचे घरातून निघून जाणे कुणाला आवडले नव्हते. नाथांसारखा पिता लाभणे ही केवळ दैवी घटना आहे, असे त्यांचे म्हणणे होते.

त्यामुळे हरी घरात मिसळू लागला होता, पण सावधपणे! त्याला पश्चात्ताप झालाय हे त्याच्या चेहऱ्यावरून स्पष्ट दिसत होते. कमळा मात्र खऱ्या अर्थाने घरात रमली. नवऱ्याच्या लहरीमुळे ती घराला दुरावलेली होती. त्यामुळे तिच्या संसाराच्या कल्पना अर्धवटच राहिलेल्या होत्या, त्या ती आता पूर्ण करणार होती. नाथांसारखे सासरे व गिरिजाबाईंसारखी सासू लाभण्यास पूर्वजन्माची पुण्याई लागते असे तिच्या आई-वडिलांनी तिला सांगितले होते, ते ती विसरलेली नव्हती. तिच्यावर चांगले संस्कार झाल्याने ती गिरिजाबाईना कोणतीच कामे करू देईना! त्यांनाही आता विश्रांती हवीच असायची, पण त्या काहीतरी करीत रहायच्या. कमळाने साऱ्या घराची

जबाबदारी समर्थपणे उचलली.

लीलाचे व तिचे चांगले जमायचे. दोघी एकमेकींना काही नवीन पदार्थ शिकवीत. काशीकडील पुष्कळ खाद्यप्रकार वेगळे होते. ते कमळा करायची. कमळाने एकदा मुगाच्या डाळीचा शिरा केला. तो सर्वांना व विशेषत: नाथांना फार आवडला. घरात दूध भरपूर असल्याने अधूनमधून ती 'रबडी' करू लागली. त्या भागात गोड पदार्थ खाण्याचे प्रमाण अधिक होते. कमळा त्यात तयार झाली होती.

"अहोऽ," नाथ एकदा रात्री म्हणाले, "आपल्या चेहऱ्यावरून तरी आपली तब्येत आता सुधारलेली दिसत आहे. चिरंजीव परत आल्याचा हा परिणाम दिसतोय."

"तुम्ही काहीही म्हणा," गिरिजाबाई म्हणाल्या, "घराला नवे घरपण आलेय. कमळाच्या स्वभावात काहीही फरक पडलेला नाही. तिचा कामसूपणा उलट वाढलाय. आता मला घराची व कुळधर्म कुळाचाराची काहीही काळजी राहिलेली नाही. तिला सारे माहिती झालेले आहे. मुलांवर तिने चांगले संस्कार केले आहेत. येथेही ती अभ्यासाला लागलीत."

"खरंय हे," नाथ समाधानाने म्हणाले, "कमळा आपल्या रीतीरिवाजात सामावून गेली आहे. आम्ही काशीत असताना आम्ही बाहेरच्या खोलीत झोपलो होतो. मला झोप लागत नव्हती. पलीकडील खिडकी उघडी होती. हरीच्या खोलीचीही खिडकी तेथे लागूनच होती, कमळा हरीशी भांडत होती, 'पैठणला जाण्याच्या तयारीला लागा. आत्ता यावेळीही आडवे पडू नका. साऱ्या पैठणात तुमची छीथू चालू आहे. स्वत: विषयीचा अभिमान सोडा, नाहीतर मी मुलांना घेऊन मामंजीबरोबर जाईन.' तिने आपला शब्द खरा केला. हरीला यावे लागले. अजूनही तो परक्यासारखेच वागत आहे. पण एक दिवस त्याला त्याची चूक कळून येईल. माझ्याशी तो बोलत बसतो पण अंतर ठेवून. मी आजपर्यंत त्याला कधीही वाईट बोललो नाही. तो चांगले वागावा एवढीच माझी इच्छा आहे."

"ती निश्चित पूर्ण होईल." गिरिजाबाई म्हणाल्या, "एक गोष्ट तुम्हाला सांगितली नव्हती. हरीने मला बजावले होते. त्याला आता घडलेल्या गोष्टीचा खरोखरच पश्चात्ताप होताय. 'माझ्या आयुष्यातील सर्वात मोठी घोडचूक म्हणजे मी बाबांना ओळखू शकलो नाही'असे, तो म्हणाला. काशीत सत्कार होऊनही त्याचे डोळे उघडले नव्हते. ज्ञानदेवांसारख्या अवतारी संताने तीनशे वर्षात बाबांशिवाय कुणालाही दर्शन दिले नाही! 'मी मात्र त्यांना अपमानित केले, आई ...ह्या पापाचे फळ मला भोगावे लागेल...' तो ढसाढसा रडला. मग मी त्याचे सांत्वन केले. त्याला आता तरी समजून उमजून वाग असे सांगितले."

"हे तुम्ही चांगले बोलला." नाथ म्हणाले, "ह्या पश्चात्तापाच्या अश्रूत सारा भूतकाळ आता धुवून गेला आहे. हे आपणही ध्यानात ठेवून वागू. म्हणजे त्यालाही समाधान होईल."

नाथांनी सांगितल्याप्रमाणे हरीने प्रवचने चालू केली. भारदस्त भाषा व पांडित्याचा प्रभाव त्यावर होता. त्यामुळे त्याला काय सांगायचे आहे कुणालाच समजत नव्हते. संस्कृतचा वापर अधिक होता. त्यामुळे हळूहळू गर्दी कमी होऊ लागली. श्रोते समरस होऊ शकत नव्हते. अखेर तो कंटाळला व त्याने नाथांना पुन्हा सारे चालू करण्यास सांगितले.

नाथांनी लगेच 'भावार्थ रामायण' चालू केले. सारे वातावरण राममय होऊ लागले. पुन्हा नेहमीची गर्दी उसळली. कित्येक महिने हे चालू राहिले. श्रीरामाचा महिमा नाथ अधिक प्रेमळतेने गाऊ लागले होते. हा त्यांचा सर्वात मोठा ग्रंथ. तो लिहिण्याचे काम अखंड चालूच राहिले होते. रामावताराचे वैशिष्ट्य नाथ वेळोवेळी उलगडून दाखवीत. त्यामुळे भाविकांना श्रीरामाचे महत्त्व व जीवन समजत गेले!

एकदा हरी सकाळी झोपाळ्यावर सहज बसला होता. तेवढ्यात तेथे गोपिकाबाई आल्या. हरी त्यांना लहानपणापासून ओळखायचा. त्या आता वृद्ध झाल्या होत्या. त्या व त्यांचे यजमान गोविंदाराव नेहमी प्रवचनाला यायचे. त्यांची परिस्थिती त्यावेळी चांगली होती. परंतु त्यांच्या घरी एकदा मोठा दरोडा पडला. त्याने त्यांचे सारे लुटून नेले व जाता जाता गोविंदारावानाही ठार मारले! गोपिकाबाईंच्या जीवनावर याचा परिणाम झाला. श्रीमंतीतून त्यांच्या वाटणीला एकदम गरिबी आली. लोकांच्या घरी स्वंयपाक-पाणी करून जगण्याची त्यांच्यावर पाळी आली. गोविंदाराव असताना त्या सहस्त्रभोजनाचा नवस बोलल्या होत्या. पण काही कारणांनी तो फेडता आला नाही! आता या बिकट परिस्थितीतही त्यांनी एका शास्त्रींना विचारले. त्या सहस्त्रब्राह्मण घालू शकत नव्हत्या. याला काहीतरी पर्याय हवा होता.

"आजीबाई," तो शास्त्री म्हणाला, "एकाच ब्रह्मनिष्ठ ब्राह्मणास भोजन घालावे म्हणजे सहस्त्रभोजनाचे पुण्य लाभेल."

"पण मग कुणाला बोलवावे?"

"एकनाथ महाराजांशिवाय दुसरे कोण आहे?" म्हणून त्या नाथांघरी आल्या.

"हरीपंडित," गोपिकाबाई म्हणाल्या, "महाराजांकडे काम होते."

"मला सांगा, ते पूजेत आहेत."

त्यांनी हरीला सारी हकीकत सांगितली.

"आजीबाई," हरी म्हणाला, "बाबांनी आता परान्न घेणे बंद केले आहे. ते

येऊ शकणार नाहीत.''

''हरी पंडित,'' गोपिकाबाई म्हणाल्या, ''आपण जर स्वैपाक केला तर त्यांना भोजन चालेल एवढी माझ्यावर कृपा करावी. नाहीतर हे अपूर्ण राहील. मी शिधा तयार ठेवला आहे.''

हरीला नाईलाजाने हे मान्य करावे लागले! पूजा झाल्यावर त्याने हे नाथांना सांगितले. त्यांनी संमती दिली... हे परस्पर झाले ते चांगले झाले... त्याला आता सारे पार पाडावे लागेल... कदाचित राहिलेला अहंकार दूर होईल...!

दुसरे दिवशी हरी गोपिकाबाईंच्याकडे स्वैपाकाला गेला. गोपिकाबाईंनी पाटपाणी केले. नाथ वेळेवर आले. हरीने सोवळ्यात नाथांना वाढले! पुरणपोळीचा बेत होता. ''हरी,'' नाथ म्हणाले, ''वा! स्वयंपाक अति उत्तम झालाय. या शास्त्रातदेखील तू पारंगत आहेस.'' नाथ उठताच हरीने पत्रावळ बाहेर नेऊन टाकली! आत येतो तो दुसरी तशीच खरकटी पत्रावळी तेथे होती! हरी हेलपाटे घालू लागला. एक हजार पत्रावळी त्याने बाहेर टाकल्या! सहस्रभोजन पार पडले! गोपिकाबाईंनी ते हरीला बोलून दाखविले.

हरीला पराकोटीचे आश्चर्य वाटले!

हरीला आता मात्र वडिलांचा खराखुरा अभिमान वाटू लागला. अहंकार कुठल्याकुठे पळाला. ...आपले वडील सर्वसामान्य नसून त्यांच्यात ईश्वरी अंश असल्याची खात्री झाली. त्याला पूर्ण पश्चात्ताप झाला.

''बाबा,'' सायंकाळी हरी त्यांना साष्टांग नमस्कार घालून म्हणाला, ''बाबा, मी संपूर्ण चुकीच्या मार्गानेच जात होतो. मला तुमच्या दैवी सामर्थ्यांची कल्पना आली नाही. परंतु आता आपण सांगाल तसे मी वागीन व त्याप्रमाणे करून दाखवीन. मला तसा योग्य मार्ग दाखवा... पुन्हा एकदा मला क्षमा करा...!''

''हरी,'' नाथ म्हणाले, ''तू योग्य तेच बोलत आहेस. तुझ्या वागण्याचा मला कधीच राग आला नाही. आम्ही तुझ्याविषयी कुठेच वाईट बोलत नव्हतो. तुझ्या पांडित्याचा तू बहुजनसमाजासाठी उपयोग कर. मराठी संतांचे अभंग वाचून काढ. सामान्य भाविक अजूनही अंधारात चाचपडत आहे. त्याला धर्माचा योग्य मार्ग दाखव. ज्ञानदेवांचे पसायदान डोळ्यासमोर ठेव. प्रत्येक ठिकाणी भगवंताला पहा म्हणजे तुझे जीवन सफळ होईल. माझा तुला आशीर्वाद आहे.''

''बाबा,'' हरी म्हणाला, ''माझ्या डोळ्यात तुम्ही हे अंजनच घातले आहे. या नव्या प्रकाशाने माझे डोळे उघडले आहेत. त्याच दिव्यतेजातून माझ्या जीवनाची वाटचाल मी करीन. तुमचा प्रत्येक शब्द माझ्या मनात कोरला गेलेला आहे. तो कायम

माझ्या कानात घुमत राहील. मी ज्ञानेश्वरी संपूर्ण वाचून काढीन. आचरणात आणीन. तुम्ही जे कार्य आजपर्यंत केले तेच मी पुढे चालू ठेवीन.''

''हरी,'' गिरिजाबाई म्हणाल्या, ''आईवडिलांच्या मनात आपल्या मुलांबद्दल आकस कधीच नसतो. आमच्याही मनात तो नव्हता व पुढेही राहणार नाही. तुझी वाटचाल निश्चितच पित्याच्या पावलावर पाऊल ठेवूनच होईल याची मला खात्री आहे. ज्या पित्याच्या पोटी तुझा जन्म झाला व त्यांनी आपल्या कुळाला अजरामर करून ठेविली तसाच तुझ्याही हातून उद्धार व्हावा, असा माझाही आशीर्वाद तुला आहे. साक्षात विठ्ठलाची कृपा आपल्या घरावर आहे. तिचा प्रसाद तुलाही मिळेल, ही खात्री ठेव. आम्ही काय, आज आहोत उद्या नाही.''

''आई,'' हरी पंडित रडवेला होऊन म्हणाला, ''असे बोलू नकोस. आम्हाला तुमचा आधार असाच मिळत रहावा असे वाटते. मी तसा विचार कधीच केला नव्हता. तुझे हे अमृतपान मला चिरंतन मार्ग दाखवीत राहो.''

❁❁❁

११८

|| एका जनार्दनी ||

"अहो," नाथांचे लिखाण संपण्यापूर्वीच गिरिजाबाई म्हणाल्या, "किती उशीर झालाय? रोज रोज असे लिहीत राहिला तर प्रकृतीवर परिणाम होत राहील. कालही मी तुम्हाला सांगितले होतेच. आज पुन्हा तेच!"

"उद्याही सांगावे!"

"आणि उद्या मी नसेन तर?"

"अहो! हे काय बोलत आहात?" नाथ लिखाण थांबवीत म्हणाले, "थोडे-मागे पुढे होणारच. आजचा अध्याय जरा मोठा होता. म्हणून थोडा उशीर लागला."

"माझ्याकडून मी सुचवीत असते, एवढेच." गिरिजाबाई म्हणाल्या, "माझ्याशिवाय तुम्हाला कोण सांगणार?"

"ठीक आहे." नाथ म्हणाले, "आता घ्या विश्रांती. सकाळी लवकर उठून लगेच कामाला लागू नका. कमळा सांगून दमली. पण तुम्ही विश्रांती घेतच नाही."

"आता विश्रांतीच आहे." असे म्हणून गिरिजाबाई अंथरुणावर पडल्या. नाथही झोपले.

नाथांची पूजा झाल्यावर गिरिजाबाई देवघरात गेल्या. जो दिवस असेल त्या दिवसाच्या देवतेच्या त्या जप करीत. त्यांनी माळ घेतली. भिंतीला टेकून बसल्या!

कमळा डोकावून गेली. जप चालूच होता. नाथ ओसरीवर बसले होते. त्या त्यांना रोज दूध देत. चुलीवर दूध उकळीत होते. कमळाने दोन तीन हेलपाटे घातले. पण जप संपेना! अखेर तिने राघवास आजीला हाक मारण्यास सांगितले. तो आत गेला. माळ हातात तशीच होती. बोटे हलत नव्हती. आजीची एखादे वेळी झोप लागली असेल म्हणून त्याने हाक मारली. पण त्या गप्पच होत्या. अखेर त्याने आजीच्या डाव्या हाताला हलविले! त्या एकदम कलंडल्या!

"आऽईऽ आऽऽ ई" राघव जोरात ओरडला.

सगळे पळत आले. काय झाले आहे हे नाथांनी लगेच ओळखले!

"श्रीराम" असे म्हणून ते बाहेर आले. रडारड सुरू झाली.

देवीदास व उद्धवाने गिरिजाबाईंना ओसरीवर आणून घोंगड्यावर ठेविले!

तो लीलास बोलावण्यास गेला. साऱ्या गावात वार्ता पसरली.

गिरिजाबाई गेल्या...!

त्यांच्या दर्शनाला बायकांची रीघ लागली.

ज्या सोनपावलानी त्यांनी उंबरठ्यावरील माप सांडून प्रवेश केला ते चरण आता घरात वावरणार नव्हते.

लक्ष्मीपूजानानंतर त्या घरात आल्या, त्याच लक्ष्मीचा जप करिताना तिच्यावारी त्या निघून गेल्या.

नाथांचे जीवन भारावून टाकणाऱ्या गिरिजाबाई नाथांना एकटे सोडून गेल्या...!

नाथांची प्रतिभा हिरमुसली.

प्रेरणा संपली.

जीवनशक्ती मंदावली.

वैजापूरची कुडी पैठणच्या गोदाकाठी कायमची विसावली.

पंचमहाभूतात विलीन झाली!

उरल्या फक्त त्यांच्या सुखद आठवणी. जीवनातील एकेक क्षण नाथांच्या डोळ्यासमोरून सरकत होते. गिरिजाबाईंचे प्रेमळ बोल कानात घुमत होते.

"आणि उद्या मी नसले तर?" हे कालच्या रात्रीचे त्यांचे बोल...!

—त्यांचा अर्थ आज समजला...!

"माझ्याशिवाय तुम्हाला कोण सांगणार आहे? ...कुणीच नाही...!"

हे आज स्पष्ट झाले.

ही पोकळी आता भरून निघणार नव्हती.

आमुची गती खुंटली
आवरी तू हरी
कोण सखा तुजवाचुनी
आमुचा कैवारी ॥

❋❋❋

११९

॥ एका जनार्दनी ॥

सकाळचे देवदर्शन करून परत येताना मुरलीला वाटेतच गुणाजी भेटला.

"काय गुणाजी?" मुरली थांबून म्हणाला, "बऱ्याच दिवसांनी भेटतोय आपण."

"मी नव्हतोच इथे." गुणाजी म्हणाला, "बाहेरचे काम घेतल्याने तिकडेच होतो. नेहमी घरी येणे जमायचे नाही, कालच एकोबा भेटला होता. गंगेला चालला होता."

"काय म्हणाला?"

"तसे विशेष काहीच म्हणाला नाही." गुणाजी म्हणाला, "पण त्याची तब्येत खालावलेली वाटली."

"माझीही गाठभेट होऊन बरेच दिवस झाले," मुरली म्हणाला, "वहिनींना जाऊन वर्ष होऊन गेले. तेव्हापासून तो फारसा बाहेर पडतच नाही. शिवाय त्या घटनेचा त्याच्यावरही परिणाम झाल्याचे स्पष्ट दिसत आहे. तो कमालीचा अशक्त झालाय."

"मलाही तसेच वाटले," गुणाजी म्हणाला, "खरे म्हणजे त्याने आता सारे व्याप बंद करावेत किंवा कमी कमी करीत जावे. प्रवचनाबरोबर लिखाणही चालू असतेच. आपणच आता काहीतरी मार्ग काढला पाहिजे. आपल्याशिवाय कुणाला हे जमणार नाही."

"पण त्याने आपले ऐकले पाहिजे." मुरली म्हणाला, "त्याने जे काही योजलेले आहे ते पूर्ण केल्याशिवाय तो मुळीच राहणार नाही. मला परवा हरी भेटला होता. काशीहून आल्यापासून तो आता माझ्याशी बोलू लागला आहे. लीलाही भेटली होती. त्या दोघांनाही मला एक गोष्ट सांगितली. एकोबा आता पहिल्यासारखे मोकळेपणाने

बोलत नाही. गरजेपुरते बोलतो. बराच वेळ एकांतातच असतो.''

''ते साहजिकच आहे.'' गुणाजी म्हणला, ''तो वहिनींजवळ जसे बोलायचा तसे यांच्याशी कसा बोलणार? शिवाय वहिनी असताना त्याला काळजी कशाचीच नव्हती. त्याचाही परिणाम थोडा झाला असावा. वयाचाही परिणाम असावा.''

''मलाही तसेच वाटते.'' मुरली म्हणाला, ''आपल्यावरूनच हे पहावे. एक गोष्ट आता चांगली आहे. हरीत बऱ्यापैकी फरक पडला आहे. तो त्यांची सारखी काळजी घेतो. लीलाही वारंवार येत राहते. गिरिजाबाईंची जागा आता तिने घेतली आहे. एकोबाकडे तिचे विशेष लक्ष असते. घरात आता काहीही समस्या नाही. सूनबाईही व्यवस्थित आहे. पण हरी थोडासा नाराज आहे. एकोबा आता सारखी निरवानिरवीची भाषा बोलतो तीच त्याला काळजी वाटते.''

बराच वेळ ते बोलत होते.

''काका,'' एकदा घरी येऊन लीला मुरलीला म्हणाली, ''काका, मी मुद्दामच आलेय. मागे जेव्हा फाल्गुन वद्यषष्ठीचा उत्सव साजरा झाला तेव्हा बाबा म्हणाले होते की या चार घटनात पुढे एक घटना आणखी वाढणार आहे. पाच घटना तेव्हा होतील! ती वेळ आता आली आहे. येत्या फाल्गुनात बाबा हा उत्सव मोठ्या प्रमाणात साजरा करणार आहेत. त्याची पूर्व तयारीच त्यांनी चालू केली आहे! मी त्यांना म्हटल्यावर ते म्हणाले की आता किती दिवस राहिले! जे मला करावयाचे होते ते सारे मी पार पाडले आहे.''

''इतके स्पष्ट बोलला तो?''

''होय.'' लीला म्हणाली, ''प्रवचनातदेखील त्यांनी असेच सांगितले आहे. 'भावार्थ रामायणाचा' उरलेला भाग गावबा पूर्ण करील असे जाहीर केले.''

''गावबा पूर्ण करणार?'' मुरली म्हणाला, ''हे आश्चर्यच आहे.''

''बाबांनी त्याच्या मस्तकावर आपला वरदहस्त ठेवला आणि आपली लेखणी सर्वांदेखत त्याच्या हातात दिली,'' लीला म्हणाली, ''आणि नमुन्याच्या काही ओव्या त्यांच्याकडून तेथेच पूर्ण करून घेतल्या! भाविकांना त्यांनी त्या वाचून दाखविल्या! त्यांना कुणालाच काही फरक वाटला नाही. तशीच भाषा! रचनाही तशीच. आता गावबा तो ग्रंथ पूर्ण करीत आलाय.''

''तू काळजी करू नको.'' मुरली म्हणाला, ''मी आता त्याच्याशी स्पष्टच बोलतो!''

तेव्हा माघ महिना चालू होता. मुरलीने एकोबाची भेट घेतली. लीलाने जे सांगितले तेवढेच एकोबांनी सांगितले.

“मुरली,” नाथ म्हणाले, “महाशिवरात्रीपूर्वी आपण सारे मित्र माझ्या घरी बसू. तू ती व्यवस्था कर. मला पुष्कळ बोलायाचे आहे.”

“पण एवढी पूर्वतयारी तू का करीत आहेस?” मुरली म्हणाला, “सारे व्यवस्थित चालू असताना तू ही भाषा का वापरीत आहेस? पोराबाळांना काय वाटेल? हा विचार तू केला आहेस का?”

“अरे, ही वेळ प्रत्येकावर येतच असते.” नाथ म्हणाले, “ऐनवेळी गडबड नको म्हणून ही खबरदारी. हरीच्या आईचे काय झाले? आदल्या रात्रीपर्यंत माझ्याशी बोलत होती. सकाळी सारे आटोपले! म्हणून मी हा मार्ग काढलाय. साऱ्या पाहुण्यांना देखील त्यावेळी बोलाविले आहे. गंगा अगोदर येईल. आईची व तिची शेवटी भेट झालीच नाही. रडून रडून शेवटी तिचे डोळे सुजले!”

“एकोबा,” मुरली म्हणाले, “एक विचारू का?”

“विचार”

“पण हे सारे तुला गैर वाटत नाही?”

“काहीच नाही,” नाथ म्हणाले, “गीतेत वेगळे काय सांगितले आहे? जन्माला येताना आपल्या बरोबर काय येते? जे काही मिळविले आहे ते येथेच राहते! इथले होते ते इथेच द्यावे लागते! उद्या ते दुसऱ्याचे होते! असे परिवर्तन हा या जगाचा नियमच आहे! ही प्रक्रिया हजारो वर्षे चालूच आहे. आत्मा मात्र चिरंजीव आहे. कुडी बदलली जाते.”

मुरली काहीच बोलू शकला नाही!

नाथांना कशाचाही मोह राहिला नव्हता.

त्यांना जे करायाचे होते ते पूर्ण झाले होते.

एकाजनार्दनी भोग प्रारब्धाचा ।
हरि कृपे त्याचा नाश आहे!!

❁❁❁

१२०

|| एका जनार्दनी ||

..."एकनाथा", ...दैवी आवाज घुमू लागला..."या जन्मीचे तुझे कार्य संपत आलेले आहे...तू तयारीला लाग... तू सावध हो...."

...नाथ एकदम खडबडून जागे झाले! पहाट होत असावी... प्रथम नाथांना काहीच कळेना... ते इकडेतिकडे पाहू लागले... खोलीत कुणीच नव्हते...!... त्यांना मग कळून चुकले की ते स्वप्न असावे. स्वप्नातच त्यांना दैवी संदेश मिळाला होता... नाथ समजून चुकले... फाल्गुन वद्य पष्ठीला जरी अजून अवकाश असला तरी त्यादिवशी काय घडणार आहे हे त्यांना माहिती होते... त्याचीच ही पूर्वसूचना असावी... पंढरीनाथांचा हा आदेश असावा...! ...त्यांना वाटले...! पण त्यांनी कुणालाच यासंबंधी काही सांगितले नाही. पण ते तयारीला लागले! स्वप्न सूचक होते!

प्रवचनातून ते भाविकांना पुन्हा जागृत करू लागले. वारंवार ते सांगतच होते. पण आताची गोष्ट वेगळी होती. प्रपंचात सावधतेने वागून प्रपंच कसा करावा हे ते सांगू लागले. आठवण म्हणून आणखी काही सूचना देऊ लागले. ही सारी भाषा आवराआवरीची होती...!'...पुन्हा तुम्हाला हे कोण सांगणार... मी किती दिवस हे सुचविणार... माझे सारे आयुष्य मी केवळ तुम्हालाच वाहिले आहे... त्यातच माझा आनंद सामावलेला होता...!'

सूज्ञ भाविकांना याचा अर्थ समजून चुकला. ते अस्वस्थ झाले... नाथांच्या वयाचा कधी आपण विचार केलाच नव्हता... प्रवचनाच्या गोडीने ही समस्या कधी आपल्या मनात आलीच नाही...!

"बाबा", एक दिवस हरी म्हणाला, "तुम्ही निर्वाणीची भाषा का सुरू केली आहे? आम्हाला कंटाळलात काय? प्रवचनातून देखील तुम्ही हेच सांगत आहात.

आमचे काही चुकत असेल तरे ते सांगा.. तुमची आम्हाला अजून गरज आहे..''

''हरी,'' नाथ त्याच्या पाठीवर हात फिरवीत म्हणाले, ''तू सुज्ञ आहेस. माझे वय किती आहे हे तुला माहिती आहे. मी जरी पुष्कळ आयुष्य मागून घेतले तरी ते मिळत नाही. मानवाच्या हाती हे नाही! हे तुला चांगले माहिती आहे. आत्मतत्त्वाचा नाश होत नाही. मनुष्य जुने वस्त्र टाकून नवीन परिधान करू शकतो. तसे आत्मा जीर्ण शरिराचा त्याग करून नवीन कुडी धारण करतो. तो स्वयंप्रकाशी व परिपूर्ण आहे. म्हणून उत्पत्ति, स्थिती व लय हा अनादी काळापासूनचा निसर्गाचा नियम आहे. तुला शोक करण्याचे काही एक कारण नाही. जन्माला आलेले नाश पावणार व नाश पावलेले पुन्हा नव्याने येथे येणार हे अपरिहार्य आहे.''

''बाबा,'' भरल्या डोळ्यांनी हरी म्हणाला, ''हे तत्त्वज्ञान मला ठाऊक आहे तरी पण शेवटी मीपण एक माणूसच आहे. आपली कृपासावली आमच्यावर सातत्याने रहावी असे वाटत राहणारच. बाकीच्यांना मी काय सांगू?''

''योग्य वेळी त्यांना आपोआप कळेलच.'' नाथ म्हणाले, ''मला महिन्यापूर्वी साक्षात पंढरीनाथांनी स्वप्नात येऊन आदेश दिला आहे. हे फक्त मी तुलाच सांगत आहे. माझ्या पदरचे यात काहीही नाही. हे निश्चित घडणार आहे.''

तेथून गंगा जात असताना तिने हे सहज ऐकले. पण तिने स्वत:ला सावरले. लीलालाही गप्प केले. दोघीही सुज्ञ होत्याच. जेवढे म्हणून आपल्या वडिलांजवळ राहून सेवा करिता येईल तेवढे त्या करू लागल्या. बाबांना जे आवडते ते स्वैपाकात त्या वाढू लागल्या. आई कसे करायची हे त्यांना माहिती होते!

फाल्गुनी पौर्णिमेनंतर पाहुणे मंडळी गोळा होऊ लागली. फाल्गुन वद्य षष्ठीचा उत्सव मोठ्या प्रमाणात साजरा होणार आहे हे सर्वांना समजले.

''देवीदासराव,'' एकदा उद्धव म्हणाला, ''गेल्या वर्षी फाल्गुन वद्य षष्ठीचा उत्सव साजरा झाला तेव्हा महाराज मला म्हणाले होते की पुढील वर्षी या उत्सवात आणखी एका घटनेची भर पडणार आहे...! त्याचा अर्थ आता स्पष्ट होऊ लागला आहे. घरातही कुजबूज सुरू आहे. पण सारे जण दडपणाखाली आहेत. उत्सव संपला की वैजापूरला जाण्याचा विचार मला करावा लागणार आहे.''

''उद्धवराव'', देवीदास म्हणाला, ''काहीही झाले तरी तुम्ही नातेवाईक आहात. तुम्हाला कोण जा म्हणणार आहे? पण माझी गोष्ट निराळी आहे. मी चार दिवसासाठी जाता जाता आलो होतो. महाराजांनी मला ठेवून घेतले आहे. पण आता मला तरी जावे लागेल. गावाकडे घर आहे. तशी काही अडचण नाही.''

''आहे,'' हरी आत येत म्हणाला, ''मामांनो, मी तुमचे सारे बोलणे ऐकलेले

आहे. आपल्या मनात जे येत आहे त्याचा आम्ही कधीच विचार करणार नाही. बाबांनी जे चालू ठेवले आहे त्यात खंड पडणार नाही. त्यासाठी तुम्हाला येथून हलता येणार नाही. तुम्ही जर जाण्याचा विचार करीत असाल तर आम्हाला पोरके करून जावे लागेल हे लक्षात ठेवा. आम्हाला तरी घरात वडीलधारे कोण आहे? हा विचार करावा.''

दोघेही कान कापल्यासारखे आपापल्या कामाकडे वळाले.

फाल्गुन वध पंचमीच्या प्रवचनात त्यांनी षष्ठीच्या उत्सवाचे व प्रसादाचे आमंत्रण सर्वांना दिले. प्रसादानंतर गोदातीरावर कीर्तन करणार असल्याचे सांगून टाकले!

दुसऱ्या दिवशी नाथांनी अत्यंत भावनावश होऊन देवघरात प्रवेश केला. ते जसे इथे आले तेव्हापासून त्यांनी मनोभावे पूजा केली होती. कुळधर्म-कुळाचार पार पाडले होते. विविध स्तोत्रे म्हणून दैवतांची सेवा केली होती. त्यांची आज अखेरची पूजा होणार होती!

काही वेळ देव्हाऱ्यातील सर्व मूर्तींकडे ते टक लावून पाहत बसले. प्रत्येक सणावाराला गिरिजाबाईंनी चिंच मीठ लावून त्या मूर्तींना लखलखीत केले होते. त्यांची आठवण होताच क्षणभर ते जरा भावनावश झाले. पण लगेचच त्यांनी सारे देव मोठ्या ताम्हनात घेऊन पूजेला आरंभ केला. त्या प्रत्येक मूर्तीमागे काहीतरी आठवण लपलेली होती.

पांडुरंगाची मूर्ती हे त्यांचे सर्वस्व होते. आज ती मूर्ती त्यांना वेगळीच भासत होती... त्यांना तेथे अस्पष्ट श्रीखंड्या दिसू लागला... त्यांच्या डोळ्यात अश्रू तरारले... त्यांच्या घरात साक्षात भगवंतानी बारा वर्षे कावडी तर वाहिल्याच, पण सारी कामेही केली... 'देवा! तुझ्या हातांचे काय झाले असेल?... त्यांना सवय होती का असली... भगवंता... किती वेळा जरी तुझी क्षमा मागितली तरी ती अपूर्णच राहणार... मी तुला ओळखू शकलो नाही... मी भाविकांना सांगतो तुझ्याबद्दल... पण हे शल्य मला बोचत आहे रे... देवा... माझे शब्दही संपलेत...' त्यांच्या डोळ्यातील एक थेंब मूर्तीवर पडला... 'श्रीकृष्णा... पांडुरंगा... विठ्ठला... ही तुला माझी अखेरची आसवांजली...! ... मला क्षमा करशील ना?... असावी... व्हावी...!'

'एवढेच माझे अखेरचे मागणे आहे...!' बराच वेळ झाली तरी पूजा संपत नव्हती. हरी चार पाच वेळा येऊन गेला. भोजनासाठी भाविक गोळा होऊ लागले होते. आसपासच्या खेड्यातून दिंड्याही जयजयकारात येऊ लागल्या होत्या.

स्वामींच्या उत्सवाचा नाथांनी अखेरचा नैवेद्य दाखविला... त्यांचा हात थरथरत

होता...! जनार्दनस्वामींच्या आशीर्वादानेच ही कुडी पावन झाली होती... ती गुरुमाऊली त्यांच्या अंतरी कायमची विसावलेली होती...! त्यांनाही ही अखेरची आदरांजली... आता पुढील वर्षी हा नैवेद्य...!!

नैवेद्य दाखविताच पाहिली पंगत बसली... लीला...गंगा... कमळाबाई वाढत होत्या... नाथांनीही आग्रहाने लाडू वाढले. संताघरचा प्रसाद भाविकांना तृप्ती देत होता. पंगतीवर पंगती उठत होत्या.

...स्वामींचा हा अखरेचा प्रसाद नाथांना उद्धारून जाणार होता...! गुरू हे त्यांचे सर्वस्व होते... दैवत होते... परब्रह्म होते!

नाथांचे भोजन होईपर्यंत दिंड्या तयार होऊ लागल्या होत्या. टाळमृदंग निनादू लागले!

भोजन होताच नाथ पुन्हा अस्वस्थ झाले. ज्या घरात अलीकडे त्यांचे जीवन फुलले ते आता सोडावे लागणार होते... येथे त्यांच्या साऱ्या आठवणी साठलेल्या होत्या... पण त्यांच्या चेहऱ्यावर कोणतीही प्रतिक्रिया नव्हती... सर्वांनी नाथांना साष्टांग घातला... त्यांचा आशीर्वाद घेतला... लीला व गंगानी महत् प्रयासांनी अश्रू आवरले... त्यांचे बाबा त्यांना पुन्हा दिसणार नव्हते... ही पाऊले पुन्हा माथा टेकविण्यास लाभणार नव्हती... आता सांभाळी विठ्ठला!

कीर्तनाचा पोषाख घालून बाहेर येताच गोदेकडे दिंड्या निघाल्या... वाटेतही काही लोक सामील होऊ लागले.

गोदातीरी लक्ष्मीतीर्थावर सारेजण थांबले. मध्यभागी नाथ कीर्तनास उभे राहिले. अनेक भाविकांनी त्यांना पुष्पमाला व तुळशीहार घातले होते. भाविकांनी हरिनामाचा जयजयकार चालू केला. भक्तिमहिमा समजावून सांगताना ज्ञानेश्वरीतील ओवीवर निरूपण चालू केले. सगुणभक्ति कशी सोपी आहे हेच वारंवार सांगितले. हरी व सारी नातवंडे समोरच बसली होती. टाळ मृदंगांचा जयघोष थांबताच त्यांनी नाथांना साष्टांग नमस्कार घातला. हरीच्या मस्तकी हात ठेविला!

"अजून काहीतरी सांगा," भाविकांचा आग्रह चालू झाला... नाथ म्हणू लागले.

आम्ही जातो आता लोभ असो द्यावा
राग न धरावा बोलण्याचा ।।

मायबाप तुम्ही मज बालकासी
म्हणूनी सेवेसी बोलतसे

देवाचे स्मरण प्रेम सर्वाभूती
ठेवा सदा चित्ती समाधान ॥

आवडीने भावे हरीनाम मुखी
घेता पूर्ण सुखी व्हाल बापा ॥

'एकाजनार्दनी' बोलणे शेवट ॥

नाथांनी हात जोडोनिया सर्वांचा निरोप घेतला. त्यांच्या नावाचा भाविकांनी जयजयकार चालू केला. टाळमृदंग दुमदुमू लागले. नाथ हळुहळू गोदेकडे जाऊ लागले.

त्यांच्या प्रवचनाला येणारी गोदामाता अश्रू ढाळू लागली...
तिचे अश्रू कुणाला दिसणार?
कोण तिला थांबवणार....
अश्रूंचे लोट वाढू लागले...
नाथ त्याच जलातुनी पुढे निघाले...
नाथांना विलक्षण ऊब वाटू लागली...
त्यात होती मातेची माया...
नाथांची सुखावली काया...
नाथ लागले पुढे जाया...!
कमेरवर गेले पाण्यात
जोडले त्यानी दोन्ही हात
केला जयजयकार विठुरायाचा
पंढरीनाथाचा
पांडुरंगाचा!
भाविकाही मागे म्हणू लागले..
गोदातीर दुमदुमले...!
पाहता पाहता नाथ खाली गेले
कुशीत माऊलीच्या विसावले
तिच्यात सामावले!
नाथ गेले!

गोदा धन्य झाली!

भाविकांना अश्रू आवरेनात. त्यांना काहीच कळेना! विश्वास बसेना! पुष्कळांना याची काहीच कल्पना नव्हती.

नातवंडानी नाथांना बाहेर काढले.

त्यांना आश्रू आवरेनात

सारे अघटित घडले होते.

फाल्गुन वद्य पष्ठीचा अर्थ

आत्ता समजला...!

ही झाली पंचपर्वश्रेणी!

वातावरण एकदम शांत झाले. नाथांची चिरविश्रांती सुरू झाली.

चंदनाची चिता तयार होताच, हरीने विधिपूर्वक अग्नी दिला. ज्वाळा लगेचच भडकू लागल्या. आकाशी भिडल्या.

नाथ आत्ता होते... आत्ता नव्हते!

नाथमय झालेली पैठणनगरी क्षणात 'अ-नाथ' झाली!

पैठणचा भाववेडा

'एका...जनार्दनी... मीनला!

तिसऱ्या दिवशी रक्षा गोळा करण्यास सारे गेले असताना त्या राखेत दोन रोपे डुलत होती...!

एक पिंपळाचे

दुसरे तुळशीचे!

असे कधीच कुठे घडत नसते. घडलेही नव्हते. घडणारही नाही...!!

पण पैठणात घडले.

चितेभोवतालचे सारे भस्मसात होत असते. पण इथे नवजीवन फुलले होते!

ही होती संत एकनाथांची ग्रंथ-संपत्ती! जी तुळशी रूपाने चिरंजीव झाली. चिरंतन टिकणार होती. घरोघर विसावली!

पिंपळाच्या रूपाने नाथांची कीर्ती अजरामर जाहली. त्याची ती सळसळ म्हणजे नाथ वाणी...!

ही युगायुगाची ठरली!

त्यांची अफाट ग्रंथसंपदा म्हणजे

महाराष्ट्राचे अखंड वैभव!

वारकऱ्यांची जीवनप्रणाली!
संत बहिणीबाईंनी म्हटल्याप्रमाणे
"एका जनार्दनी" खांब
ध्वज दिला भागवत"
मराठमोळ्या भागवतधर्माची अखंड फडफडणारी पताकाच ती...!
वारकऱ्यांनी ती साऱ्या महाराष्ट्रात नेली!

एका जनार्दनी
देह हरपला
होऊनी राहिला
पांडुरंग !!

ही होती नाथांची जीवन श्रद्धा!

माझे माहेर पंढरी
आहे भीवरेचे तीरी
बाप आणि आई
माझी विठ्ठल रखुमाई ।
पुंडलिक बंधु आहे
त्याची ख्याती सांगू काय
माझी बहीण चंद्रभागा
करितसे पापभंगा ।।

नाथांचा— "उतारा"
मनुष्य इंगळी अतिदारुण।
मज नांगा मारिला तिनं ।
सर्वांगी वेदना जाण
त्या इंगळीची ।।
ह्या विंचवाला उतारा ।
तमोगुण मागे सारा ।
सत्त्वगुण लावा अंगारा ।

विंचू इंगळ उतरे झरझरा ।।
सत्त्व उतारा देऊनी ।
अवघा सारिला तमोगुण ।
किंचित राहिला कुणकुण ।
शांत केली जनार्दने ।।

नाथांची धन्यता...

जयाचिया द्वारी तुळसी वृंदावन
धन्य ते सदन वैष्णवांचे
जयाचिया गळा तुळशी माळा
यम पदकमळा वंदी त्याच्या ।।
गोपीचंदन उटी जयाचिया अंगी
प्रत्यक्ष देव जगी तोचि धन्य ।।
आनंद न समाये त्रिभुवनी
एका भुलला जनार्दनी ।।

मृखपृष्ठाचे शेवटचे पान

दार उघड बया
दार उघड!

नमो निर्गुण निराकार ।
मूळ आदिमाया तू साकार ।
घेऊनि दहा अवतार ।
करिसी दुष्टांचा संहार ।।
बैसलीस क्षीरसागरी ।
शेषाचे पलंगावरी ।
जयविजयद्वारी ।
प्रेमदिवटे तिष्ठती ।।
दार उघड बया ।
दार उघड ।।

कलीचा प्रथम चरण ।
दैवतें राहिली लपून ।
तीर्थे सांडिले महिमान ।
अठरा वर्ण एक जाले बया ।।
म्लेंच्छे गांजिले देव भक्तां ।
महिमा उच्छेदिला सर्वथा ।
न चले जपतप तत्त्वता ।
एकरूप सर्व जाले बया ।।
दार उघड बया ।
दार उघड ।।

ऐसे तुज न पाहावे जाण ।
म्हणोनि बैसलीस मौन धरून ।
विटेवरी समचरण ठेवून ।
निवांत बैसलीस बया ।।
एका जनार्दनी शरण ।
विठ्ठल नामे अंबा जाण ।
पुंडलिक दिवटा अवलोकन ।
निवांत राहिलीस बया ।।

दार उघड बया ।
दार उघड ।।

www.ingramcontent.com/pod-product-compliance
Lightning Source LLC
LaVergne TN
LVHW100620051026
849519LV00001B/67